ಗಾಳಿಗೆ ಮೆತ್ತಿದ ಬಣ್ಣ

ಕರ್ಕಿ ಕೃಷ್ಣಮೂರ್ತಿ

ಮಾಸ್ತಿ
ಕಥಾ ಪುರಸ್ಕಾರ
ಪಡೆದ ಕೃತಿ

Gaalige Mettida Banna
-Collection of Short Stories in Kannada
by Karki Krishnamurthy,
Published by Chanda Pustaka,
I-004, Mantri Paradise,
Bannerughatta Road, Bangalore-560 076
ISBN: 978-81-975991-1-8

ಮೊದಲ ಮುದ್ರಣ: 2016

ಮುಖಪುಟ, ಒಳಚಿತ್ರಗಳು: ಸೌಮ್ಯ ಕಲ್ಯಾಣಕರ್
ಕರಡು ತಿದ್ದುವಿಕೆ: ಜ್ಯೋತಿ ಮಹಾದೇವ್
ಪುಟಗಳು: 148 ಬೆಲೆ: ₹ 180
ಕಾಗದ: ಎನ್‌ಎಸ್ ಮ್ಯಾಪ್ಲಿತೊ 70 ಜಿಎಸ್‌ಎಂ, 1/8 ಡೆಮಿ

ಪ್ರತಿಗಳಿಗಾಗಿ ಸಂಪರ್ಕಿಸಿ:

ಛಂದ ಪುಸ್ತಕ
ಐ-004, ಮಂತ್ರಿ ಪ್ಯಾರಡೈಸ್
ಬನ್ನೇರುಘಟ್ಟ ರಸ್ತೆ
ಬೆಂಗಳೂರು-560 076
ಸೆಲ್: 98444 22782
me@vasudhendra.com

ಮುದ್ರಣ:

ಟ್ರಿನಿಟಿ ಅಕಾಡೆಮಿ, ಕುಡ್ಲು ಗೇಟ್, ಹೊಸೂರು ರಸ್ತೆ, ಬೆಂಗಳೂರು

ಕರ್ಕಿ ಕೃಷ್ಣಮೂರ್ತಿ

ಉತ್ತರಕನ್ನಡ ಜಿಲ್ಲೆಯ ಹೊನ್ನಾವರ ತಾಲೂಕಿನ ಕರ್ಕಿ ಊರಿನವರು. ವೃತ್ತಿಯಲ್ಲಿ ಸಿವಿಲ್ ಇಂಜಿನಿಯರ್. ಪ್ರಸ್ತುತ ಬೆಂಗಳೂರಿನ ಅಂತಾರಾಷ್ಟ್ರೀಯ ವಿಮಾನ ನಿಲ್ದಾಣದಲ್ಲಿ ಉಪಾಧ್ಯಕ್ಷರಾಗಿ ಕೆಲಸ ನಿರ್ವಹಿಸುತ್ತಿದ್ದಾರೆ.

'ಮಳೆ ಮಾರುವ ಹುಡುಗ', 'ಗಾಳಿಗೆ ಮೆತ್ತಿದ ಬಣ್ಣ' ಹಾಗೂ 'ದಿಬ್ಬದಿಂದ ಹತ್ತಿರ ಆಗಸಕ್ಕೆ' ಇವರ ಕಥಾಸಂಕಲನಗಳು. 'ಚುಕ್ಕಿ ಬೆಳಕಿನ ಜಾಡು' ಕಾದಂಬರಿ. 'ಇಮೋಜಿ ಭಾಷೆ' ಅಂಕಣ ಬರಹಗಳ ಸಂಗ್ರಹ. ಮಾಸ್ತಿ ಕಥಾ ಪುರಸ್ಕಾರ, ಬೇಂದ್ರೆ ಗ್ರಂಥ ಬಹುಮಾನ, ಕನ್ನಡ ಸಾಹಿತ್ಯ ಪರಿಷತ್ತಿನ ಆರ್.ಎನ್ ಹಬ್ಬು ದತ್ತಿ ಪ್ರಶಸ್ತಿ, ಸ್ವಸ್ತಿ ಪ್ರಕಾಶನದ ಸನ್ಮಾನ ಪಡೆದಿದ್ದಾರೆ. ಪ್ರಜಾವಾಣಿ ದೀಪಾವಳಿ ಸ್ಪರ್ಧೆಯಲ್ಲಿ ಮೊದಲ ಸ್ಥಾನವನ್ನೂ ಒಳಗೊಂಡಂತೆ ಇವರ ಕಥೆಗಳಿಗೆ ಹಲವು ಮನ್ನಣೆಗಳು ದೊರೆತಿವೆ

karkikrishnamurthy@gmail.com | 97311 09144

ಮನೆ, ಮನದೊಡತಿ
ವನಿತಾಗೆ

ಪರಿವಿಡಿ

ರಂಧ್ರ	1
ಇಂಚು	16
ಉತ್ಸರ್ಗ	28
ವದ್ಧಾಽಽ...	40
ಕೇಳು	64
ಗಾಳಿಗೆ ಮೆತ್ತಿದ ಬಣ್ಣ	66
ಮುಕುಂದ ಬಂದು ಹೋದ	82
ಇನ್ನೊಬ್ಬ	94
ವಾಸನೆ	107
ಘಾಟಿಯ ತಿರುವು	112
ಹೆದ್ದಾರಿಯ ಪಕ್ಕದ ಊರು	121

ರಂಧ್ರ

ಆತ ಪ್ರೀತಂ ಶೆಟ್ಟಿ. ಮೂಲ ಮಂಗಳೂರಿನ ಸಮೀಪದ ಮುಲ್ಕಿ, ಹುಟ್ಟಿದ್ದು ಬೆಳೆದದ್ದೆಲ್ಲ ಮುಂಬೈ. ಈಗ ಬೆಂಗಳೂರಿನ ಪ್ರಮುಖ ರಿಯಲ್ ಎಸ್ಟೇಟ್ ಕಂಪನಿಯೊಂದರಲ್ಲಿ ಉಪಾಧ್ಯಕ್ಷ. ಕನ್ನಡ ಪೂರ್ಣ ಅರ್ಥವಾಗುತ್ತೆ; ಮಾತನಾಡಲು ಸ್ವಲ್ಪ ಸ್ವಲ್ಪ ಬರುತ್ತೆ. ಆಕೆ ನಿಧಿ ಸೇಠಿ. ಮೂಲ ಗುಜರಾತಿನ ಸೂರತ್, ಹುಟ್ಟಿದ್ದು ಬೆಳೆದಿದ್ದು ಎಲ್ಲ ಬೆಂಗಳೂರು. ಇಲ್ಲಿಯ ಕಂಪನಿಯೊಂದರಲ್ಲಿ ಸಾಫ್ಟ್‌ವೇರ್ ಎಂಜಿನಿಯರ್. ಆಕೆಗೂ ಕನ್ನಡ ಅರ್ಥವಾಗುತ್ತೆ; ಮಾತನಾಡಲು ಸ್ವಲ್ಪ ಸ್ವಲ್ಪ ಬರುತ್ತೆ. ಹತ್ತು ವರ್ಷಗಳ ಹಿಂದೆ ಪ್ರೀತಿಸಿ ಮದುವೆಯಾಗಿದ್ದಾರೆ. ಒಟ್ಟಿಗೇ ಇದ್ದಾರೆ. ಮದುವೆಗೂ ಮುಂಚೆ ನಿಧಿಯ ಗೆಳತಿಯರು ಆಕೆಯನ್ನು ಛೇಡಿಸಲು ಹೇಳುತ್ತಿದ್ದರು 'ಶೆಟ್ಟಿಗೂ ಸೇಠಿಗೂ ಸ್ಪೆಲ್ಲಿಂಗುಗಳ ಫರಕ್ಕು ಅಷ್ಟೇ... ನಿಮ್ಮ ರಿಲೇಷನ್‌ಶಿಪ್ ವರ್ಕ್-ಔಟ್ ಆಗುತ್ತೆ ಬಿಡು'. ಈ ಮದುವೆಯ ಸಲುವಾಗಿ ಮನೆಯವರ ವಿರೋಧ ಬಂದ ಸಂದರ್ಭದಲ್ಲಿ ಆತನೂ ತನ್ನ ಗೆಳೆಯರಲ್ಲಿ ಹೇಳಿದ್ದ- 'ನಾನಾಗೇ ಆಕೆಯನ್ನು ಬಿಡಲು ಸಾಧ್ಯವೇ ಇಲ್ಲ; ಒಂದು ವೇಳೆ ಅವಳೇ ಬೇಡವೆಂದರೆ, ನೋಡಿದರಾಯಿತು.' ಆಕೆಯೂ ಇದೇ ರೀತಿ ವಿಚಾರಿಸಿದ್ದಳೇ ಎಂಬುದನ್ನು ಇಬ್ಬರೂ ಅರಿಯಲು ಹೋಗದಿದ್ದುದರಿಂದ, ಮದುವೆಯಾಗಿದೆ. ಮದುವೆಯಾಗಿ ಸದ್ಯಕ್ಕೆ ಮಕ್ಕಳು ಬೇಡ ಎಂದು ಮುಂದೂಡುತ್ತ ಬಂದರೂ, ಹೀಗೊಮ್ಮೆ ನಡುವೆ ನಿಧಿ ಬಸುರಿ ಎಂಬುದು ಗೊತ್ತಾಗಿತ್ತು. ಹಿಂದೊಮ್ಮೆ ಹೀಗೇ ಅನ್‌ಪ್ಲಾನ್ಡ್ ಆಗಿ ಎರಡು ತಿಂಗಳಾಗಿ, ಅಬಾರ್ಷನ್ನಿನ ನೋವುಂಡ ಅನುಭವವುಳ್ಳ ಆಕೆಗೆ ಮತ್ತೆ ಗರ್ಭ ತೆಗೆಸಿಕೊಳ್ಳುವ ಧೈರ್ಯ ಬರದೇ, ಆ ನೋವುಣ್ಣುವುದಕ್ಕಿಂತ ಇನ್ನೈದಾರು

ತಿಂಗಳು ಕಾದು ಹೆತ್ತುಬಿಡುವುದೇ ವಾಸಿ ಅನ್ನಿಸಿದ್ದರಿಂದ, ಹೆಣ್ಣು ಮಗುವೊಂದು ಹುಟ್ಟಿದೆ. ಹೆಸರು ತನ್ವಿ, ನಗರದ ಪ್ರತಿಷ್ಠಿತ ಆಂಗ್ಲ ಶಾಲೆಯೊಂದರಲ್ಲಿ ಒಂದನೇ ಕ್ಲಾಸ್ ಓದುತ್ತಿದ್ದಾಳೆ. ಆಕೆಗೆ ಕನ್ನಡ, ಇಂಗ್ಲೀಷ್, ಹಿಂದಿ, ತಮಿಳು ಎಲ್ಲವೂ ಸುಮಾರಾಗಿ ಅರ್ಥವಾಗುತ್ತದೆ ಹಾಗೂ ಸ್ವಲ್ಪ ಸ್ವಲ್ಪ ಮಾತಾಡಲೂ ಬರುತ್ತದೆ.

ಕೋರಮಂಗಲದಲ್ಲಿ ಮೂರು ಬೆಡ್ ರೂಮ್ ಫ್ಲಾಟ್ ಸ್ವಂತಕ್ಕಿದೆ. ಇಬ್ಬರ ನಡುವೆ ಬೇಕಷ್ಟು ಜಗಳಗಳಿವೆ, ವಿಭಿನ್ನ ಅಭಿಪ್ರಾಯಗಳಿವೆ, ಇಬ್ಬರಿಗೂ ತಮ್ಮದೇ ಆದ ತತ್ವಗಳಿವೆ. ಆ ವೈರುಧ್ಯಗಳಾವವೂ ಮಲಗುವ ಕೋಣೆಯ ಒಳಹೊಕ್ಕು ಕಿಂಗ್ ಸೈಜ್ ಬೆಡ್ಡಿನ ನಡುವೆ ಇದುವರೆಗೂ ಬಿರುಕು ತಂದಿಲ್ಲ. ಉದಾಹರಣೆಗೆ – ಪ್ರೀತಂ ಒಬ್ಬ perfectionist. ಅವನಿಗೆ ಊಟ, ತಿಂಡಿ ಹೀಗೇ ಆಗಬೇಕು. ಪ್ರತೀ ಪದಾರ್ಥದ ಬಣ್ಣ, ಗಾತ್ರ, ರುಚಿ, ಆಕಾರ ಎಲ್ಲವೂ ತುಸು ಹೆಚ್ಚು ಕಮ್ಮಿಯಾಗದಂತೆ, ಆತನಿಗೆ ಬೇಕಾದಂತೆಯೇ 'ಪರ್ಫೆಕ್ಟ್' ಆಗಿರಬೇಕು. ಆಗ ಮಾತ್ರ; 'ದಿಸ್ ಇಸ್ ಆಸಮ್' ಅನ್ನುತ್ತ ಅದನ್ನು ಆತ ಆಸ್ವಾದಿಸುತ್ತಾನೆ. ನಿಧಿಗೆ ಹಾಗಲ್ಲ, ಒಟ್ಟಿನಲ್ಲಿ ಏನಾದರೂ ಸರಿ, ತಿನ್ನುವಂತಿದ್ದರಾಯಿತು. ಇನ್ನು, ತನ್ವಿಯ ಊಟದ್ದು ಒಂದು ಸಮಸ್ಯೆಯೇ ಅಲ್ಲ. ಅವಳ ಶಾಲೆಯ ಊಟದ ಡಬ್ಬಿಗೆ ಬಿಸ್ಕೇಟ್ಟು, ಬ್ರೆಡ್ಡು, ಚೋಕೋಸ್ ಅಥವಾ ತುಸು ಸಮಯ ಸಿಕ್ಕರೆ ಮ್ಯಾಗಿ ಹಾಕಿ ಕಳಿಸುತ್ತಾಳೆ. ಅದರಲ್ಲೂ ತನ್ವಿಗೆ ಚೋಕೋಸ್ ಅಂದರೆ ತುಂಬಾ ಇಷ್ಟ. ಅದರಲ್ಲಿಯ ಪೌಷ್ಟಿಕಾಂಶಗಳ ಬಗ್ಗೆ ಜಾಹೀರಾತಿನಲ್ಲಿ ನೋಡಿ ತಿಳಿದಿದ್ದಾಳಾಕೆ. ಬೀನ್ಸ್‌ನ್ನು ಉದ್ದಕ್ಕೆ ನೇರವಾಗಿ ನೇವರಿಸಿ ಇಟ್ಟು, ತುದಿಗಳೆರಡನ್ನೂ ನೀಟಾಗಿ ಕತ್ತರಿಸಿ ಒಗೆದು, ಮೊದಲು ಒಂದು ತುಂಡು ಮಾಡಿ, ಅಳತೆ ತೆಗೆದುಕೊಂಡು, ಉಳಿದೆಲ್ಲ ತುಂಡುಗಳನ್ನೂ ಅದೇ ಅಳತೆಯಲ್ಲಿ ಕತ್ತರಿಸುವುದು ನಿಧಿಗೆ ಸಾಧ್ಯವೇ ಇಲ್ಲ. ಅದಕ್ಕಿಂತ ಮೂರ್ಖತನ ಬೇರೊಂದಿಲ್ಲ ಎನ್ನೋದು ಅವಳ ಭಾವನೆ. ಅದಕ್ಕೇ ಅವರಲ್ಲಿ ಒಂದು ಒಪ್ಪಂದವಾಗಿದೆ. ಈತ ತನ್ನ ಅಡುಗೆ ತಾನೇ ಮಾಡಿಕೊಳ್ಳುತ್ತಾನೆ. ವಾರಾಂತ್ಯದಲ್ಲಿ ಆತನದು ಅಡುಗೆ ಪ್ರೋಗ್ರಾಮ್. ಮುಂದಿನ ಐದು ದಿನಕ್ಕೆ ಬೇಕಾದ ಮೂರೂ ಹೊತ್ತಿನ ಅಡುಗೆ ಒಮ್ಮೆಲೇ ಮಾಡಿ ಅದನ್ನು ಆತ ಫ್ರೀಜರಿನಲ್ಲಿ ಇಡುತ್ತಾನೆ. ಅದಕ್ಕೆಂದೇ ಆತ ಒಂದು ಡೀಪ್–ಫ್ರೀಜರ್ ಕೊಂಡು ತಂದಿದ್ದಾನೆ. ಪ್ರತಿ ದಿನ ತನಗೆ ಬೇಕಾದದ್ದನ್ನು ಅಲ್ಲಿಂದ ತೆಗೆದು ಉಪಯೋಗಿಸುತ್ತಾನೆ. ವಾರದ ಚಪಾತಿಯನ್ನೆಲ್ಲಾ ಒಂದರ ಮೇಲೊಂದು ಪೇರಿಸಿಟ್ಟು, ದಿನವೊಂದಕ್ಕೆ ಬೇಕಾಗುವ ಚಪಾತಿಗಳ ನಡುವೆ ಟಿಶ್ಯೂ ಪೇಪರ್ ಹಾಕಿ ಪದರೀಕರಿಸಿ, ಎಲ್ಲವನ್ನೂ ಸೇರಿಸಿ ಬಂಡಲ್ ಮಾಡಿ ಫ್ರೀಜರಿನಲ್ಲಿಟ್ಟ ಚಪಾತಿಯನ್ನು ಐದನೇ ದಿನವೂ ಬಿಸಿ ಮಾಡಿ ತಿನ್ನುವುದು ನಿಧಿಗೆ ಅಸಾಧ್ಯವಾದ ಮಾತು. ಹೀಗಾಗಿ, ತನಗೆ ಹಾಗೂ ಮಗಳಿಗೆ ಆಕೆ ಪ್ರತ್ಯೇಕ ಅಡುಗೆ ಮಾಡಿಕೊಳ್ಳುತ್ತಾಳೆ.

ಅವಳು ವಾರಾಂತ್ಯದಲ್ಲಿ ಸ್ಟೋವಿನ ಹತ್ತಿರ ಹೋಗುವುದೇ ಇಲ್ಲವಾದುದರಿಂದ, ಮನೆಯಲ್ಲಿ ಎರಡೆರಡು ಒಲೆ ಉರಿಸುವ ಪ್ರಮೇಯ ಬಂದಿಲ್ಲ! ಅದು ಹೇಗೆ ಒಂದೇ ಮನೆಯಲ್ಲಿ ನೀವಿಬ್ಬರೂ ಬೇರೆ ಬೇರೆ ಅಡುಗೆ ಮಾಡಿಕೊಳ್ಳುತ್ತೀರಿ ಎಂದು ಕೇಳಿದರೆ ಪ್ರೀತಮ್ ಹೇಳುತ್ತಾನೆ- 'ಯೂ ನೊ ವಾಟ್? ಸಮಸ್ಯೆ ಅಡುಗೆಯದು ಅಲ್ಲವೇ ಅಲ್ಲ. ನಮ್ಮಿಬ್ಬರಲ್ಲಿ ಪ್ರೊಬ್ಲೆಮ್ ಬರೋದು, ಬಚ್ಚಲಿನ ಫ್ಲೋರ್ ಟ್ರಾಪ್‌ನಲ್ಲಿ ಗಂಟು ಗಂಟಾಗಿ ಸಿಕ್ಕಿ ಹಾಕಿಕೊಂಡಿರೋ ಕೂದಲು ಯಾರದು ಹಾಗೂ ಅದನ್ನು ಕ್ಲೀನ್ ಮಾಡೋದು ಯಾರು ಅನ್ನೋ ಪ್ರಶ್ನೆ ಬಂದಾಗ ಮಾತ್ರ. ಜಗಳ ಶುರುವಾಗೋದೇ ಅಲ್ಲಿ. ಕೊನೆಗೂ ನಮ್ಮಿಬ್ಬರಲ್ಲಿ ಒಬ್ಬರು ಅದನ್ನು ಕ್ಲೀನ್ ಮಾಡಿದೆವೆಂದಿಟ್ಟುಕೊಳ್ಳೋಣ. ಆಗ ನಾವು ಉಪಯೋಗಿಸಿದ ನ್ಯೂಸ್ ಪೇಪರ್, ಇನ್ನೊಬ್ಬರು ಆಮೇಲೆ ಓದಲೆಂದು ಬದಿಗೆ ಎತ್ತಿಟ್ಟಿದ್ದೇ ಆಗಿರುತ್ತದೆ!'

ಪ್ರೀತಂ highly career oriented ವ್ಯಕ್ತಿ; ಮಹತ್ವಾಕಾಂಕ್ಷಿ, ಹಾಗೇ ಅವಿರತ ಕೆಲಸಗಾರ. 'ಈ ಬಾರಿ ಪ್ರೂವ್ ಮಾಡಿಯೇ ಮಾಡುತ್ತೇನೆ' ಅನ್ನುತ್ತ ಪ್ರತೀ ಬಾರಿಯೂ ಕೆಲಸಗಳನ್ನು ಜವಾಬ್ದಾರಿಯನ್ನು ಮೈಮೇಲೆ ಎಳೆದುಕೊಳ್ಳುವುದೆಂದರೆ ಆತನಿಗೆ ಪರಮ ಸುಖ. ರಾತ್ರಿ ಎಂಟು ಗಂಟೆಗೂ ಮೊದಲು ಆತ ಆಫೀಸಿನಿಂದ ಹೊರಟಿದ್ದೇ ಇಲ್ಲ. ಅಪ್ಪಿತಪ್ಪಿ ಯಾವುದೋ ಒಂದು ದಿನ ಮಾಡಲೇನೂ ಕೆಲಸವಿಲ್ಲದೇ ಆರು ಗಂಟೆಗೇ ಮನೆಗೆ ಹೋಗಬೇಕಾಗಿ ಬಂದಿತೆಂದರೆ ಏನೋ ಚಡಪಡಿಕೆ; ತಪ್ಪಿತಸ್ಥ ಭಾವ. ಹೀಗೇ ಅತ್ತಿಂದಿತ್ತ ಓಡಾಡುತ್ತ, ಕೆಲಸಗಳನ್ನು ತಾನೇ ಸೃಷ್ಟಿಸಿಕೊಂಡು ಮಾಡುತ್ತ ಒಂದೆರಡು ಗಂಟೆ ತಳ್ಳಿ, ನಂತರ ಮನೆಗೆ ಹೋದರೆ ಮಾತ್ರ ಸಾರ್ಥಕ ಭಾವ. 'ಮೊನ್ನೆ ಮನೆ ತಲುಪಲು ರಾತ್ರಿ ಹತ್ತೂವರೆಯಾಯಿತು. ಹೆಂಡತಿ; 'ಈಗ್ಯಾಕೆ ಬಂದೆ ಎಲ್ಲಾ ಮುಗಿಸಿ ನಾಳೆಯೇ ಬರಬಹುದಿತ್ತಲ್ಲ' ಎಂದು ಮೂದಲಿಸಿದಳು' ಎಂದು ಹೇಳಿಕೊಳ್ಳುವುದರಲ್ಲಿ ಆತನಿಗೆ ಏನೋ ಒಂಥರಾ ಹೆಮ್ಮೆ. 'ನನ್ನ ಕೌಟುಂಬಿಕ ಜೀವನ ಹೇಗಂದರೂ ಸ್ಕ್ರೂ-ಅಪ್ ಆಗಿದೆ' ಅನ್ನುತ್ತ ಇತರರ ಲೈಫನ್ನು 'ಸ್ಕ್ರೂ-ಅಪ್' ಮಾಡುವಲ್ಲಿ ಆತನಿಗೆ ಭಾರೀ ಆಸಕ್ತಿ. ತನ್ನ ಕೆಳಗಿನವರನ್ನು ಗೋಳು ಹೊಯ್ದುಕೊಳ್ಳುವುದರಲ್ಲಿ ಆತ ಎತ್ತಿದ ಕೈ. ಯಾರಾದರೂ ಆರು ಗಂಟೆಯ ಆಸುಪಾಸಿನಲ್ಲಿ ಮನೆಗೆ ಹೊರಟರೆ ಆತ ಸಹಿಸಲಾರ. ಹೇಗಾದರೂ ಮಾಡಿ ಆಫೀಸು ವೇಳೆಗಿಂತ ಒಂದೆರಡು ತಾಸು ಹೆಚ್ಚು ಅವರುಗಳನ್ನು ಉಳಿಸಿಕೊಳ್ಳುವ ಯೋಚನೆ ಪ್ರತಿದಿನ ಹಾಕಿಟ್ಟು ಅದನ್ನು ಅವರುಗಳ ಮೇಲೆ ಮೇಲೆ ಹೇರುವುದರಲ್ಲಿ ಆತ ನಿಸ್ಸೀಮ. 'ಈ ಕೆಲಸ ಆದದ್ದು ನಿನ್ನಿಂದಲೇ. ನೀನೊಂಥರಾ ಈ ಕಂಪನಿಯ ಮೂಲ ಸ್ತಂಭ ಇದ್ದಹಾಗೆ' ಎಂದು ಯಾರಾದರೂ ಹೇಳಿದರೆ, 'ನೋ... ನೋ... ನಥಿಂಗ್ ಲೈಕ್ ದ್ಯಾಟ್...' ಎನ್ನುತ್ತಾ ಮೇಲ್ನೋಟಕ್ಕೆ ಉತ್ತರಿಸಿದರೂ ಒಳಗೊಳಗೇ

ಉಬ್ಬುವ ವ್ಯಕ್ತಿತ್ವ ಆತನದು. 'ಅವನಿಗೆ ಸರಿಯಾಗಿ ಕೊಟ್ಟೆ... ಅವನ ಬೆವರಿಳಿಸಿದೆ...' ಇತ್ಯಾದಿಗಳು ಆತ ರೆಗ್ಯುಲರ್ ಆಗಿ ಬಳಸುವ ವಾಕ್ಯಗಳು. ಆಫೀಸಿನಲ್ಲಿ ಆತನೆಂದರೆ go-getter. ಅದಕ್ಕೇ ಆತ ವೃತ್ತಿ ಜೀವನದಲ್ಲಿ ಯಶಸ್ವಿ ಅನ್ನಿಸಿಕೊಂಡಿದ್ದಾನೆ. ತನ್ನ ಮೂವತ್ತೆಂಟನೇ ವಯಸ್ಸಿನಲ್ಲೇ ಆತ ಕಂಪನಿಯ ವೈಸ್-ಪ್ರೆಸಿಡೆಂಟ್.

ಇನ್ನು ನಿಧಿಯ ವಿಷಯಕ್ಕೆ ಬಂದರೆ, ಅವಳೂ ಕಂಪನಿಯಲ್ಲಿ ಎಲ್ಲರೂ ತನ್ನನ್ನು ಗುರುತಿಸಬೇಕು, ಬೆಳೆಯಬೇಕು ಎನ್ನುವವಳೇ. ಸದಾ ತಾನೇ ಮೊದಲಾಗಬೇಕೆಂಬ ಆಕಾಂಕ್ಷೆ. 'ಕೆರಿಯರ್ ಇಸ್ ಇಂಪಾರ್ಟೆಂಟ್... ಡು ಯೂ ನೊ!' ಆದರೆ ಅವಳ ಸ್ಟೈಲ್ ತುಸು ಬೇರೆ. ಇದನ್ನೆಲ್ಲ ಸಾಧಿಸಲು ಕೇವಲ ಕೆಲಸ, ಪರಿಶ್ರಮದ ಮೊರೆ ಹೋಗದೇ ಜಾಣ್ಮೆಯಿಂದಲೂ ಮುಂದೆ ಬರಬಹುದೆನ್ನುವ ಅರಿವು ಆಕೆಗಿದೆ. ಹಾಗೂ ಬಾಸ್‌ಗಳನ್ನು ಇಂಪ್ರೆಸ್ ಮಾಡುವ ಚಾಲಾಕಿತನ ಆಕೆಗೆ ಮೈಗೂಡಿದೆ. ದಿನವಿಡೀ ಅದು ಇದು ಅನ್ನುತ್ತಾ, ಫೇಸ್‌ಬುಕ್ಕು ಯೂಟ್ಯೂಬುಗಳನ್ನು ತಡಕುತ್ತಾ, ಕಂಪ್ಯೂಟರಿನಲ್ಲಿ ಸಿನಿಮಾ ಹಾಡುಗಳನ್ನು ಡೌನ್‌ಲೋಡ್ ಮಾಡುತ್ತಾ ಕಾಲಹರಣ ಮಾಡುವ ಆಕೆ ಸಂಜೆ ಐದಾಗುತ್ತಲೇ ಗಂಭೀರವಾಗಿ ಕೆಲಸ ಶುರು ಮಾಡಿಬಿಡುತ್ತಾಳೆ. ರಾತ್ರಿ ಎಂಟಾದರೂ ಕಂಪ್ಯೂಟರಿನ ಎದುರಿಂದ ಏಳುವುದೇ ಇಲ್ಲ. ಕಂಪ್ಯೂಟರಿನ ಪಕ್ಕದಲ್ಲೇ ಮಗಳ ಚಿಕ್ಕದೊಂದು ಫೋಟೋ, ವರ್ಕ್ ಸ್ಟೇಷನ್ನಿನ ಗೋಡೆಗಳಿಗೆ ಮಗಳು ಬರೆದ ಚಿತ್ರಗಳು, I love you mummy and daddy ಎಂದು ತನ್ವಿ ಅಂಕು ಡೊಂಕಾಗಿ ಬರೆದ ಕಾಗದದ ಹಾಳೆಗಳನ್ನೆಲ್ಲ ಪಿನ್ ಮಾಡಿ ಅಂಟಿಸಿಕೊಂಡಿರುವ ಆಕೆ- ಬಾಸ್ ಮನೆಗೆ ಹೋಗುವ ಮೊದಲು ಕಂಪ್ಯೂಟರಿನ ಸ್ಕ್ರೀನಿನಲ್ಲಿ ಹುದುಗಿದಂತೆ ಕುಳಿತಿರುವ ಇವಳ ಹತ್ತಿರ ಬಂದು 'ಈ ಕ್ಯೂಟಿ ಮನೇಲಿ ಕಾಯ್ತಿರ್ತಾಳೆ ಅನ್ನೋದನ್ನ ಮರೀಬೇಡ' ಎಂದು ಹೇಳುವುದನ್ನೇ ಕಾಯುತ್ತಿರುತ್ತಾಳೆ. ಆತ ಹೋದ ಬೆನ್ನಲ್ಲೇ ಈಕೆಯೂ ಆಫೀಸಿನಿಂದ ಹೊರಟುಬಿಡುತ್ತಾಳೆ. ಕೆಲ ಅತೀ ಮುಖ್ಯವಾದ ಆದಿನವೇ ಕಳಿಸಬೇಕಾದ ಇ-ಮೇಲ್‌ಗಳನ್ನು ಆಫೀಸಿನಲ್ಲೇ ಟೈಪ್ ಮಾಡಿ ಇಟ್ಟುಕೊಂಡಿದ್ದರೂ ಕಳಿಸದೇ, ಮನೆಗೆ ಬಂದ ಮೇಲೆ ರಾತ್ರಿ ಮಲಗುವ ಮುನ್ನ ಕೆಲ ನಿಮಿಷ ಲ್ಯಾಪ್‌ಟಾಪ್ ತೆಗೆದು ಕಳಿಸುತ್ತಾಳೆ. ಇ-ಮೇಲ್‌ನ 'ಸೆಂಟ್ ಟೈಮಿಂಗ್' 11:58pm ಅಂತಾ ತೋರಿಸುತ್ತಿದ್ದರೆ ಏನೋ ಗೆದ್ದಂತ ಸಮಾಧಾನ ಆಕೆಗೆ. ಯಾವ ಸಂದರ್ಭದಲ್ಲಿ ಯಾರ ಎದುರಿಗೆ ಯಾವ ರೀತಿ ಮಾತನಾಡಿದರೆ ಅನುಕೂಲ ಎಂಬುದರಿಂದ ಹಿಡಿದು, ತನಗಾಗದವರನ್ನು ಎಲ್ಲಿ ಹೇಗೆ ಸಿಕ್ಕಿಸಿ ಬೀಳಿಸಬಹುದು ಎಂಬುದನ್ನೂ ಆಕೆ ಬಲ್ಲಳು. ಪ್ರೀತಮನಂತೆ ಆಕೆ ಒರಟಲ್ಲ, ಮುಂಗೋಪಿಯಲ್ಲ. ಅತೀ ಸಿಹಿಯಾಗಿ ಮೆಲ್ಲನೆ ಮಾತನಾಡಿ ತನಗೆ ಬೇಕಾದದ್ದನ್ನು ಪಡೆದುಕೊಳ್ಳುವ ಚಾಣಾಕ್ಷೆ. ಆಫೀಸಿನಲ್ಲಿ ಆಕೆಯ ಯಶಸ್ಸು ಕಡಿಮೆಯದೇನಲ್ಲ.

ಸತತವಾಗಿ ಎರಡು ಬಾರಿ Employee of the year ಪ್ರಶಸ್ತಿ ಆಕೆಗೇ ದಕ್ಕಿದೆ. ಪ್ರೀತಮನಿಗಿಂತ ಈಕೆಯಲ್ಲಿಯ ಇನ್ನೊಂದು ವ್ಯತ್ಯಾಸವೆಂದರೆ, ಆಫೀಸಿನಲ್ಲಿ ತೋರುವ ಜಾಣ್ಮೆಯನ್ನು ಆಕೆ ಮನೆಗೂ ವಿಸ್ತರಿಸುತ್ತಾಳೆ. ತಾನು ಆಫೀಸಿನಲ್ಲಿ ಸಿಕ್ಕಾಪಟ್ಟೆ ಬ್ಯೂಸಿ, ಜವಾಬ್ದಾರಿಯ ಕೆಲಸಗಳೆಲ್ಲ ನನ್ನ ಮೇಲೆಯೇ, ಟೂಮಚ್ ಸ್ಟ್ರೆಸ್ ಎಂದು ಗಂಡನೆದುರಿಗೆ ತೋರಿಸಿಕೊಳ್ಳುವ ಯಾವ ಅವಕಾಶವನ್ನೂ ಆಕೆ ಬಿಡುವುದಿಲ್ಲ. ಆಫೀಸಿನಲ್ಲಿ ಟೈಪ್ ಮಾಡಿಟ್ಟ ಇ-ಮೇಲನ್ನು ರಾತ್ರಿ ಮನೆಯಿಂದ ಕಳಿಸುವಾಗ, ಆಕೆ ಎಂದೂ ನಿರಾಳ ಭಾವವನ್ನು ಮುಖದಲ್ಲಿ ಕಾಣಗೊಡುವುದಿಲ್ಲ.

ಪ್ರೀತಮ್‌ನಿಗೆ ಆಫೀಸಿನಲ್ಲಿ ಎಲ್ಲವೂ ಸರಿಯಾಗಿದೆ ಎಂದರೆ ತಪ್ಪಾದೀತು. ಅತ್ತ ಹೇಳಿಕೊಳ್ಳಲೂ ಆಗದ ಆದರೆ ನಿಭಾಯಿಸಲೂ ಆಗದ ವಿಷಯವೊಂದಿದೆ. ಅದು ಶಶಿಧರ ಎಂಬ ಹುಡುಗ. ಸುಮಾರು ಮೂವತ್ತರ ಆಸುಪಾಸಿನವ, ಕಂಪನಿ ಸೇರಿ ಮೂರು ವರ್ಷಗಳಾಗಿವೆ. ಒಳ್ಳೆಯ ಕೆಲಸಗಾರ ಜೊತೆಗೆ ಬುದ್ಧಿವಂತ. ಪ್ರೀತಮನ ಕೈಕೆಳಗೇ ಕೆಲಸ ಮಾಡುತ್ತಾನಾದರೂ ಕೈಗೆ ಸಿಗುತ್ತಿಲ್ಲ. ಸಂಜೆ ಆರುಗಂಟೆಯಾಗುತ್ತಲೇ ಲ್ಯಾಪ್‌ಟಾಪ್ ಬ್ಯಾಗು ಹೆಗಲಿಗೇರಿಸಿ, ಕೈಯ್ಯಲ್ಲಿ ಊಟದ ಡಬ್ಬಿ ಹಿಡಿದು ಪಕ್ಕದವರಿಗೆ ಬಾಯ್ ಹೇಳಿ ಹೊರಟು ಹೋಗುವವರನ್ನು ಕಂಡರೆ ಪ್ರೀತಮನಿಗಾಗದು ಎಂಬುದು ಗೊತ್ತಿದ್ದದ್ದೇ. ಅದರಲ್ಲೂ ಶಶಿಧರ ಈತನ ಕ್ಯಾಬಿನ್ನಿನ ಎದುರಿಗೇ ನಡೆದು ಹೋಗುತ್ತಾನೆ. ಆತನನ್ನು ಆಫೀಸಿನ ವೇಳೆಯ ನಂತರವೂ ಹಿಡಿದಿಡುವ ಪ್ರಯತ್ನಗಳಾವವೂ ಸಫಲವಾಗುತ್ತಿಲ್ಲ. ಕೊನೆಯ ಗಳಿಗೆಯಲ್ಲಿ ಯಾವುದಾದರೂ ಕೆಲಸ ಹೇಳುವುದು, ಸಂಜೆ ಐದೂವರೆಗೆ ಮೀಟಿಂಗು ಕರೆದು ಏಳರವರೆಗೂ ಹಿಡಿದಿಡುವುದು ಇತ್ಯಾದಿ ಅಸ್ತ್ರಗಳನ್ನು ಆತ ಪ್ರಯೋಗಿಸಿ ನೋಡಿದ್ದಾನೆ. ಹಾಗಂತ ಶಶಿ ಎಲ್ಲ ಕೆಲಸವನ್ನೂ ಅಲ್ಲಗಳೆದಿಲ್ಲ. ಬೇಕಾದಾಗ ರಾತ್ರಿ ಹತ್ತರವರೆಗೂ ಆಫೀಸಿನಲ್ಲೇ ಕುಳಿತು ಕೆಲಸ ಮುಗಿಸಿದ್ದೂ ಇದೆ. ಆದರೆ ಮಾಡಬೇಕಾದ ಕೆಲಸ ಮುಗಿಸಿ ಸಂಜೆ ಆರಾಗುತ್ತಲೇ ಮನೆಗೆ ಹೊರಡುವುದರಲ್ಲಿ ಆತನಿಗೆ ಏನೂ ತಪ್ಪು ಕಾಣಿಸುವುದಿಲ್ಲ. ಆರರ ನಂತರ ಆಫೀಸಿನಲ್ಲಿದ್ದರೆ ಮಾತ್ರ, ಕೆಲಸದಲ್ಲಿ ಆಸಕ್ತಿಯುಳ್ಳವ, ಹಾರ್ಡ್ ವರ್ಕರ್ ಅನ್ನಿಸಿಕೊಳ್ಳುತ್ತಾರೆ ಎಂಬುದರಲ್ಲಿ ಆತನಿಗೆ ನಂಬಿಕೆಯಿಲ್ಲ. ಶಶಿಯ ಇನ್ನೊಂದು ತಾಕತ್ತು ಎಂದರೆ, ಪ್ರೀತಮ್ ಹಾಕುವ ಅನವಶ್ಯಕ ಒತ್ತಡಕ್ಕೆ ಮಣಿಯದಿರುವುದು, ಹಾಗೂ ಯಾರಿಗೂ ನೋವಾಗದಂತೆ ನಯವಾಗಿ 'NO' ಎಂದು ಹೇಳುವ ಕಲೆ. ಆತ ತನ್ನ ಹಿಡಿತಕ್ಕೆ ಕಡಿಮೆ ಸಿಗುತ್ತಿರುವಂತೆಯೂ ಪ್ರೀತಮ್‌ನಿಗೆ ತಾನು ಹೆಚ್ಚು ಸೋಲುತ್ತಿದ್ದೇನೆ ಎಂಬ ಭಾವ. ಅಲ್ಲದೇ ಶಶಿಯ ಗೆಲುವು ಆಫೀಸಿನ ಇತರರಿಗೆ ಮಾದರಿಯಾಗಿ, ತನ್ನ ರೆಪ್ಯುಟೇಷನ್ ಕುಂದುವ ಸಾಧ್ಯತೆಯ ಅರಿವು ಹಾಗೂ ಭಯ ಆತನಿಗಿದೆ. ಅದಕ್ಕೇ ಇದು ನಿರ್ಲಕ್ಷಿಸಿಬಿಡುವ ವಿಷಯವಲ್ಲ. ಶಶಿಯನ್ನು

ಯಾವುದಾದರೂ ಅತೀ ಕಾಂಪ್ಲಿಕೇಟೆಡ್ ಪ್ರಾಜೆಕ್ಟ್ ಒಂದರಲ್ಲಿ ಸಿಕ್ಕಿಸಿ, ಈ ಮೂಲಕ ಆತನನ್ನು ಮಟ್ಟಹಾಕುವ ಅವಕಾಶಕ್ಕಾಗಿ ಕಾಯುತ್ತಲೇ ಇದ್ದಾನಾತ. ನಿಧಿಗೆ ಆಫೀಸಿನಲ್ಲಿ ಇಂಥ ಸಮಸ್ಯೆಗಳೇ ಇಲ್ಲ. ಆಕೆ ಮೇಲ್ನೋಟಕ್ಕೆ ಯಾರ ಜೊತೆಗೂ ಸಂಬಂಧವನ್ನು ಕೆಡಿಸಿಕೊಳ್ಳುವುದಿಲ್ಲ.

ಈ ಮಹತ್ವಾಕಾಂಕ್ಷಿ ದಂಪತಿಗಳು ಮಗಳು ತನ್ವಿಯ ಮೇಲೂ ಅಷ್ಟೇ ಅಪೇಕ್ಷೆ ಇಟ್ಟುಕೊಂಡಿದ್ದಾರೆ. ಆಕೆ ಹತ್ತರಲ್ಲಿ ಹನ್ನೊಂದಾಗಿ ಜೀವನ ನಡೆಸುವುದು ಅವರಿಗೆ ಸುತಾರಾಂ ಒಮ್ಮತವಲ್ಲ. ಅವಳಿಗೆ ಬೆಸ್ಟ್ ಎಜುಕೇಶನ್ ಕೊಡಿಸಬೇಕು ಎಂಬುದು ಅವರ ಸದ್ಯದ ತುರ್ತು. ಅದಕ್ಕಾಗಿಯೇ ಅವರು, ಮನೆಯಿಂದ ದೂರವಾದರೂ ಅಡ್ಡಿಯಿಲ್ಲ ಎಂದು, ವರ್ಷಕ್ಕೆ ಎಂಟು ಲಕ್ಷ ಫೀ ತೆತ್ತು ಅವಳನ್ನು 'ಡೀನ್ ಇಂಟರ್ನ್ಯಾಷನಲ್' ಸ್ಕೂಲಿಗೆ ಸೇರಿಸಿದ್ದಾರೆ. ಮುಂದೆ ಅವಳ ಉನ್ನತ ವಿದ್ಯಾಭ್ಯಾಸ ಅಮೇರಿಕಾದಲ್ಲೇ ಮಾಡಿಸುವ ವಿಚಾರ ಇಬ್ಬರಿಗೂ ಇದೆ. ಅದಕ್ಕಾಗಿಯೇ ಪ್ರೀತಂ ಆಕೆಯ ಇಪ್ಪತ್ತೊಂದನೇ ವಯಸ್ಸಿಗೆ ಸಾಕಷ್ಟು ಹಣ ಕೈಗೆ ಸಿಗುವಂತ ಚೈಲ್ಡ್ ಇನ್ಸುರೆನ್ಸ್ ಪ್ಲಾನ್ ಒಂದಕ್ಕೆ ಪ್ರತೀ ತಿಂಗಳು ಹಣ ಕಟ್ಟುತ್ತಿದ್ದಾನೆ. ಮಕ್ಕಳನ್ನು ಮುಂದೆ ಏನಾಗಿಸಬೇಕು, ಏನು ಓದಿಸಬೇಕು ಎಂಬ 'ಪ್ರಾಪರ್ ವಿಷನ್' ಇಲ್ಲದ ಪಾಲಕರ ಬಗ್ಗೆ ಅವರು ಹೀಯಾಳಿಸಿ ನಕ್ಕಿದ್ದು ಅದೆಷ್ಟು ಬಾರಿಯೋ.

ಹೀಗೇ ಜೀವನ ಸುಗಮವಾಗಿದೆ. ಸಣ್ಣ ಪುಟ್ಟ ಸಮಸ್ಯೆಗಳು ಇಲ್ಲವೆಂದಲ್ಲ. ಆದರೆ ಅವುಗಳಿಗೆಲ್ಲ ಪರಿಹಾರವೂ ಇದೆ. ಉದಾಹರಣೆಗೆ- ತನ್ವಿ ಶಾಲೆಯಿಂದ ಬರುವುದು ಆರುಗಂಟೆಗೆ. ಅವಳ ಶಾಲೆಯ ವ್ಯಾನು ಅವಳನ್ನು ನೇರವಾಗಿ ಇವರ ಅಪಾರ್ಟ್‌ಮೆಂಟಿನ ಹತ್ತಿರದ ಪ್ಲೇ-ಹೋಮ್‌ನಲ್ಲೇ ಇಳಿಸುತ್ತದೆ. ರಾತ್ರಿ ಎಂಟು ಗಂಟೆಗೆ ಪ್ಲೇ-ಹೋಮಿನ 'ಆಂಟಿ' ಅವಳನ್ನು ಮನೆಯವರೆಗೆ ತಂದು ಬಿಟ್ಟು ಹೋಗುತ್ತಾಳೆ. ಪ್ರೀತಂ ರಾತ್ರಿ ಹತ್ತರ ಒಳಗೆ ಮನೆಗೆ ಬಂದದ್ದೇ ಇಲ್ಲ. ನಿಧಿ ಎಂಟು ಗಂಟೆಯ ಒಳಗೆ ಬರಲು ಪ್ರಯತ್ನಿಸುತ್ತಾಳಾದರೂ ಒಮ್ಮೊಮ್ಮೆ ಎಂಟೂವರೆ, ಒಂಭತ್ತು ಆಗುವುದೂ ಉಂಟು. ಆ ದಿನಗಳಲ್ಲಿ ತನ್ವಿ ಅಪಾರ್ಟ್‌ಮೆಂಟಿನ ಕಂಪೌಂಡಿನ ಒಳಗೇ ಇರುವ ಮಕ್ಕಳ ಪಾರ್ಕಿನಲ್ಲಿ ಆಡುತ್ತಿರುತ್ತಾಳೆ. ಅದು ಸೇಫ್ ಎಂಬುದು ಇವರಿಗೆ ಗೊತ್ತು. ಅದಕ್ಕೆಯೇ, ಬೆಂಗಳೂರಿನಲ್ಲಿ ಇವತ್ತು ಸೇಫ್ಟಿಯೇ ಎಲ್ಲಕ್ಕಿಂತ ಮುಖ್ಯ ಅಂದುಕೊಳ್ಳುತ್ತ ಈ ಅಪಾರ್ಟ್‌ಮೆಂಟನ್ನು ತುಸು ಹೆಚ್ಚು ಹಣವಾದರೂ ಅವರು ಕೊಂಡುಕೊಂಡಿರುವುದು. ಹೀಗೊಂದು ದಿನ, ನಿಧಿ ಆಫೀಸಿನಿಂದ ತಡವಾಗಿ ಬಂದು ನೋಡಿದಾಗ, ಪಾರ್ಕಿನಲ್ಲಿ ತನ್ವಿ ಇರಲಿಲ್ಲ. ಸಿಕ್ಕಾಪಟ್ಟೆ ಆತಂಕಗೊಂಡ ಆಕೆ ಸೆಕ್ಯುರಿಟಿಯವನನ್ನು ತರಾಟೆಗೆ ತೆಗೆದುಕೊಳ್ಳುತ್ತಾ ಎಲ್ಲೆಡೆ ಹುಡುಕತೊಡಗಿದಳು. ತನ್ವಿ ಅದೇ ಅಪಾರ್ಟ್‌ಮೆಂಟಿನಲ್ಲೇ ಇರುವ ಮನೆಯೊಂದರಲ್ಲಿ ಏನನ್ನೋ

ತಿನ್ನುತ್ತಾ, ಟಿವಿ ನೋಡುತ್ತ ಕುಳಿತಿರುವುದನ್ನು ಕಂಡುಹಿಡಿಯಲು ಹೆಚ್ಚಿನ ಸಮಯ ಬೇಕಾಗಲಿಲ್ಲ. 'ಹಸಿವೆ ಆಯ್ತು ಅಂತಾ ಪಾರ್ಕಿನಲ್ಲಿ ಅಳುತ್ತಾ ನಿಂತಿದ್ದಳು, ಅದಕ್ಕೇ ಮನೆಗೆ ಕರೆದುಕೊಂಡು ಬಂದು ಬಿಸ್ಕೆಟ್ ಕೊಟ್ಟೆ' ಅಂತಾ ಆ ಮನೆಯ ಒಡತಿ ತಮಿಳಿನಲ್ಲಿ ಹೇಳಿದಳು. ಮಗಳು ಸಿಕ್ಕಿದ್ದ ಸಮಾಧಾನ ಆದುದರ ಜೊತೆಗೆ, ಈಕೆ ಈ ರೀತಿ ಯಾರ್ಯಾರದೋ ಗೊತ್ತಿಲ್ಲದವರ ಮನೆಯಲ್ಲೆಲ್ಲಾ ತಿನ್ನುತ್ತ ಕುಳಿತರೆ ಏನು ಗತಿ; ಈ ನಗರದಲ್ಲಿ ಯಾರನ್ನೂ ನಂಬುವಂತಿಲ್ಲ ಎಂಬ ಆತಂಕ ಆಕೆಗಾಯಿತು. ಮೊದಲು ಮಗಳ ಮೇಲೆ ಕೋಪಿಸಿಕೊಂಡರೂ, ನಂತರ ಹೀಗೇ ಪರಿಚಯವಿಲ್ಲದವರು ಕೊಟ್ಟಿದ್ದನ್ನು ತಿನ್ನಬಾರದೆಂದು ಮಗಳಿಗೆ ತಿಳಿ ಹೇಳಿದಳು. ಇನ್ನು ಮುಂದೆ ಆದಷ್ಟು ಆಫೀಸಿನಿಂದ ಮಗಳು ಬರುವ ಮೊದಲೇ ಬರಬೇಕೆಂದು ನಿರ್ಧರಿಸಿದಳು. ಆದರೂ ಒಮ್ಮೊಮ್ಮೆ ಅನಿವಾರ್ಯವಾಗಿ ತಡವಾದರೆ ಏನಾದರೂ ವ್ಯವಸ್ಥೆ ಆಗಬೇಕಲ್ಲ? ಅದಕ್ಕೇ, ಆಫೀಸಿಗೆ ಹೊರಡುವ ಮೊದಲು ಮನೆಯ ಹೊರಗಡೆ, ಬಾಗಿಲಿನ ಪಕ್ಕ ಒಂದು ಪ್ಲಾಸ್ಟಿಕ್ ಕುರ್ಚಿ ಇಟ್ಟು ಹೋಗುವುದು. ತನ್ವಿ ಪ್ಲೇ-ಹೋಮಿನಿಂದ ಬಂದವಳೇ ಪಾರ್ಕು ಗೀರ್ಕು ಎಂದು ಎಲ್ಲೂ ಹೋಗದೇ ಆ ಕುರ್ಚಿಯ ಮೇಲೆ ಕುಳಿತಿರುವುದು ಎಂಬ ನಿಯಮವಾಯ್ತು. ಅಬ್ಬಬ್ಬಾ ಎಂದರೆ ಅರ್ಧ ತಾಸು, ನಿಧಿ ಬಂದೇ ಬಿಡುತಾಳಲ್ಲ.

ಹೀಗೆ, ಇವೆಲ್ಲ ಅನುಕೂಲಗಳ ಜೊತೆಗೆ ಅವರಿಗೆ ಆ ಅಪಾರ್ಟ್‌ಮೆಂಟ್ ಖುಷಿಯಾಗುವುದಕ್ಕೆ ಇನ್ನೂ ಅನೇಕ ಕಾರಣಗಳಿವೆ. ಆಸ್ಪತ್ರೆ, ಅಂಗಡಿ, ಜಿಮ್ಮು, ಈಜುಗೊಳದ ಹೊರತಾಗಿ ನಿಧಿಗೆ ಬಲು ಉಪಯೋಗವಾಗುವ ವ್ಯವಸ್ಥೆಯೊಂದು ಅಲ್ಲಿದೆ. ಅಲ್ಲಿಯ ಅಪಾರ್ಟ್‌ಮೆಂಟಿನ ಹೆಂಗಸೊಬ್ಬಳು ಇತರೆ ಮಕ್ಕಳ ಹೋಮ್‌ವರ್ಕ್ ಮಾಡಿಕೊಡುತ್ತಾಳೆ. ತಿಂಗಳಿಗೆ ಇಷ್ಟೂ ಅಂತ ಕೊಟ್ಟರಾಯಿತು. ಬೇಕಾದರೆ, ಹೋಮ್‌ವರ್ಕಿನ ಜೊತೆಗೆ ಇತರೆ ಚಟುವಟಿಕೆಗಳಿಗೆ ಬೇಕಾಗುವ ಬಣ್ಣದ ಕಾಗದ, ಐಸ್‌ಕ್ರೀಮ್ ಸ್ಟಿಕ್ ಇತ್ಯಾದಿಗಳನ್ನು ಆಕೆಯೇ ವ್ಯವಸ್ಥೆ ಮಾಡಿಕೊಳ್ಳುತ್ತಾಳೆ. ಅದರ ಖರ್ಚು ಹೆಚ್ಚುವರಿಯಾಗಿ ಕೊಟ್ಟರಾಯಿತು. ನಿಧಿಯ ಮಟ್ಟಿಗೆ ಇದೊಂದು ದೊಡ್ಡ ವರವೇ ಅನ್ನಬೇಕು. ಮಕ್ಕಳನ್ನು ತರಬೇತುಗೊಳಿಸುವ ಸಲುವಾಗಿ ತನ್ವಿಯ ಶಾಲೆಯವರು ಆಕೆಗೆ ಕೊಡುವ ಹೋಮ್‌ವರ್ಕ್ ಹಾಗೂ ಪಠ್ಯೇತರ ಚಟುವಟಿಕೆಗಳು ಅಷ್ಟಿಷ್ಟಲ್ಲ. ಹೊಮ್‌ವರ್ಕನ್ನು ಮಕ್ಕಳ ಪಾಲಕರೇ ಮಾಡುವುದು ಅನಿವಾರ್ಯವಾದುದರಿಂದ, ಈ 'ಹೋಮ್‌ವರ್ಕ್ ಆಂಟಿ' ಸಿಗದಿದ್ದಿದ್ದರೆ, ನಿಧಿಯ ಪಾಡು ಕೇಳುವವರಿರಲಿಲ್ಲ.

ಹೀಗಿರುವ ಒಂದು ದಿನ- ಇಡೀ ಬೆಂಗಳೂರೇ ಬೆಚ್ಚಿ ಬೀಳುವಂತಹ ಬ್ರೇಕಿಂಗ್ ನ್ಯೂಸ್ ಒಂದು ಎಲ್ಲೆಡೆ ಬಿತ್ತರಗೊಳ್ಳತೊಡಗಿತು. ಪ್ರತಿಷ್ಠಿತ ಅಪಾರ್ಟ್‌ಮೆಂಟಿನ

ಮನೆಯೊಂದರಲ್ಲಿ, ತಮ್ಮ ಎರಡು ವರ್ಷದ ಮಗುವನ್ನು ಅತೀ ನಂಬಿಗಸ್ಥಳಾಗಿರುವ ಮನೆಗೆಲಸದವಳಲ್ಲಿ ಬಿಟ್ಟು ಗಂಡ-ಹೆಂಡತಿ ಕೆಲಸಕ್ಕೆ ಹೋಗುವುದು ವಾಡಿಕೆ. ಪಾಲಕರ ಅನುಪಸ್ಥಿತಿಯಲ್ಲಿ ಆ ಕೆಲಸದಾಕೆ ಮಗುವನ್ನು ನಗರದ ಭಿಕ್ಷೆ ಬೇಡುವ ಗುಂಪೊಂದಕ್ಕೆ ದಿನದ ಲೆಕ್ಕದಲ್ಲಿ ಬಾಡಿಗೆಗೆ ಕೊಡುತ್ತಿದ್ದಳು. ಆ ಭಿಕ್ಷುಕರು ಮಗುವಿಗೆ ನಿದ್ದೆಯ ಇಂಜಕ್ಷನ್ ಕೊಟ್ಟು, ಜೋಳಿಗೆಯಲ್ಲಿ ಕಟ್ಟಿಕೊಂಡು ಊರೆಲ್ಲ ತಿರುಗಿ ಭಿಕ್ಷೆ ಬೇಡಿ ಸಂಜೆಯಾಗುತ್ತಲೇ ಮಗುವನ್ನು ಈಕೆಗೆ ಹಿಂತಿರುಗಿಸುತ್ತಿದ್ದರು. ಇದು ಎಷ್ಟು ದಿನದಿಂದ ನಡೆಯುತ್ತಿತ್ತೋ ಏನೋ. ಒಂದು ದಿನ ಯಾವುದೋ ಕಾರಣಕ್ಕೆ ಬೇಗನೆ ಮನೆಗೆ ಬಂದ ಮಗುವಿನ ಅಮ್ಮ, ಮಗು ಎಲ್ಲೆಂದು ವಿಚಾರಿಸಿದಾಗ, ಹೊರಬಿದ್ದ ಸತ್ಯ, ಮಗುವಿನ ಅಮ್ಮನನ್ನಷ್ಟೇ ಅಲ್ಲ, ಇಡೀ ಬೆಂಗಳೂರನ್ನೇ ನಡುಗಿಸಿಬಿಟ್ಟಿತ್ತು!

ಆದಿನ ಮನೆಯಲ್ಲಿ ಪ್ರೀತಮ್ ಹಾಗೂ ನಿಧಿ ತುಂಬ ಹೊತ್ತಿನವರೆಗೆ ಮಾತನಾಡದೇ ಇದ್ದರು. ಅವರ ನಡುವೆ ತುಂಬ ಹೊತ್ತಿನ ಮೌನವಿದೆ ಎಂದರೆ, ಇಬ್ಬರಿಗೂ ಏನೋ ಹೇಳಲಿದೆ ಎಂದೇ ಅರ್ಥ. ತಾವು ಮಾಡುತ್ತಿರುವುದು ಸುರಕ್ಷಿತವಲ್ಲ ಎಂಬುದು ಅವರ ಅರಿವಿಗೆ ಬಂದಿತ್ತು. ಬಹಳ ಚರ್ಚಿಸಿದ ನಂತರ, ಸಮಸ್ಯೆಗೆ ಪರಿಹಾರವೂ ದೊರಕಿತು. ಅಪಾರ್ಟ್‌ಮೆಂಟಿನ ಸೆಕ್ಯುರಿಟಿಯ ಹತ್ತಿರ ಮನೆಯ ಬೀಗದ ಕೈ ಕೊಟ್ಟು ಹೋಗುವುದು (ಎದುರಿನ ಬಾಗಿಲ ಕೀ ಒಂದನ್ನೇ ಕೊಟ್ಟು, ಒಳಗಿನ ಎಲ್ಲ ಕೋಣೆಗಳನ್ನು ಬೀಗ ಹಾಕಿ ಇಡುವುದರಿಂದ, ಅಂಥ ತೊಂದರೆಯೇನಿಲ್ಲ. ಅದರಲ್ಲೂ ಆ ಸೆಕ್ಯೂರಿಟಿ ಗಾರ್ಡ್ ಅತಿ ನಂಬಿಗಸ್ಥನೇ). ಅಮ್ಮನಿಗಿಂತ ಮೊದಲು ಮಗಳು ಬಂದರೆ, ಸೆಕ್ಯುರಿಟಿ ಗಾರ್ಡ್ ಮನೆಯ ಬಾಗಿಲು ತೆರೆದು ತನ್ವಿಯನ್ನು ಒಳಕ್ಕೆ ಬಿಟ್ಟು ಹೊರಗಿನಿಂದ ಬೀಗ ಹಾಕಿಡುವುದು. ಹಾಗೂ ಈ ರೀತಿ ಮಾಡಿರುವುದರ ಬಗ್ಗೆ, ನಿಧಿಗೆ ಫೋನ್ ಮಾಡಿ ತಿಳಿಸುವುದು. ಇದು ಒಳ್ಳೆಯ ವ್ಯವಸ್ಥೆ ಎಂದನ್ನಿಸುವುದರ ಜೊತೆಗೆ, ಇದೇ ರೀತಿ ಅಲ್ಲಿ ಇನ್ನೆರಡು ಕುಟುಂಬಗಳೂ ಮಾಡುತ್ತಿರುವುದು ತಿಳಿದು ಸಮಾಧಾನವೂ ಆಯಿತು. ಈಗ ತನ್ವಿಗೆ ಹಸಿವಿನ ಸಮಸ್ಯೆಯೂ ಇರಲಿಲ್ಲ. ಫ್ರಿಜ್‌ನಲ್ಲಿದ್ದ ಬೇಕಾದ ತಿಂಡಿಯನ್ನು ಆಕೆಯೇ ತೆಗೆದುಕೊಂಡು ತಿನ್ನಬಹುದಿತ್ತು.

ಇಷ್ಟೆಲ್ಲ ಅನುಕೂಲಗಳಿದ್ದ ಮೇಲೆ, ಅವರಿಗೆ ಅಂತಹ ತಾಪತ್ರಯಗಳೇನೂ ಇರಲಿಲ್ಲ. ವಾರಾಂತ್ಯದಲ್ಲಿ ಪ್ರೀತಮ್ ಎರಡು ದಿನ ಅಡುಗೆ ಮನೆಯಲ್ಲಿಯೇ ಬ್ಯುಸಿ. ಅದು ಅವನಿಗೆ ಖುಷಿಯ ಕೆಲಸ ಕೂಡ. ಅಡುಗೆ ಮಾಡುವುದರಿಂದ ಮಾನಸಿಕ ಒತ್ತಡ ಕಡಿಮೆಯಾಗುತ್ತದೆ ಎಂಬುದು ಅವನ ನಂಬಿಕೆ. ಶನಿವಾರ, ರವಿವಾರ ರಾತ್ರಿ ಊಟ ಖಡ್ಡಾಯವಾಗಿ ಹೊಟೇಲಿನಲ್ಲಿ. ನಿಧಿಗೆ, ಬ್ಯೂಟಿ ಪಾರ್ಲರು, ಪೆಡಿಕ್ಯೂರು ಇತ್ಯಾದಿ ಕೆಲಸಗಳಿದ್ದರೂ, ವೀಕೆಂಡ್ ಅನ್ನುವುದು ಶಾಪಿಂಗು+ರೆಸ್ಟಾರೆಂಟು+ಸೆಕ್ಸ್

ಮಾತ್ರಕ್ಕೆ ಸೀಮಿತವಾಗಬಾರದು ಎಂಬ ಉದ್ದೇಶದಿಂದ, ಮನೆಯ ಹತ್ತಿರದ ಎನ್.ಜಿ.ಓ ಒಂದರಲ್ಲಿ ಸಕ್ರಿಯವಾಗಿ ಭಾಗಿಯಾಗಿದ್ದಾಳೆ. ಆ ಎನ್.ಜಿ.ಓ, ಮಹಿಳೆಯರ ಕಲ್ಯಾಣ, ಹಾಗೂ ಅಭಿವೃದ್ಧಿಗೆ ಶ್ರಮಿಸುತ್ತಿದೆ. ಆಫೀಸಿನ ಕೆಲಸಗಳ ನಡುವೆ ಆಗಾಗ ಇಂತಹ ಕೆಲಸಗಳಲ್ಲಿ ತೊಡಗಿಸಿಕೊಳ್ಳುವುದು ನಿಧಿಗೆ ಸಮಾಧಾನ ಹಾಗೂ ಹೆಮ್ಮೆ ನೀಡುತ್ತಿದೆ. ಹೀಗೇ ಒಂದು ದಿನ ಪ್ರೀತಮ್ ಆಕೆಯನ್ನು 'ವೀಕೆಂಡ್ ಬ್ಯೂಟಿ' ಎಂದು ಕರೆದು, ಆತ ಹಾಗ್ಯಾಕೆ ಹೇಳಿದ ಎಂಬುದು ಈಕೆಗೆ ತಡವಾಗಿ ಅರಿವಾಗಿ, ಇಬ್ಬರಲ್ಲೂ ಎದ್ದ ಸಣ್ಣ ಜಗಳ, ನಿಧಿ ಈ ಎನ್.ಜಿ.ಓ ಹುಡುಕಿಕೊಳ್ಳಲು ಕಾರಣವಾಯ್ತು ಎಂಬುದು ಇಲ್ಲಿ ಅಷ್ಟೇನೂ ಪ್ರಸ್ತುತವಲ್ಲ.

ಇತ್ತೀಚೆಗೆ ಆಫೀಸಿನಲ್ಲಿ ಸಮಸ್ಯೆಯೊಂದು ಪ್ರೀತಮ್‌ನನ್ನು ಕಾಡುತ್ತಿದೆ. ಆತನ ಕಂಪನಿ ಈಗಷ್ಟೇ ಕಟ್ಟಿ ಮುಗಿಸಿದ ಬೆಂಗಳೂರಿನ ಅತೀ ಪ್ರಖ್ಯಾತ ವಸತಿ ಸಮುಚ್ಚಯದ ನೂರಕ್ಕೂ ಹೆಚ್ಚು ಮನೆಗಳು ಸೋರುತ್ತಿವೆ. ಅತೀ ಒತ್ತಡದಲ್ಲಿ, ಅತೀ ಕಡಿಮೆ ಸಮಯದಲ್ಲಿ ಈ ಪ್ರಾಜಕ್ಟನ್ನು, ತಾನೇ ಸಂಪೂರ್ಣ ಜವಾಬ್ದಾರಿ ತೆಗೆದುಕೊಂಡು ಹಗಲಿರುಳೆನ್ನದೇ ದುಡಿದು ಮುಗಿಸಿದ್ದ ಪ್ರೀತಮ್. ಅದರ ಯಶಸ್ಸಿನ ಬೋನಸ್ ಎಂಬಂತೆ, ಪ್ರೀತಮ್‌ನನ್ನು ಆತನ ಕಂಪನಿ ನಾಲ್ಕು ದಿನಗಳ ಸಿಂಗಾಪುರ ಪ್ರವಾಸಕ್ಕೆ ಕಳಿಸಿಕೊಟ್ಟಿತ್ತು ಕೂಡ. ಈಗ ಆ ಫ್ಲಾಟುಗಳೆಲ್ಲಾ ರೆಡಿಯಾಗಿ, ಜನ ವಾಸಿಸಲು ಪ್ರಾರಂಭಿಸಿದ ಆರು ತಿಂಗಳಲ್ಲೇ, ಅಪಾರ್ಟ್‌ಮೆಂಟಿನ ಮೇಲಿನ ಸ್ತರದಲ್ಲಿರುವ ಮನೆಗಳ ಛಾವಣಿ ಸೋರಲು ಪ್ರಾರಂಭಿಸಿದೆ. ಕೋಟಿಗಿಂತಲೂ ಹೆಚ್ಚು ಹಣ ತೆತ್ತು ಮನೆ ಖರೀದಿಸಿದವರೆಲ್ಲ ಸೇರಿ ದೊಡ್ಡ ಗಲಾಟೆಯನ್ನೇ ಮಾಡುತ್ತಿದ್ದಾರೆ. ಅದನ್ನು ಸರಿಪಡಿಸುವ ದೊಡ್ಡ ಹೊಣೆ ಈಗ ಪ್ರೀತಮನ ಮೇಲಿದೆ. ಈ ವಾಟರ್ ಲೀಕೇಜ್ ಎಂಬುದು ಅಷ್ಟು ಸುಲಭದಲ್ಲಿ ಬಗೆಹರಿಸಬಹುದಾದ ಸಮಸ್ಯೆ ಅಲ್ಲವೇ ಅಲ್ಲ, ಜೊತೆಗೆ ಸಾಕಷ್ಟು ಖರ್ಚು ಬೇರೆ. ಪ್ರಾಜಕ್ಟ್ ಮುಗಿದಾಗ ಪ್ರೀತಮನನ್ನು ಹಾಡಿ ಹೊಗಳಿದ್ದ ಕಂಪನಿಯ ಮ್ಯಾನೇಜ್ಮೆಂಟು ಈಗ ಆತನನ್ನು ಅತಿ ದೊಡ್ಡ ವಿಲನ್ ಎಂಬ ರೀತಿಯಲ್ಲಿ ಕಾಣುತ್ತಿದೆ. ಇಡೀ ದಕ್ಷಿಣ ಭಾರತದಲ್ಲೇ ಹೆಸರುವಾಸಿಯಾದ ಆತನ ಕಂಪನಿಗೆ ಇದೊಂದು ಪ್ರತಿಷ್ಠೆಯ ಸಂಗತಿ. ಇದಕ್ಕೆ ಪರಿಹಾರ ಹುಡುಕುವುದು need of the hour. ಅದಕ್ಕೇ ಈ ಪ್ರಾಜಕ್ಟಿನ ಮೇಲೆ ಕೆಲಸ ಮಾಡಲು ಪ್ರೀತಮ್ ನಾಲ್ಕು ಜನರ ಒಂದು ತಂಡ ರಚಿಸಿದ್ದಾನೆ. ಶಶಿಧರನನ್ನೇ ತಂಡದ ಲೀಡರ್ ಮಾಡಿದ್ದಾನೆ. ಶಶಿ ಕೆಪೇಬಲ್, ಇಂಥ ಕ್ಲಿಷ್ಟ ಕೆಲಸಗಳಿಗೆ ಸೂಕ್ತ ಎಂಬುದು

ಆತನಿಗೆ ಗೊತ್ತಿದೆ. ಜೊತೆಗೆ ಅವನನ್ನು ಬಗ್ಗು ಬಡಿದು ದುಡಿಸಲು ಇದಕ್ಕಿಂತ ಒಳ್ಳೆ ಅವಕಾಶವೇ ಇಲ್ಲ ಎಂಬ ದುರಾಲೋಚನೆಯೂ ಇದೆ. ದಿನಕ್ಕೆ ಹತ್ತು ಮೀಟಿಂಗು, ಸೈಟ್ ವಿಸಿಟ್ಟು, ಮಾರುಕಟ್ಟೆಯಲ್ಲಿರುವ ಬಗೆಬಗೆಯ ವಾಟರ್-ಪ್ರೂಫಿಂಗ್ ಟೆಕ್ನಾಲಜಿಗಳ ಅಧ್ಯಯನ, ಕಾಸ್ಟು, ರಿಪೋರ್ಟು, ಟೈಮ್-ಲೈನು ಎಂದೆಲ್ಲಾ ಒದ್ದಾಡಿ ಕೊನೆಗೆ, ಅಪಾರ್ಟ್‌ಮೆಂಟಿನ ಪೂರ್ಣ ಟೆರೇಸಿಗೆ ಪೊಲಿಯುರಿಥೀನ್ ಎನ್ನುವ ದ್ರಾವಣ ಲೇಪಿಸುವುದೆಂಬ ನಿರ್ಧಾರಕ್ಕೆ ಬಂದಿದ್ದಾನೆ ಪ್ರೀತಮ್. ಸಾಕಷ್ಟು ಕಷ್ಟಪಟ್ಟು ಮ್ಯಾನೇಜ್ಮೆಂಟಿನಿಂದ ಅದಕ್ಕೆ ಬೇಕಾಗುವ ಹೆಚ್ಚಿನ ವೆಚ್ಚದ ಎಪ್ರೂವಲ್ ಪಡೆದು ಕೆಲಸ ಪ್ರಾರಂಭಿಸಬೇಕು ಎನ್ನುವಷ್ಟರಲ್ಲಿಯೇ, ಸೋರಿಕೆಯಾಗುತ್ತಿರುವುದು ಕೇವಲ ಛಾವಣಿಯಲ್ಲಷ್ಟೇ ಅಲ್ಲ; ಕೆಲ ಮನೆಗಳ ಗೋಡೆಗಳಲ್ಲೂ ತೇವಾಂಶ ಕಂಡು ಬಂದಿದೆ, ಕೆಲ ಮನೆಗಳ ನೆಲಗಳಲ್ಲೂ ಅದು ಪಸರಿಸುತ್ತಿದೆ ಎಂಬ ಭಯಾನಕ ವಿಷಯ ತಿಳಿದುಬಂದಿದೆ. ಪ್ರೀತಮ್ ಈಗ ನಿಜಕ್ಕೂ ಕಂಗಾಲಾಗಿದ್ದಾನೆ. ಆತನ ಆಫೀಸಿನ ದಿನ, ರಾತ್ರಿಗಳೆಲ್ಲ ಈ ಸಮಸ್ಯೆಯ ಪರಿಹಾರಕ್ಕೇ ಮೀಸಲಾಗಿವೆ. ತನ್ನೆಲ್ಲ ಅಸಹಾಯಕತೆಯನ್ನೂ ಶಶಿಧರನ ಮೇಲೆ ತೋರುತ್ತ, ಕೆಲಸ ಸಾಧಿಸಲಾಗದ ಎಲ್ಲ ಅಪವಾದಗಳನ್ನೂ ಆತನ ಮೇಲೆ ಹೇರುತ್ತಿದ್ದಾನೆ. 'ಇದನ್ನು ಪರಿಶೀಲಿಸಬೇಕಿತ್ತು... ಆ ಸ್ಪೆಶಲಿಷ್ಟ್ ಹತ್ತಿರವೇಕೆ ಸಮಾಲೋಚಿಸಲಿಲ್ಲ? ಇಷ್ಟು ದುಡ್ಡು ಯಾರ ಅಪ್ಪ ಕೊಡುತ್ತಾನೆ? ಇದನ್ನು ಸರಕಾರೀ ಕೆಲಸ ಅಂದುಕೊಂಡಿದ್ದೀಯೋ ಹೇಗೆ?' ಎನ್ನುವಂಥ ಮಾತುಗಳು ಶಶಿಯನ್ನೂ ಸಾಕಷ್ಟು ಡಿಸ್ಟರ್ಬ್ ಮಾಡಿವೆ. ಕೆಲಸಕ್ಕಿಂತ ಹೆಚ್ಚಾಗಿ ಪ್ರೀತಮ್‌ನ ಕಿರುಕುಳಕ್ಕೆ ಆತ ರೋಸಿ ಹೋಗಿದ್ದಾನೆ.

ಈ ಎಲ್ಲವುಗಳ ನಡುವೆ ಪ್ರೀತಂ ಹಾಗೂ ನಿಧಿಯನ್ನು ದಂಗುಬಡಿಸುವ ಮತ್ತೊಂದು ಘಟನೆ ನಡೆದುಹೋಗಿದೆ. ತನ್ವಿ ಹೋಗುವ ಡೀನ್ಸ್ ಇಂಟರ್ನ್ಯಾಷನಲ್ ಶಾಲೆಯ ಶಿಕ್ಷಕನೊಬ್ಬ, ಅದೇ ಶಾಲೆಯ ಎಂಟು ವರ್ಷದ ಹುಡುಗಿಯೊಬ್ಬಳನ್ನು ಬಲಾತ್ಕಾರಕ್ಕೆ ಪ್ರಯತ್ನಿಸಿ ಸಿಕ್ಕುಬಿದ್ದು, ಈ ಘಟನೆ ಯಾರಿಗೂ ತಿಳಿಯದಂತೆ ಮುಚ್ಚಿಡಲು ಶಾಲೆಯ ಮ್ಯಾನೇಜ್‌ಮೆಂಟು ಪ್ರಯತ್ನಿಸಿ ಸೋತ ಸುದ್ದಿ ಎಲ್ಲೆಡೆ ಹರಡಿದೆ. ಇತರೆ ಪಾಲಕರೊಡನೆ ನಿಧಿ ಕೂಡ ಶಾಲೆಗೆ ಹೋಗಿ ಗಲಾಟೆ ಮಾಡಿ ಬಂದಿದ್ದಾಳೆ. ಶಾಲೆಯ ಮಾನ್ಯತೆ ರದ್ದು ಮಾಡುವ ಮಾತು ಕೇಳಿ ಬರುತ್ತಿದೆ. ಶಾಲೆ ಮುಚ್ಚಿದರೆ ಏನು ಮಾಡುವುದು ಎಂಬ ಸಮಸ್ಯೆಯೊಡನೆ, ಮುಚ್ಚದಿದ್ದರೆ ಅದೇ ಶಾಲೆಗೆ ತನ್ವಿಯನ್ನು ಕಳಿಸುವುದೋ ಹೇಗೆ ಎಂಬ ದ್ವಂದ್ವದಲ್ಲಿದ್ದಾರೆ ಅವರು. ಒಂದು ವೇಳೆ ಬೇರೆ ಶಾಲೆಗೆ ಸೇರಿಸಿದರೆ ಇಲ್ಲಿ ನೀಡಿದ ಡೊನೇಷನ್ ಹಣ ಹಿಂತಿರುಗಿ ಬರುವ ಸಾಧ್ಯತೆಗಳು ಇಲ್ಲವೇ ಇಲ್ಲ. ಅನೇಕ ಪಾಲಕರೊಡನೆ ನಿತ್ಯ ಸಂಪರ್ಕ, ಮಾತುಕತೆ, ಮೀಟಿಂಗು ಇತ್ಯಾದಿಗಳಿಗೆಲ್ಲ ನಿಧಿಯನ್ನೇ ತಳ್ಳುತ್ತಿದ್ದಾನೆ

ಪ್ರೀತಂ. ಆತನಿಗೆ ಮನೆಯಲ್ಲೂ ಅಪಾರ್ಟ್‌ಮೆಂಟಿನ ಸೋರಿಕೆಯದ್ದೇ ಚಿಂತೆ. ಸಾಲದೆಂಬಂತೆ, ಆ ಅಪಾರ್ಟ್‌ಮೆಂಟಿನ ಅಸೋಶಿಯೇಷನ್ ಈ ಕಂಪನಿಯ ವಿರುದ್ಧ ಕೋರ್ಟಿಗೆ ಹೋಗಬಹುದಾದ ಸುಳಿವು ಕೂಡ ಸಿಕ್ಕಿದೆ. ಹಾಗೇನಾದರೂ ಆದರೆ ಆ ಕೇಸು ತನ್ನ ತಲೆಗೇ ಸುತ್ತಿಕೊಳ್ಳುವ ಭಯ ಇನ್ನೊಂದೆಡೆ. ಈಗಾಗಲೇ ಆತ ಪರಿಚಯದ ವಕೀಲರನ್ನು ಸಂಪರ್ಕಿಸಿಯಾಗಿದೆ. ಲೀಕೇಜ್ ಸಮಸ್ಯೆಗೆ ಪರಿಹಾರ ಕಂಡುಹಿಡಿಯುವುದರ ಜೊತೆಗೆ, ತಾನು ಲೀಗಲ್ ಕೇಸಿನಲ್ಲಿ ಸಿಕ್ಕಿ ಬೀಳದಂತೆ ಅನೇಕ ಕಾಗದಪತ್ರಗಳನ್ನೂ ಮುಂಗಡವಾಗೇ ಸಿದ್ಧಗೊಳಿಸಿಕೊಳ್ಳುವ ಅತೀವ ಒತ್ತಡದಲ್ಲಿದ್ದಾನೆ ಆತ.

ಇತ್ತ ನಿಧಿ, ಮಗಳ ಶಾಲೆಯ ವಿವಾದಗಳ ನಡುವೆಯೇ ಮತ್ತೊಂದು ಸಾಹಸಕ್ಕೆ ಕೈ ಹಾಕಿದ್ದಾಳೆ. ತಾನು ಸದಸ್ಯಳಾಗಿರುವ ಎನ್.ಜಿ.ಓ ಮುಖಾಂತರ ಮಕ್ಕಳ ಮೇಲೆ ನಡೆಯುವ ಇಂಥ ಘಟನೆಗಳ ವಿರುದ್ಧ ದೊಡ್ಡದೊಂದು ಪ್ರತಿಭಟನಾ ರ‍್ಯಾಲಿ ಏರ್ಪಡಿಸುವ ಜವಾಬ್ದಾರಿ ಹೊತ್ತುಕೊಂಡಿದ್ದಾಳೆ. ತನ್ವಿಯದೂ ಸೇರಿ ಮನೆಯ ಜವಾಬ್ದಾರಿಗಳೆಲ್ಲ ನಿಧಿಯದೇ ಎನ್ನುವ ಪ್ರೀತಂನ ಧೋರಣೆ ಆಕೆಯನ್ನು ರೊಚ್ಚಿಗೇಳಿಸುತ್ತಿದೆ. ತನ್ನ ಆಫೀಸಿನ ಜಂಜಾಟಗಳನ್ನು ಈಕೆ ಅರ್ಥಮಾಡಿಕೊಳ್ಳುತ್ತಿಲ್ಲವಲ್ಲ ಎಂಬ ಅಸಮಾಧಾನ ಪ್ರೀತಮ್‌ನದು. 'ಇದೆಷ್ಟು ಮುಖ್ಯ ಅನ್ನೋದು ಗೊತ್ತಾ? ಇದು ತನ್ವಿಯ ಫ್ಯೂಚರಿನ ಪ್ರಶ್ನೆ' ಎಂಬುದು ಆಕೆಯ ಅಳಲು. 'ನೀನೊಬ್ಬಳೇ ಏನು ಮಾಡಲು ಸಾಧ್ಯ? ಉಳಿದ ಪಾಲಕರು ಏನು ಮಾಡುತ್ತಾರೋ ಅದನ್ನೇ ನೀನೂ ಮಾಡಿದರಾಯಿತು' ಎನ್ನುವ ಪ್ರೀತಮ್; ಪರಿಹಾರ ಸೂಚಿಸುವ ನೆಪದಲ್ಲಿ 'ನೀನೇನೂ ಮಹಾಕಾರ್ಯ ಮಾಡುತ್ತಿಲ್ಲ' ಎಂದು ಅಲಕ್ಷಿಸುತ್ತಿದ್ದಾನೆ ಎಂಬುದೇ ಅವಳನ್ನು ಹೆಚ್ಚು ಚುಚ್ಚುತ್ತಿದೆ.

ಆದಿನ ಪ್ರೀತಮ್ ಹಾಗೂ ನಿಧಿ ಅವರದೇ ಆದ ಸಮಸ್ಯೆ, ಒತ್ತಡಗಳಲ್ಲಿದ್ದರು. ಪ್ರೀತಮನಿಗೆ ಮ್ಯಾನೇಜ್‌ಮೆಂಟ್ ಮೀಟಿಂಗ್ ಇತ್ತು. ಹೊಸ ಮನೆಗಳು ಸೋರುತ್ತಿರುವುದರ ಬಗ್ಗೆ ಕೂಲಂಕುಶ ವಿಚಾರ ವಿನಿಮಯ ನಡೆದು, ನಿರ್ಣಯ ತೆಗೆದುಕೊಳ್ಳಬೇಕಾದ ಅತಿ ಮುಖ್ಯ ಮೀಟಿಂಗ್ ಅದಾಗಿತ್ತು. ನಿಧಿಯ ಎನ್.ಜಿ.ಓ ತನ್ನ ಮುಂದಾಳತ್ವದಲ್ಲಿ ಕಾರ್ಯಕ್ರಮವೊಂದನ್ನು ಹಮ್ಮಿಕೊಂಡಿತ್ತು. ಕೆಲವು ಸ್ತ್ರೀ ಸಂಘಟನೆಗಳನ್ನೂ, ಕಾಲೇಜು ಹುಡುಗರನ್ನೂ ಸೇರಿಸಿ ಅಂದು ಸಂಜೆ ಫ್ರೀಡಂ ಪಾರ್ಕಿನಲ್ಲಿ, ಹೆಣ್ಣುಮಕ್ಕಳ ಮೇಲೆ ಆಗುತ್ತಿರುವ ದೌರ್ಜನ್ಯ ಖಂಡಿಸಿ ಮೇಣದ

ಬತ್ತಿ ಕೈಯ್ಯಲ್ಲಿ ಹಿಡಿದು ಪ್ರತಿಭಟಿಸುವ ಕಾರ್ಯಕ್ರಮ. ಅದರ ಕೋಆರ್ಡಿನೇಷನ್ ಹೊಣೆ ನಿಧಿ ಹೊತ್ತಿದ್ದಳು. ಆಪೀಸಿಗೆ ರಜೆ ಹಾಕಿದ್ದ ಆಕೆ ಎನ್.ಜಿ.ಓ.ಕ್ಕೆ ಹೋಗುವ ತರಾತುರಿಯಲ್ಲಿದ್ದಳು. ತನ್ವಿಯ ಶಾಲೆ ಇನ್ನೂ ಪ್ರಾರಂಭವಾಗಿರಲಿಲ್ಲ. ಅವಳನ್ನು ಪ್ಲೇಹೋಮ್‌ಗೆ ಬಿಟ್ಟು ಹೋಗುವುದು ಯಾರು ಎಂಬ ವಿಷಯದಲ್ಲಿ ಗಂಡ ಹೆಂಡತಿಯ ನಡುವೆ ವಾದ ಶುರುವಾಗಿತ್ತು. ತಾನು ತಡವಾಗಿ ಆಪೀಸಿಗೆ ಹೋಗುವಂತೆಯೇ ಇಲ್ಲ ಎಂಬುದು ಪ್ರೀತಮ್‌ನ ನಿಲುವಾದರೆ; ಕಾರ್ಯಕ್ರಮ ಸಂಜೆಯಾದರೂ, ಮಾಡಬೇಕಾದ ಕೆಲಸ ಗುಡ್ಡೆ ಬಿದ್ದಿದೆ; ತಡ ಮಾಡಿ ಹೋದರೆ ಎಲ್ಲಾ ಅಸ್ತವ್ಯಸ್ಥವಾಗುತ್ತದೆ ಎಂಬುದು ನಿಧಿಯ ವಾದ. ಅದನ್ನು ಪುಷ್ಟೀಕರಿಸಲೆಂದೇ ಆಕೆ ಬೆಂಗಳೂರಿನ ಟ್ರಾಫಿಕ್ಕಿನ ವಿಷಯ ಎತ್ತಿದ್ದಾಳೆ. "ಈ ವೇಳೆಯಲ್ಲಿ ಹಾರಿಬಲ್ ಟ್ರಾಫಿಕ್ ಇರುತ್ತೆ. ರಿಯಲಿ ಡಿಸ್‌ಗಸ್ಟಿಂಗ್... ಇಷ್ಟು ಟ್ಯಾಕ್ಸ್ ಕಟ್ಟುತ್ತೇವೆ, ಫೆಸಿಲಿಟಿ ಕೊಡಬೇಕಲ್ಲ? ಎಲ್ಲರೂ ಭ್ರಷ್ಟರೇ... ಈ ಕರಪ್ಟ್ ಪೊಲಿಟೀಷಿಯನ್ಸ್ ನೆನೆಸಿಕೊಂಡರೆ ಮೈ ಉರಿಯುತ್ತೆ, ಇವರಿಂದಲೇ ನಮ್ಮ ದೇಶ ಹೀಗಿರುವುದು..." ಅವಳ ಮಾತುಗಳು ಪ್ರೀತಮ್‌ನ ಮೇಲೆ ಯಾವ ಪರಿಣಾಮವನ್ನೂ ಬೀರುತ್ತಿಲ್ಲ. ಆತ ಆಗಲೇ ಶೂ ಹಾಕಿಕೊಳ್ಳತೊಡಗಿದ್ದಾನೆ. "ನೀನಿಲ್ಲಿ ನಿನ್ನ ಬೀಪಿ ಹೆಚ್ಚಿಸಿಕೊಳ್ಳುವುದರಿಂದ ಟ್ರಾಫಿಕ್ ಕಡಿಮೆಯಾಗುತ್ತೋ? ಬೆಂಗಳೂರಿನ ಟ್ರಾಫಿಕ್ ಸಮಸ್ಯೆ ಎಲ್ಲರಿಗೂ ಗೊತ್ತಿದ್ದುದೇ..." ಪ್ರೀತಮ್‌ನ ಉತ್ತರದ ಮರ್ಮ ಆಕೆಗೆ ತಿಳಿದಿದೆ. "ಯಸ್. ದಿಸ್ ಕಂಟ್ರಿ ವಿಲ್ ನೆವರ್ ಇಂಪ್ರೂ..." ಆಕೆ ಗೊಣಗಿಕೊಳ್ಳುತ್ತಾಳೆ. ಆಕೆ ಉಧ್ಧಾರವಾಗುವುದಿಲ್ಲ ಎಂದದ್ದು ತನಗೇ ಎಂಬುದು ಪ್ರೀತಮ್‌ನಿಗೆ ಗೊತ್ತಿದೆ. ಆದರೂ, "ಅಲ್ಲಿ ಫ್ರೀಡಮ್ ಪಾರ್ಕಿನಲ್ಲಿ ಇವತ್ತು ಪಾರ್ಕಿಂಗ್ ಸಿಗುವುದಿಲ್ಲ. ಕಾರು ತೆಗೆದುಕೊಂಡು ಹೋಗಬೇಡ. ಟೂ-ವೀಲರ್ ತೆಗೆದುಕೊಂಡು ಹೋಗು, ಇಲ್ಲಾ ಆಟೋಕ್ಕೆ ಹೋಗು" ಎನ್ನುತ್ತ ಆತ ಆಫೀಸಿಗೆ ಹೊರಡುತ್ತಾನೆ. 'ಇವತ್ತಿನ ಮಟ್ಟಿಗೆ ಎಲ್ಲಿ ನಿಲ್ಲಿಸಿದರೂ ತೊಂದರೆಯಿಲ್ಲ, ಜನರೆಲ್ಲಾ ಅಡ್ಡಾದಿಡ್ಡಿಯಾಗಿ ಸಿಕ್ಕ ಸಿಕ್ಕ ಕಡೆ ನಿಲ್ಲಿಸಿರುತ್ತಾರೆ. ಹಾಗೂ ಪೋಲೀಸರು ಹಿಡಿದರೆ, ನೂರೋ ಐವತ್ತೋ ಬಿಸಾಕಿದರಾಯಿತು. ಈ ಬಿಸಿಲಲ್ಲಿ ಕಾರಿಲ್ಲದೇ ಹೇಗೆ ಹೋಗುವುದು' ಅಂದುಕೊಳ್ಳುತ್ತಾಳೆ ನಿಧಿ.

ಕಾರಿನಲ್ಲಿ ಕುಳಿತ ಪ್ರೀತಮ್‌ನಿಗೆ ಆವತ್ತಿನ ಮೀಟಿಂಗಿನದೇ ಚಿಂತೆ. ಅಲ್ಲಿ ನೇರವಾಗಿ ತನಗಾಗಬಹುದಾದ ಮುಜುಗರವನ್ನು ತಪ್ಪಿಸಿಕೊಳ್ಳಲು ಆತ ಪ್ಲಾನ್ ಮಾಡಿಯಾಗಿದೆ. ಟೀಮ್ ಲೀಡರ್ ಆದ ಶಶಿಧರನೇ ಮೀಟಿಂಗಿನಲ್ಲಿ ತನ್ನ ರಿಪೋರ್ಟು ಒಪ್ಪಿಸಬೇಕೆಂದು ತಾಕೀತು ಮಾಡಿದ್ದಾನೆ. ಇದುವರೆಗೆ ನಾವು ಮಾಡಿದ ಅನ್ವೇಷಣೆಗಳು, ತೆಗೆದುಕೊಂಡ ಕ್ರಮದ ಬಗ್ಗೆ ಶಶಿಯೇ ವಿವರಣೆ ಕೊಡಬೇಕೆಂದೂ. ಅಗತ್ಯ ಬಿದ್ದರೆ ಮಾತ್ರ ತಾನು ಮಧ್ಯೆ ಪ್ರವೇಶಿಸುವುದಾಗಿ ಹೇಳಿದ್ದಾನೆ.

ಶಶಿಧರನನ್ನು ಮಟ್ಟಹಾಕಲು ಇದಕ್ಕಿಂತ ಒಳ್ಳೆಯ ಅವಕಾಶ ಇಲ್ಲವೆಂಬುದನ್ನು ವಿಚಾರಿಸುತ್ತ, ಆತನನ್ನು ಯಾವ ಯಾವ ಪ್ರಶ್ನೆ ಕೇಳಿ ಹೇಗೆ ಎಲ್ಲರೆದುರಿಗೆ ಪೇಚಿಗೆ ಸಿಲುಕಿಸಬಹುದು ಎಂಬುದನ್ನು ಮನದಲ್ಲೇ ಮನನ ಮಾಡಿಕೊಳ್ಳುತ್ತ ಎಫ್.ಎಂ ಆನ್ ಮಾಡುತ್ತಾನೆ ಆತ. "ಸೋರುತಿಹುದು ಮನೆಯ ಮಾಳಿಗಿ... ಅಜ್ಞಾನದಿಂದಾ..." ಸಿ.ಅಶ್ವಥ್ ಹೈ-ಪಿಚ್‌ನಲ್ಲಿ ಹಾಡಿದ ಹಾಡು. ತಕ್ಷಣ ಎಡಗೈ ತೋರು ಬೆರಳಿನಿಂದ ಒತ್ತಿ 'ಚಿಕ್ ಚಿಕ್' ಎಂದು ಸ್ಟೇಷನ್ಗಳನ್ನು ಬದಲಿಸುತ್ತಾ ಯಾವುದೋ ಹಿಂದೀ ಚಿತ್ರಗೀತೆ ಬರುತ್ತಿರುವ ಸ್ಟೇಷನ್ ಹಾಕಿಕೊಂಡು ಕಾರು ಓಡಿಸತೊಡಗಿದ್ದಾನೆ ಆತ. ರಿಪೋರ್ಟನ್ನು ಪ್ರಸೆಂಟ್ ಮಾಡುವ ಕಾಯಕವನ್ನು ಆತ ಶಶಿಯ ತಲೆಗೆ ಕಟ್ಟಿದ್ದರೂ ತುಂಬಾ ನರ್ವಸ್ ಆಗಿದ್ದಾನೆ. ಕೊನೆಯಲ್ಲಿ ತಪ್ಪಿನ ಜವಾಬ್ದಾರಿ ಹೊರಬೇಕಾದವನು ತಾನೇ ಎಂಬುದು ಅವನಿಗೆ ಗೊತ್ತಿದೆ. ಶಶಿಯನ್ನು ಮುಜುಗರಕ್ಕೀಡುಮಾಡಿದರೆ ಸಿಗುವುದು ತಾತ್ಕಾಲಿಕ ಸಂತೋಷವಷ್ಟೇ, ಆತ ಇನ್ನು ಮುಂದಾದರೂ ಆರಾಗುತ್ತಲೇ ಲ್ಯಾಪ್‌ಟಾಪ್ ಎತ್ತಿಕೊಂಡು ಮನೆಗೆ ಹೊರಡಲಿಕ್ಕೆ ಹಿಂಜರಿದಾನು ಎಂಬ ಅಪೇಕ್ಷೆಯಷ್ಟೆ ಎಂಬುದನ್ನೂ ಆತ ಬಲ್ಲ. ಸಿಗ್ನಲ್ಲಿನಲ್ಲಿ ಕಾರು ನಿಂತಾಗ ಹಿಂದಿನಿಂದ ಬಂದ ಆಂಬುಲನ್ಸಿನ ಚೀತ್ಕಾರ ಆತನಿಗೆ ಕಿರಿ ಕಿರಿ ಉಂಟು ಮಾಡುತ್ತಿದೆ. ಎಫ್‌ಎಂನಲ್ಲಿ ಬರುತ್ತಿರುವುದು ತನ್ನ ಫೆವರೇಟ್ ಹಾಡು ಎಂಬುದು ಆಗ ಗಮನಕ್ಕೆ ಬಂದು, ಆಂಬುಲೆನ್ಸ್‌ನ ಶಬ್ದದ ನಡುವೆಯೂ ಕೇಳುವಂತೆ ಆ ಹಾಡಿನ ಸೌಂಡ್ ದೊಡ್ಡದು ಮಾಡಿಕೊಳ್ಳುತ್ತಾನೆ.

ಸುಮಾರು ಹದಿನೈದು ಜನ, ಫಳ ಫಳನೆ ಹೊಳೆಯುತ್ತಿರುವ ಬೋರ್ಡ್ ರೂಮಿನ ಟೇಬಲ್ಲಿನ ಸುತ್ತಲೂ ಕುಳಿತಿದ್ದಾರೆ. ಟೇಬಲ್ಲಿನ ಮೇಲೆ ಒಪ್ಪವಾಗಿ ಸಾಲಾಗಿ ಜೋಡಿಸಿಟ್ಟ ಬಿಸಲೇರಿ ನೀರಿನ ಬಾಟಲಿಗಳು ಹಾಗೂ ಅದರ ಪಕ್ಕ ಟಿಶ್ಯೂ ಡಬ್ಬಗಳು. ಎಷ್ಟೋ ವರ್ಷಗಳಿಂದ ಒಟ್ಟಿಗೇ ಕೆಲಸ ಮಾಡುತ್ತಿದ್ದರೂ, ಒಬ್ಬರಿಗೊಬ್ಬರು ಪರಿಚಯವೇ ಇಲ್ಲದಷ್ಟು ಅಪರಿಚಿತರಂತೆ ಪಕ್ಕ ಪಕ್ಕದಲ್ಲೇ ಕುಳಿತಿದ್ದಾರೆ. ಹೆಣದ ಎದುರು ಕುಳಿತ ಮೌನ ಅವರಲ್ಲಿದೆ. ಇಡೀ ದಿನ ಕಂಪ್ಯೂಟರಿನ ಎದುರಿಗೇ ಕುಳಿತಿದ್ದು ಸಾಲದೆಂಬಂತೆ, ಮೀಟಿಂಗ್ ರೂಮಿನಲ್ಲೂ ತಮ್ಮ ಐಪ್ಯಾಡಿನ ಮೇಲೆ ಬೆರಳಾಡಿಸುತ್ತಿದ್ದಾರೆ ಕೆಲವರು. ಬರೋಬ್ಬರಿ 23 ಡಿಗ್ರೀ ಉಷ್ಣತೆಯುಳ್ಳ ಆ ಕೋಣೆಯಲ್ಲಿ ತಾನು ಒಳಗೊಳಗೇ ಬೆವರುತ್ತಿದ್ದೇನೋ ಎಂಬ ಭಾವದಲ್ಲಿ ಕುಳಿತಿದ್ದಾನೆ ಪ್ರೀತಮ್. ಕಂಪನಿಯ ಚೇರ್‌ಮನ್‌ನ ಪ್ರವೇಶವಾಗುತ್ತಿರುವಂತೆ, ಪ್ರಾರಂಭಿಕ ಔಪಚಾರಿಕ

ಮಾತುಕತೆಗಳ ನಂತರ ವಿಷಯದ ಬಗ್ಗೆ ಚರ್ಚೆ ಶುರುವಾಗಿದೆ. ಶಶಿಧರ ಮಂಡಿಸಿದ ವರದಿಯ ಬಗ್ಗೆ ಎಲ್ಲಾ ಹತ್ತಾರು ಪ್ರಶ್ನೆಗಳ ಬಾಣ ಬಿಡುತ್ತಿದ್ದಾರೆ. ಅದರಲ್ಲಿ ಪ್ರೀತಮ್ ಎಲ್ಲರಿಗಿಂತ ಮುಂದಿದ್ದಾನೆ. ಶಶಿ ನೀಡುವ ಯಾವ ಉತ್ತರಗಳೂ ಯಾರಿಗೂ ಮನವರಿಕೆಯಾಗುತ್ತಿಲ್ಲ, ಅಲ್ಲದೇ ಅನೇಕ ಪ್ರಶ್ನೆಗಳಿಗೆ ಆತನಲ್ಲಿ ಉತ್ತರವೇ ಇಲ್ಲ. ಎಲ್ಲರೂ ಸೇರಿ ತನ್ನನ್ನೇ ತಪ್ಪಿತಸ್ಥ ಎಂಬಂತೆ ಬಿಂಬಿಸಲು ಹೊರಟಿರುವ ಆ ಸನ್ನಿವೇಶ ಆತನನ್ನು ಉದ್ವೇಗಕ್ಕೆ ತಳ್ಳುತ್ತಿದೆ. ಎಂದೂ ತನ್ನ ಕೂಲ್ ಕಳೆದುಕೊಳ್ಳದ ಆತ "ಜಸ್ಟ್ ಹೋಲ್ಡ್ ಆನ್... ಜಂಟಲ್ಮೆನ್" ಎನ್ನುತ್ತ ಎದ್ದು ನಿಲ್ಲುತ್ತಾನೆ. ಅನಿರೀಕ್ಷಿತವಾಗಿ ಹೊರಹೊಮ್ಮಿದ ಆತನ ಮಾತಿನಲ್ಲಿಯ ಕಠೋರತೆಗೆ, ಆತ ಎದ್ದು ನಿಂತ ಅತೀ ಆತ್ಮವಿಶ್ವಾಸದ ಭಂಗಿಗೆ ಒಮ್ಮೆಲೇ ಅವಾಕ್ಕಾದ ಕೋಟುಧಾರಿಗಳೆಲ್ಲರೂ ಶಶಿಯ ಮುಖವನ್ನೇ ನೋಡತೊಡಗುತ್ತಾರೆ.

"ನಾನು ಹೇಳುವುದನ್ನು ಐದು ನಿಮಿಷ ಗಮನವಿಟ್ಟು ಕೇಳಿ. ಮಧ್ಯೆ ಯಾರೂ ಬಾಯಿ ಹಾಕದಿದ್ದರೆ ಅತೀ ಸಂತೋಷ. ನನ್ನ ಮಾತು ಮುಗಿದಮೇಲೆ ಮಾತು, ನಿರ್ಣಯಗಳೆಲ್ಲಾ ನಿಮ್ಮದೇ" ಎನ್ನುತ್ತ ಮಾತು ಪ್ರಾರಂಭಿಸಿದ ಆತ. "ಇದು ಇಲ್ಲಿ ನೆರೆದಿರುವ ಎಲ್ಲರಿಗೂ ಗೊತ್ತಿರುವ ವಿಷಯವೇ. ವಾಟರ್ ಲೀಕೇಜ್ ಎನ್ನುವುದು, ಎದುರಿಗೆ ಕಣ್ಣಿಗೆ ಕಾಣುವ ಸಮಸ್ಯೆ ಅಲ್ಲವೇ ಅಲ್ಲ. ಇಲ್ಲಿ ಛಾವಣಿಯಲ್ಲಿ ಸೋರುತ್ತಿದೆ ಅಂದರೆ ಅಲ್ಲಿಂದಲೇ ನೀರು ಒಳಬರುತ್ತದೆ ಎಂದೇನೂ ಅಲ್ಲ. ಎಲ್ಲಿಂದಲೋ ಒಳ ಹೊಕ್ಕ ನೀರು, ಎಲ್ಲೋ ಹರಿದು, ಮತ್ತೆಲ್ಲೋ ಸೋರುತ್ತಿರಬಹುದು. ನಾವು ಇಲ್ಲಿ ರಿಪೇರಿ ಮಾಡಿದರೆ, ಅದು ಮತ್ತೆಲ್ಲೋ ತನ್ನ ದಾರಿ ಹುಡುಕಿಕೊಳ್ಳಬಹುದು. ನಾವು ಶೋಧಿಸಬೇಕಾದುದು ಸೋರಿಕೆಯ ಮೂಲವನ್ನು, ತುದಿಯನ್ನಲ್ಲ. ಆದರೆ ನಮಗಾರಿಗೂ ಅದರ ಮೂಲವನ್ನು ಮುಟ್ಟುವ ಧೈರ್ಯವಿಲ್ಲ. ಅದನ್ನು ಸರಿಪಡಿಸುವ ಆಶಯವಿಲ್ಲ. ಅಲ್ಲೇ ತಪ್ಪಿದೆ ಎಂದು ಒಪ್ಪಿಕೊಳ್ಳುವ, ಅದನ್ನು ಅಲ್ಲೇ ಸರಿಪಡಿಸುವ ಮನಸ್ಥಿತಿಯಲ್ಲಿ ನಾವಿಲ್ಲ. ಏಕೆಂದರೆ ಅದಕ್ಕೆ ಬೇಕಾದ, ಹಣ, ಸಂಯಮ, ವೇಳೆ ವ್ಯಯಿಸಲು ನಾವು ಸಿದ್ಧರಿಲ್ಲ. ಸತ್ಯವೊಂದನ್ನು ಹೇಳಲಾ? ಈ ಸೋರಿಕೆಗೆ ಶಾಶ್ವತ ಪರಿಹಾರವೆಂದರೆ, ಟೆರೇಸಿನ ಮೇಲೆ ಹಾಕಿರುವ ಹಳೆಯ ವಾಟರ್ ಪ್ರೂಫ್ ಕೋರ್ಸನ್ನು ಸಂಪೂರ್ಣವಾಗಿ ಒಡೆದು ತೆಗೆದು ಹೊಸದಾಗಿ ವಾಟರ್ ಪ್ರೂಫಿಂಗ್ ಮಾಡುವುದು. ಇದೊಂದೇ ಉಳಿದಿರುವುದು. ಇದನ್ನು ಒಪ್ಪಿಕೊಳ್ಳುತ್ತೀರಾ ನೀವು? ಸಾಧ್ಯವೇ ಇಲ್ಲ. ಇದನ್ನು ಹೇಳಲು ಇಷ್ಟೊಂದು ಅಧ್ಯಯನ ಮಾಡಿ, ಇಷ್ಟು ಸಮಯ ವ್ಯಯಿಸಬೇಕಿತ್ತಾ ಎಂದು ಕೇಳುತ್ತೀರಿ ನೀವು. ಹೌದು, ನಿಜವನ್ನು ತಿಳಿಯಲು, ನಿಜವನ್ನು ಹೇಳಲು ಯಾವುದೇ ಪೂರ್ವತಯಾರಿಯ ಅಗತ್ಯವಿಲ್ಲ. ಅವೆಲ್ಲಾ ಸುಳ್ಳಿನ ಕಂತೆ ಕಟ್ಟಲು ಮಾತ್ರ ಬೇಕಾದ ಅವಶ್ಯಕತೆಗಳು.

This is obvious. ಇನ್ನೊಂದು ಮಾತು ಹೇಳುತ್ತೇನೆ ಕೇಳಿ. ಈ ಪ್ರೀತಮ್ ನನಗೆ ಫೋನ್ ಮಾಡಿ ತನ್ನ ಕೋಪವನ್ನೆಲ್ಲ ನನ್ನ ಮೇಲೆ ಸುರಿಯುತ್ತಾ, ಈ ವಿಷಯದ ಬಗ್ಗೆ ಕಿರುಚಾಡುತ್ತಿರುವಾಗ, ನಾನು ಫೋನ್ ಮ್ಯೂಟ್ ಮಾಡಿ ಟೇಬಲ್ಲಿನ ಮೇಲೆ ಇಟ್ಟು ನಗುತ್ತಿದ್ದೆ. ಯಸ್. ಹೀಗೆಲ್ಲಾ ಮಾತಾಡುತ್ತಿರುವುದರ ಪರಿಣಾಮ ಏನಾಗಬಹುದೆಂದು ನನಗೆ ಗೊತ್ತು. ಅದಕ್ಕೆ ಸಿದ್ಧನಾಗೇ ಬಂದಿದ್ದೇನೆ. ಇದೋ ಈ ಫೈಲಿನಲ್ಲಿ ವಾಟರ್ ಲೀಕೇಜ್ ಸಮಸ್ಯೆಯ ಕುರಿತಾದ ಸಂಪೂರ್ಣ ರಿಪೋರ್ಟ್ ಇದೆ. ಹಾಗೂ ಅದರ ಜೊತೆ ನನ್ನ ರಾಜೀನಾಮೆ ಪತ್ರವೂ ಇದೆ. ತನಗೇನು ಬೇಕು ಅನ್ನೋದು ಗೊತ್ತಿರುವವನಿಗೆ ತನಗೇನು ಬೇಡ ಅನ್ನುವುದೂ ಗೊತ್ತಿರುತ್ತದೆ. ನಾಳೆಗಳೇ ಇಲ್ಲ ಎಂದು ಬದುಕುವಂತೆ ನಂಬಿಸುವ ಈ ಕಾರ್ಪೋರೇಟ್ ವ್ಯವಸ್ಥೆಯಲ್ಲಿ ನನಗೆ ನಂಬಿಕೆಯಿಲ್ಲ. ಥ್ಯಾಂಕ್ಯೂ ಆಲ್" ಎಂದು ಕೈಲಿದ್ದ ಫೈಲನ್ನು ಮುಂದೆ ಸರಿಸಿ ಕುರ್ಚಿಯಲ್ಲಿ ಕುಳಿತುಕೊಂಡ.

ಶಶಿ ಸಿನಿಮೀಯ ರೀತಿಯಲ್ಲಿ ಕಿರುಚಾಡಿ, ರಾಜೀನಾಮೆ ಪತ್ರ ಬಿಸಾಕಿ ಬೋರ್ಡ್ ರೂಮಿನಿಂದ ಹೊರ ನಡೆದಿದ್ದರೆ, ಕುಳಿತವರೆಲ್ಲ ಬಂಧಮುಕ್ತರಾಗಿ, ನಾಮುಂದು ತಾಮುಂದು ಎನ್ನುತ್ತ ತಂತಮ್ಮ ಅಭಿಪ್ರಾಯಗಳನ್ನು ಮಂಡಿಸಿ, ಈ ವಿಷಯ ಫ್ಲಾಟಿನ ಸೋರಿಕೆಗಿಂತ ದೊಡ್ಡದಾಗಿ ಚರ್ಚಿತವಾಗುತ್ತಿತ್ತೋ ಏನೋ. ಆದರೆ, ನಿರರ್ಗಳ ಮಾತು ಮುಗಿಸಿದ ಶಶಿ, ನಿರಾಳ ಮುಖಭಾವದಲ್ಲಿ ಎಲ್ಲರ ನಡುವೆಯೇ ಏನೂ ಆಗದವನಂತೆ ಕುಳಿತಿದ್ದುದು ಎಲ್ಲರನ್ನೂ ದಂಗುಬಡಿಸಿ ಗಂಟಲು ಕಟ್ಟಿಹಾಕಿತ್ತು. ಕೆಲ ಕ್ಷಣ ಹೆಪ್ಪುಗಟ್ಟಿದ ಮೌನ. ಅದನ್ನು ಯಾರಾದರೂ ಮುರಿಯಲಿ ಎಂದು ಎಲ್ಲರೂ ಚಡಪಡಿಸುತ್ತಿರುವಂತೆ, ಎದುರಿನ ಬಾಟಲಿಯಲ್ಲಿಯ ನೀರನ್ನು ಎತ್ತಿ ಕುಡಿದು "ವೆಲ್..." ಎಂದು ಕಂಪನಿಯ ಚೇರ್‌ಮನ್ ಮಾತು ಪ್ರಾರಂಭಿಸುತ್ತಿರುವಂತೆ, ಪ್ರೀತಮ್ ಶೆಟ್ಟಿಯ ಮೊಬೈಲ್ ಯಾವುದೋ ಇಂಗ್ಲೀಷ್ ಮಕ್ಕಳ ಪದ್ಯವನ್ನು ಜೋರಾಗಿ ಕಿರುಚತೊಡಗಿತು. ಬೆಚ್ಚಿ ಬಿದ್ದ ಪ್ರೀತಮ್, ಕಿಸೆಯಿಂದ ಚೇಳನ್ನು ಹೊರತೆಗೆಯುವಂತೆ ಮೊಬೈಲನ್ನು ತೆಗೆದು, "ಒಹ್... ಶಕ್ಸ್... ನನ್ ಮಗಳು ಒಮ್ಮೊಮ್ಮೆ... ಈ ಮೊಬೈಲ್ ಹಿಡ್ಕೊಂಡು ಏನೇನ್ ಮಾಡ್ತಿರ್ತಾಳೊ..." ಅನ್ನುತ್ತ ಟಚ್ ಸ್ಕ್ರೀನಿನ ಮೇಲೆ ಅತ್ತಿಂದಿತ್ತ ಬೆರಳಾಡಿಸತೊಡಗಿದ.

ಇಂಚು

"ಪಕ್ಕದ ಸೈಟನ್ನ ಯಾರೋ ಕೊಂಡ್ಕೊಂಡಿದಾರಂತೆ, ನಾವು ಹಾಕ್ಕೊಂಡಿರೋ ಗಿಡಾನೆಲ್ಲಾ ಕ್ಲೀನ್ ಮಾಡ್ಬೇಕಂತೆ, ಇನ್ನೊಂದ್ ವಾರದ ಒಳ್ಗೆ ಮನೆ ಪಾಯ ಶುರೂ ಮಾಡ್ತಾರಂತೆ."

ಮನೆ ಹೊಕ್ಕುತ್ತಿರುವಂತೇ ಹೆಂಡತಿಯ ಮಾತುಗಳನ್ನು ಕೇಳಿ ಕೆಂಡಾಮಂಡಲನಾದ ಗೋವಿಂದರಾಯ. ತನ್ನ ಹಳೆಯ ಕಾರನ್ನು ಆ ಪಕ್ಕದ ಸೈಟಿನಲ್ಲಿ ಪಾರ್ಕ್ ಮಾಡಲು ವ್ಯವಸ್ಥೆ ಮಾಡಿಕೊಂಡು ತಿಂಗಳು ಕೂಡ ಆಗಿರಲಿಲ್ಲ. ಏಕಾಏಕಿ ಅದನ್ನೆಲ್ಲ ಕಿತ್ತೆಸೆ ಎಂದರೆ ಹೇಗೆ? ಆದರೆ ಗೋವಿಂದರಾಯ ಕೋಪಗೊಳ್ಳಲು ಅದಕ್ಕಿಂತ ಹೆಚ್ಚಿನ ಕಾರಣವಿತ್ತು. ತನ್ನ ಮುಖ್ಯ ವೃತ್ತಿಯನ್ನೇ ರಿಯಲ್ ಎಸ್ಟೇಟ್ ಬ್ರೋಕರಿಕೆಯಾಗಿಸಿಕೊಂಡಿದ್ದ ಆತ, ಸತತ ಮೂರು ವರ್ಷ ತನ್ನದೇ ಮನೆಯ ಪಕ್ಕದ ಸೈಟಿನ ಓನರು ಯಾರೆಂಬುದನ್ನು ಕಂಡುಹಿಡಿಯಲು ಪಟ್ಟ ಪಾಡು ಅಷ್ಟಿಷ್ಟಲ್ಲ. ತನ್ನಂಥ ತಾನೇ ಓನರು ಯಾರೆಂಬುದನ್ನು ಕಂಡುಹಿಡಿಯಲಾಗದಿರುವಾಗ ಯಾರೋ ಬಂದು ಸೈಟು ಕೊಂಡಿದ್ದೇನೆ, ಮನೆ ಕಟ್ಟುತ್ತೇನೆ ಅಂದರೆ ಆತನ ಬ್ರೋಕರಿಕೆ ವೃತ್ತಿಗೇ ಎಸೆದ ಸವಾಲಲ್ಲದೇ ಮತ್ತಿನ್ನೇನು? 'ಯಾರದು ಬಂದದ್ದು?

ಅವರ ನಂಬರು, ಡೀಟೇಲುಗಳನ್ನೆಲ್ಲ ತೆಗೆದುಕೊಳ್ಳದೇ ಬಿಟ್ಟದ್ದೇಕೆ?' ಎಂದೆಲ್ಲಾ ಹೆಂಡತಿಯ ಮೇಲೆ ಅಸಮಾಧಾನಗೊಂಡ.

ನೆಲಮಂಗಲದ ಸಮೀಪದ ಗೋವಿಂದರಾಯ ಬೆಂಗಳೂರಿಗೆ ಬಂದು ಮೂವತ್ತು ವರ್ಷಗಳಾಗುತ್ತಾ ಬಂದಿರಬಹುದು. ಹೊಟ್ಟೆಪಾಡಿಗಾಗಿ ಆತ ಮಾಡಿದ ಕೆಲಸಗಳಾವುವು ಎಂಬುದು ಆತನಿಗೇ ನೆನಪಿರಲಿಕ್ಕಿಲ್ಲ. ಕೊನೆಗೂ ಕೈ ಹತ್ತಿದ್ದು ಎಂದರೆ ಈ ಬ್ರೋಕರ್ ಕೆಲಸ. ಅದೂ ಹತ್ತು ವರ್ಷಗಳಿಂದೀಚೆಗೆ. ಪ್ರೈವೇಟ್ ಕಂಪನಿಯೊಂದಕ್ಕೆ ಟೆಂಪೋ ಟ್ರೆವಲರ್ ಓಡಿಸುತ್ತಿದ್ದ ಆತ ಹಣದ ಸಮಸ್ಯೆಯಲ್ಲಿ ಸಿಲುಕಿ, ಮಾವನ ಮನೆಯಿಂದ ವರದಕ್ಷಿಣೆಯಾಗಿ ಸಿಕ್ಕ 30x40ರ ಸೈಟನ್ನು ಮಾರ ಹೊರಟವನು, ಅತೀ ಬುದ್ಧಿವಂತಿಕೆ ಮಾಡಲು ಹೋಗಿ, ಬ್ರೋಕರುಗಳ ನಡುವೆ ಸಿಕ್ಕಿ ಹಾಕಿಕೊಂಡು, ಏನೇನೋ ಕಾಂಪ್ಲಿಕೇಷನ್ನುಗಳಾಗಿ ಮಾರಲಾರದೇ, ಕೊನೆಗೇ ತಾನೇ ಫುಲ್-ಟೈಮ್ ಬ್ರೋಕರ್ ಆಗಿಹೋದ. ಆವಾಗಿನಿಂದಲೇ ಅವನ ಶುಕ್ರದೆಸೆ ಶುರುವಾಯಿತೆನ್ನಬಹುದು. ಮಾರುವವರ ಹತ್ತಿರ ಒಂದು ರೇಟು, ಕೊಳ್ಳುವವರ ಹತ್ತಿರ ಒಂದು ರೇಟು ಮಾತಾಡಿ ನಡುವಿನ ಹಣವನ್ನು ತಾನು ಹೊಡೆಯುವದು, ಕಡಿಮೆ ಬೆಲೆಗೆ ಒಬ್ಬರ ಹತ್ತಿರ ನಿವೇಶನದ ಎಗ್ರಿಮೆಂಟ್ ಹಾಕಿಸಿಕೊಂಡು, ಒಪ್ಪಂದದ ಅವಧಿ ಮುಗಿಯುವ ಒಳಗೇ ಹೆಚ್ಚಿನ ಬೆಲೆಗೆ ಬೇರೆಯವರಿಗೆ ಮಾರಿ ಬಿಡುವುದು, ಇತ್ಯಾದಿಗಳಿಂದ ಶುರುವಾದ ಆತನ ವ್ಯವಹಾರಗಳು; ಖೊಟ್ಟಿ ಖಾತಾ ಸೃಷ್ಟಿಸಿ ಸೈಟು ಮಾರುವುದು, ವಂಶವೃಕ್ಷದಲ್ಲಿಯ ಹಳೆಯ ಹೆಸರನ್ನು ಅಳಿಸಿಹಾಕುವುದರವರೆಗೂ ವಿಸ್ತೃತವಾಯಿತು. ದಲ್ಲಾಳಿಕೆಗೆ ಸಿಗುವ ಕಮೀಷನ್ನಿಗೆ 'ಸರ್ವೀಸ್ ಚಾರ್ಜ್' ಎನ್ನುವ ಪ್ರತಿಷ್ಠಿತ ಹೆಸರೂ ದೊರೆಯಿತು. ಬೈಕು, ಕಾರು, ಬ್ಯಾಂಕ್ ಲಾಕರು, ಸ್ವಂತ ಮನೆಗಳೆಲ್ಲ ತಂತಾನೆ ಬಂದವು. ಅದು-ಇದು ಸಮಾಜ ಸೇವೆ, ಗಣೇಶೋತ್ಸವ ಕನ್ನಡ ರಾಜ್ಯೋತ್ಸವದ ಕಾರ್ಯಕ್ರಮಗಳಲ್ಲಿ ಮುಂಚೂಣಿ, ಒಂದೆರಡು ಸಣ್ಣ ಪೋಲೀಸ್ ಕೇಸುಗಳ ಜೊತೆಗೆ ರಾಜಕೀಯ ನಾಯಕರುಗಳ ಫ್ಲೆಕ್ಸುಗಳ ಹಿಂದಿನ ಹತ್ತಾರು ಮುಖಗಳ ನಡುವೆ ಗೋವಿಂದರಾಯನ ಮುಖವೂ ಕಾಣತೊಡಗಿತು. ಹಿಂದೆ ಹೇಗೋ ಇದ್ದು ಈಗ ಚದರ ಅಡಿ ಜಾಗಕ್ಕೆ ಏಳೆಂಟು ಸಾವಿರ ಬೆಲೆಬಾಳುವ ಬಡಾವಣೆಯಲ್ಲಿ ಒಂದು ರೇಂಜಿಗೆ ಬೆಳೆದು ನಿಂತಿದ್ದ ಆತ.

'ನನಗೆ ಗೊತ್ತಿರದಂತೆ ಈ ಏರಿಯಾದಲ್ಲಿ ಒಂದೇ ಒಂದು ಅಂಗುಲ ಜಾಗವೂ ರಿಜಿಸ್ಟರ್ ಆಗುವುದಿಲ್ಲ' ಎನ್ನುತ್ತಾ ತಿರುಗುತ್ತಿದ್ದ ಗೋವಿಂದರಾಯನಿಗೆ

ದೊಡ್ಡ ಸವಾಲಾದುದು ಅವನ ಮನೆಯ ಪಕ್ಕದ ಸೈಟೇ. ಅದನ್ನು ಹೇಗಾದರೂ ಡೀಲ್ ಮಾಡಬೇಕು ಎಂದು ಹೊಂಚು ಹಾಕುತ್ತಿದ್ದ ಆತನಿಗೆ ಆ ಸೈಟಿನ ಮಾಲೀಕನಾರೆಂದು ಕಂಡುಹಿಡಿಯಲೇ ಸಾಧ್ಯವಾಗಿರಲಿಲ್ಲ. ಹಲವು ಹತ್ತುಕಡೆ ವಿಚಾರ, ಫೋನು ಓಡಾಟಗಳೆಲ್ಲ ಯಾವುದೇ ಸುಳಿವನ್ನು ಬಿಟ್ಟುಕೊಡಲಿಲ್ಲ. ಸಬ್-ರೆಜಿಸ್ಟರಾರ್ ಆಫೀಸಿನಲ್ಲಿ ಲಂಚ ಕೊಟ್ಟು ಆ ಜಾಗದ ಕಾಗದಪತ್ರ ತೆಗೆಸಿ ನೋಡಿದ, ಬಿಬಿಎಂಪಿ ಆಫೀಸಿಗೆ ಹೋಗಿ ಜಾಗಕ್ಕೆ ಟ್ಯಾಕ್ಸ್ ಕಟ್ಟುತ್ತಿರುವವರಾರೆಂದು ನೋಡಿದ. ಅನೇಕ ವರ್ಷಗಳಿಂದ ಆ ನಿವೇಶನಕ್ಕೆ ಟ್ಯಾಕ್ಸೇ ಕಟ್ಟಿರಲಿಲ್ಲ. ಹೋದಲ್ಲೆಲ್ಲ ಮಾಲೀಕನ ಹೆಸರು ಸಿಕ್ಕಿತೇ ವಿನಃ ಆತನ ಸಂಪರ್ಕ ಸಂಖ್ಯೆ ಸಿಗಲಿಲ್ಲ. ಅಲ್ಲಿ ದಕ್ಕಿದ ವಿಳಾಸ ಹುಡುಕಿಕೊಂಡು ಹೋದರೆ ಆ ಮನೆಯಲ್ಲಿ ಯಾರೋ ಬೇರೆಯವರು ವಾಸವಾಗಿದ್ದರು. ಯಾವ ಪ್ರಯತ್ನಗಳೂ ಸಫಲವಾಗದಾಗ ಸೈಟಿನಲ್ಲಿ "ನಾಟ್ ಫಾರ್ ಸೇಲ್, ಕಾಂಟಾಕ್ಟ್..." ಎಂದು ತನ್ನ ಫೋನ್ ನಂಬರನ್ನೇ ಹಾಕಿಕೊಂಡು ಬೋರ್ಡ್ ಒಂದನ್ನು ನೆಟ್ಟ. 'ಸೈಟ್ ಮಾರ್ತೀರಾ ಸಾರ್...' ಎಂಬ ಒಂದಿಷ್ಟು ಕರೆಗಳು ಬಂದದ್ದು ಬಿಟ್ಟರೆ ಯಾವುದೇ ಪ್ರಯೋಜನವೂ ಆಗಲಿಲ್ಲ. ಕೆಲ ದಿನಗಳ ನಂತರ ಆ ಬೋರ್ಡನ್ನೇ ಯಾರೋ ಕದ್ದುಕೊಂಡು ಹೋದದ್ದೂ ಆಯಿತು. ಯಾವುದೋ ಕಾಲಕ್ಕೆ ಸೈಟು ತೆಗೆದುಕೊಂಡ ಪಾರ್ಟಿ ಹೆಚ್ಚಾಗಿ ಫಾರೆನ್ನಿನಲ್ಲೋ ಹೊರ ಊರಿನಲ್ಲೋ ಇದ್ದಾನೆ ಎಂಬುದು ಖಚಿತವಾಗಿತ್ತು ಈತನಿಗೆ. ಯಾವುದೇ ವಾರಸುದಾರರಿಲ್ಲದ ಸೈಟು ಎನ್ನುವ ಕೆಟಗರಿಗೆ ಅದನ್ನು ಸೇರಿಸಿಯೂ ಆಯ್ತು ಆತ. ಆದರೆ ಏರಿಯಾದಲ್ಲೇ ದೊಡ್ಡ ಬ್ರೋಕರಾದವನಿಗೆ ತನ್ನ ಪಕ್ಕದ ಮನೆಯ ಸೈಟು ಯಾರದೆಂಬುದೇ ಗೊತ್ತಿಲ್ಲದಿದ್ದರೆ ಹೇಗೆ? ಹೀಗಾಗಿ– ಆ ಸೈಟು ತನ್ನ ಕೈಯ್ಯಲ್ಲೇ ಇರುವುದೆಂದೂ, ಓನರು ತನಗೆ ತುಂಬಾ ಪರಿಚಯದವರೆಂದೂ, ಸದ್ಯ ಮಾರುವುದಿಲ್ಲವೆಂದೂ ಹೇಳುತ್ತಾ ಅಲೆಯುತ್ತಿದ್ದ.

ಅಂತಹ ದೂರಾಲೋಚನೆಯೇನೂ ಇಲ್ಲದಿದ್ದರೂ, ಆ ಸೈಟಿನಲ್ಲಿ ಒಂದಿಷ್ಟು ಹೂವಿನ ಗಿಡಗಳನ್ನು ನೆಡುವ ಆಲೋಚನೆ ಆತನ ಹೆಂಡತಿಯದು. ಮಾನಸಿಕವಾಗಿ ಹೆಚ್ಚೂ ಕಡಿಮೆ ಸೈಟು ತನ್ನದೆಯೇ ಎಂದುಕೊಂಡಿದ್ದ ಗೋವಿಂದರಾಯ ಮರುದಿನವೇ ಸೈಟಿಗೆ ಬೇಲಿಯನ್ನು ಹಾಕಿಸಿಬಿಟ್ಟ. ಹೂವಿನ ಗಿಡಗಳ ಜೊತೆಗೆ ಒಂದಿಷ್ಟು ಬಾಳೆಯ ಗಿಡಗಳೂ ಬೆಳೆದು ನಿಂತವು. ಪೇಟೆಯಿಂದ ತಂದ ಹಣ್ಣುಗಳಿಗಿಂತ ಆ ಗಿಡದ ಹಣ್ಣುಗಳು ಬಹಳೇ ರುಚಿ ಎನ್ನಿಸುತ್ತಿದ್ದವು ಆತನಿಗೆ. ಹೀಗಿರುತ್ತಿರಲು, ಆ ಸೈಟಿನಲ್ಲಿ ಕಾರ್ ಪಾರ್ಕಿಂಗ್ ವ್ಯವಸ್ಥೆ ಮಾಡಿಕೊಳ್ಳುವ ವಿಚಾರ ಆತನಿಗೆ ಬಂದದ್ದು ಇತ್ತೀಚೆಗೆ.

ಗೋವಿಂದರಾಯನದು ದೊಡ್ಡ ಸಂಸಾರವೇನಲ್ಲ. ಒಬ್ಬನೇ ಮಗ ಪಿಯೂಸಿಗೆ ಬಂದಿದ್ದ. ಆತನನ್ನು ಡಾಕ್ಟರು ಮಾಡಲೇಬೇಕೆಂಬ ಹಠ ಗೋವಿಂದರಾಯನ

ಹೆಂಡತಿಯದು. ಬೆಳಿಗ್ಗೆ ಆರರಿಂದ ಒಂದು ಟ್ಯೂಷನ್ನು, ಕಾಲೇಜು ಮುಗಿಸಿ ಬಂದಮೇಲೆ ರಾತ್ರಿ ಒಂಭತ್ತರವರೆಗೆ ಮತ್ತೊಂದು ಟ್ಯೂಷನ್ನು. ಒಂದೊಂದು ಒಂದೊಂದು ದಿಕ್ಕು. ದಿಕ್ಕು ನೋಡುತ್ತ ಕುಳಿತರೆ ಒಳ್ಳೆಯ ಕೋಚಿಂಗ್ ಸಿಗಬೇಕಲ್ಲ? ಓಡಾಟದಿಂದಲೇ ಆತ ಸುಸ್ತಾಗುತ್ತಿದ್ದ. ಈಕೆಯದೂ ಲೇಡೀಸ್ ಕ್ಲಬ್ಬು, ವಾಕರ್ಸ್ ಗ್ರುಪ್ಪು, ಕಿಟ್ಟಿ ಪಾರ್ಟಿ, ಅದು-ಇದುಗಳೆನ್ನುತ್ತಾ ಮನೆಯ ಹೊರಗಡೆಯ ಓಡಾಟ ಜೋರಾಗಿಯೇ ಇತ್ತು. ಅದೃಷ್ಟವಶಾತ್ ಆಕೆಯ ತವರುಮನೆಯೂ ಬೆಂಗಳೂರಲ್ಲೇ ಇದ್ದುದರಿಂದ ಮನೆಯಲ್ಲಿ ಯಾರೂ ಇಲ್ಲವೆಂದಾಗ ಮಗ ಟ್ಯೂಷನ್ನು ಮುಗಿಸಿ ನೇರ ಅಲ್ಲಿಯೇ ಹೋಗಿರುತ್ತಿದ್ದ. ಒಮ್ಮೊಮ್ಮೆ ತಡರಾತ್ರಿ ಆತನನ್ನು ಅಲ್ಲಿಂದ ಕರೆತರುವ ಅನಿವಾರ್ಯತೆ ಉಂಟಾಗುತ್ತಿತ್ತು. ಹೀಗಾಗಿ ಅವರಿಗೆ ಇನ್ನೊಂದು ಕಾರು ಅತ್ಯವಶ್ಯಕವಾಗಿತ್ತು. ಗೋವಿಂದರಾಯನಿಗೆ ಕೂಡ ಈ ಹಳೇ ಮಾರುತಿ ಕಾರು ಬಿಟ್ಟು ತನ್ನ ಘನತೆಗೆ ತಕ್ಕ ಹೊಸ ಕಾರು ತೆಗೆದುಕೊಳ್ಳಬೇಕಿತ್ತು. ಹೀಗಾಗಿ ಹೊಸ ಸ್ಕಾರ್ಪಿಯೋ ಬಂತು. ಹಳೆಯ ಕಾರು ಹೆಂಡತಿ ಹಾಗೂ ಮಗನಿಗೆಂದಾಯಿತು. ಎರಡೆರಡು ಕಾರಿಡಲು ಮನೆಯಲ್ಲಿ ಜಾಗ ಬೇಕಲ್ಲ? ಹೀಗಾಗಿ ಪಕ್ಕದ ಸೈಟಿನ ಒಂದಿಷ್ಟು ಬಾಳೆಯ ಗಿಡಗಳನ್ನು ಕಡಿಸಿ, ನೆಲಕ್ಕೆ ದಪ್ಪ ಜಲ್ಲಿ ಕಾಂಕ್ರೀಟು ಹಾಕಿಸಿ ಕಾರು ನಿಲ್ಲಿಸುವ ವ್ಯವಸ್ಥೆ ಮಾಡಿಕೊಂಡಿದ್ದ. ತಿಂಗಳೊಪ್ಪತ್ತಿನಲ್ಲಿ ಅಲ್ಲೇ ಹಾಲೋ ಬ್ಲಾಕ್ ಗೋಡೆ ಕಟ್ಟಿ, ಮೇಲೆ ಶೀಟ್ ಹಾಕಿ ಕಾರ್ ಶೆಡ್ ಮಾಡುವ ಆಲೋಚನೆಯೂ ಇತ್ತು ಆತನದು.

ಆ ಸೈಟನ್ನು ಕೊಂಡವನು ಯಾರಿರಬಹುದೆಂಬ ತಲಾಶಿನಲ್ಲಿರುವಾಗಲೇ, ಒಂದು ರಾತ್ರಿ ಮನೆಗೆ ಹಿಂದಿರುಗಿದ ಗೋವಿಂದರಾಯನಿಗೆ ಮತ್ತೊಂದು ಅನಿರೀಕ್ಷಿತ ಕಾದಿತ್ತು. ಪಕ್ಕದ ಸೈಟೆಲ್ಲಾ ಕೊಚ್ಚೆಯಾಗಿ ಈತನ ಅರ್ಧಕ್ಕರ್ಧ ಬಾಳೆಯ ಗಿಡಗಳೆಲ್ಲಾ ಮುರಿದು ಚೆಲ್ಲಾಪಿಲ್ಲಿಯಾಗಿ ಉಳಿದ ಗಿಡಗಳೆಲ್ಲಾ ಧೂಳು ಮುತ್ತಿಕೊಂಡು ಬಾಗಿದ್ದವು. ಸೈಟಿನ ಮೂಲೆಯಲ್ಲಿ ಬೂದಿಮಣ್ಣಿನ ರಾಶಿಯ ನಡುವೆ ಎದ್ದು ನಿಂತ ಕಬ್ಬಿಣದ ಪೈಪು ಈಗಷ್ಟೇ ಅಲ್ಲಿ ಬೋರ್ ಕೊರೆದು ಹೋಗಿರುವುದನ್ನು ಸೂಚಿಸುತ್ತಿತ್ತು. "ನಾನೂ ಮನೆಯಲ್ಲಿರಲಿಲ್ಲ, ಬರುವಷ್ಟರಲ್ಲಿ ಎಲ್ಲರೂ ಹೊರಟು ಹೋಗಿದ್ದರು" ಎಂದಳು ಹೆಂಡತಿ. ಮಗ ಟ್ಯೂಷನ್ನಿನಿಂದ ಇನ್ನೂ ಬಂದಿರಲಿಲ್ಲ. ಮೈಯ್ಯೆಲ್ಲ ಪರಚಿಕೊಳ್ಳುವಂತಾಯಿತು ಗೋವಿಂದರಾಯನಿಗೆ.

ನೋಡನೋಡುತ್ತಲೇ ರಸ್ತೆಯಲ್ಲಿ ಒಂದು ಲೋಡು ಬ್ಲಾಕು ಬಂತು, ನಂತರ ಮರಳು. ಅಲ್ಲೇ ಚರಂಡಿಯ ಮೇಲೆ ಹಾಗೂ ರಸ್ತೆಗೆ ತಾಕಿ ಸಣ್ಣದೊಂದು ಲೇಬರ್

ಶೆಡ್ ಎದ್ದಿತು. ರಸ್ತೆಯ ಮೇಲೆಲ್ಲಾ ಸಾಮಾನು ಹಾಕಿದ್ದಾರೆ, ಶೆಡ್ ಕಟ್ಟಿದ್ದಾರೆ ಎಂದು ಮುನ್ಸಿಪಾಲ್ಟಿಗೆ ದೂರು ಕೊಟ್ಟು ಬಂದ ಗೋವಿಂದರಾಯ. ದೂರಿನಿಂದ ಏನೂ ಆಗುವುದಿಲ್ಲವೆಂದು ಆತನಿಗೂ ಗೊತ್ತಿತ್ತು; ಆದರೆ ಸೈಟಿನ ಓನರು ಸಿಗುತ್ತಾನೆಂದುಕೊಂಡಿದ್ದ, ಸಿಗಲಿಲ್ಲ.

ಮರಳು ಜಲ್ಲಿ ಲಾರಿಯವರ ಹತ್ತಿರ ವಿಚಾರಿಸಿ, ಕೆಲಸಗಾರರಿಗೆ ಧಮಕಿ ಹಾಕಿ, ಮೇಸ್ತ್ರಿಯ ಹತ್ತಿರ ಓನರನಿಗೆ ತನಗೆ ಫೋನ್ ಮಾಡುವಂತೆ ತಿಳಿಸಲು ಒತ್ತಾಯಿಸಿ, ಹೆಂಡತಿ ಮಗನಿಗೂ ಸೈಟ್ ಮಾಲೀಕನನ್ನು ಹಿಡಿಯುವ ಟಾಸ್ಕ್ ನೀಡಿ ಕೊನೆಗೆ ತಾನೇ ಮನೆಯತ್ತ ಹೆಚ್ಚು ಸಮಯ ಕಳೆಯತೊಡಗಿದ. ಮನೆಯ ಪಾಯದ ಗುಂಡಿ ತೋಡಲು ಶುರುಮಾಡುತ್ತಿರುವಂತೆ ಗೋವಿಂದರಾಯನ ಆಕ್ರೋಶ ನೆತ್ತಿಗೇರಿತ್ತು. 'ಅಗತ್ಯದ ಸೆಟ್-ಬ್ಯಾಕ್ ಬಿಡದೇ ಮನೆ ಶುರು ಮಾಡಿದ್ದಾನೆ... ಪ್ಲಾನ್ ಅಪ್ರೂವಲ್ ಏನಿದೆ ತೋರಿಸಿ... ವಾಯುವ್ಯ ಮೂಲೆಯ ಗೋಡೆ ನಮ್ಮ ಕಂಪೌಂಡಿಗೇ ತಾಗುವಂತೆ ಕಾಣುತ್ತದೆ...' ಇತ್ಯಾದಿ ದೂರುಗಳನ್ನೆಲ್ಲಾ ಮುಂದಿಟ್ಟು ಮನೆ ನಿರ್ಮಾಣ ಕಾರ್ಯ ನಿಲ್ಲಿಸುವಂತೆ ಮೇಸ್ತ್ರಿಯ ಹತ್ತಿರ ತಾಕೀತು ಮಾಡಿದ. "ಯಾರೋ ನಿನ್ನ ಓನರು? ಏನೋ ಅವನ ಹೆಸರು, ಕರೆಸು ಅವನನ್ನು..." ಎಂದು ಹಾರಾಡಿದ. ಕಂಪ್ಲೇಂಟ್ ಕೊಟ್ಟು ಕೆಲಸ ನಿಲ್ಲಿಸಿಬಿಡುತ್ತೇನೆಂದು ಹೆದರಿಸಿದ. ಮೇಸ್ತ್ರಿ "ನನಗೆ ಗೊತ್ತಿಲ್ಲಾ ಸಾರ್, ಅವರು ಬಂದಾಗ, ನೀವೇ ಮಾತಾಡಿ" ಅಂದ.

ಕೊನೆಗೂ ಒಂದು ಭಾನುವಾರ ಓನರನ ದರ್ಶನವಾಯಿತು. ಸೆಟ್-ಬ್ಯಾಕುಗಳ ಸಮಸ್ಯೆ ಬಗೆಹರಿಯಲು ಹೆಚ್ಚು ಸಮಯ ಹಿಡಿಯಲಿಲ್ಲ. ಏಕೆಂದರೆ ಗೋವಿಂದರಾಯ ಬಿಟ್ಟ ಜಾಗಕ್ಕಿಂತ ಹೆಚ್ಚನ್ನೇ ಪಕ್ಕದವ ಬಿಟ್ಟಿದ್ದ. ಸಮಸ್ಯೆಯಿದ್ದದ್ದು ಸೈಟಿನ ಹಿಂದಿನ ತುದಿಯ ವಾಯುವ್ಯ ಮೂಲೆಯಲ್ಲಿ. ಅಲ್ಲಿ ಗೋವಿಂದರಾಯ ಪಕ್ಕದ ಸೈಟಿನವರೆಗೂ ಎಳೆದು ತನ್ನ ದೇವರ ಮನೆ ಕಟ್ಟಿಕೊಂಡಿದ್ದ. "ನೀವು ನನ್ನ ಸೈಟಿಗೇ ತಾಗಿ ಗೋಡೆ ಕಟ್ಟಿದ್ದೀರಿ, ಅದಕ್ಕೇ ನಾನು ತಾಗಿ ಕಟ್ಟಿದರೆ ತೊಂದರೆಯೇನು?" ಎಂದು ಪಕ್ಕದವ ಪಟ್ಟು ಹಿಡಿದ. ನಂತರ ಸಿಕ್ಕಾಪಟ್ಟೆ ವಾದ ವಿವಾದಗಳಾಗಿ, ಕೊನೆಗೂ ಸೋತ ಪಕ್ಕದವನೇ ಒಂದು ಅಡಿ ಜಾಗ ಬಿಡುವುದೆಂದು ತೀರ್ಮಾನವಾಯಿತು. ಎಲ್ಲ ಮುಗಿದಮೇಲೆ "ಯಾರಿಂದ ಸೈಟು ಖರೀದಿಸಿದಿರಿ?" ಎಂಬ ಗೋವಿಂದರಾಯನ ಪ್ರಶ್ನೆಗೆ ನಿಖರ ಉತ್ತರ ಸಿಗಲಿಲ್ಲ. ಕೆದಕಿ ಕೇಳಿ ವಿವರಗಳನ್ನು ತಿಳಿದುಕೊಳ್ಳುವ ಪರಿಸ್ಥಿತಿಯೂ ಇರಲಿಲ್ಲ.

ಅತ್ತ ಗೋವಿಂದರಾಯ "ಒಳ್ಳೆ ಡೀಲಿನಲ್ಲಿ ನಾನೇ ಕೊಡಿಸಿದ್ದು ಸೈಟು" ಎಂದು ತನ್ನ ಬಳಗವನ್ನೆಲ್ಲಾ ಸಾಕ್ಷಿ ಪುರಾವೆಗಳನ್ನು ಸೃಷ್ಟಿಸಿ ನಂಬಿಸುವ ಹೊತ್ತಿಗೆ ಇತ್ತ ಪಕ್ಕದ ಮನೆ ಲಿಂಟಲಿನವರೆಗೂ ಎದ್ದು ನಿಂತಿತ್ತು. ಮೊದಲೇ ಊಹಿಸಿದಂತೆ

ವಾಯುವ್ಯ ಮೂಲೆಯಲ್ಲಿ ಒಂದು ಅಡಿ ಬಿಟ್ಟು ಕಟ್ಟಿದ್ದ ಕೋಣೆ ಟಾಯ್ಲೆಟ್ಟೇ ಆಗಿತ್ತು. ಗೋವಿಂದರಾಯನಿಗೆ ಅದು ದೇವಮೂಲೆಯಾಗಿದ್ದರೆ ಪಕ್ಕದವನಿಗೆ ಅದು ವಾಯುಮೂಲೆಯಾಗಿತ್ತು. ಏನೂ ಮಾಡುವಂತಿಲ್ಲ, ಅನಿವಾರ್ಯ. ಆದರೆ ಟಾಯ್ಲೆಟ್ಟಿನ ವೆಂಟಿಲೇಟರನ್ನು ಈತನ ದೇವರಮನೆಯ ದಿಕ್ಕಿಗೇ ಇಟ್ಟಿರುವುದು ಗೋವಿಂದರಾಯನಿಗೆ ಒಮ್ಮತವಿರಲಿಲ್ಲ. ಮತ್ತೆ ಕ್ಯಾತೆ ತೆಗೆದ. "ನಿಮ್ಮ ಮನೆ ಸಂಡಾಸಿನಲ್ಲಿ ಕುಂತು ಬಿಟ್ಟ ಹೂಸನ್ನು ನಮ್ಮನೆ ದೇವರು ಕುಡೀಬೇಕಾ?" ಎಂದು ರೇಗಾಡಿದ. ತನ್ನ ಸೈಟಿಗೇ ತಾಗಿ ದೇವರ ಮನೆಯ ಗೋಡೆ ಕಟ್ಟಿದ್ದು ಗೋವಿಂದರಾಯನ ಮೊದಲ ತಪ್ಪು ಎಂದು ಪಕ್ಕದವ ವಾದ ಮಾಡಿದನಾದರೂ ಕೊನೆಗೆ ವಿಧಿಯಿಲ್ಲದೇ ವೆಂಟಿಲೇಟರನ್ನು ಬದಲಿಸಿ ಬೇರೆ ದಿಕ್ಕಿಗೆ ಹಾಕಿಕೊಂಡ.

ಪಕ್ಕದ ಮನೆಯ ಮಾಲೀಕ ಸೈಟಿನ ಹತ್ತಿರ ಕಾಣುವುದೇ ಅಪರೂಪವಾಗಿತ್ತು. ಎರಡು ವಾರಕ್ಕೊಮ್ಮೆಯೋ ಮೂರು ವಾರಕ್ಕೊಮ್ಮೆಯೋ ವಾರಾಂತ್ಯದಲ್ಲಿ ಮಾತ್ರ ತುಸು ಹೊತ್ತು ಮುಖ ತೋರಿಸುತ್ತಿದ್ದ ಆತ. ಅವನ ಮೇಲಿನ ಕೋಪವನ್ನೆಲ್ಲಾ ಕೆಲಸಗಾರರ ಮೇಲೇ ತೋರಿಸುತ್ತಿದ್ದ ಗೋವಿಂದರಾಯನಿಗೆ ಮಾಲೀಕನನ್ನು ಮಟ್ಟಹಾಕುವ ಸದವಕಾಶವೊಂದು ಲಭಿಸಿಬಿಟ್ಟಿತು. ಮನೆಯ ಬ್ಲಾಕುವರ್ಕುಗಳೆಲ್ಲಾ ಆಗಿ ಪ್ಲಾಸ್ಟರಿಂಗು ಮುಗಿಯುವ ಹೊತ್ತಿಗೆ ಪಶ್ಚಿಮದ ಕಡೆಯ ಛಜ್ಜಾವೊಂದು ಈತನ ಪ್ಲಾಟಿನ ಗಡಿಯ ಒಳಗೆ ತುಸು ಮುಂದಕ್ಕೆ ಚಾಚಿರುವುದು ಖಾತ್ರಿಯಿತ್ತು. ಪಕ್ಕದವ ಬರುವುದನ್ನೇ ಕಾದು ಹೋಗಿ ಹಿಡಿದ. "ಛಜ್ಜಾ ಒಳಕ್ಕೆ ಬಂದಿದೆ" ಅಂದ. ಆತನನ್ನು ಪಕ್ಕದಲ್ಲೇ ನಿಲ್ಲಿಸಿಕೊಂಡು, ತನ್ನ ಮನೆಯ ಕಂಪೌಂಡಿನ ಎದುರು ನೇರಕ್ಕೆ ನಿಂತು ಒಂದು ಕಣ್ಣನ್ನು ಮುಚ್ಚಿ ಕುತ್ತಿಗೆಯನ್ನು ತುಸು ವಾರೆ ಮಾಡಿ ಇನ್ನೊಂದು ಕಣ್ಣಿನಿಂದ ಛಜ್ಜಾ ಹಾಗೂ ಕಂಪೌಂಡನ್ನೇ ನೋಡುತ್ತಾ ಕೆಲ ಸೆಕೆಂಡು ನಿಂತ. "ಮಿನ್ನೀಮಮ್ ಆದ್ರೂ ಒಂದಿಂಚು ಒಳಗಿದೆ" ದೃಢವಾದ ದನಿಯಲ್ಲಿ ಹೇಳಿದ. ಆತನೇ ಮೇಸ್ತ್ರಿಯನ್ನು ಕೂಗಿ ಕರೆದು ತೂಗುಗುಂಡು ತರುವಂತೆ ಹೇಳಿದ. ಅದನ್ನೇ ಛಜ್ಜಾದ ತುದಿಗೆ ಹಿಡಿಸಿ ದಾರವನ್ನು ಇಳಿ ಬಿಡಿಸಿ "ಹಾಂ... ಸ್ವಲ್ಪ, ಈಕಡೆ, ಅಲ್ಲಿ... ಅಲ್ಲಿ... ಸ್ವಲ್ಪ ಆ ಕಡೆ... ಬೆರಳು ಲೂಸ್ ಬಿಡು..." ಎಂದೆಲ್ಲಾ ಅನ್ನುತ್ತಾ ಪ್ಲಂಬ್ ಹಿಡಿಸಿದ. ತೂಗುಗುಂಡಿನ ತುದಿ ಅತ್ತಿತ್ತ ವಾಲುತ್ತಾ ನಿಧಾನವಾಗಿ ಒಂದು ಬಿಂದುವಿನಲ್ಲಿ ಬಂದು ನಿಂತಿತು. "ನೋಡಿ... ಬರೋಬ್ಬರಿ ಒಂದು ಇಂಚು!" ಎಂದು ಉದ್ಗರಿಸಿದ ಗೋವಿಂದರಾಯ, ಯುದ್ಧ ಗೆದ್ದವನಂತೆ! "ನಮ್ಮದು ಇದೇ ಫೀಲ್ಡು, ನೋಡಿದ ತಕ್ಷಣ ಗೊತ್ತಾಗಿಬಿಡುತ್ತೆ. ನಿಮಗೆ ತೋರಿಸುವುದಕ್ಕೋಸ್ಕರ ಪ್ಲಂಬ್ ಹಿಡಿಸಿದೆ ಅಷ್ಟೇ" ಎಂದ.

ಛಜ್ಜಾ ಒಡೆಯಲೇಬೇಕೆಂಬ ತೀರ್ಮಾನವಾಯಿತು.

ಹೊಸಮನೆಯ ಪ್ಯಾರಾಪೆಟ್ಟು ಗೋಡೆಯೂ, ಈತನ ಪ್ಯಾರಾಪೆಟ್ಟು ಗೋಡೆಯೂ ಹಿಂದಿನ ಭಾಗದಲ್ಲಿ ಕೇವಲ ಒಂದೆರಡು ಅಡಿಯ ಅಂತರದಲ್ಲೇ ಇತ್ತು. ಒಂದು ಮನೆಯಿಂದ ತುಸು ಕಾಲಗಲಿಸಿ ಆಚೆ ಇಟ್ಟು ಇನ್ನೊಬ್ಬರ ಟೆರೇಸಿಗೆ ಹೋಗಬಹುದಾದಷ್ಟು. ಮಹಾನಗರದಲ್ಲಿ ಇದೆಲ್ಲ ಸರ್ವೇಸಾಮಾನ್ಯ ಎನ್ನುವುದಕ್ಕಿಂತ, ಮನೆಗಳು ಹತ್ತಿರವಿದ್ದಷ್ಟೂ ಸುರಕ್ಷತೆಯ ದೃಷ್ಟಿಯಿಂದ ಒಳ್ಳೆಯದೇ ಆದ್ದರಿಂದ ಗೋವಿಂದರಾಯ ಅದಕ್ಕೆ ಅಷ್ಟೇನೂ ತಲೆ ಕೆಡಿಸಿಕೊಳ್ಳಲು ಹೋಗಲಿಲ್ಲ.

ನಂತರ– ಅಲ್ಲಿ ಸಿಮೆಂಟು ಬಿತ್ತು, ಇಲ್ಲಿ ಕ್ಲೀನ್ ಮಾಡಿಲ್ಲ, ರಾತ್ರಿ ತಡ ಹೊತ್ತಿನವರೆಗೂ ಡ್ರಿಲ್ ಮಾಡ್ತಾರೆ, ನಮ್ಮ ಮಗನಿಗೆ ಓದಲು ಡಿಸ್ಟರ್ಬ್ ಆಗುತ್ತೆ ಎಂಬೆಲ್ಲ ನಿತ್ಯದ ತಕರಾರುಗಳನ್ನೆದುರಿಸುತ್ತ, ಗೋವಿಂದರಾಯನ ಮನೆಯ ಎರಡು ದಿಕ್ಕಿನ ಗೋಡೆಗಳಿಗೂ ಹೊಸದಾಗಿ ಪೇಂಟ್ ಮಾಡಿಸಿಕೊಡುವುದರೊಂದಿಗೆ ಪಕ್ಕದವ ಗೃಹಪ್ರವೇಶ ಮಾಡಿ ಮುಗಿಸಿದ. ಈತನ ಮನೆಗೇ ಬಂದು ಆಮಂತ್ರಣ ಕೂಡ ನೀಡಿ ಹೋದ. ಹೆಂಡತಿಯನ್ನು ಮಾತ್ರ ಕಾರ್ಯಕ್ರಮಕ್ಕೆ ಕಳಿಸಿದ ಗೋವಿಂದರಾಯ ಅಡುಗೆಗೆ ಯಾವ ಯಾವ ಸ್ವೀಟ್ ಮಾಡಿಸಿದ್ದರೆಂಬುದನ್ನು ಕೇಳಿ ತಿಳಿದುಕೊಂಡ.

ಅಂದಹಾಗೇ, ಪಕ್ಕದವ ಹೊಸ ಮನೆಗೆ ಬಂದು ನೆಲೆಸಿದ ಮೇಲೆ ಸಮಸ್ಯೆಗಳೇನೂ ಪರಿಹಾರವಾಗಿರಲಿಲ್ಲ. 'ನಿಮ್ಮ ಮನೆಯ ಓವರ್‌ಹೆಡ್ ಟ್ಯಾಂಕಿನಿಂದ ಓವರ್‌ಫ್ಲೋ ಆದ ನೀರು ನಮ್ಮನೆ ಗೇಟಿನ ಎದುರೇ ಬೀಳುತ್ತೆ, ಪೈಪು ಬೇರೆಡೆ ಡೈವರ್ಟ್ ಮಾಡಿ'... 'ನಿಮ್ಮ ಮನೆಯ ಟೆಲಿಫೋನ್ ಕೇಬಲ್ಲು ನಮ್ಮ ಟೆರೇಸಿನ ಮೇಲೇ ಹಾದು ಹೋಗಿದೆ, ಆಚೆ ಕಡೆಯಿಂದ ಕೇಬಲ್ಲು ಎಳೆದುಕೊಳ್ಳಿ' ಎನ್ನುತ್ತ ಗೋವಿಂದರಾಯ ಒಂದಿಲ್ಲೊಂದು ಕಿರಿಕ್ಕು ಮಾಡುತ್ತಲೇ ಇದ್ದ. ಪಕ್ಕದವ ಕೂಡ ತನಗೆ ಸರಿ ಅನ್ನಿಸಿದ್ದನ್ನು ಮಾಡುತ್ತ, ಮತ್ತೊಮ್ಮೆ ಇವನೊಡನೆ ವಾದ ಮಾಡುತ್ತ ತನ್ನ ಪಾಡಿಗೆ ತಾನಿರುತ್ತಿದ್ದ. ಆತನ ಹೆಂಡತಿಯಂತೂ ಮನೆಯಲ್ಲಿ ಇದ್ದಾಳೋ ಇಲ್ಲವೋ ಎನ್ನುವಂತಿರುತ್ತಿದ್ದಳು. ಮಕ್ಕಳಾರೂ ಇದ್ದಂತಿರಲಿಲ್ಲ. ಹೀಗಾಗಿ ಎರಡೂ ಮನೆಗಳ ನಡುವೆ ತಿಕ್ಕಾಟ ಗೊಣಗಾಟಗಳ ಅವಶ್ಯಕತೆಯೂ ದಿನಗಳೆದಂತೆ ಕಡಿಮೆಯಾಗಿಬಿಟ್ಟಿತು.

ಆದಿನ ರಾತ್ರಿ ಸುಮಾರು ಹತ್ತು ಘಂಟೆಯಾಗಿರಬಹುದು. ಗೆಳೆಯನೊಬ್ಬನೊಡನೆ ಸುದೀರ್ಘ ದೂರವಾಣಿ ಸಂಭಾಷಣೆಯ ಕೊನೆಯ ಹಂತದಲ್ಲಿದ್ದ ಗೋವಿಂದರಾಯ.

ಆ ಗೆಳೆಯ "ನೀನ್ಯಾಕೆ ಮುಂದಿನ ಬಾರಿಯ ಕಾರ್ಪೋರ್‌ರೇಟರ್ ಚುನಾವಣೆಗೆ ನಿಲ್ಲಬಾರದು?" ಎಂಬ ಪ್ರಶ್ನೆಯನ್ನು ಕೇಳಿದ್ದ, ಗೋವಿಂದರಾಯ ಗೆಲ್ಲಬಹುದಾದ ಎಲ್ಲ ಸಾಧ್ಯತೆಗಳನ್ನೂ ವಿವರವಾಗಿ ವಿಶ್ಲೇಷಿಸಿದ್ದ. ಅಲ್ಲದೇ ಚುನಾವಣೆಗೆ ಇನ್ನೂ ಒಂದು ವರ್ಷವಿದ್ದು, ತಯಾರಿಗೆ ಸಾಕಷ್ಟು ಸಮಯವಿರುವುದಾಗಿಯೂ ತಿಳಿಸಿದ್ದ. 'ಈಗಾಗಲೇ ಸಾಕಷ್ಟು ಹೆಸರಿದೆ. ಏರಿಯಾದಲ್ಲೆಲ್ಲ ಒಳ್ಳೇ ರೆಪುಟೇಷನ್ ಮೆಂಟೇನ್ ಮಾಡು. ಎಲ್ಲರನ್ನೂ ಚೆನ್ನಾಗಿ ಮಾತಾಡಿಸಿ ರಿಲೇಷನ್ ಬಿಲ್ಡ್ ಮಾಡ್ಕೊ. ಕೈಲಾದ ಚಿಕ್ಕ ಪುಟ್ಟ ಹೆಲ್ಪ್ ಮಾಡ್ತಾ ಇರು; ಎಲ್ಲಾ ಎಲೆಕ್ಷನ್ ಮುಗಿಯೋವರೆಗೆ ಮಾತ್ರ...' ಎನ್ನುವ ಟಿಪ್ಸ್‌ಗಳನ್ನೂ ಕೊಟ್ಟಿದ್ದ. ಈ ಒಂದು ಹೊಸ ಅವಕಾಶದ ಹೆಬ್ಬಾಗಿಲನ್ನು ತಲೆಯೊಳಗೆ ತೆರೆದುಕೊಂಡು ಗೋವಿಂದರಾಯ ಫೋನನ್ನು ಕೆಳಗಿಡುತ್ತಿರುವಂತೆಯೇ ಟೆರೇಸಿನ ಮೇಲೆ ಏನೋ ಗಲಾಟೆ ಕೇಳಿಸತೊಡಗಿತು. ನಡುವೆ "ಅಯ್ಯೋ... ಅಮ್ಮಾ..." ಅನ್ನುವ ಕೂಗು ಆತನ ಮಗನದೇ ಎಂಬುದು ಸ್ಪಷ್ಟವಾಗುತ್ತಿರುವಂತೆ ಎದೆ 'ಧಸ' ಎಂದು ಮೇಲಕ್ಕೆ ಓಡಿದ ಆತ.

ಪಕ್ಕದಮನೆಯ ಮಾಲೀಕ ತನ್ನ ಟೆರೇಸಿನ ಮೇಲೆ ಗೋವಿಂದರಾಯನ ಮಗನ ಕೊರಳಿನ ಕಾಲರನ್ನು ಬಿಗಿಯಾಗಿ ಹಿಡಿದುಕೊಂಡಿದ್ದ. ಮಗ ಬಿಡಿಸಿಕೊಳ್ಳಲು ಕೊಸರಾಡುತ್ತಿದ್ದ.

ದೃಶ್ಯ ನೋಡಿದ ಗೋವಿಂದರಾಯ ಹೌಹಾರಿ "ಏ... ಬಿಡೋ... ಏನಾಯ್ತೋ..." ಎನ್ನುತ್ತ ಧಾವಿಸಿದ.

"ಏನಾಯ್ತು ಅಂತ ನಿಮ್ಮ ಮಗನನ್ನೇ ಕೇಳಿ" ಅಂದ ಪಕ್ಕದವ.

ಅಷ್ಟರೊಳಗೆ ಗೋವಿಂದರಾಯನ ಹೆಂಡತಿಯೂ ಬಂದು ಸೇರಿಕೊಂಡಳು. ಜಗಳ ತುಸು ಜೋರೇ ಆಯಿತು.

"ಮೊದ್ಲು ಬಿಡು ಅವನನ್ನ..." ಗೋವಿಂದರಾಯ ಗದರಿಸಿದ.

"ಬಿಡಲಿಕ್ಕೆ, ನಮ್ಮನೆ ಟೆರೇಸಿಗೆ ಬಂದದ್ದು ಯಾಕೆ ಅಂತಾ ಕೇಳಿ ಫಸ್ಟು" ಎಂದ ಪಕ್ಕದವ.

"ಅಲ್ಲಿಗ್ಯಾಕೆ ಹೋದ್ಯೋ..." ಎಂದು ಗೋವಿಂದರಾಯನ ಹೆಂಡತಿ ಎರಡೆರಡು ಬಾರಿ ಕೇಳಿದಮೇಲೆ "ಮೊಬೈಲ್ ಸಿಮ್ಮು ಚೇಂಜ್ ಮಾಡ್ತ ಇದ್ದೆ, ಅದು ಹಾರಿ ಇವರ ಟೆರೇಸ್ ಮೇಲೆ ಬಿತ್ತು, ಹುಡುಕಲಿಕ್ಕೆ ಅಂತಾ ಬಂದೆ" ಅಂದ ಹುಡುಗ.

"ಏನು? ಮೊಬೈಲ್ ಸಿಮ್ಮಿಗೆ ರೆಕ್ಕೆ ಇದ್ಯಾ ಹಾರಿಕೊಂಡು ಬಂದು ನಮ್ಮನೆ ಟೆರೇಸಿನ ಮೇಲೆ ಬೀಳೊಕ್ಕೆ?" ಅಂತಾ ಆತನೂ, "ಹೌದೂರೀ, ಅವ ಊಟಾ ಆದ್ಮೇಲೆ ಮೇಲೆ ಬಂದು ಫ್ರೆಂಡ್ ಹತ್ರ ಫೋನಲ್ಲಿ ಸ್ಟಡೀ ಬಗ್ಗೆ ಡಿಸ್ಕಸ್ ಮಾಡ್ತಾನೆ ಡೇಲೀ..." ಅಂತಾ ಹುಡುಗನ ಅಮ್ಮನೂ, "ಮೊದಲು ಅವನನ್ನು ಬಿಡ್ರೀ, ಆಮೇಲೆ ಯಾಕೆ

ಹೋಗಿದ್ದಾ ಅಂತಾ ನೋಡೋಣ... ಏನು? ನಿಮ್ಮನೆ ಟೆರೇಸಿಗೆ ಯಾರೂ ಹೋಗ್ಲೇ ಬಾರ್ದಾ?" ಅಂತಾ ಗೋವಿಂದರಾಯ, "ಅದು ಇದು ಸುಳ್ಳು ಬೊಗಳಬೇಡ, ಯಾಕೆ ಬಂದದ್ದು ಅಂತಾ ನಿನಗೇ ಗೊತ್ತು, ಉಳಿದವ್ರಿಗೂ ಗೊತ್ತಾಗ್ಲಿ... ಹೇಳು" ಎನ್ನುತ್ತ ಪಕ್ಕದವನು... ಹೀಗೇ ಒಬ್ಬರಿಗೊಬ್ಬರು ಮಾತು ಬೆಸೆದು ದನಿ ಕೂಡಾ ಜೋರಾಗತೊಡಗಿತು.

ಗಲಾಟೆ ಕೇಳಿ, ಹಿಂದಿನ ಮನೆಯ ಮಾಲೀಕ ಹಾಗೂ ಆತನ ಹೆಂಡತಿ ಅವರ ಮನೆಯ ಟೆರೇಸಿಗೆ ಬಂದರು. ರಸ್ತೆಯ ಇನ್ನೊಂದು ಬದಿಯ ಪೂರ್ಣ ಕತ್ತಲೆಯಲ್ಲಿದ್ದ ಅಪಾರ್ಟ್‌ಮೆಂಟಿನ ಕೆಲವು ಮನೆಯ ದೀಪಗಳು ಹೊತ್ತಿಕೊಂಡು, ಕಿಟಕಿ ಪರದೆಯ ಹಿಂದೆ ಮುಖಗಳು ಕಾಣಿಸತೊಡಗಿದವು. ಒಂದಿಬ್ಬರು ಬಾಲ್ಕನಿಯಲ್ಲಿ ಬಂದು ನಿಂತು ನೋಡತೊಡಗಿದರು.

ಪಕ್ಕದ ಮನೆಯವ ಈಗ ಜೋರಾಗೇ ಮಾತಾಡತೊಡಗಿದ. "ನಿಮ್ಮ ಮಗನಿಗೆ ಏನೋ ರೋಗ ಇದೆ, ಡಾಕ್ಟರಿಗೆ ತೋರಿಸಿ..."

"ಬಾಯಿಗೆ ಬಂದ ಹಾಗೆ ಮಾತಾಡ್ಬೇಡ್ರೀ, ಮೊದಲು ಏನಾಯ್ತು ಅಂತಾ ಹೇಳ್ರೀ..." ಎನ್ನುತ್ತಾ ಗೋವಿಂದರಾಯನೂ ಟೆರೇಸ್ ಹಾರಿ ಇತ್ತ ಬಂದ.

"ಕೇಳ್ರೀ, ಇವನನ್ನೇ... ಸಿಮ್ಮು ಹುಡುಕಲು ಬಂದೆ, ಅಂದ್ನಲ್ಲಾ... ಕೇಳಿ, ಕೈಲಿ ಏನು ಹಿಡ್ಕೊಂಡಿದ್ದಾ ಅಂತಾ..." ಎನ್ನುತ್ತಾ ಹುಡುಗನತ್ತ ತಿರುಗಿ "ಬೋಳೀ ಮಗನೆ, ರಾತ್ರಿ ಕದ್ದು ಬಂದು ಒಣಗಲು ಹಾಕಿದ ಬೇರೆಯವರ ಮನೆ ಹೆಂಗಸರ ಬ್ರಾ ಕಾಚಾ ಮೂಸ್ತೀಯಾ... ಲೋಫರ್..." ಎಂದು ತಲೆಯಮೇಲೆ ರಪ್ಪನೆ ಹೊಡೆದ. "ನೋಡ್ತಾನೇ ಇದೀವಿ. ಬೆಳಿಗ್ಗೆ ನೋಡಿದ್ರೆ ಯಾವ್ಯಾವ್ದೋ ಅವಸ್ಥೇಲಿ ಎಲ್ಲೆಲ್ಲೋ ಬಿದ್ದಿರ್ತಿತ್ತು, ಒಮ್ಮೊಮ್ಮೆ ಕಾಣೆಯೇ ಆಗಿರ್ತಿತ್ತು. ಎರಡು ತಿಂಗಳಿಂದಾ ಈ ಹಲ್ಕಾ ಕೆಲಸ ಯಾರು ಮಾಡ್ತಿದಾರೆ ಅಂತಾ ತಲೆ ಕೆಡಿಸಿಕೊಂಡು ನೋಡ್ತಾ ಇದ್ದೆ, ಇವತ್ತು ರೆಡ್‌ಹ್ಯಾಂಡ್ ಆಗಿ ಹಿಡದಿದೀನಿ..."

"ರೀ, ಹಂಗೆಲ್ಲಾ ಮಾಡೊಲ್ಲಾರೀ ನಮ್ಮಗ. ಏನೇನೋ ಹೇಳ್ಬೇಡ್ರೀ..." ನಿಂತಲ್ಲಿಂದ್ಲೇ ಹೇಳಿದಳು ಗೋವಿಂದರಾಯನ ಹೆಂಡತಿ. "ಬೆಳಿಗ್ಗೆ ಹೋದ್ರೆ, ರಾತ್ರೆ ಬರ್ತಾನೆ ಮನೆಗೆ, ಟ್ಯೂಷನ್ನು ಕಾಲೇಜು ಬಿಟ್ಟು ಹೊರಗಡೆ ಹೋದೋನಲ್ಲ. ಪಾಪ... ಇವತ್ತು ಯಾಕೋ ಫೋನ್ ಮಾಡ್ಬೇಕು ಅಂತಾ ಮೇಲೆ ಬಂದ..."

"ಅದೆಲ್ಲಾ ಮಾಡಿಲ್ಲಾ... ಅವನ್ನ ಬಿಡಿ ಫಸ್ಟು..." ಎನ್ನುತ್ತಾ ಮಗನನ್ನು ಬಿಡಿಸಲು ಗೋವಿಂದರಾಯ ಹತ್ತಿರ ಬರುತ್ತಿರುವಂತೆಯೇ ಆತನ ದಿಕ್ಕಿಗೇ ಹುಡುಗನನ್ನು ನೂಕಿ "ಕಾಚಾ ಕೈಲಿ ಹಿಡಿದು ನೆಕ್ತಾ ಇರೋವಾಗ್ಲೇ ಹಿಡದೀದೀನಿ. ನನ್ನ ಕಂಡಕೂಡ್ಲೇ ಅಲ್ಲೇ ಬಿಸಾಕಿ ಓಡೋಗ್ತಾ ಇದ್ದ, ಸಿಕ್ಕಿ ಬಿದ್ದ. ಇದೇ ಕೊನೆ. ಮತ್ತೇನಾದ್ರೂ ಇತ್ತ ಬಂದ್ರೆ,

ಮೊದಲು ನಾನೇ ಕೈ ಕಾಲು ಮುರಿದು ಆಮೇಲೆ ಪೋಲೀಸರಿಗೆ ಕೊಡ್ತೀನಿ..." ಎಂದು ಘರ್ಜಿಸಿದ ಪಕ್ಕದವ.

ಇಲ್ಲಿಯವರೆಗೂ ಸುಮ್ಮನೇ ನೋಡುತ್ತಾ ನಿಂತಿದ್ದ ಹಿಂದಿನ ಮನೆಯವನ ಹೆಂಡತಿ "ಈಗ್ಲೇ ಮಾಡಿ ಪೋಲೀಸರಿಗೆ ಫೋನು, ಇಂಥವರು ಅಕ್ಕ ಪಕ್ಕ ಇದ್ರೆ ಭಾರೀ ಡೇಂಜರು..." ಎನ್ನುತ್ತಾ ದನಿಗೂಡಿಸಿದಳು. ಆಕೆಯ ಗಂಡನೂ "ಹೌದು, ಹೌದು" ಅಂದ.

ಬಿಡಿಸಿಕೊಂಡು ವಾಪಸ್ ತನ್ನ ಮನೆಯ ಟೆರೇಸಿಗೆ ಬಂದ ಮಗನನ್ನು "ಥೂ... ಥೂ..." ಅನ್ನುತ್ತ ಗೋವಿಂದರಾಯನ ಹೆಂಡತಿ ಬೆನ್ನಿನ ಮೇಲೆ ರಪರಪನೆ ಹೊಡೆಯತೊಡಗಿದಳು.

"ರೀ..." ಸಮಾಧಾನದಿಂದ ಪಕ್ಕದವನನ್ನು ಕರೆಯೋಣ ಎಂದುಕೊಂಡ ಗೋವಿಂದರಾಯನಿಗೆ, ಆತನ ಹೆಸರು ತನಗೆ ಗೊತ್ತಿಲ್ಲದಿರುವುದು ಅರಿವಿಗೆ ಬಂದು ತುಸು ತಡವರಿಸಿ, "ರೀ... ಇವರೆ... ಇನ್ನೊಂದ್ಸಲಾ ಏನಾದ್ರೂ ರಿಪೀಟಾದ್ರೆ, ನೀವ್ಯಾಕೆ, ನಾನೇ ಫಸ್ಟು ಅವನನ್ನು ಪೋಲೀಸರಿಗೆ ಹಿಡಿದು ಕೊಡ್ತೀನಿ, ಗ್ಯಾರಂಟಿ... ಇವರೇ... ಬೇಕಿದ್ರೆ ನೋಡಿ..." ಎನ್ನುತ್ತಾ ತೊದಲಿದ. ನಿಧಾನವಾಗಿ ಹಿಂಸರಿಯುತ್ತ, ಮಗನೊಡನೆ ವಾದ ಮಾಡುತ್ತ ನಿಂತಿದ್ದ ಹೆಂಡತಿಯತ್ತ ತಿರುಗಿ "ಆ ನಾಯಿ ನನ್ ಮಗನ್ನ ಮನೆ ಒಳಗೆ ಕರ್ಕೊಂಡು ಹೋಗೇ..." ಎಂದು ಜೋರಾಗಿ ಚೀರಿದ.

ಘಟನೆ ನಡೆದು ಎರಡು ದಿನಗಳಾದರೂ ಗೋವಿಂದರಾಯ ಮನೆ ಬಿಟ್ಟು ಹೊರಗೆ ಹೋಗಿರಲಿಲ್ಲ. ಹೆಚ್ಚಿನ ವ್ಯವಹಾರಗಳನ್ನೆಲ್ಲ ಫೋನಿನಲ್ಲೇ ಮಾಡುತ್ತಾ ಮೈಗೆ ಹುಷಾರಿಲ್ಲವೆಂದು ತಿರುಗಾಟಗಳನ್ನು ತಪ್ಪಿಸಿಕೊಳ್ಳುತ್ತಿದ್ದ. ಆದಿನ ಸಂಜೆ ಕಾಫಿ ಕುಡಿದು ಟಿವಿ ನೋಡುತ್ತ ಕುಳಿತಿದ್ದ ಆತನಿಗೆ ಯಾವುದೋ ಅಪರಿಚಿತ ನಂಬರಿನಿಂದ ಫೋನ್ ಒಂದು ಬಂತು. ಫೋನ್ ಮಾಡಿದವ ತಾನು ಕೇರಳದ ಕಾಸರಗೋಡಿನಿಂದ ಕರೆ ಮಾಡುತ್ತಿರುವುದಾಗಿಯೂ, ಅದು ಹೇಗೋ ಅದೃಷ್ಟವಶಾತ್ ಯಾರದೋ ಮುಖಾಂತರ ಗೋವಿಂದರಾಯನ ನಂಬರ್ ಆತನಿಗೆ ದೊರಕಿರುವುದಾಗಿಯೂ, ಸಮಸ್ಯೆಯಲ್ಲಿರುವ ತನಗೆ ಗೋವಿಂದರಾಯನಿಂದ ಖಂಡಿತ ಸಹಾಯವಾಗುವುದೆಂದು ನಂಬಿರುವುದಾಗಿ ತಿಳಿಸಿದ. ಬೆಂಗಳೂರು ಸೇರಿದಂತೆ ಹಲವೆಡೆ ಸರ್ಕಾರಿ ಕೆಲಸದಲ್ಲಿ ಸೇವೆ ಸಲ್ಲಿಸಿ ನಿವೃತ್ತನಾದ ಮೇಲೆ ಮೂಲ ಊರಾದ ಕಾಸರಗೋಡಿನಲ್ಲಿ ನೆಲೆಸಿರುವುದಾಗಿ ಪರಿಚಯಿಸಿಕೊಂಡ.

"ಸರಿ ಏನು ವಿಷಯ ಹೇಳಿ" ಎಂದು ಗೋವಿಂದರಾಯ ಕೇಳುತ್ತಿರುವಂತೆ, ಆ ವ್ಯಕ್ತಿ ಮಾತು ಮುಂದುವರಿಸಿದ.

"ಸರ್... ಈಗ ನೀವಿರೋ ಮನೆಯ ಪಕ್ಕದ ಸೈಟು ನಂದು. ಸುಮಾರು ಮೂವತ್ತು ವರ್ಷಗಳ ಹಿಂದೇ ಬೆಂಗ್ಳೂರಲ್ಲಿ ಕೆಲಸ ಮಾಡ್ತಿರೋವಾಗ ಖರೀದಿಸಿದ್ದು. ನನ್ನದು ಒಂದು ಊರಿಂದ ಇನ್ನೊಂದು ಊರಿಗೆ ಟ್ರಾನ್ಸ್‌ಫರ್ ಕೆಲಸ ಆದ್ದರಿಂದ ಆ ಸೈಟಿನ ಬಗ್ಗೆ ಕಾಳಜಿ ತಗೋಳ್ದೇ ಹಾಗೇ ಬಿಟ್ಟಿದ್ದೆ... ಸೈಟಂತಾ ಒಂದು ಇದ್ರೆ, ನಂತ್ರ ಹೇಗೂ ಮಗಳಿಗೆ ಆಗುತ್ತಲ್ಲ ಎನ್ನೋ ಆಲೋಚನೆ ನಂದು. ಒಬ್ಬಳೇ ಮಗಳು ನನಗೆ, ಗಂಡು ಮಕ್ಕಳಿಲ್ಲ. ಆದರೆ ಈಗ ಬೇರೆನೇ ಆಗಿದೆ ನೋಡಿ... ಈಗ ಅಲ್ಲಿ ಮನೆ ಕಟ್ಟಿಕೊಂಡಿದಾನಲ್ಲ, ಆ ವ್ಯಕ್ತಿ ನನಗೆ ಗೊತ್ತಿರುವವನೇ... ಸರ್... ಆದರೆ ಸೈಟು ಅವಂದಲ್ಲ... ಆತನ ಜೊತೆಯಿದ್ದಾಳಲ್ಲ, ಅವಳೂ ಆತನ ಹೆಂಡತಿಯಲ್ಲ. ನನ್ನ ಮಗಳ ಜೊತೆ ಐದಾರು ವರ್ಷ ಸಂಸಾರ ಮಾಡಿ, ಡೈವರ್ಸ್ ನೀಡಿ ಈಗ ಅವಳ್ಯಾರ್ದೋ ಜೊತೆ ವಾಸ ಮಾಡ್ತಿದಾನೆ ನೀಚ... ತುಂಬಾ ಕೆಟ್ಟ ಮನುಷ್ಯ ಸರ್ ಅವ್ನು. ಅವನ್‌ಜೊತೆ ನನ್ನ ಮಗಳು ಪಟ್ಟ ಪಾಡು ಅಷ್ಟಿಷ್ಟಲ್ಲ. ಈಗ ಮಗಳು ನನ್ನ ಜೊತೇನೇ ಇದಾಳೆ, ಎರಡು ವರ್ಷ ಆಯ್ತು...

ಏನೋ ಹಣೇಲಿತ್ತು, ಆಗೋಯ್ತು... ಹಳೇದನ್ನೆಲ್ಲಾ ಮರೆಯೋಣ ಅಂದ್ಕೊಂಡಿದ್ವು. ಸ್ವಲ್ಪ ದಿನದ ಹಿಂದೆ ಆ ಸೈಟನ್ನ ಮಗಳ ಹೆಸರಿಗೆ ಮಾಡ್ಬಿಡೋಣ ಎನ್ನೋ ಆಲೋಚನೆ ಬಂದು ನೋಡಿದ್ರೆ, ಕಾಗದ ಪತ್ರಗಳೇ ಕಾಣೆಯಾಗಿದ್ದವು! ಆ ವ್ಯಕಿಯೇ ಯಾವುದೋ ಸಂದರ್ಭದಲ್ಲಿ ಅದನ್ನು ಕದ್ದಿದ್ದಾನೆ ಅನ್ನೋದು ನಂಗೂ ನನ್ ಮಗಳಿಗೂ ಪಕ್ಕಾ ಆಯ್ತು. ನಂತ್ರ ಯಾರ್ಯಾರನ್ನೋ ಹಿಡಿದು ಹೇಗೋ ಕಂಡು ಹಿಡಿದರೆ, ವಿಷ್ಯ ಗೊತ್ತಾಗಿ ನಮಗೆ ದೊಡ್ಡ ಶಾಕ್ ಆಗೋಯ್ತು... ಸರ್... ವರ್ಷದ ಹಿಂದೆ ನನ್ನ ಆ ಸೈಟು ಮಾರಾಟಕ್ಕಿದೆ ಎಂಬ ಸುದ್ದಿ ಬಿದ್ದಿತ್ತಂತೆ. ಯಾರೋ ಕಿಡಗೇಡಿಗಳ ಕೆಲಸ; ಬೆಂಗ್ಳೂರಲ್ಲಿ ನಡ್ಯೋ ವಿಷ್ಯ ನಿಮಗೆ ಗೊತ್ತೇ ಇದೆಯಲ್ಲ. ಈ ಸುಳ್ಳು ಸುದ್ದಿಯ ಲಾಭ ಪಡೆದು ಆ ಸೈಟನ್ನು ಲಪಟಾಯಿಸಿಬಿಟ್ಟಿದ್ದಾನೆ ನೋಡಿ ಆ ಧೂರ್ತ... ಈಗ ಮನೇನೂ ಕಟ್ಕೊಂಡಿದಾನೆ. ಏನು ಮಾಡ್ಬೇಕೋ ತೋಚ್ತಿಲ್ಲ... ನಂಗೂ ವಯಸ್ಸಾಯ್ತು. ಆರೋಗ್ಯ ಬೇರೆ ಸರಿ ಇಲ್ಲ. ಕೋರ್ಟು ಕಛೇರಿ ಪೋಲೀಸು ಎಂದೆಲ್ಲಾ ನನ್‌ಹತ್ರ ಓಡಾಡೋಕ್ಕೆ ಸಾಧ್ಯಾನೇ ಇಲ್ಲ. ನನ್ನ ಮಗಳೋ ಬರೀ ಮುಗ್ಧೆ ಸರ್... ಅಲ್ದೇ ಸಿಕ್ಕಾಪಟ್ಟೆ ಪೊಕ್ಕಿ ಬೇರೆ...

ಇದರ ಬಗ್ಗೇ ಸುಮಾರು ಜನರಲ್ಲಿ ವಿಚಾರ್ಸ್ದೆ... ವಿಚಾರ್ಸ್ದಾಗ ನಿಮ್ಮ ವಿಷ್ಯ ತಿಳೀತು. ಆ ಏರಿಯಾದಲ್ಲಿ ತುಂಬಾ ಹೆಸರುಂಟಂತೆ ನಿಮ್ಗೆ. ಅಲ್ಲದೇ ರಿಯಲ್ ಎಸ್ಟೇಟ್ ವ್ಯವಹಾರಾನೂ ಮಾಡ್ತೀರಂತೆ. ನೀವು ಮನಸು ಮಾಡಿದ್ರೆ ಗ್ಯಾರಂಟೀ

ಏನಾದ್ರೂ ಮಾಡ್ತೀರಾ ಅಂತಾ ಯಾರೋ ಹೇಳಿದ್ರು. ದಯವಿಟ್ಟು ನಮ್ಗೆ ಹೆಲ್ಪ್ ಮಾಡಿ... ಸರ್... ನಾನು ಯಾವ ಪುರಾವೆ ಬೇಕಾದ್ರೂ..."

ಆ ವ್ಯಕ್ತಿ ಮಾತು ಮುಂದುವರಿಸುತ್ತಿದ್ದಂತೆ ಗೋವಿಂದರಾಯನಿಗೆ ಎದೆ ಬಡಿತ ಹೆಚ್ಚಾಗತೊಡಗಿತು. ನಡುವೆ ಆತನ ಮಗ ಕೈಲೆರಡು ಪುಸ್ತಕ ಹಿಡಿದು ಮನೆಯಿಂದ ಹೊರಬೀಳುತ್ತಿರುವುದನ್ನು ನೋಡಿದ ಆತ, "ಸರ್... ಒಂದೇ ಒಂದು ನಿಮಿಷ ಲೈನಿನಲ್ಲಿರಿ..." ಎನ್ನುತ್ತ; 'ಎಲ್ಲಿಗೋಗ್ತಾ ಇದೀಯೋ? ಲೋಫರ್...' ಎಂದು ಗದರಿಸಿ ಕೇಳುವ ಮುಖಭಾವದಲ್ಲಿ ಕೈಯಿಂದ ಸಂಜ್ಞೆ ಮಾಡಿದ.

ಅತೀ ಬಡಪಾಯಿಯ ಮುಖ ಹೊತ್ತು "ಫ್ರೆಂಡ್ ಮನೆಗೆ ಓದ್ಕೋಳೋಕೆ ಹೋಗ್ತಿದೀನಿ. ಇವತ್ತು ಟ್ಯೂಷನ್ ಇಲ್ಲ..." ಎಂದು ದೈನ್ಯದಿಂದ ಹೇಳುತ್ತ, ಅಪ್ಪನ ಅನುಮತಿಗೆ ಕಾದು ನಿಂತ ಮಗ.

ಉತ್ಸರ್ಗ

ಪದರ 1

ನಾನು ಚಿಕ್ಕವನಿದ್ದಾಗ ಮೂತ್ರ ಕುಡಿಯುತ್ತಿದ್ದೆ!

ಯಾವುದೋ ಅಗ್ಗದ ಪ್ರಚಾರ ತಂತ್ರದ ಗುರಿಯಿಟ್ಟುಕೊಂಡು, ಇಂತಹ ಸಾಲಿನಿಂದ ಬರವಣಿಗೆ ಪ್ರಾರಂಭಿಸುತ್ತಿದ್ದೇನೆ ಅಂದುಕೊಳ್ಳಬೇಡಿ. ನನ್ನ ಜೀವನದ ಮೂರು ಮುಖ್ಯ ಪದರಗಳನ್ನು ನಿಮ್ಮೆದುರಿಗೆ ತೆರೆದಿಡುವುದು ಇಲ್ಲಿಯ ಉದ್ದೇಶ ಹಾಗೂ ಮೊದಲನೇ ಪದರದ ಈ ಅತಿ ಮುಖ್ಯ ಸಂಗತಿಯನ್ನು ಹೇಳದೇ ಮುಂದುವರಿಯಲು ಸಾಧ್ಯವೇ ಇಲ್ಲ. ಹೌದು, ನಾನು ಹತ್ತೋ-ಹನ್ನೊಂದೋ ವರ್ಷದವನಿದ್ದಾಗ ನನಗೆ ಭಯಂಕರ ಹೊಟ್ಟೆಬೇನೆ ಹಾಗೂ ಆಮಶಂಕೆ ರೋಗವಾಗಿ ಅನೇಕ ವೈದ್ಯರ ಹತ್ತಿರ ತೋರಿಸಿದರೂ ಗುಣವಾಗದೇ, ಇನ್ನು ನಾನು ಬದುಕಲೇ ಸಾಧ್ಯವಿಲ್ಲ ಎನ್ನುವ ಸ್ಥಿತಿಗೆ ಹೋಗುತ್ತಿರುವಾಗ ಒಬ್ಬ ವೈದ್ಯರು ಸಲಹೆ ನೀಡಿದರಂತೆ- 'ಆತನಿಗೆ ಅವನದೇ ಮೂತ್ರ ಕುಡಿಸಿ'! ಯಾವ ಪುಣ್ಯಾತ್ಮ ವೈದ್ಯರವರೋ ಗೊತ್ತಿಲ್ಲ; ಅವರ ಬಾಯಿ ಸಿಹಿಯಾಗಿರಲಿ.

ಅದನ್ನು 'ಯೂರಿನ್ ಥೆರಪಿ' ಅನ್ನುತ್ತಾರಂತಲೂ, ಸ್ವಮೂತ್ರ ಸೇವನೆಯಿಂದ ಆಮಶಂಕೆಯಷ್ಟೇ ಅಲ್ಲ, ಯಾವ ರೋಗ ರುಜಿನಗಳೂ ತಟ್ಟುವುದಿಲ್ಲ, ಆಯುಷ್ಯ ವೃದ್ಧಿಯಾಗುತ್ತದೆ ಎನ್ನುವುದು ಮನದಟ್ಟಾದ ಮೇಲೆ ನನಗೆ ಮೂತ್ರಪಾನ ಮಾಡಿಸುವ ಕಾಯಕ ಮನೆಯಲ್ಲಿ ಪ್ರಾರಂಭವಾಯಿತು. ಬೆಳಿಗ್ಗೆ ಹಾಸಿಗೆಯಿಂದ ಎದ್ದು ಕಣ್ಣುಜ್ಜಿಕೊಳ್ಳುತ್ತಾ ಪಾಯಿಖಾನೆಗೆ ಹೋದರೆ ಬಾಗಿಲಲ್ಲೇ ಅಪ್ಪ ಕೈಲೊಂದು ಲೋಟ ಹಿಡಿದು ನಿಂತಿರುತ್ತಿದ್ದರು. ದಿನಕ್ಕೆ ಎಷ್ಟು ಸಾಧ್ಯವೋ ಅಷ್ಟು ಬಾರಿ ಮೂತ್ರ ಕುಡಿಯಬೇಕಿತ್ತು. ಹೆಚ್ಚು ಕುಡಿದರೆ ಹೆಚ್ಚು ಒಳ್ಳೆಯದು ಅಂತಾ. ಹೀಗಾಗಿ ನನಗೆ ಮೂತ್ರ ಮಾಡುವುದೆಂದರೇ ಭಯವಾಗುತ್ತಿತ್ತು. ಅಕ್ಕ ನನ್ನ ಮೂತ್ರಪಾನದ ಮೇಲ್ವಿಚಾರಕಿಯಾಗಿದ್ದಳು. ನಾನು ಕದ್ದು ಮುಚ್ಚಿ ಹಿತ್ತಲ ಸಂದಿಯಲ್ಲೆಲ್ಲಾದರೂ ಮೂತ್ರ ಮಾಡಲು ಹೋದರೆ, ಆಕೆ ನೋಡಿ, "ಅಮ್ಮಾ, ತಮ್ಮ ಉಚ್ಚೆ ಮಾಡಾಕುಂತವ್ನೇss" ಎಂದು ಚೀರಿಬಿಡುತ್ತಿದ್ದಳು. ಅದನ್ನು ಕೇಳಿದ್ದೇ ತಡ, ಅಮ್ಮ ತಾನು ಮಾಡುವ ಕೆಲಸವನ್ನು ಅರ್ಧಕ್ಕೇ ಬಿಟ್ಟು, ಮಗ ಬಾವಿಯಲ್ಲೇ ಬಿದ್ದನೇನೋ ಎನ್ನುವಂತಹ ಆತುರದಲ್ಲಿ, ಮೂತ್ರಕ್ಕೆಂದೇ ಮೀಸಲಾಗಿಟ್ಟ 'ಉಚ್ಚೆ ಲೋಟ'ವನ್ನು ಎತ್ತಿಕೊಂಡು ಓಡೋಡಿ ಬರುತ್ತಿದ್ದಳು. ಬಂದವಳೇ ಲೋಟವನ್ನು ಕೆಳಗೆ ಹಿಡಿದು, 'ಇಷ್ಟಾದರೂ ಉಳಿದಿದೆಯಲ್ಲ... ಕುಡಿ' ಎಂದು ಸಮಾಧಾನಪಟ್ಟುಕೊಳ್ಳುತ್ತಿದ್ದಳು. ಏನೇ ಹೇಳಿ, ದಿನದ ಉಳಿದ ಹೊತ್ತಿನಲ್ಲಿ ಬರುವ ಮೂತ್ರಕ್ಕಿಂತ, ಮುಂಜಾನೆಯ 'ಫ್ರೆಶ್' ಮೂತ್ರದ ರುಚಿ ಸಹಿಸಲಸಾಧ್ಯವಾದದ್ದು. ದಿನವಿಡೀ ತಿಂದು ರಾತ್ರಿಯೆಲ್ಲಾ ಜಠರ ಒದ್ದಾಡಿ ಜೀರ್ಣಿಸಲಾಗದ ಕಲ್ಮಶವೆಲ್ಲಾ ಮುಂಜಾನೆಯ ಮೂತ್ರದಲ್ಲಿ ಒತ್ತೊಟ್ಟಿ ಬರುತ್ತದೋ ಕಾಣೆ; ಅದರ ವಾಸನೆ, ಒಗರು, ಘಾಟು... ಆ ಸೃಷ್ಟಿಕರ್ತ ಬ್ರಹ್ಮನೂ ಕುಡಿಯಲಾರ. ಮೂತ್ರದ ಬಣ್ಣ, ವಾಸನೆ ನೋಡಿಯೇ ನಾನು ಅದರ ರುಚಿಯ ಪ್ರಮಾಣವನ್ನು ಕಂಡು ಹಿಡಿಯುವಷ್ಟು ಪರಿಣತನಾಗಿದ್ದೆ. ಘಾಟು ವಾಸನೆಯದಾಗಿದ್ದು ಹಳದೀ ಬಣ್ಣದ್ದಾಗಿದ್ದರೆ, ಅತೀ ಕೆಟ್ಟ ರುಚಿ. ನಿರಭ್ರವಾಗಿ ನೀರಿನ ಬಣ್ಣ ಹೊಂದಿದ್ದರೆ ತುಸು ಪರವಾಗಿಲ್ಲ. ದಿನವಿಡೀ ಹೆಚ್ಚೆಚ್ಚು ನೀರು ಕುಡಿಯುತ್ತಿದ್ದರೆ ಮೂತ್ರ ಹೆಚ್ಚು ನಿರ್ಮಲವಾಗಿರುತ್ತದೆ ಎಂಬುದನ್ನು ನಾನು ಕಂಡು ಹಿಡಿದೆ. ಆದರೆ ಹೆಚ್ಚು ನೀರು ಕುಡಿಯುವುದರಿಂದ ಹೆಚ್ಚು ಮೂತ್ರ ಬರುತ್ತಿತ್ತು, ಕಷ್ಟ ನೋಡಿ! ಅನಾರೋಗ್ಯದ ನಿಮಿತ್ತ ಮನೆಯಿಂದ ಹೊರಗೆ ಹೋಗಬಾರದಾದ್ದರಿಂದ, ಯಾರಿಗೂ ಗೊತ್ತಾಗದಂತೇ ಮೂತ್ರ ವಿಸರ್ಜನೆ ಮಾಡುವುದೇ ದೊಡ್ಡ ಸವಾಲಾಗಿತ್ತು. ಸಾಲದೆಂಬಂತೆ, ಓದಲಾಗದೇ ಶಾಲೆ ಬಿಟ್ಟಿದ್ದ ನನ್ನಕ್ಕ ಗೂಢಚಾರಿಣಿಯಂತೆ ನನ್ನ ಮೇಲೆ ಸದಾ ಕಣ್ಣಿಟ್ಟಿರುತ್ತಿದ್ದಳು. ಕೆನೆಕೆನೆದು ವಾಂತಿ ಮಾಡಿದಂತೆ, ಎಚ್ಚರ ತಪ್ಪಿ ಬಿದ್ದವನಂತೆ, ಗಂಟಲಲ್ಲಿ ಮೂತ್ರ ಸಿಕ್ಕಿಹಾಕಿಕೊಂಡು ಉಸಿರಾಡಲಾಗದವನಂತೆ; ಹೀಗೇ

ನಾನಾ ತರಹದ ನಾಟಕಗಳನ್ನು ಮಾಡಿದರೂ ಮೂತ್ರ ಕುಡಿಯುವ ಶಿಕ್ಷೆಯಿಂದ ತಪ್ಪಿಸಿಕೊಳ್ಳಲು ಸಾಧ್ಯವಾಗಲೇ ಇಲ್ಲ. ನಾನು ಹೆಚ್ಚು ಪ್ರತಿರೋಧ ತೋರಿದಂತೆ, ನನಗೆ ಕುಡಿಸಬಹುದಾದ ಹೊಸ ಹೊಸ ಪ್ರಯೋಗಗಳು ಸೃಷ್ಟಿಯಾಗುತ್ತಿದ್ದವು. ನನ್ನ ಮೂಗು ಹಿಡಿದು ಕುಡಿಸುವುದು, ಮತ್ತಷ್ಟು ನೀರು ಸೇರಿಸಿ ಹೆಚ್ಚು ತೆಳುವಾಗಿಸಿ ಕುಡಿಸುವುದು, ಸಾಲದೆಂಬಂತೆ ಸಕ್ಕರೆ ಸೇರಿಸಿ ಚಮಚದಿಂದ ಕರಡಿಕೊಡುವವರೆಗೂ ಪ್ರಯತ್ನಗಳು ನಡೆಯುತ್ತಿದ್ದವು. ಬಾಯಿ ತೆರೆದರೆ ಪಕ್ಕದವರಿಗೆ ಮೂತ್ರದ ವಾಸನೆ ರಾಚೀತೋ ಎಂದು ಭಯ ಪಡುವ, ತೇಗು ಬಂದರೆ ಹೊಟ್ಟೆಯ ಒಳಗಿನದು ಗಂಟಲಿಂದ ಹೊರಬಂದೀತೋ ಎಂದು ಆತಂಕ ಪಡುವುದೆಲ್ಲ ಮೂತ್ರಪಾನ ರೂಢಿಯಾದಂತೆ ಕಡಿಮೆಯಾದೀತೆಂದುಕೊಳ್ಳಬೇಡಿ ನೀವು. ನನಗೆ ಸಮಾಧಾನ ಮಾಡಲೆಂದು ನನ್ನ ಅಪ್ಪ 'ಈ ದೇಶದ ಪ್ರಧಾನಮಂತ್ರಿಯಾಗಿದ್ದ ಮುರಾರ್ಜಿ ದೇಸಾಯಿಯೇ ಮೂತ್ರ ಕುಡಿಯುತ್ತಿದ್ದರು' ಎಂದು ಆಗಾಗ ಹೇಳುತ್ತಿದ್ದುದು ನೆನಪಿದೆ. ನಾನು ಮುರಾರ್ಜಿ ದೇಸಾಯಿಯನ್ನು ನೋಡಿರಲಿಲ್ಲ. ಆ ಮುಖವನ್ನು ಅತಿ ಸುಲಭದಲ್ಲಿ ಹುಡುಕಿ ತೆಗೆಯಬಹುದಾದ ಗೂಗಲ್ ಯುಗವೂ ಅದಾಗಿರಲಿಲ್ಲ. ಮುರಾರ್ಜಿ ದೇಸಾಯಿ ಅನ್ನುವ ವ್ಯಕ್ತಿಯೋರ್ವನ ಮುಖ ಹೇಗಿರಬಹುದು ಎಂದು ಊಹಿಸಿಕೊಂಡಾಗಲೆಲ್ಲ ನನಗೆ ಚಂದಮಾಮದಲ್ಲಿ ನೋಡಿದ ಉದ್ದನೆಯ ಗಡ್ಡದ, ಮುಖದ ತುಂಬಾ ಮೊಡವೆಗಳುಳ್ಳ ಕಪ್ಪನೆಯ ಮಾಂತ್ರಿಕನ ಮುಖವೇ ನೆನಪಿಗೆ ಬರುತ್ತಿತ್ತು!

ಅಪ್ಪನಿಗೆ ಯಾವಾಗಿನಿಂದ ಕುಡಿಯುವ ಚಟ (ಮೂತ್ರವಲ್ಲ ಮಾರಾಯ್ರೇ, ಮದ್ಯ) ಶುರುವಾಯಿತು ಎಂಬುದು ನೆನಪಿಲ್ಲ. ದಿನವೆಲ್ಲಾ ಚೆನ್ನಾಗೇ ಇರುತ್ತಿದ್ದ ಆತ ರಾತ್ರಿ ಮಾತ್ರ ಕುಡಿದು ಬರುತ್ತಿದ್ದ. ಕೊನೆಕೊನೆಗೆ ಅದು ಅತಿಯಾಗಿ, ಆತ ಕೈಯ್ಯಲ್ಲಿ ಸರಾಯಿ ಬಾಟಲಿಯನ್ನು ಹಿಡಿದುಕೊಂಡೇ, ತೂರಾಡುತ್ತಾ ರೇಗಾಡುತ್ತಾ ಮನೆ ಪ್ರವೇಶಿಸಲು ಪ್ರಾರಂಭಿಸಿದ. ಮನೆಯೊಳಗೆ ಹೊಕ್ಕುತ್ತಲೇ ಆತ ವಾಂತಿ ಮಾಡಿಕೊಳ್ಳುವುದು, ಬೀಳುವುದು ಮಾಮೂಲಾಗಿತ್ತು. ಅಮ್ಮ ಆತನ ಕೈಯ್ಯಲ್ಲಿಯ ಸರಾಯಿ ಬಾಟಲಿಯನ್ನು ಕಸಿದು ಅಡುಗೆಮನೆಯ ಕಪಾಟಿನಲ್ಲಿ ಬಚ್ಚಿಡುತ್ತಿದ್ದಳು. ಕುಡಿದು ಬಂದ ಆತ ಎಷ್ಟೋಬಾರಿ ನಿಂತಲ್ಲೇ ಉಚ್ಚೆ ಹೊಯ್ದುಬಿಡುತ್ತಿದ್ದ. ಅದಕ್ಕೆಂದೇ ಅಮ್ಮ ಮತ್ತೊಂದು ಪಾತ್ರೆ ಎತ್ತಿಟ್ಟಿದ್ದಳು. ಅಪ್ಪ ಮೂತ್ರ ಸುರಿಸುವ ಸೂಚನೆ ಸಿಕ್ಕ ಕೂಡಲೇ ಓಡಿಹೋಗಿ ಪಾತ್ರೆಯನ್ನು ತಂದು, ಮೂತ್ರ ಹಿಡಿದು ಪಾಯಿಖಾನೆಗೆ ಚೆಲ್ಲುತ್ತಿದ್ದಳು. ಹೀಗೇ ಮನೆಯಲ್ಲಿ ಮೂತ್ರಕ್ಕೆಂದೇ ಮೀಸಲಾಗಿಟ್ಟ ಎರಡು ಪಾತ್ರೆಗಳಾದವು. ಅಕ್ಕ ಮಾತ್ರ, ಅಪ್ಪ ಮನೆ ಹೊಕ್ಕುತ್ತಿರುವಂತೆಯೇ ಬಚ್ಚಲ ಮನೆಗೆ ಹೋಗಿ ಬಾಗಿಲು ಹಾಕಿಕೊಂಡುಬಿಡುತ್ತಿದ್ದಳು. ಆಕೆ ಅಪ್ಪನಿಗೆ ಹೆದರಿ ಹಾಗೆ ಮಾಡುತ್ತಾಳೆ ಎಂದು ಅಂದುಕೊಳ್ಳಬಹುದಾದರೂ ಅಪ್ಪನ ವಾಂತಿ ಉಚ್ಚೆಗಳನ್ನೆಲ್ಲಾ

ಸ್ವಚ್ಛ ಮಾಡುವಲ್ಲಿ ಅಮ್ಮನಿಗೆ ಸಹಾಯ ಮಾಡುವುದರಿಂದ ತಪ್ಪಿಸಿಕೊಳ್ಳಲೆಂದೇ ಆಕೆ ಹಾಗೆ ಮಾಡುತ್ತಿದ್ದಳು ಎಂದು ನನಗೆ ಅನುಮಾನ. ಅದಿರಲಿ ಬಿಡಿ. ಒಂದು ದಿನ ಹೀಗಾಯಿತು: ಅಪ್ಪ ತೂರಾಡುತ್ತ ಒಳಗೆ ಬಂದ. ಅಕ್ಕ ಮಾಮೂಲಿನಂತೆ ಬಚ್ಚಲ ಮನೆ ಸೇರಿಕೊಂಡಳು. ಕಾಲುಗಳನ್ನು ಅಗಲ ಮಾಡಿ, ತಲೆ ಕೆಳಗೆ ಹಾಕಿ ಏನೇನೋ ಬಡಬಡಿಸುತ್ತ ನಿಂತ ಅಪ್ಪನ ಭಂಗಿಯನ್ನು ನೋಡುತ್ತಲೇ; ಈತ ಈಗ ಮೂತ್ರ ಮಾಡುತ್ತಾನೆಂದು ಅಮ್ಮನಿಗೆ ತಿಳಿದು, ಲಗುಬಗನೆ ಪಾತ್ರೆಯನ್ನು ತಂದು ಕೆಳಗೆ ಹಿಡಿದಳು. ನಾನು ಎದುರಲ್ಲೇ ನೋಡುತ್ತಾ ನಿಂತದ್ದನ್ನು ಗಮನಿಸಿದ ಅಪ್ಪ, "ಲೋಫರ್... ಇವತ್ತು ಉಚ್ಚೆ ಕುಡದ್ಯೋ ಇಲ್ವೋ..." ತೊದಲುತ್ತ ಕೇಳಿದ. ನಾನು ಉತ್ತರಿಸದೇ ಹಾಗೆಯೇ ನಿಂತಿದ್ದೆ. "ಕುಡದ್ಯೇನೋ?" ಎತ್ತರದ ದನಿಯಲ್ಲಿ ಕೇಳಿದ. ನಾನು ಸುಮ್ಮನಿದ್ದೆ. ಕೋಪ ನೆತ್ತಿಗೇರಿ, ಅಮ್ಮನ ಕೈಲಿದ್ದ ಪಾತ್ರೆಯನ್ನು ಕಿತ್ತುಕೊಂಡು "ಬೊಗಳಲೇ ಬೇವರ್ಸಿ..." ಎಂದು ಕಿರುಚುತ್ತ ಮೂತ್ರವನ್ನು ನನ್ನ ಮುಖಕ್ಕೆ ಎರಚಿದ. ಅಪ್ಪನನ್ನು ಅಲ್ಲೇ ಬಿಟ್ಟು, 'ಅಯ್ಯೋ...' ಅನ್ನುತ್ತಾ ನನ್ನತ್ತ ಧಾವಿಸಿ ಬಂದ ಅಮ್ಮ ತನ್ನ ಸೆರಗಿನಿಂದ ಮುಖ ಕುತ್ತಿಗೆಯೆಲ್ಲಾ ಒರೆಸಿ ನನ್ನನ್ನು ಬರಸೆಳೆದು ತಬ್ಬಿಕೊಂಡಳು. ಅಪ್ಪ ಅಲ್ಲೇ ಕುಸಿದು ಬಿದ್ದು ಏನೇನೋ ತಡಬಡಿಸುತ್ತಿದ್ದ.

ಸಾಧ್ಯವಾದಷ್ಟೂ ಹಗಲಲ್ಲಿ ಮೂತ್ರ ಕಟ್ಟಿಕೊಂಡಿರುತ್ತಿದ್ದ ನಾನು, ರಾತ್ರಿ ಎಲ್ಲರೂ ಮಲಗಿದ ಮೇಲೆ ಎದ್ದು ಹೋಗಿ ಮಾಡಿಬರುತ್ತಿದ್ದೆ. ಆದಿನ ರಾತ್ರಿ ಸದ್ದಿಲ್ಲದಂತೆ ಎದ್ದು ಕತ್ತಲಲ್ಲಿ ಮೂತ್ರ ಮಾಡಲು ಹೋಗುತ್ತಿದ್ದಾಗ ಅಡುಗೆ ಮನೆಯಲ್ಲಿ ಕಂಡ ದೃಶ್ಯ ನನ್ನನ್ನು ಬೆಚ್ಚಿ ಬೀಳಿಸಿತು. ಅಮ್ಮ, ಕಪಾಟಿನಲ್ಲಿ ಅಡಗಿಸಿಟ್ಟಿದ್ದ ಸರಾಯಿ ಬಾಟಲಿಯಲ್ಲಿ ಉಳಿದಿದ್ದ ಮದ್ಯವನ್ನು, ತಲೆ ಮೇಲೆತ್ತಿ ಕಣ್ಮುಚ್ಚಿ ಗಟಗಟನೆ ಕುಡಿಯುತ್ತಿದ್ದಳು! ಅಪ್ಪ ಬರುತ್ತಿದ್ದಂತೇ ಆತನ ಕೈಲಿದ್ದ ಬಾಟಲಿ ಕಸಿದು ಅದನ್ನಾಕೆ ಕಪಾಟಿನಲ್ಲಿಡುತ್ತಿದ್ದುದರ ಮತ್ತೊಂದು ಕಾರಣ ನನಗಾಗ ತಿಳಿದಿತ್ತು.

ಪದರ 2

ಇದನ್ನು ಅಬುಧಾಭಿ ಅನ್ನುತಾರೆ. ಸಿವಿಲ್ ಇಂಜಿನಿಯರ್ ಆದ ನನಗೆ ಇಲ್ಲಿ ಒಳ್ಳೆಯ ನೌಕರಿ ಸಿಕ್ಕಿದೆ. ಇಲ್ಲಿಯ ಥಳಕು ಬಳಕು, ಝುಗಮಗಗಳ ನಡುವೆ,

ಮೋಜು ಮಸ್ತಿಯೊಡನೆ ಜೀವನ ಮಜವಾಗಿದೆ. ನೀರಿಗಿಂತ 'ಪೆಪ್ಸಿ' ಕಡಿಮೆ ಬೆಲೆಗೆ ಸಿಗುವ ರಾಷ್ಟ್ರವಿದು. ಇಲ್ಲಿ ಬಾವಿ ತೋಡಿದರೆ ನೀರು ಬರುವುದಿಲ್ಲ; ಎಣ್ಣೆ ಬರುತ್ತದೆ. ಇವರಿಗೆ ನೀರು ಬೇಕಿಲ್ಲ. ಒಂದು ತೊಟ್ಟು ಎಣ್ಣೆ ಕೊಟ್ಟು, ನಾವು ಹತ್ತು ಬ್ಯಾರೆಲ್ ನೀರು ಕೊಂಡುಕೊಳ್ಳುತ್ತೇವೆ ಎಂಬ ಸೊಕ್ಕಿವರಿಗೆ. ಉಳಿದವರಿಗೆ ನೀರು ಬೇಕಿಲ್ಲ. ಅವರು ಒಂದು ತೊಟ್ಟು ಎಣ್ಣೆಗಾಗಿ ಹತ್ತು ಬ್ಯಾರೆಲ್ ನೀರು ಸುರಿಯಲಿಕ್ಕೂ ಸಿದ್ಧ. ಯಾಕೆಂದರೆ ಎಣ್ಣೆ ಈ ಹೊತ್ತಿನ ಅನಿವಾರ್ಯತೆ; ನೀರಲ್ಲ.

ಇಲ್ಲಿ ಎಲ್ಲ ಕಟ್ಟಡಗಳಿಗೂ ಫಳಫಳ ಹೊಳೆಯುವ ಗಾಜುಗಳೇ ಬೇಕು. ಗಾಜುಗಳು ಬೆಳಕನ್ನು ಪ್ರತಿಫಲಿಸುತ್ತವೆ. ಈಗಾಗಲೇ ಬಿಸಿಲಿಂದ ಬೆಂದ ವಾತಾವರಣಕ್ಕೆ ಮತ್ತಷ್ಟು ಬಿಸಿಯನ್ನು ಸೇರಿಸುತ್ತವೆ. ಆಫೀಸು, ಕಾರು, ಮನೆ, ಹೊಟೇಲುಗಳ ಒಳಗೆಲ್ಲ ಸದಾ ತಂಪಾಗೇ ಇರಬೇಕು. ಅದಕ್ಕೆ ಎ.ಸಿ ಇದೆ. ಅದು ನಾಲ್ಕು ಗೋಡೆಗಳ ಒಳಗಿನ ಬಿಸಿಯನ್ನು ಎಳೆದೆಳೆದು ಅದರೊಡನೆ ತನ್ನ ಯಂತ್ರದ ಕಾವನ್ನೂ ಸೇರಿಸಿ ದುಪ್ಪಟ್ಟು ಶಾಖವನ್ನು ಹೊರ ವಾತಾವರಣಕ್ಕೆ ಚೆಲ್ಲುತ್ತದೆ. ಜೊತೆಗೊಂದಿಷ್ಟು ರಸಾಯನಿಕ ವಿಷವನ್ನೂ. ಹೊರಗಿರುವವರು ಎಷ್ಟೇ ಬೇಯಲಿ, ಒಳಗೆ ತಾವು ನೆಮ್ಮದಿಯಿಂದ ತಂಪಾಗಿರಬೇಕು ಅಷ್ಟೇ. ಆದಾಗ್ಯೂ, ಹೊರಗೆ ಬಿಸಿಲಲ್ಲಿ ಕೆಲಸ ಮಾಡುವವರು, ಭಾರತ, ಬಾಂಗ್ಲಾದೇಶ, ಪಾಕಿಸ್ತಾನ, ಫಿಲಿಪೈನ್ಸ್, ಇಂಡೋನೇಸಿಯಾದಂತ ಬಡ ರಾಷ್ಟ್ರಗಳಿಂದ ಬಂದ ಕಾರ್ಮಿಕರು. ವಿಪರ್ಯಾಸವೆಂದರೆ ಇವರ ಈ ಅಹಂಕಾರವನ್ನು ಆಳುವವನು ಮತ್ತೊಬ್ಬನಿದ್ದಾನೆ. ಅವನೇ ಅಮೇರಿಕಾ! ದಾಸ್ಯವೆನ್ನುವುದು ವಿವಿಧ ರೂಪದಲ್ಲಿ ಬರುತ್ತದೆನ್ನುವುದಕ್ಕೆ ಇದೇ ಉದಾಹರಣೆ. ನೆಲ ಇವರದು, ನೆಲದೊಳಗಿನ ತೈಲ ಇವರದು. ಆದರೆ ನೆಲವನ್ನು ಕೊರೆದು ತೈಲವನ್ನು ಹೊರತೆಗೆಯುವ ತಂತ್ರಗಾರಿಕೆ ಇವರಿಗೆ ಗೊತ್ತಿಲ್ಲ. ಅದನ್ನು ಅಮೇರಿಕಾ ಎಂಬ ದೇಶ ಮಾಡುತ್ತದೆ. ಇವರ ಜುಟ್ಟು ಅವರ ಕೈಯ್ಯಲ್ಲೇ. ಇವರ ತೈಲ ಬಾವಿಗಳನ್ನೂ ಅಮೇರಿಕಾವೇ ನಿಯಂತ್ರಿಸುತ್ತದೆ. ಇಲ್ಲಿಯ ಜನಸಾಮಾನ್ಯ ಅರಬನಿಗೆ ಅಮೇರಿಕಾ ಅಂದರೆ ಮಹಾದ್ವೇಷ. ಶೆವರಲೇ ಕ್ಯಾಮರೋ ಕಾರಲ್ಲಿ ಕುಳಿತು, ಹೆಮಿಲ್ಟನ್ ವಾಚು ಕಟ್ಟಿದ ಕೈಯ್ಯಲ್ಲಿ ಕೋಕ್ ಬಾಟಲಿ ಹಿಡಿದು, ಅವನೊಂದಿಗೆ ಇಂಗ್ಲೀಷಿನಲ್ಲಿ ಮಾತನಾಡಿದ ಭಾರತೀಯನಿಗೆ ಆತ ಅತೀ ಹಮ್ಮಿನಿಂದ ಹೇಳುತ್ತಾನೆ... "ಲಾ ತಹ್ಕ್ಹೋತ್ ಇಂಗ್ಲಿಸ್... ದಿಸ್ ನಾಟ್ ಅಮೆರಿಕಿ" (ಇಂಗ್ಲೀಷಿನಲ್ಲಿ ಮಾತನಾಡಬೇಡ. ಇದು ಅಮೇರಿಕವಲ್ಲ.)

ನನ್ನ ಜೋರ್ಡಾನೀ ಗೆಳೆಯ ಹಮೀದನಿಗೆ Dune Bashingನ ಹುಚ್ಚು. ಅಂದರೆ ಮರಳುಗಾಡಿನ ಮಧ್ಯದಲ್ಲಿಯ ಎತ್ತರದ ಮರಳು ಬೆಟ್ಟದಿಂದ ಕಾರನ್ನು ಶರವೇಗದಲ್ಲಿ ಕೆಳಕ್ಕೆ ಓಡಿಸುವುದು. ಐಷಾರಾಮೀ ಜೀವನದ ಎಲ್ಲ ಅಗತ್ಯಗಳೂ

ಪೂರೈಕೆಯಾದ ಮೇಲೆ ಇಂತಹ ಹುಚ್ಚುಗಳು ಅನಿವಾರ್ಯ. ಹೀಗೊಂದು ದಿನ ನಾನು ಮತ್ತು ಹಮೀದ್, ಆತನ ಲ್ಯಾಂಡ್ ಕ್ರೂಸರ್ ಗಾಡಿಯಲ್ಲಿ ಹತ್ತಿರದ ಪ್ರಖ್ಯಾತ ಮರುಭೂಮಿಯಾದ 'ಅಲ್-ಖಾತಿಮ್'ಗೆ ಡ್ಯೂನ್ ಭಾಷಿಂಗ್ ಮಾಡಲೆಂದು ಹೋದೆವು. ಅಬುಧಾಭಿಯ ಸುತ್ತಮುತ್ತಲಿನ ಡ್ಯೂನ್ ಭಾಷಿಂಗ್ ತಾಣಗಳಲ್ಲಿ ಸಾಮಾನ್ಯವಾಗಿ ವಾರಾಂತ್ಯದಲ್ಲಿ ಜನದಟ್ಟಣೆಯಿರುತ್ತದೆ. ಆದರೆ ಅಲ್-ಖಾತಿಮ್ ಘನಘೋರ ಮರುಭೂಮಿಯಾದ್ದರಿಂದ ಅಲ್ಲಿ ಜನ ವಿರಳ. ಎತ್ತರದ ದಿಬ್ಬದಿಂದ 4-Wheeler ಕಾರಿನ ಗಾಲಿ ಮರಳಿನ ಮೇಲೆ ಅತ್ತಿತ್ತ ಓಲಾಡುತ್ತಾ ಕೆಳಜಾರುವ ರೋಮಾಂಚನವನ್ನು ಕೂಗಾಡುತ್ತಾ, ಕೇಕೆ ಹಾಕುತ್ತಾ ಅನುಭವಿಸುತ್ತಿರುವುದರ ನಡುವೆ ಏನಾಯಿತೋ – ಕಾರಿನ ಬ್ರೇಕ್-ಫೇಲ್ ಆಗಿರಬಹುದು ಬಹುಶಃ – ಅದು ಇಳಿಜಾರು ಮುಗಿದರೂ ನಿಲ್ಲದೇ, ಭೀಕರ ಶಬ್ದ ಮಾಡುತ್ತಾ ಒಂದೇ ಸವನೆ ಓಡತೊಡಗಿತು. ಅತ್ತಿತ್ತ ಓಡುತ್ತಾ ಎತ್ತೆತ್ತರಕ್ಕೆ ಜಿಗಿಯುತ್ತಾ ಮುನ್ನುಗ್ಗುತ್ತಿರುವ ಗಾಡಿಯನ್ನು ನಿಲ್ಲಿಸಲು ಏನೇ ಮಾಡಿದರೂ ಸಾಧ್ಯವಾಗಲಿಲ್ಲ. ಹೀಗೇ ಹತ್ತಾರು ಕಿಲೋಮೀಟರುಗಳು ಚಲಿಸಿರಬಹುದು; ಗಾಡಿ ಯಾವುದೋ ಮರಳ ಕಂದಕದೊಳಕ್ಕೆ ಜಾರುತ್ತಾ ಜಾರುತ್ತಾ ಕೊನೆಗೆ ನೆಲಕ್ಕೆ ಮೂತಿ ತಾಗಿಸಿ ಮುಗ್ಗರಿಸಿ ಬಿದ್ದುಬಿಟ್ಟಿತು. ಕೆಲ ಹೊತ್ತು ಗಾಳಿಯಲ್ಲಿ ಗರ್ರನೆ ತಿರುಗಿದ ಚಕ್ರ ಸ್ಥಬ್ಧವಾಯಿತು. ಗಟ್ಟಿಮುಟ್ಟಾದ ಕಾರಾದ್ದರಿಂದ ಅದೃಷ್ಟವಶಾತ್ ನನಗೂ ಹಮೀದನಿಗೂ ಸಣ್ಣ ಪುಟ್ಟ ಗಾಯಗಳ ವಿನಃ ಮತ್ತೇನೂ ಆಗಲಿಲ್ಲ. ನಾವು ಹೆಚ್ಚು ಭಯಭೀತರಾದದ್ದು ಕಾರಿನಿಂದ ಹೊರಬಂದ ಮೇಲೆಯೇ. ಮರುಭೂಮಿಯ ನಡುವೆ ಕಳೆದು ಹೋದ ನಮಗೆ ಅಲ್ಲಿಂದ ಹೊರ ಬೀಳುವ ಯಾವ ಸಾಧ್ಯತೆಗಳೂ ತೋಚಲಿಲ್ಲ. ನಂತರ ಸುಮಾರು ಮೂವತ್ತು ತಾಸುಗಳ ಕಾಲ ನಾವು ಅಲ್ಲಿಂದ ಹೊರಬೀಳಲು ಮಾಡಿದ ಪ್ರಯತ್ನಗಳನ್ನೆಲ್ಲ ಹೇಳಹೊರಟರೆ ಅದೇ ದೊಡ್ಡ ಕಥೆಯಾದೀತು. ಮರುಭೂಮಿಯ ಕರಾಳತೆ ಎಂಬುದು ಹೇಗಿರುತ್ತದೆ ಎಂಬುದು ನಿಮಗೆ ಗೊತ್ತಿರಲಿಕ್ಕಿಲ್ಲ. ಯಾವುದೋ ಸಿನೆಮಾದಲ್ಲಿ, ನಾಯಕ ನಾಯಕಿ ಕುಣಿಯುತ್ತಿರುವ ಹಿನ್ನೆಲೆಯಲ್ಲಿ ಕಾಣುತ್ತಿರುವ ಕೆಂಪು ಮಣ್ಣಿನ ಹಾಸು; ಅಥವಾ ಯಾವುದೋ ಫೋಟೋಗ್ರಾಫಿ ಸ್ಪರ್ಧೆಯಲ್ಲಿ ಬಹುಮಾನ ಪಡೆದ ಒಂಟೆಗಳ ಸಾಲಿನ ಚಿತ್ರ; ಅಥವಾ ಹೆಚ್ಚೆಂದರೆ ರಾಜಸ್ಥಾನವೋ, ಇನ್ನ್ಯಾವುದೋ ಮರಳುಗಾಡು ಪ್ರದೇಶಕ್ಕೆ ಪ್ರವಾಸಕ್ಕೆ ಹೋದಾಗ ಮರುಭೂಮಿಯಲ್ಲಿ ಒಂದು ರಾತ್ರಿ ಟೆಂಟ್ ಹಾಕಿ ಉಳಿದುಕೊಂಡ ಅನುಭವ ಅಥವಾ ಅಂತಹ ಕಲ್ಪನೆಗಳನ್ನು ಮೀರಲಾರದು ನಿಮ್ಮ ಮರುಭೂಮಿ. ನಡುರಾತ್ರಿಯ ಚಂದಿರನ ಬಿಸಿಲಿನಲ್ಲಿ ಬೀಸಿದ ಗಾಳಿ ಕೂಡ ಬಿಸಿಯೇ. ಆದಾಗ್ಯೂ, ಗಾಳಿ ಬೀಸಿದರೆ ತುಸು ಹಿತವೆನ್ನಿಸುತ್ತಿತ್ತು; ಜೊತೆಗೇ ಭಯವೂ ಆಗುತ್ತಿತ್ತು. ಹೀಗೇ ಸಣ್ಣಗೆ ಶುರುವಾದ

ಗಾಳಿ ನೋಡ ನೋಡುತ್ತಿರುವಂತೆಯೇ ಬಿರುಗಾಳಿಯಾಗಿ, ಮತ್ತೆಲ್ಲಿಯದೋ ಮರಳನ್ನು ಹೊತ್ತು ತಂದು ನಾವಿರುವ ಬೃಹತ್ ಕಂದಕವನ್ನು ಕ್ಷಣಮಾತ್ರದಲ್ಲಿ ಮುಚ್ಚಿ ಹೋಗಿಬಿಟ್ಟರೆ! ಗಾಳಿ ಬೇಕು, ಆದರೆ ಬೇಡವೇ ಬೇಡ ಎನ್ನುವ ಸ್ಥಿತಿ. ಗಂಟಲಿಗೆ ತೊಟ್ಟು ನೀರಿಲ್ಲದೇ ಬಸವಳಿದ ನಾನು, ತಡ ಮಾಡದೇ ಕಾರಿನಲ್ಲೇ ಬಿದ್ದಿದ್ದ ಖಾಲಿ ನೀರಿನ ಬಾಟಲಿಯಲ್ಲಿ ಮೂತ್ರ ಮಾಡಿ ಅದನ್ನೇ ಗಟಗಟನೆ ಕುಡಿದುಬಿಟ್ಟೆ! ಇದನ್ನು ನೋಡಿದ ಹಮೀದ್ ಅವಾಕ್ಕಾಗಿ ಹೋದ. "ನೀನೂ ಕುಡಿ, ಬೇರೆ ದಾರಿಯಿಲ್ಲ" ನಾನೆಂದೆ. ಸತ್ತರೂ ಸಾಧ್ಯವಿಲ್ಲವೆಂದ. ನಂತರ, ಕಾರಿನ ಟ್ಯಾಂಕಿನಲ್ಲಿ ಉಳಿದಿದ್ದ ಪೆಟ್ರೋಲನ್ನೇ ಹೊರತೆಗೆದು ಅದನ್ನೇ ಕುಡಿಯಲು ಪ್ರಯತ್ನಿಸಿದ; ಹೊಟ್ಟೆಯಲ್ಲಿದ್ದದ್ದನ್ನೆಲ್ಲಾ ಹೊರ ಕಕ್ಕಿದ. ನಮ್ಮ ಗಂಟಲ ನಾಳವನ್ನು ತೇವವಾಗಿಟ್ಟು ತುಸು ಹೊತ್ತು ಜೀವವನ್ನು ಹಿಡಿದಿಡಬಹುದಾದ ದ್ರಾವಣವೆಂದರೆ ಮೂತ್ರವೊಂದೇ ಎಂಬುದು ನನಗೆ ಮನವರಿಕೆಯಾಯಿತು. ಹೋಗುವಾಗ ಭರಪೂರ ತಿಂಡಿ ತಿನಿಸುಗಳನ್ನು ಕಟ್ಟಿಕೊಂಡು ಹೋಗಿದ್ದರಿಂದ ಕಾರಿನಲ್ಲಿ ಪಾತ್ರೆಗಳಿಗೇನೂ ಕೊರತೆಯಿರಲಿಲ್ಲ. ಪೆಟ್ರೋಲ್ ಇದ್ದ ಮೇಲೆ ಬೆಂಕಿ ಹೊತ್ತಿಸುವುದೇನೂ ಕಷ್ಟವಲ್ಲ. ಹಮೀದನಿಗೆ ಪಾತ್ರೆಯೊಂದರಲ್ಲಿ ಮೂತ್ರ ಹೊಯ್ಯುವಂತೆ ಹೇಳಿ, ಅದನ್ನು ಬೆಂಕಿಯ ಮೇಲಿಟ್ಟು ಕುದಿಸಿ, ಅದರ ಮೇಲೊಂದು ಸ್ಟೀಲ್ ತಾಟೊಂದನ್ನು ಹಿಡಿದು, ಮೂತ್ರ ಕುದಿದು ಏಳುತ್ತಿರುವ ಆವಿ ಮೇಲಿನ ತಾಟಿನಲ್ಲಿ ಘನೀಭವಿಸಿ, ಅಲ್ಲಿ ದೊರಕುವ ನೀರ ಹನಿಗಳಿಂದ ಗಂಟಲ ಪಸೆ ನೀಗಿಸಿಕೊಳ್ಳಲು ನಾವು ಪ್ರಯತ್ನಿಸಿದೆವು.

ಎಷ್ಟೋ ಸಮಯದ ನಂತರ ಆಕಾಶದಲ್ಲಿ ಹಾರಾಡುತ್ತಿರುವ ಮಿಲಿಟರಿ ಹೆಲಿಕಾಪ್ಟರೊಂದು ನಮ್ಮನ್ನು ನೋಡಿ, ಅದರಲ್ಲಿಯ ವ್ಯಕ್ತಿ ದೇವದೂತನಂತೆ ಕೆಳಕ್ಕಿಳಿದು ನಮ್ಮನ್ನು ಅಲ್ಲಿಂದ ಪಾರು ಮಾಡದೇ ಇರುತ್ತಿದ್ದರೆ ಈ ನನ್ನ ಕಥೆಯನ್ನು ನೀವಿಂದು ಓದಲಾಗುತ್ತಿರಲಿಲ್ಲ.

ಎಷ್ಟೇ ಬಾಹ್ಯ ಸುಖಗಳಿದ್ದರೂ ದೇಹ ವಾಂಛೆ ತೀರದಿದ್ದರೆ ಮನವೂ ಮರುಭೂಮಿಯೇ. ಇದನ್ನೆಲ್ಲ ಹೇಳಿದರೆ ಸಭ್ಯಸ್ಥರಾದ ನೀವು ಅಸಹ್ಯ ಪಟ್ಟುಕೊಳ್ಳುತ್ತೀರೆಂದು ನನಗೆ ಗೊತ್ತು. ಆದರೂ ನನಗೆ ಹೇಳದೇ ವಿಧಿಯಿಲ್ಲ. ಮನದ ಮಲಿನ ಹೊರ ಹಾಕಿದರಷ್ಟೇ ಮನಸ್ಸು ಶುದ್ಧ? ಅಲ್ಲದೇ ತಪ್ಪೊಪ್ಪಿಗೆಗಿಂತ ದೊಡ್ಡ ಪ್ರಾಯಶ್ಚಿತ್ತ ಮತ್ತ್ಯಾವುದಿದೆ ಹೇಳಿ? ನನಗೆ, ಅತ್ಯದ್ಭುತವೆನ್ನುವ ಅಂಗಸೌಷ್ಠವ ಹೊಂದಿರುವ, ಬಂಗಾರದ ಮೈಕಾಂತಿಯ, ಕಂದು ಕೂದಲಿನ ರಷ್ಯನ್

ತರುಣಿಯರೆಂದರೆ ಸಿಕ್ಕಾಪಟ್ಟೆ ಆಕರ್ಷಣೆ. ಒಂದು ಕಾಲದಲ್ಲಿ ಜಗತ್ತಿನ ದೊಡ್ಡಣ್ಣನಿಗೆ ಸೆಡ್ಡು ಹೊಡೆದು ಮೆರೆದ ರಷ್ಯಾ ಎಂಬ ರಾಷ್ಟ್ರ ಛಿದ್ರವಾಗಿ, ಆರ್ಥಿಕವಾಗಿ ಕುಸಿದು, ಅಲ್ಲಿಯ ಅನೇಕ ಹೆಂಗಳೆಯರು ಹೊಟ್ಟೆಪಾಡಿಗಾಗಿ ದೇಶ ತೊರೆದು ದುಬೈ, ಅಬುಧಾಭಿಯಂತ ಶ್ರೀಮಂತ ದೇಶಗಳಲ್ಲಿ ವೇಶ್ಯಾವಾಟಿಕೆ ನಡೆಸುತ್ತಿರುವುದರ ಬಗ್ಗೆ ನನಗೆ ಅನುಕಂಪವಿದೆ. ಆದರೆ ಆ ಅನುಕಂಪ ಅವರೆಡೆಗಿನ ಸೆಳೆತವನ್ನು ಕಡಿಮೆ ಮಾಡಿಲ್ಲ. ಬಹುದಿನದ ಆಸೆಯನ್ನು ಪೂರೈಸಿಕೊಳ್ಳಲೇ ಬೇಕೆಂದು ಅಂದು ನಾನು ಎಲ್ಲ ಪೂರ್ವ ವ್ಯವಹಾರಗಳನ್ನೂ ಮುಗಿಸಿ ಚಂದದ ರಷ್ಯನ್ ಮಹಿಳೆಯೊಬ್ಬಳೊಡನೆ ಹೊಟೇಲಿನ ಕೋಣೆ ಸೇರಿಕೊಂಡೆ. ಸುಖದ ಉತ್ತುಂಗದ ನಡುವಿನಲ್ಲಿ ಆಕೆಗೇನಾಯಿತೋ ಏನೋ, ನಾನೇನೋ ಮಾಡಲು ಹೋಗಿದ್ದು ಆಕೆಗೆ ವಿಕೃತವೆನಿಸಿ ಅವಮಾನವಾಯಿತೋ ಕಾಣೆ; ಆಕೆ ಅತೀವ ಅಸಮಾಧಾನ ತೋರುತ್ತ, ಮಾಡುತ್ತಿರುವ ಕ್ರಿಯೆಯನ್ನು ಅಲ್ಲಿಗೇ ನಿಲ್ಲಿಸಿ, ಚೀರುತ್ತಾ ಚಂಗನೆ ನನ್ನ ಮೈಮೇಲೆರಗಿ ಕುಳಿತು ಮುಖಕ್ಕೆ ರಾಚುವಂತೆ ಮೂತ್ರ ವಿಸರ್ಜಿಸಿಬಿಟ್ಟಳು! ನಾನು ಮುಖ ಕಿವುಚಿಕೊಂಡು ಗಟ್ಟಿಯಾಗಿ ಕಣ್ಣು ಮುಚ್ಚಿಕೊಂಡೆ. ಅಂಗಾತ ಹರಡಿದ್ದ ನನ್ನ ಎರಡೂ ಕೈಗಳ ಮೇಲೆ ಕಾಲನ್ನು ಆಕೆ ಒತ್ತಿ ಇಟ್ಟಿದ್ದರಿಂದ ನನಗೆ ತಪ್ಪಿಸಿಕೊಳ್ಳುವ ಸಾಧ್ಯತೆಗಳು ಕಡಿಮೆಯೇ ಇತ್ತು. ನಂತರ ನಾನು ಕಣ್ತೆರೆಯುತ್ತಿರುವಂತೆ ನನ್ನನ್ನೇ ದುರುಗುಟ್ಟಿ ನೋಡುತ್ತಿದ್ದ ಆಕೆ ರಷ್ಯನ್ ಭಾಷೆಯಲ್ಲಿ ಯರ್‍ರಾಬಿರ್‍ರಿ ಬೈಯ್ಯತೊಡಗಿದಳು. ನನಗೇನೂ ಅರ್ಥವಾಗಲಿಲ್ಲ. ದುಂಡನೆಯ ಚಂದದ ಮುಖದಲ್ಲಿ ಕ್ರೋಧವನ್ನು ಆವಾಹಿಸಿಕೊಂಡು, ಕೂದಲುಗಳೆಲ್ಲಾ ಬೀಸುತ್ತಿರುವ ಗಾಳಿಗೆ ಹಿಂದಕ್ಕೆ ಹಾರುತ್ತಿರುವ ಸಾಕ್ಷಾತ್ ದೇವಿಯಂತೆಯೇ ಕಂಡಳು ಆಕೆ ನನಗೆ. ಈ ಅನಿರೀಕ್ಷಿತ ಅನಪೇಕ್ಷಿತ ಘಟನೆಯಿಂದ ನಾನು ಚೇತರಿಸಿಕೊಳ್ಳುವ ಮೊದಲೇ ಆಕೆ ದಿರಿಸು ಧರಿಸಿ, ತನ್ನ ವೆನಿಟಿ ಬ್ಯಾಗ್ ಎತ್ತಿಕೊಂಡು ಕೋಣೆಯ ಬಾಗಿಲನ್ನು ಧಡ್ಡನೆ ಬಡಿದು ಹೊರಟು ಹೋದಳು. ಮುಖದ ಮೇಲೆ ಮೂತ್ರ ಹೊಯ್ಯುವುದೆಂದರೆ, ಅದಕ್ಕಿಂತ ಅವಮಾನ ಮತ್ಯಾವುದೂ ಇಲ್ಲ ಅಂದುಕೊಂಡಿರಬೇಕು ಆಕೆ. ಅವಳಿಗೇನು ಗೊತ್ತು ನನಗೇನೂ ಅನ್ನಿಸಲೇ ಇಲ್ಲವೆಂದು. ಚಿಕ್ಕದೊಂದು ಅಚಾತುರ್ಯದಿಂದಾಗಿ ರಾತ್ರಿಯಿಡೀ ದೊರಕಬಹುದಾಗಿದ್ದ ಸುಖ ಕೈತಪ್ಪಿ ಹೋದದ್ದಲ್ಲದೇ, ದುಡ್ಡೂ ಹೋದದ್ದಕ್ಕೆ ಹೊಟ್ಟೆ ತೊಳಸಿದಂತಾಯ್ತು ನನಗೆ.

ನಾನು ಇಂದಿಗೂ ಯೋಚಿಸುತ್ತೇನೆ. ಆಕೆ ಅದ್ಯಾಕೆ ಹಾಗೆ ವರ್ತಿಸಿದಳು? ಮಾಡಬಾರದಂಥದ್ದೇನೂ ನಾನು ಮಾಡಿರಲಿಲ್ಲ. ದೇಶ ಭಾಷೆ ಸಂಸ್ಕೃತಿಗನುಗುಣವಾಗಿ ಪ್ರತಿ ಕ್ರಿಯೆಗೂ ಅದರದೇ ಆದ ಔಚಿತ್ಯವಿರುತ್ತದೆಯೇ? ನಮಗೆ ಸಹ್ಯವಾದದ್ದು ಆ ದೇಶದವರಿಗೆ ಅಸಹ್ಯವಾಗಿರಬಹುದೇ? ಹಾಗಾದರೆ ವೇಶ್ಯೆಯೆಂದ ಮೇಲೆ, ಹಣ

ನೀಡಿದ ಮೇಲೆ, ಎಲ್ಲವೂ ಸಿಂಧು, ಏನೂ ಮಾಡಬಹುದು, ಅವಳ ಮೇಲಿನ ಸಂಪೂರ್ಣ ಅಧಿಕಾರ ನನ್ನದೇ ಎನ್ನುವ ನನ್ನ ಭಾವನೆಯಲ್ಲೇ ಕುಂದಿತ್ತೇ? ಅಥವಾ ಮೊದಲೇ ಈ ವಿಷಯ ಮಾತಾಡಿ ಒಪ್ಪಿಗೆ ಪಡೆದುಕೊಳ್ಳಬೇಕಿತ್ತೇ? ಅಥವಾ ಇದು ಇವರ ಮಾಮೂಲೀ ವಿದ್ಯೆಯೇ? ಹೀಗೆ ಸಣ್ಣ ವಿಷಯಕ್ಕೂ ಅವಮಾನಗೊಂಡವರಂತೆ ನಟಿಸಿ, ಗಿರಾಕಿ ಪ್ರತಿರೋಧಿಸಲೂ ಆಗದಂತಹ ಪ್ರಸಂಗ ಸೃಷ್ಟಿಸಿ, ಹಣ ಕಿತ್ತು, ನೀಡಬೇಕಾದದ್ದನ್ನು ನೀಡದೇ ತಪ್ಪಿಸಿಕೊಳ್ಳುವ ವ್ಯವಸ್ಥಿತ ಜಾಲವೇ? ಅಂದಹಾಗೆ, ಬಯ್ಯುವಾಗ ಆಕೆ ಕೇವಲ ಅವಾಚ್ಯ ಶಬ್ದಗಳನ್ನು ಮಾತ್ರ ಉಪಯೋಗಿಸಿದ್ದಲ್ಲ. ಆಕೆ ಮತ್ತೇನನ್ನೋ ಹೇಳಿದಳು. ಅಷ್ಟಿಷ್ಟು ಇಂಗ್ಲೀಷ್ ಬರುತ್ತಿದ್ದರೂ ಆಕೆ ಯಾಕೆ ರಷ್ಯನ್ ಭಾಷೆಯಲ್ಲಿಯೇ ನನಗೆ ಬೈದು ಹೋದಳು? ನನಗೆ ಅರ್ಥವಾಗಲಿಕ್ಕಿಲ್ಲ ಎಂಬುದು ಅವಳಿಗೆ ಆ ಉದ್ವೇಗದಲ್ಲಿ ಮರೆತು ಹೋಯಿತೇ? ಅದೇನನ್ನು ಆಕೆ ಹೇಳಿರಬಹುದು? ನನಗೆ ನೆನಪಿದೆ, ಆಕೆ ಹೋದ ನಂತರ ತುಂಬಾ ಹೊತ್ತು ನಾನು ಹಾಗೆಯೇ ಮಲಗಿದ್ದೆ. ಮುಖದ ಮೇಲಿಂದ ಹರಿದು, ಕುತ್ತಿಗೆಯ ಹಿಂಬದಿಗೂ ಪಸರಿಸಿದ್ದ ಮೂತ್ರ ಮುಖಕ್ಕೆ ಬಡಿಯುತ್ತಿದ್ದ ಎ.ಸಿ.ಯ ಗಾಳಿಗೆ ಅಲ್ಲೇ ಒಣಗಿ ತುಸು ಕಿರಿಕಿರಿಯಾಗುತ್ತಿದ್ದಂತೆ, ಪಕ್ಕದಲ್ಲಿಯ ಹಾಸಿಗೆಯನ್ನೆತ್ತಿ ಒರಸಿಕೊಂಡು ಹಾಗೆಯೇ ನಿದ್ದೆ ಹೋಗಿದ್ದೆ. ಎಚ್ಚರಾಗುತ್ತಿದ್ದಂತೆ ನನಗೆ, ಮನೆಬಿಟ್ಟು ಓಡಿಹೋದ ನನ್ನ ಅಕ್ಕ ನೆನಪಾಗಿದ್ದಳು! ಅಕ್ಕ ಯಾರೊಡನೆಯೋ ಓಡಿಹೋಗಿದ್ದೋ, ಅಥವಾ ಅವಳನ್ನು ಯಾರಾದರೂ ವಂಚನೆಯಿಂದ ಅಪಹರಿಸಿಕೊಂಡು ಹೋದರೋ, ಅಥವಾ ಎಲ್ಲೋ ಹೋಗಿ ಆತ್ಮಹತ್ಯೆ ಮಾಡಿಕೊಂಡಳೋ ಅನ್ನುವುದು ಕೊನೆವರೆಗೂ ಗೊತ್ತಾಗಿರಲಿಲ್ಲ. ನಾನು ಮಾತ್ರ ಊರಲ್ಲಿ ಒಳ್ಳೆಯ ಜನರು ಓಡಾಡಬಾರದು ಎಂದು ನಿಗದಿಯಾಗಿದ್ದ ಬೀದಿಯಲ್ಲಿ ಅಪ್ಪಿ ತಪ್ಪಿ ನಡೆದು ಹೋಗುವ ಪ್ರಸಂಗ ಬಂದಾಗಲೆಲ್ಲ, ಅಲ್ಲಿಯ ಮನೆಯ ಕಿಟಕಿಯಲ್ಲಿ, ಬಾಗಿಲ ಸಂದಿಯಲ್ಲಿ ಅಕ್ಕನ ಮುಖ ಕಂಡೀತೋ ಎಂದು ಕದ್ದು ಮುಚ್ಚಿ ನೋಡುತ್ತಿದ್ದುದು ನೆನಪಿದೆ.

ಪದರ 3

ನಾನೀಗ ಬೆಂಗಳೂರಿನಲ್ಲಿದ್ದೇನೆ. ಸರಿಸುಮಾರು ಹದಿನೈದು ವರ್ಷಗಳ ನಂತರ ನೋಡುತ್ತಿರುವ ಬೆಂಗಳೂರು ಈಗ ಮೊದಲಿನಂತಿಲ್ಲ. ಈ ನಗರವೆಂದರೆ ಹಾಗೇನೇ. city life is millions of people being lonesome together ಎಂದು ಹೆನ್ರಿ ಡೆವಿಡ್ ಹೇಳಿದ್ದು ನೆನಪಿಗೆ ಬರುತ್ತಿದೆ. ಇಲ್ಲಿ ನಮ್ಮ ಪ್ರತಿ ಸಮಸ್ಯೆಗೂ ಪರಿಹಾರವಿದೆ.

ಅದು ಹೊಸ ಹೊಸ ಪರಿಹಾರ ನೀಡುವ ನೆವದಲ್ಲಿ ಹೊಸ ಹೊಸ ಸಮಸ್ಯೆಗಳನ್ನು ಸೃಷ್ಟಿಸುತ್ತಲೇ ಹೋಗುತ್ತದೆ. ಹಾಗೂ ಇಲ್ಲಿಯ ಜನರೆಲ್ಲ ಸಮಸ್ಯೆಗೆ ಪರಿಹಾರವನ್ನು ಹುಡುಕುತ್ತ, ಪರಿಹಾರಕ್ಕಾಗಿ ಸಮಸ್ಯೆಗಳನ್ನು ಹುಟ್ಟುಹಾಕುತ್ತಾ ಜೀವನ ಪರ್ಯಂತ ಓಡುತ್ತಲೇ ಇರುತ್ತಾರೆ. ಇದೊಂದು ಕೊನೆಯಿಲ್ಲದ ಹುಚ್ಚು ಓಟ. ಶಹರವೆಂದರೆ ಪ್ರತಿ ಕ್ಷಣದ ಧಾವಂತ. ಮೂಲಕ್ಕೆ ಹೋಗಿ ನೋಡಿದರೆ ಅಬುಧಾಭಿಗೂ ಇಲ್ಲಿಗೂ ಅಂಥ ವ್ಯತ್ಯಾಸವೇನಿಲ್ಲ. ಆ ದೇಶದವರು ತಾವು ಸುಖವಾಗಿ ಹವಾ ನಿಯಂತ್ರಿತ ಕೋಣೆಯ ಒಳಗೆ ಕುಳಿತು, ಬಡ ರಾಷ್ಟ್ರದಿಂದ ಬಂದ ಕಾರ್ಮಿಕರನ್ನು ಬಿಸಿಲಿನ ಬೇಗುದಿಗೆ ತಳ್ಳುತ್ತಿದ್ದರು. ಇಲ್ಲಿ ನಮ್ಮದೇ ಭಾರತದಲ್ಲಿ ಏನಾಗುತ್ತಿದೆ? ನಾವೂ ಸಿಕ್ಕ ಸಿಕ್ಕಲ್ಲಿ ನಮ್ಮ ಸುತ್ತ ನಾಲ್ಕು ಗೋಡೆಗಳನ್ನು ಕಟ್ಟಿಕೊಂಡು, ಒಳಗಿನ ಬಿಸಿಯನ್ನು ಹೊರಹಾಕುತ್ತಿದ್ದೇವೆ. ಒಂದೇ ವ್ಯತ್ಯಾಸವೆಂದರೆ, ಅವರು ಹೊರಗಿನವರ ಮೇಲೆ ಬಿಸಿಯೆರಚುತ್ತಿದ್ದಾರೆ. ನಾವು ನಮ್ಮವರ ಮೇಲೇ ಎರಚುತ್ತಿದ್ದೇವೆ. ದೇಶ, ಪ್ರಾಂತ್ಯ, ಚರ್ಮ, ಬಣ್ಣ, ಜಾತಿ, ಪಂಗಡ ಭಾಷೆ ಇವುಗಳಿಗೆಲ್ಲ ಮೀರಿದ ಭೂಮಿಯ ಮೇಲಿನ ಒಂದೇ ಒಂದು ವಿಂಗಡನೆಯೆಂದರೆ ಬಡವ ಮತ್ತು ಬಲ್ಲಿದ ಎಂಬುದು ಮಾತ್ರವೇ? ಹೌದೆನಿಸುತ್ತದೆ... ಇರಲಿ ಬಿಡಿ; ಇವೆಲ್ಲ ನನ್ನ ಇತ್ತೀಚಿನ ಆಲೋಚನೆಗಳು. ಇದರ ನಡುವೆ ನನ್ನ ಮೂರನೇ ಹಾಗೂ ಕೊನೆಯ ಪದರದ ಸಂಗತಿಯೊಂದನ್ನು ನಾನು ಹೇಳಲೇ ಇಲ್ಲ.

ಮೂರು ವರ್ಷಗಳ ನಿರಂತರ ಶ್ರಮದಿಂದ ನಾನು, ಅತೀ ಕಡಿಮೆ ದರದಲ್ಲಿ ಮನೆ ಕಟ್ಟಲು ಸಹಾಯಕವಾಗಬಹುದಾದ product ಒಂದನ್ನು ಕಂಡುಹಿಡಿದಿದ್ದೇನೆ. ಈ ಕಾಂಕ್ರೀಟ್ ಕಂಬಗಳು, ಇಟ್ಟಿಗೆಯ ಗೋಡೆಗಳ ಬದಲಾಗಿ ಈ ಪ್ರಾಡಕ್ಟಿನ ಉಪಯೋಗದಿಂದ ಕಡಿಮೆಯೆಂದರೂ ಇಪ್ಪತ್ತು ಲಕ್ಷ ರೂಪಾಯಿಯಾಗುವ ಮನೆ ನಿರ್ಮಾಣ, ಐದಾರು ಲಕ್ಷ ವೆಚ್ಚದಲ್ಲಿ ಮುಗಿದು ಬಿಡಬಹುದು! ಇದೊಂದು, ಇದುವರೆಗೂ ಯಾರೂ ಕಂಡುಹಿಡಿಯದ ಅಮೋಘ ಸಂಶೋಧನೆ. ಆದರೆ ಇದನ್ನು ಕಂಡುಹಿಡಿದದ್ದೇ ಒಂದು ಸಮಸ್ಯೆಯಾಗಿಬಿಟ್ಟಿದೆ. ನಾನು ಕೆಲಸ ಮಾಡುತ್ತಿರುವ ಕಂಪನಿ, ನನ್ನ ಈ ಉತ್ಪನ್ನಕ್ಕೆ ಪೇಟಂಟ್ ತೆಗೆದುಕೊಳ್ಳುವ ಹುನ್ನಾರದಲ್ಲಿದೆ. ಇದನ್ನು ನಾನು ಬಲವಾಗಿ ವಿರೋಧಿಸುತ್ತಿದ್ದೇನೆ. ನನ್ನ ಪರಿಶ್ರಮ ಬುದ್ಧಿವಂತಿಕೆಯಿಂದ ತಯಾರಾದ ವಸ್ತುವಿಗೆ ಕಂಪನಿಯೊಂದು ಪೇಟಂಟ್ ಪಡೆದು ಲಾಭವನ್ನೆಲ್ಲ ಹೊಡೆದುಕೊಳ್ಳುವುದೆಂದರೇನು? ಆದರೆ ಕಂಪನಿಯ ವಾದ ಬೇರೆಯೇ ಇದೆ– ನನ್ನ ಸಂಶೋಧನೆಗಾಗಿ ಅವರು ಲಕ್ಷಾಂತರ ಖರ್ಚು ಮಾಡಿದ್ದಾರೆ. ಹತ್ತಾರು ಬಾರಿ ವಿದೇಶಗಳಿಗೆ ಕಳಿಸಿದ್ದಾರೆ. ಸಂಶೋಧನೆಗೆ ಬೇಕಾದ ಅನುಕೂಲಗಳನ್ನೆಲ್ಲಾ ಅವರೇ ಪೂರೈಸಿದ್ದಾರೆ. ನಾನು ಬೇರೆಯದೇ ವರಸೆ ಹಿಡಿದಿದ್ದೇನೆ– ಇದನ್ನು ಕಂಡುಹಿಡಿದಿದ್ದೇ

ಅದು ಜನಸಾಮಾನ್ಯರಿಗೆ ತಲುಪಲೆಂದು. ಅದನ್ನು ತನ್ನ ಸ್ವಂತ ಸೊತ್ತಾಗಿಸಿಕೊಂಡು ಬರೀ ಲಾಭವನ್ನೇ ನೋಡಿದರೆ ನನ್ನ ಪರಿಶ್ರಮವೆಲ್ಲ ವ್ಯರ್ಥ. ಜಿದ್ದುಬಿಡದ ನಾನು ನ್ಯಾಯಾಲಯದ ಮೆಟ್ಟಿಲೇರಿದ್ದೇನೆ. ಹೆಚ್ಚು ಕಡಿಮೆ ಎರಡು ವರ್ಷದಿಂದ ಕೇಸ್ ನಡೆಯುತ್ತಿದೆ. ಕಂಪನಿಯವರೂ ನಾನೂ ಇಬ್ಬರೂ ಬೇಸತ್ತಿದ್ದೇವೆ. ಈ ನಡುವೆ ಮತ್ತ್ಯಾರೋ ಇಂತಹುದೇ ಇನ್ನೊಂದು ಪ್ರಾಡಕ್ಟ್ ತಯಾರಿಸಿ ಮಾರುಕಟ್ಟೆಗೆ ಬಿಟ್ಟರೆ, ಈ ನಮ್ಮ ಜಗಳವೆಲ್ಲಾ ನೀರಲ್ಲಿ ಹೋಮ ಮಾಡಿದಂತೆಯೆ ಎಂಬುದು ಇಬ್ಬರಿಗೂ ತಿಳಿದಿದೆ. ಹಾಗಾಗಿ ಕಂಪನಿಯವರು ಸಂಧಾನಕ್ಕೆ ಬಂದಿದ್ದಾರೆ. ಆಗುವ ಲಾಭದಲ್ಲಿ ಅರ್ಧದಷ್ಟು ನನಗೆ ನೀಡುವುದಾಗಿ ಒಪ್ಪಂದ ಮಾಡಿಕೊಳ್ಳುವ ಪ್ರಸ್ತಾವವಿಟ್ಟಿದ್ದಾರೆ. ನಾನೂ ದುರಾಸೆಯ ಮನುಷ್ಯನಲ್ಲ; ಎಲ್ಲ ಲಾಭ ನನಗೇ ಸಿಗಬೇಕೆಂಬ ಅತಿಯಾಸೆಯಿಲ್ಲ. ಒಪ್ಪಿಕೊಂಡಿದ್ದೇನೆ.

ಪದರಗಳೆಲ್ಲ ಹರಿದಮೇಲೆ

ನಾನೀಗ ಬದುಕಿಲ್ಲ. 'ನಾನು ಸತ್ತಿದ್ದೇನೆ' ಎಂದು ಕೂಗಿ ಕೂಗಿ ಹೇಳಿದ್ದು ನಿಮಗೆ ಕೇಳಿಸಿತೆ? ಕೇಳಿಸಿರಲಿಕ್ಕಿಲ್ಲ. ಯಾಕೆಂದರೆ ಇಲ್ಲಿ ಸಾವೆಂಬುದು ಗಾಳಿಯಂತೆ, ಅದು ಎಲ್ಲೆಲ್ಲೂ ಇದೆ ಆದರೆ ಯಾರಿಗೂ ಕಾಣುತ್ತಿಲ್ಲ. ಇಲ್ಲಿ ಪ್ರತಿ ದಿನ, ಪ್ರತಿ ಕ್ಷಣ, ಪ್ರತಿಯೊಬ್ಬರೂ ಸಾಯುತ್ತಲೇ ಇರುತ್ತಾರೆ; ಆದರೆ ಅದನ್ನು ಯಾರೂ ಗಮನಿಸುವುದಿಲ್ಲ. ಅದಕ್ಕೇ ನಾನು ಸತ್ತಿದ್ದೇನೆಂದು ಕೂಗಿ ಹೇಳುತ್ತಿರುವುದು. ನನ್ನ ದೇಹದಿಂದ ಆತ್ಮ ವಿಸರ್ಜಿತವಾಗಿದೆ. ಅಥವಾ ಆತ್ಮ ನನ್ನನ್ನು ವಿಸರ್ಜಿಸಿದೆ. 'ವಿಸರ್ಜನೆ' ಎನ್ನುವುದು, ಕಲ್ಮಶವನ್ನು, ಅಪ್ರಿಯವಾದುದನ್ನು ದೂರಮಾಡುವುದಕ್ಕೆ ಮಾತ್ರ ಬಳಸುವ ಪದವೇ? ಮೂತ್ರ ವಿಸರ್ಜನೆ, ಮಲ ವಿಸರ್ಜನೆ, ಕಸ ವಿಸರ್ಜನೆ... ಹಾಗಾದರೆ ಅಸ್ತಿ ವಿಸರ್ಜನೆ, ಗಣೇಶ ವಿಸರ್ಜನೆ ಅಂತಲೂ ಹೇಳುತ್ತಾರಲ್ಲ? ಅವೂ ಕೂಡ ಸಂಭ್ರಮ ಮುಗಿದಮೇಲೆ ಬಳಸಲಾರದ ನಿರುಪಯೋಗೀ ವಸ್ತುಗಳೇ ಅಂತಲೇ? ನಾನು ಜಿಜ್ಞಾಸೆಗೆ ಒಳಗಾಗುತ್ತೇನೆ; ನನಗೆ ವ್ಯಾಕರಣ ಗೊತ್ತಿಲ್ಲ.

ನನ್ನಿಂದ ವಿಸರ್ಜಿತವಾದ ಆತ್ಮ (ಅಲ್ಲಲ್ಲ, ನನ್ನನ್ನು ವಿಸರ್ಜಿಸಿದ ಆತ್ಮ) ನನ್ನಲ್ಲಿಲ್ಲದಿದ್ದರೂ, ನನ್ನನ್ನು ಮಾತ್ರ ಬಿಟ್ಟಿಲ್ಲ. ಅದು ಅತ್ತಿತ್ತ ಸುಳಿದಾಡುತ್ತ ನನ್ನನ್ನು ಕಾಡುತ್ತದೆ. ನಾನು, ಅತ್ಯಂತ ದಟ್ಟಣೆಯ ಶಬ್ದಾತಿರೇಕದ ಟ್ರಾಫಿಕ್ ಜಾಮ್‌ನಲ್ಲಿ ಸಿಕ್ಕಿ ಹಾಕಿಕೊಂಡು ಏದುಸಿರು ಬಿಡುತ್ತಿರುವಾಗ ನನ್ನ ತಲೆಯ ಹಿಂದೆ ಬಂದು ನಿಂತು– "ನನಗೆ ಕಣ್ಣು ಮುಚ್ಚಿದರೆ, ಜುಳು ಜುಳು ಹರಿಯುವ ನೀರಿನ ಸಂಗೀತ ಕೇಳುತ್ತೆ;

ನಿನಗೆ ಕೇಳುತ್ತಾ?" ಎಂದು ಹಂಗಿಸುತ್ತದೆ. "ಹುಡುಕಾಡಿ ಹೋಗಿ ಹಸಿರು ಮರದ ಕೊಂಬೆಗೆ ನೇತುಹಾಕಿಕೊಂಡಿದ್ದೆ, ಬೇಕಾದರೆ ನನ್ನನ್ನು ಪ್ರೇತಾತ್ಮವೆನ್ನು..." ಎನ್ನುತ್ತಾ ಗಹಗಹಿಸಿ ನಗುತ್ತದೆ. 'ಪ್ರೇತಾತ್ಮ'ವೆಂದೇಕೆ ಅನ್ನುತ್ತಾರೆ? ಆತ್ಮವೊಂದು ಪ್ರೇತವಾದರೆ ಅದನ್ನು ಹಾಗನ್ನುತ್ತಾರಾ? ಅಥವಾ ಮನುಷ್ಯನ ದೇಹಕ್ಕೆ ಆತ್ಮವಿದ್ದಂತೆ, ಪ್ರೇತಕ್ಕೂ ಆತ್ಮವಿರುತ್ತದಾ? ಆ ಪ್ರೇತವೂ ಕೊನೆಗೊಮ್ಮೆ ತನ್ನ ಆತ್ಮವನ್ನು ವಿಸರ್ಜಿಸುತ್ತಾ ಅಥವಾ ಆತ್ಮ ಪ್ರೇತವನ್ನು ವಿಸರ್ಜಿಸುತ್ತಾ? ನಾನು ಚಿಂತಿತನಾಗುತ್ತೇನೆ; ನನಗೆ ಧರ್ಮ ಸೂಕ್ಷ್ಮಗಳು ಗೊತ್ತಿಲ್ಲ.

ಅದೇನೇ ಇರಲಿ, (ಇಂಥ ಅಸಂಬದ್ಧಗಳನ್ನು ನೀವೂ ಒಪ್ಪುವುದಿಲ್ಲ ಎನ್ನುವುದು ನನಗೆ ಗೊತ್ತು) ಸದ್ಯಕ್ಕೆ ಆತ್ಮ, ಚೇತನ, ಸತ್ವ ವಿಸರ್ಜಿತ ಈ ನನ್ನ ಹೆಣ-ಬೆಂಗಳೂರಿನಲ್ಲಿ ವಿಲೇವಾರಿಯಾಗದೇ, ವಿಲೇವಾರಿಯಾದರೂ ವಿಸರ್ಜಿತವಾಗದೇ, ವಿಸರ್ಜಿತವಾದರೂ ವಿವರ್ಜಿತವಾಗದೇ ಕಂಡಕಂಡಲ್ಲಿ ದಿಬ್ಬ-ದಿಣ್ಣೆಯಾಗಿ ಬಿದ್ದಿರುವ ಕಸದ ರಾಶಿಯ ನಡುವೆ ಕೊಳೆತು ನಾರುತ್ತಿದೆ.

ವದ್ಧಾಽಽ...

1

"ಹಾಯ್, ಆಯ್ ಆಮ್ ಮೋ... ಗುರುತಾಯ್ತಾ?" ಎನ್ನುತ್ತಾ– ಆರಡಿ ಎತ್ತರದ ಸ್ಫುರದ್ರೂಪಿ ಆಧುನಿಕ ವೇಷದ ವ್ಯಕ್ತಿಯೊಬ್ಬ ಮುಂಬಯಿನ ಪ್ರದರ್ಶನ ಮಳಿಗೆಯಲ್ಲಿ ಅಚಾನಕ್ಕಾಗಿ ನನ್ನೆದುರು ಬಂದು ನಿಂತು ಹಸ್ತಲಾಘವಕ್ಕಾಗಿ ಕೈ ಒಡ್ಡಿದ. ನೀಟಾಗಿ ಟ್ರಿಮ್ ಮಾಡಿದ ಫ್ರೆಂಚ್ ದಾಡಿ, ತುಸು ಉದ್ದವೇ ಎನ್ನಿಸುವ ಸೈಡ್‌ಬರ್ನ್‌ಗಳು, 'ಪರ್ಫೆಕ್ಟ್' ಎನ್ನಿಸುವ ಫಾರ್ಮಲ್ ದಿರಿಸು... ಇವನ್ಯಾರೆಂದು ಗುರುತಾಗದೆ, ಮುಂದಾಗಬಹುದಾದ ಮುಜುಗರಗಳಿಂದ ತಪ್ಪಿಸಿಕೊಳ್ಳಲು ಹೆಣಗುತ್ತಿದ್ದಂತೆ, ಅಂಥ ಸಂದಿಗ್ಧಕ್ಕೇನೂ ನನ್ನನ್ನು ತಳ್ಳದೆ, "ನಿನಗೆ ಗುರುತಾಗಿರಲಿಕ್ಕಿಲ್ಲ ಬಿಡು" ಎಂದು ಆತನೇ ಮಾತು ಮುಂದುವರೆಸಿದ.

ಆತ ಮೋಹನಕುಮಾರ. ಊರಿನಲ್ಲಿ ಹೈಸ್ಕೂಲಿನಲ್ಲಿ ಒಟ್ಟಿಗೇ ಓದಿದ್ದೆವು. ಎಸ್‌ಎಸ್‌ಎಲ್ಸಿ ಆದಮೇಲೆ ಅವನೆಲ್ಲೋ, ನಾನೆಲ್ಲೋ. ನಂತರ ಸಿಕ್ಕಿದ್ದು ಈಗಲೇ, ಅದೂ ಮುಂಬಯಿಯಲ್ಲಿ. ನಿಜ ಹೇಳಬೇಕೆಂದರೆ ಈ ಮೋಹನಕುಮಾರನ ನೆನಪು ನನಗೆ ಅಷ್ಟೇನೂ ಇಲ್ಲ. ಅದನ್ನು ನೆನಪಿಸಿಕೊಡಲು ಆತನೇ ಸುಮಾರು ಕಷ್ಟಪಡಬೇಕಾಯಿತು. ಊರಲ್ಲಿ ಪೋಸ್ಟಾಫೀಸಿನ ಎದುರೇ ಈತನ ಮನೆಯಿತ್ತು. ಪಕ್ಕದಲ್ಲೇ ಒಂದು ಹಾರ್ಡ್‌ವೇರ್ ಶಾಪು... ಇತ್ಯಾದಿ.

ಅದೆಲ್ಲ ಇರಲಿ, ಈ ಮೋಹನಕುಮಾರ ಅನ್ನೋ ಹೆಸರು 'ಮೋ' ಎನ್ನುವ ಚೈನೀಸ್ ಹೆಸರಿನಂತೆ ಬದಲಾಗಿದ್ದೇಕೆಂದು ಕೇಳಿದ್ದಕ್ಕೆ ಆತ ಸುದೀರ್ಘ ಸ್ಪಷ್ಟನೆಯನ್ನೇ ನೀಡಿದ– ಏನೇನೋ ಸಿಕ್ಕಾಪಟ್ಟೆ ಓದಿ ನಂತರ ಜರ್ಮನಿಯಲ್ಲಿ ಅದೆಂತದೋ ಹೈಯ್ಯರ್ ಸ್ಟಡೀ ಮಾಡಿ ಈಗ ಜಗತ್ತಿನ ಅತಿ ಪ್ರಖ್ಯಾತ ಅಟೋಮೋಬೈಲ್ ಕಂಪನಿಯೊಂದರಲ್ಲಿ ಉನ್ನತ ಹುದ್ದೆಯಲ್ಲಿದ್ದಾನೆ. ಆ ಕಂಪನಿಯ ಮುಖ್ಯ ಕಛೇರಿ ಸ್ಪೇನ್‌ನಲ್ಲಿದೆ. ಈತ ಸ್ಪೇನ್, ಥೈಲ್ಯಾಂಡ್, ಭಾರತ ಸೇರಿದಂತೆ ಏಷ್ಯಾದ ಮುಖ್ಯದೇಶಗಳ ಉಸ್ತುವಾರಿ ನೋಡಿಕೊಳ್ಳುತ್ತಿದ್ದಾನೆ. ಹೆಚ್ಚಿನ ಸಮಯ ಆತ ವಿದೇಶದಲ್ಲೇ ಕಳೆಯುವುದರಿಂದ ಅವರೊಂದಿಗೇ ಸಂಹವನ ಹೆಚ್ಚು. ಅವರಿಗೆಲ್ಲ ಮೋಹನ ಕುಮಾರ ಎಂಬ ಉದ್ದದ ಹೆಸರು ಬಳಕೆಗೆ ಕಷ್ಟವಾಗುತ್ತದೆಂದು ತಾನೇ ಅದನ್ನು ಮೊಟಕುಗೊಳಿಸಿದ್ದಾನೆ. ಅದು ಸ್ಟೈಲಿಷ್ ಆಗಿಯೂ ಇದೆ ಎಂಬುದು ಆತನಿಗೆ ಖುಷಿಯ ಸಂಗತಿ.

"ಈ ಎಕ್ಸಿಬಿಷನ್ನಿಗೆ ನಮ್ಮ ಕಂಪನಿಯೇ ಅಫೀಶಿಯಲ್ ಸ್ಪಾನ್ಸರ್" ಎಂದ ಆತ.

"ಓ, ಹೌದಾ? ನಾನು ಬೆಂಗಳೂರಿನ ಯುನೈಟೆಡ್ ಆಟೋಗೇರ್ ಎನ್ನುವ ಕಂಪನಿಯಲ್ಲಿ ಅಸಿಸ್ಟೆಂಟ್ ಮ್ಯಾನೇಜರ್. ಗೊತ್ತಲ್ಲಾ ನಮ್ಮ ಕೆಲಸ; ನಮಗೆ ಇಂಥವೆಲ್ಲಾ ಬೇಕು" ನಾನೆಂದೆ.

ನಿಜ ಹೇಳಬೇಕೆಂದರೆ ಇಂಥ ಹೊರ ಊರಿನ ಪ್ರದರ್ಶನಗಳಿಗೆ ನನ್ನ ಬಾಸೇ ಹೋಗುವುದು. ಆತನಿಗೇನೋ ಪರ್ಸನಲ್ ಕೆಲಸ ಇದ್ದುದಕ್ಕಾಗಿ ನನ್ನನ್ನು ಕಳಿಸಿದ್ದಾನೆ. ಇದನ್ನೆಲ್ಲಾ ಇವನಿಗ್ಯಾಕೆ ಹೇಳುವುದೆಂದು ಸುಮ್ಮನಾದೆ.

"ವೋವ್... ಆಸ್ಸಮ್! ನೀನು ಒಂದು ರೀತಿಯಲ್ಲಿ ನನ್ನ Client ಅಂದ ಹಾಗಾಯಿತು. ವದ್ಧಾss..." ಎನ್ನುತ್ತ ಗಹಗಹಿಸಿ ನಕ್ಕು ಜೋರಾಗಿ ನನ್ನ ಕೈ ನೋಯುವಂತೆ ಕುಲುಕಿದ.

ಒಂದು ಕ್ಷಣಕ್ಕೆ ನನ್ನನ್ನೇ 'ವದ್ಧಾ' ಎಂದು ಕರೆಯುತ್ತಿದ್ದಾನೋ ಎನ್ನಿಸಿ ಕಸಿವಿಸಿಯಾಯಿತಾದರೂ, ಯಾವುದಾದರೂ ಹೊಸ ಇಂಗ್ಲೀಷಿನ ಸ್ಲಾಂಗ್ ಇದ್ದರೂ ಇರಬಹುದೆಂದು ಸುಮ್ಮನಾದೆ.

"ವೆಲ್, ಹವ್ ಅಬೌಟ್ ಸಮ್ ಕಾಫೀ?" ಕೇಳಿದ ಆತ.

ನಾನು ಎರಡೂ ಭುಜವನ್ನೆತ್ತಿ "ಓಕೆ" ಅಂದೊಡನೆ ಮತ್ತೆ ವಿಚಿತ್ರವಾಗಿ "ವದ್ಧಾss..." ಎಂದ.

ಎಷ್ಟೋ ವರ್ಷಗಳ ನಂತರ ಸಿಕ್ಕರೂ, ಹಲವು ವರ್ಷಗಳಿಂದ ಜೊತೆಯಲ್ಲೇ ಇದ್ದೇವೆ ಎನ್ನುವ ಸಲುಗೆಯಿಂದ ಆತ ನನ್ನೊಡನೆ ವರ್ತಿಸುತ್ತಿರುವ ರೀತಿ ನನಗೆ ಅಚ್ಚರಿಯೊಡನೆ ಮುಜುಗರವನ್ನೂ ಉಂಟುಮಾಡಿತು. ಹೀಗೇ ಕೆಲ ಸಮಯ ಪ್ರದರ್ಶನ

ಮಳಿಗೆಯಲ್ಲೇ ಸುತ್ತಾಡಿ ಕಳೆದು, ವಿಳಾಸ ಫೋನ್ ನಂಬರು ಮುಂಬಯಿಯಲ್ಲಿ ನಾವುಳಿದುಕೊಂಡ ಹೊಟೇಲಿನ ಮಾಹಿತಿ ಇತ್ಯಾದಿಗಳನ್ನು ವಿನಿಮಯ ಮಾಡಿಕೊಂಡು ನಾವಿಬ್ಬರೂ ಪರಸ್ಪರ ಬೀಳ್ಕೊಟ್ಟೆವು. ಮೊದಲ ಭೇಟಿಯಲ್ಲಿಯೇ ನನ್ನನ್ನು ಸಂಪೂರ್ಣವಾಗಿ ಇಂಪ್ರೆಸ್ ಮಾಡಿದ್ದ ಮೋ. ಆತ ಅತ್ತ ಹೋಗುತ್ತಲೇ ಯಾಕೋ ಒಂದಡಿ ಕುಗ್ಗಿದ್ದೇನೆನಿಸಿತು. ನನ್ನದೇ ವಯಸ್ಸಿನ ಅವನೆಲ್ಲಿ, ನಾನೆಲ್ಲಿ!

ಸುಮಾರು ರಾತ್ರಿ ಎಂಟು ಗಂಟೆಗೆ ಹೊಟೇಲ್ ರೂಮಿನಲ್ಲಿ ನಾನು ವಿಶ್ರಮಿಸುತ್ತಿದ್ದಾಗ ಕರೆಗಂಟೆಯ ಸದ್ದಿಗೆ ಎದ್ದು ಹೋಗಿ ಬಾಗಿಲು ತೆಗೆದರೆ, ಮೋಹನ! "ವದ್ಧಾsss..." ಎಂದು ಉಚ್ಚರಿಸುತ್ತಾ ನನ್ನನ್ನು ಬರಸೆಳೆದು ಗಟ್ಟಿಯಾಗಿ ಅಪ್ಪಿಕೊಂಡ. ಕೊಸರಿಕೊಳ್ಳುತ್ತಲೇ, ಈತನನ್ನು ಮತ್ತೊಮ್ಮೆ ಭೇಟಿಯಾಗುವ ಯಾವುದೇ ಸಾಧ್ಯತೆಗಳನ್ನು ನಿರೀಕ್ಷಿಸಿರದ ನನಗೆ ನಿಜಕ್ಕೂ ಅಚ್ಚರಿಯೆನಿಸಿತು.

"ನಡಿ, ಡಿನ್ನರಿಗೆ ಹೊರಗೆಲ್ಲಾದರೂ ಹೋಗೋಣ" ಎಂದ.

ನನ್ನದೂ ಊಟವಾಗಿರಲಿಲ್ಲ, ಒಪ್ಪಿದೆ.

"ಗ್ರೇಟ್, ಐ ವಿಲ್ ಟೇಕ್ ಯು ಟು ಅ ವೆರಿ ಇಂಟರೆಸ್ಟಿಂಗ್ ಪ್ಲೇಸ್" ಎನ್ನುತ್ತಾ ಹೊರಟ. ಆತ ಬಾಡಿಗೆಗೆ ತಂದಿದ್ದ ಐಷಾರಾಮಿ ಕಾರನ್ನು ನೋಡಿಯೇ 'ಬಡ್ಡಿಮಗ ಸರೀ ದುಡ್ಡು ಮಾಡಿದ್ದಾನೆ' ಎಂಬುದು ಖಾತ್ರಿಯಾಗಿತ್ತು ನನಗೆ. ಕಾರು ಯಾವುದೋ ಫೈವ್‌ಸ್ಟಾರ್ ಹೊಟೇಲಿನ ಎದುರು ಹೋಗಿ ನಿಂತಿತು. ನಾನು ಬರೀ ಚಪ್ಪಲಿಯಲಿ ಬಂದದ್ದು ತಕ್ಷಣ ನನ್ನ ಗಮನಕ್ಕೆ ಬಂದು ಸಣ್ಣ ಆಘಾತವೇ ಆಯಿತು. ಇಲ್ಲಿಗೆ ಕರೆತರುತ್ತಾನೆಂದು ಮೊದಲೇ ಗೊತ್ತಿದ್ದರೆ ಬೂಟನ್ನಾದರೂ ಹಾಕಿ ಬರಬಹುದಿತ್ತು ಅಂದುಕೊಂಡೆ.

ಒಳಗಡೆ ಕಾಲಿಡುತ್ತಿರುವಂತೆ ಫಳ ಫಳ ಹೊಳೆಯುವ ಮಾರ್ಬಲ್ ಫ್ಲೋರಿಂಗು, ಬಣ್ಣದ ಕುಸುರಿಯ ಗಾಜಿನ ಗೋಡೆಗಳು, ದೊಡ್ಡ ದೊಡ್ಡ ತೂರಾಡುವ ಲೈಟುಗಳು... ಇಲ್ಲೇ ಅಂತ ಅಲ್ಲ; ಇಂತಹುದೇ ಐಷಾರಾಮಿ ಆಫೀಸುಗಳು, ರೆಸ್ಟೋರೆಂಟುಗಳು, ಶಾಪಿಂಗ್ ಮಾಲುಗಳು ಯಾವುದೇ ಆದರೂ ನನಗೇನೋ ಒಂಥರಾ ಫೀಲಿಂಗು. ಒಳ ಹೊಕ್ಕೊಡನೇ– ನನ್ನ ಅಂಗಿಯ ಫಿಟ್ಟಿಂಗ್ ಸರಿಯಿಲ್ಲವೇನೋ, ನಾನು ತೊಟ್ಟಿರುವ ವಾಚು ಮೆಜೆಸ್ಟಿಕ್ಕಿನ ಬರ್ಮಾ ಬಜಾರಿನಲ್ಲಿ ಕೊಂಡದ್ದು ಅಂತಾ ಯಾರಿಗಾದರೂ ಗೊತ್ತಾಗಿಬಿಡುತ್ತದೇನೋ ಎಂದೆಲ್ಲಾ ಅನ್ನಿಸಲು ಶುರುವಾಗಿ ಬಿಡುತ್ತದೆ. ಮೋಹನ ಮಾತ್ರ ಇದು ತನ್ನದೇ ಮನೆ ಎನ್ನುವಷ್ಟು ಸಲೀಸಾಗಿ ಮುನ್ನಡೆದ. ರಿಸೆಪ್ಷನ್ನಿನ ದಟ್ಟ ಲಿಪ್‌ಸ್ಟಿಕ್ಕಿನ ಹುಡುಗಿ ನಮ್ಮನ್ನು ಆದರದಿಂದ ಬರಮಾಡಿಕೊಂಡಳು.

"ಯು ಆರ್ ಲುಕಿಂಗ್ ಗಾರ್ಜಿಯಸ್" ಎಂದ ಮೋಹನ ಅವಳಿಗೆ. ಆಕೆ ನಾಚುತ್ತ ಧನ್ಯವಾದ ಹೇಳಿದಳು.

ನಂತರ ಲಿಫ್ಟಿನಲ್ಲಿ, "ಆಕೆ ನಿನಗೆ ಗೊತ್ತಾ?" ಎಂದು ಕುತೂಹಲದಿಂದ ನಾನು ಕೇಳಿದ್ದಕ್ಕೆ "ಇಲ್ಲಾ, ಇದೇ ಮೊದಲು ನೋಡಿದ್ದು. ಸಖತ್ತಾಗಿದಾಳಲ್ವಾ?" ಎನ್ನುತ್ತ ಕಣ್ಣು ಮಿಟುಕಿಸಿದ. ಅವನ ಸಂವಹನ ಸಾಮರ್ಥ್ಯ ನೋಡಿ ನನಗೆ ಆಶ್ಚರ್ಯವಾಯಿತು.

ಲಿಫ್ಟು ಜುಣ್ರನೆ ಅದೆಷ್ಟನೆಯದೋ ಫ್ಲೋರಿನ ರೆಸ್ಟೋರೆಂಟ್ ಒಂದಕ್ಕೆ ಹೋಗಿ ನಿಂತಿತು. ಆ ರೆಸ್ಟೋರೆಂಟಿನ ಸ್ವಾಗತಕಾರ ಇವನತ್ತ ಪರಿಚಯದ ನಗೆ ಬೀರಿದ. ಇಬ್ಬರೂ ಏನೇನೋ ಮಾತಾಡಿಕೊಂಡ ನಂತರ ನನ್ನ ಪರಿಚಯವನ್ನೂ ಆತನಿಗೆ ಮಾಡಿಸಿಕೊಟ್ಟ. ಫೈವ್‌ಸ್ಟಾರ್ ಹೊಟೇಲಿನ ರೆಸ್ಟಾರೆಂಟ್ ಅಂದಮೇಲೆ ಕೇಳಬೇಕೆ? ಅದರ ಖದರೇ ಬೇರೆ. ಮೆತ್ತನೆಯ ಬಿಳಿಯ ಸೋಫಾದ ಮೇಲೆ ಇಬ್ಬರೂ ಆಸೀನರಾಗುತ್ತಿರುವಂತೆಯೇ "ಏನು ತೆಗೆದುಕೊಳ್ಳುತ್ತೀಯಾ... ವಿಸ್ಕಿ, ವೊಡ್ಕಾ?" ಎಂದು ಕೇಳಿದ.

"ಪರ್ವಾಗಿಲ್ಲ ಮೋಹನ್, ಅದೇನೂ ಬೇಡ"

"ಪ್ಲೀಸ್ ಕಾಲ್ ಮಿ ಮೋ. ಅದೇ ನನ್ನ ನಿಜವಾದ ಹೆಸರು ಈಗ... ಕಮಾನ್, ಏನು ತಗೋತೀಯಾ? ಲೆಟ್ ಅಸ್ ಹ್ಯಾವ್ ಸಂಥಿಂಗ್ ಲೈಟ್‌ಲೀ. ನಾವಿಬ್ಬರೂ ಮತ್ತೆ ಸಿಕ್ಕ ಖುಷಿಗೆ"

ನಾನು 'ಇಂಥ ಹೊಟೇಲಿನಲ್ಲಿ, ಅದೂ ಡ್ರಿಂಕ್ಸ್ ತೆಗೆದುಕೊಂಡರೆ ಅದೆಷ್ಟು ತುಟ್ಟಿಯಿದ್ದೀತೋ. ಅದನ್ನು ನಾನೇ ಕೊಡಬೇಕಾಗಿ ಬಂದರೆ, ಅಥ್ವಾ ಇಬ್ಬರೂ ಹಂಚಿಕೊಳ್ಳುವ ಪ್ರಮೇಯ ಬಂದರೆ...' ಎಂದು ಮನದಲ್ಲಿ ಚಿಂತಿಸುತ್ತಿರುವುದನ್ನು ಅರಿತಂತೆ ಆತ "ಡೊಂಟ್ ವರಿ. ನೀನು ನನ್ನ ಕ್ಲಾಯಂಟ್ ಈಗ. ನಿನ್ನ ಈ ರಾತ್ರಿಯ ಖರ್ಚು ವೆಚ್ಚಗಳನ್ನೆಲ್ಲ ನನ್ನ ಕಂಪನಿ ನೋಡಿಕೊಳ್ಳುತ್ತದೆ" ಎಂದು ನಾಟಕೀಯವಾಗಿ ಹೇಳಿ "ವದ್ಧಾಽಽ..." ಎನ್ನುತ್ತ ಮಾಮೂಲಿ ಶೈಲಿಯಲ್ಲಿ ಗಹಗಹಿಸಿ ನಕ್ಕ.

ನಾವಿಬ್ಬರೂ ವಿಸ್ಕಿ ಹೀರುತ್ತ, ಅದು ಇದು ಮಾತನಾಡುತ್ತ ಕುಳಿತಿರುವಾಗ ಪಕ್ಕದಲ್ಲೆಲ್ಲೋ ಹಿಂದಿ ಸಿಮೆಮಾ ಹಾಡುಗಳು ಕೇಳಿಸುತ್ತಿತ್ತು. ಅದು ಆ ಮುಚ್ಚಿದ ಬಾಗಿಲ ಹಿಂದಿನಿಂದಲೇ ಬರುತ್ತಿರಬೇಕು ಎನ್ನುವ ಊಹೆಯಿಂದ ನಾನು ಅತ್ತ ಕುತೂಹಲದ ದೃಷ್ಟಿ ಹಾಯಿಸುತ್ತಿರುವಂತಯೇ, "ಹವ್ ಅಬೌಟ್ ಸಮ್ ಸೆಕ್ಸಿ ಡಾನ್ಸ್? ಯು ಲೈಕ್ ಇಟ್? ಕಮಾನ್ ಲೆಟ್ಸ್ ಗೊ..." ಅನ್ನುತ್ತ ನನ್ನ ಭುಜ ತಟ್ಟಿ ನನ್ನ ಅನುಮತಿಗೂ ಕಾಯದೇ ಗ್ಲಾಸನ್ನು ಕೈಯ್ಯಲ್ಲೇ ಹಿಡಿದು ಹೊರಟೇ ಬಿಟ್ಟ ಮೋ.

ಪ್ರಥಮ ಬಾರಿಗೆ ಹೊಸ ವಾತಾವರಣಕ್ಕೆ ಒಡ್ಡಿಕೊಂಡು ಮುದಗೊಳ್ಳುತ್ತಲೇ ಮುಜುಗರಗೊಳ್ಳುತ್ತಿದ್ದ ನನ್ನ ಮನಸ್ಸು 'ದುಡ್ಡು ನಾನೇನೂ ಕೊಡಬೇಕಾಗಿಲ್ಲ'

ಎಂಬುದು ಕನ್‌ಫರ್ಮ್ ಆದಾಗಿನಿಂದ ತಿಳಿಯಾಗಿತ್ತು. ಮುಚ್ಚಿದ ಬಾಗಿಲನ್ನು ಬಲವಂತವಾಗಿ ನೂಕಿ ಸಂಗೀತ ಕೇಳುತ್ತಿದ್ದ ಕೋಣೆಯ ಒಳ ಹೋದರೆ ಅದು ಬೇರೆಯದೇ ಪ್ರಪಂಚ! ಮಬ್ಬುಗತ್ತಲ ದೊಡ್ಡ ಹಾಲ್ ನಡುವೆ ವಿವಿಧ ಬಣ್ಣದ ಬೆಳಕಿಂದ ಮಿಂಚುತ್ತಿರುವ ಒಂದು ಸ್ಟೇಜು. ಅದರ ಸುತ್ತಲೂ ಅಳವಡಿಸಿಟ್ಟ ಸೋಫಾ, ಟೀಪಾಯಿಗಳು. ಇಡೀ ಹಾಲು ತುಂಬಿರದಿದ್ದರೂ ಸಾಕಷ್ಟು ಜನರಿದ್ದರು ಅಲ್ಲಿ. ಅತೀ ಗೌಪ್ಯವೆನ್ನಿಸದಿದ್ದರೂ ಯಾವುದೋ ಒಂದು ಖಾಸಗೀತನದ ವಾತಾವರಣ ಎದ್ದು ಕಾಣುತ್ತಿತ್ತು. ಸ್ಟೇಜಿನ ಮೇಲೆ ತುಂಡುಡುಗೆ ತೊಟ್ಟ ಏಳೆಂಟು ಲಲನೆಯರು ಸಂಗೀತಕ್ಕೆ ತಕ್ಕಂತೆ ಹೆಜ್ಜೆ ಹಾಕುತ್ತ ಮಾದಕವಾಗಿ ಕುಣಿಯುತ್ತಿದ್ದರು. ನಾವು ಸ್ಟೇಜಿಗೆ ಹತ್ತಿರವೇ ಇರುವ ಸೋಫಾದಲ್ಲಿ ಹೋಗಿ ಕುಳಿತೆವು. ಗಂಟಲು ಹಾಗೂ ಕಣ್ಣು ತಂಪು ಮಾಡಿಕೊಳ್ಳುತ್ತ ಲೋಕಾಭಿರಾಮಕ್ಕಿಳಿದೆವು. "ನನಗೆ ಒಬ್ಬಳೇ ಹೆಂಡತಿ ಹಾಗೂ ಒಬ್ಬಳೇ ಮಗಳು, ಅವಳಿಗೀಗ ಏಳು ವರ್ಷ" ನಾನಂದೆ.

ಮೋ ತನ್ನ ಅಸಂಖ್ಯ ಸಖಿಯರ ಬಗ್ಗೆ ಹೇಳಿದ. ತನ್ನ ಮೊಬೈಲಿನಲ್ಲಿ ಯಾರದೋ ಫೋಟೋ ತೋರಿಸುತ್ತಾ "ಇವಳು ಗೊತ್ತಾ?" ಎಂದು ಕೇಳಿದ.

ಹಿಂದೀ ಸಿನೇಮಾದಲ್ಲಿ ನಟಿಸುವವಳು, ಅಷ್ಟೇನೂ ಪ್ರಖ್ಯಾತಳಲ್ಲದಿದ್ದರೂ, ನನಗೆ ತುಂಬಾ ಇಷ್ಟವಾಗುತ್ತಾಳಾದ್ದರಿಂದ ಗೊತ್ತಿದ್ದಾಳೆ.

"ಇವಳು ನನ್ನ ಹಿಂದೆ ಬಿದ್ದು ಬಿಟ್ಟಿದ್ದಳು ಮಾರಾಯ. ಬಿಡಿಸಿಕೊಳ್ಳುವುದರಲ್ಲಿ ಸಾಕುಬೇಕಾಯಿತು. ಹಾಸಿಗೆ ಹಂಚಿಕೊಂಡವರನ್ನೆಲ್ಲಾ ಹೆಂಡತಿ ಮಾಡಿಕೊಂಡರೆ... ಅಷ್ಟೇ" ಅನ್ನುತ್ತ ಜೋರಾಗಿ ನಕ್ಕ.

ನನಗೆ ಅವನ ಮಾತು ನಿಜವಿರಲಿಕ್ಕಿಲ್ಲ ಎಂದೆನಿಸಿದರೂ ಹೊಟ್ಟೆಕಿಚ್ಚಾಯಿತು.

"ಸದ್ಯಕ್ಕೆ ಚಲಿಂಡಾ ಎನ್ನುವ ಥ್ಯಾ ಮೊಡೆಲ್ ಒಬ್ಬಳೊಡನೆ ಇದ್ದೇನೆ" ಎಂದ.

"ಓ, ಲವ್ವಾ?" ಎಂದು ನಾನು ಕೇಳಿದ್ದೇ ತಪ್ಪಾಯಿತೇನೋ, "ಈ ಲವ್ವು ಗಿವ್ವು ಅನ್ನೋದೆಲ್ಲಾ ಭಾರತೀಯರ ಇಮೋಷನಲ್ ಭ್ರಮೆ. ಅದು ಅಸ್ತಿತ್ವದಲ್ಲಿಯೇ ಇಲ್ಲ. ನಿಜವಾಗಿ ಹೇಳಬೇಕೆಂದ್ರೆ ಲವ್ ಈಸ್ ಜಸ್ಟ್ ಎನ್ ಎವಲೂಷನರಿ ಕಾಂಪ್ರಮೈಸ್ ಅಷ್ಟೇ. ನನ್ನ ರಿಲೇಷನ್‌ಶಿಪ್‌ಗಳಲ್ಲಿ ನೊ ಸ್ಟ್ರಿಂಗ್ಸ್ ಅಟ್ಯಾಚ್ಡ್. ಅದರಲ್ಲಿ ನನಗೆ ನಂಬಿಕೆಯೇ ಇಲ್ಲ..." ಎನ್ನುತ್ತ, ಹೆಣ್ಣು ಗಂಡು ಸಂಬಂಧ ಸೆಕ್ಸ್ ಇತ್ಯಾದಿಗಳ ಬಗ್ಗೆ ಸರಿಯಾಗಿ ಕೊರೆದ. ಗ್ಲಾಸಿನಲ್ಲಿಯ ಐಸು ಕರಗುತ್ತಾ ಮೆದುಳಿನ ನರಗಳು ನಿಧಾನವಾಗಿ ಸಡಿಲವಾಗಲು ಆಗಷ್ಟೇ ಶುರುವಾಗಿದ್ದವು. ನಡುವೆ, ಸ್ಟೇಜಿನ ಮೇಲೆ ನರ್ತಿಸುತ್ತಿರುವ ಹುಡುಗಿಯರತ್ತ ನೋಡುತ್ತ ಮೋ ಅನಿರೀಕ್ಷಿತ ಪ್ರಶ್ನೆಯೊಂದನ್ನು ತೂರಿಬಿಟ್ಟ–

"ಇವರಲ್ಲಿ ಯಾವ ಹುಡುಗಿ ಇಷ್ಟವಾದಳು ನಿನಗೆ?" ಇಂಥಾ ಪಕ್ಕಾ ಪರ್ಸನಲ್ ಎನ್ನಿಸುವ ಪ್ರಶ್ನೆಗೆ ಹೇಗೆ ಉತ್ತರಿಸುವುದೆಂದು ನಾಚಿ ತಡವರಿಸುತ್ತಿರುವ ನನ್ನನ್ನು

ಹುರಿದುಂಬಿಸುವಂತೆ "ಕಮಾನ್, ವ್ಹಾಯ್ ಹೆಸಿಟೇಟ್? ನೋಡು ಆ ನೀಲೀ ಚಡ್ಡಿ ಹಾಕಿದ್ದಾಳಲ್ಲ, ಅವಳು ಇಷ್ಟವಾದಳು ನನಗೆ... ಈಗ ಲೆಟ್ ಮಿ ನೊ ಯುವರ್ ಚಾಯ್ಸ್..." ಎಂದ.

ನಾನು "ಹೆ ಹ್ಹೆ ಹ್ಹೆ..." ಎನ್ನುತ್ತ ತಡವರಿಸಿದೆ.

ಆದರೂ ಬಿಡದೇ ಒತ್ತಾಯಿಸಿದ. ಹೇಗ್‌ಹೇಗೊ ಸುಧಾರಿಸಿಕೊಳ್ಳುತ್ತ ಹೇಳಲೋ ಬಿಡಲೋ ಅನ್ನುತ್ತಲೇ ಅವರಲ್ಲೇ ಒಬ್ಬಳನ್ನು ತೋರಿಸಿ "ಇವಳು ಪರವಾಗಿಲ್ಲ" ಅಂದೆ. ಭಯಂಕರ ಹುರುಪು ಬಂದಂತೆ ಆತ "ವದ್ಧಾ... ವದ್ಧಾss..." ಅನ್ನುತ್ತ, "ವೆಲ್. ನೀನು ನಿನ್ನ ಡ್ರಿಂಕ್ಸ್ ಮುಗಿಸುವಷ್ಟರಲ್ಲಿ ಸೆಟ್ ಮಾಡಿ ಬರುತ್ತೇನೆ. ನಿನ್ನ ಮನಗೆದ್ದ ಹುಡುಗಿ ಇನ್ನರ್ಧ ತಾಸಿನಲ್ಲಿ ನಿನ್ನ ತೆಕ್ಕೆಯಲ್ಲಿ... ಹವ್ ಈಜ್ ಇಟ್?" ಎನ್ನುತ್ತ ಸೋಫಾದಿಂದ ಎದ್ದ. ನಾನು ಹೌಹಾರಿ ಹೋದೆ. ನನ್ನನ್ನು ಏನೆಂದುಕೊಂಡಿದ್ದೀಯ ಎನ್ನುವ ಅರ್ಥ ಬರುವಂತೆ ಕಣ್ಣರಳಿಸಿ ಏನೂ ಬೇಡವೆನ್ನುತ್ತ, ಅರ್ಧ ಕುಡಿದ ವಿಸ್ಕಿ ಗ್ಲಾಸ್ ಅಲ್ಲಿಯೇ ಇಟ್ಟು ಹೊರನಡೆದೆ. ನನ್ನ ಈ ತೀವ್ರ ಪ್ರತಿಕ್ರಿಯೆಗೆ ಅಷ್ಟೇನೂ ವಿಚಲಿತನಾದಂತೇ ತೋರದ ಆತ "ಹೇ, ಕೂಲ್ ಮ್ಯಾನ್..." ಅನ್ನುತ್ತ ನನ್ನ ಹಿಂದೆಯೇ ಬಂದ.

"ಲೆಟ್ಸ್ ಹ್ಯಾವ್ ಡಿನ್ನರ್... ಅಟ್ಲೀಸ್ಟ್" ಎನ್ನುತ್ತ ಸಮಾಧಾನಿಸಲು ಯತ್ನಿಸಿದ.

ನಾನು ಬಿರಬಿರನೆ ನಡೆಯುತ್ತ ಹೊರಬಿದ್ದೆ. ಏನೂ ಆಗದವರಂತೆ, ಮೊದಲಿನಷ್ಟೇ ಸಹಜವಾಗಿ ನನ್ನೊಡನೆ ಮಾತನಾಡುತ್ತ ಹೊಟೆಲ್ಲಿನ ರೂಮಿನವರೆಗೂ ಕಾರಿನಲ್ಲಿ ಬಿಟ್ಟು ಹೋದ.

ಆ ರಾತ್ರಿಯಿಡೀ ನನಗೆ ತುಂಬ ಹೊತ್ತಿನವರೆಗೆ ನಿದ್ದೆಯೇ ಬರಲಿಲ್ಲ. ಆ ವೈಭವೋಪೇತ ಹೊಟೇಲು, ಆ ರೆಸ್ಟೊರೆಂಟು, ಬಾಗಿಲಲ್ಲಿ ನಿಂತಿದ್ದ ರಾಜನ ಪೋಷಾಕಿನ ಗಾರ್ಡು ಓಡುತ್ತ ಬಂದು ಕಾರಿನ ಬಾಗಿಲು ತೆಗೆದು ನಮ್ಮನ್ನು ಬೀಳ್ಕೊಟ್ಟ ರೀತಿ... ಆ ಅಸಮಾಧಾನದ ನಡುವೆಯೂ ಅಲ್ಲಿಂದ ಹೊರಬೀಳುವಾಗ ನನ್ನಲ್ಲೊಂದು ಅವ್ಯಕ್ತ ಹಮ್ಮಿನ ಸುಖಾನುಭವವಿತ್ತಾ? ನನಗೇ ಸಂಶಯವಾಯಿತು. 'ನಾನು ಅಷ್ಟೊಂದು ದೊಡ್ಡ ಸೀನ್ ಕ್ರೀಯೇಟ್ ಮಾಡುವ ಅವಶ್ಯಕತೆಯಿರಲಿಲ್ಲ, ತುಂಬಾ ಚೀಪ್ ಆದೆ' ಎನ್ನಿಸಿ ಬೇಸರವಾಯಿತು. ಅದೆಲ್ಲದರ ಜೊತೆಗೆ, ನಾನು ಆರಿಸಿದ ಆ ಹುಡುಗಿ ಮತ್ತೆ ಮತ್ತೆ ಕಣ್ಣ ಮುಂದೆ ಬರುತ್ತಿದ್ದಳು. ವಾಪಸ್ಸು ಹೋದ ಮೋ ಆ ಹುಡುಗಿಯೊಡನೆಯೇ ರಾತ್ರಿಯನ್ನು ಕಳೆದಿರಬಹುದೇ ಎಂದು ಯೋಚಿಸಿ ವಿಚಿತ್ರ ಸಂಕಟವಾಯಿತು.

ಅವನ ಮಟ್ಟಿಗೆ ಶುದ್ಧ ಗಮಾರನಾದ ನನ್ನ ತಂಟೆಗೆ ಆತ ಇನ್ನು ಬರಲಿಕ್ಕಿಲ್ಲವೆಂದುಕೊಂಡಿದ್ದೆ. ಆದರೆ ಬೆಳಿಗ್ಗೆ ತಿಂಡಿಯ ಹೊತ್ತಿಗೇ ರೂಮಿನ

ಬಾಗಿಲಲ್ಲಿ ಹಾಜರಾದ. "ವದ್ಧಾss..." ಎನ್ನುತ್ತ ನನ್ನನ್ನು ಬಿಗಿದಪ್ಪಿದ. ಮತ್ತೆ ಕೊಸರಿಕೊಳ್ಳುವಂತಾಯ್ತು. ಬೇರೆಲ್ಲಿಗಾದರೂ ತಿಂಡಿಗೆ ಹೋಗೋಣವೆಂದ. ನಾನು ಇಲ್ಲೇ ಮಾಡೋಣವೆಂದೆ. ನಿನ್ನೆ ರಾತ್ರಿ ನಡೆದ ಘಟನೆಯ ಬಗ್ಗೆ ಅವನಿಗೆ ಯಾವುದೇ ಪಶ್ಚಾತ್ತಾಪವಿದ್ದಂತೆ ಕಾಣಲಿಲ್ಲ. ಆ ವಿಷಯವನ್ನು ಇಬ್ಬರೂ ಎತ್ತಲಿಲ್ಲ. ತಿಂಡಿ ತಿನ್ನುತ್ತಾ ನನ್ನ ಆ ದಿನದ ಯೋಜನೆಯ ಬಗ್ಗೆ ವಿಚಾರಿಸಿದ. ನಾನು ಬೆಂಗಳೂರಿಗೆ ರೈಲಿನಲ್ಲಿ ವಾಪಸ್ಸು ಹೋಗುತ್ತಿದ್ದೇನೆ ಎಂಬುದನ್ನು ತಿಳಿದು, ಟ್ರೇನ್ ಟಿಕೇಟು ಬಿಸಾಡುವಂತೆಯೂ, ವಿಮಾನದ ಟಿಕೆಟ್ ಆತನ ಕಂಪನಿಯ ವತಿಯಿಂದ ಬುಕ್ ಮಾಡುವುದಾಗಿಯೂ ತಿಳಿಸಿದ. ನಾನೆಷ್ಟೇ ಬೇಡವೆಂದು ಅಲವತ್ತುಕೊಂಡರೂ "ಅಷ್ಟಿದ್ದರೆ, ಫ್ಲೈಟಿನಲ್ಲಿ ಹಿಂದಿರುಗಿದ್ದು ಮತ್ಯಾರಿಗೂ ಹೇಳಬೇಡ ಮಾರಾಯ. ನನಗೆ ನಿನಗೆ ಬಿಟ್ಟರೆ ಮತ್ಯಾರಿಗೆ ಗೊತ್ತಾದೀತು? ಹೆಚ್ಚೆಂದರೆ ವಿಮಾನದಲ್ಲಿರುವ ಸೆಕ್ಸಿ ಗಗನಸಖಿಗೆ ಗೊತ್ತಾಗಬಹುದು ಅಷ್ಟೇ..." ಎಂದು ಕಣ್ಣು ಮಿಟುಕಿಸುತ್ತ ಯಾರಿಗೋ ಫೋನ್ ಮಾಡಿ ಟಿಕೆಟ್ ವ್ಯವಸ್ಥೆ ಮಾಡಿಯೂ ಬಿಟ್ಟ. ಉಳಿದರ್ಧ ದಿನವನ್ನು ಪ್ರದರ್ಶನ ಮಳಿಗೆಯಲ್ಲೇ ಅಲ್ಲಲ್ಲಿ ಸುತ್ತಾಡಿ ಒಟ್ಟಿಗೇ ಕಳೆದು, ನಂತರ ಆತನೇ ಏರ್‌ಪೋರ್ಟಿಗೆ ಬಂದು ಬೆಂಗಳೂರಿನಲ್ಲಿ ಸಿಗೋಣ ಅನ್ನುತ್ತ ನಾನು ಕೊಸರಿಕೊಳ್ಳಲೂ ಆಗದಂತೆ ಬಿಗಿದಪ್ಪಿ ಬೀಳ್ಕೊಟ್ಟ.

ಮೊದಲ ವಿಮಾನ ಪ್ರಯಾಣ ನಂದು. ಚೆಕ್‌ಇನ್ ಕೌಂಟರಿನ ತರುಣಿ ಎರಡೆರಡು ಬಾರಿ ಅದೇನೋ 'ಅಸ್ಸೈಲು ಅಸ್ಸೈಲೂ' ಎಂದು ಕೇಳಿದರೂ ನನಗೆ ಅರ್ಥವೇ ಆಗಲಿಲ್ಲ. ಉತ್ತರಿಸಲಾಗದೇ ನಾನು ಪೆಚ್ಚಾದೆ. ನಂತರ ಆಕೆಯೇ "ಓಕೆ. ಐ ವಿಲ್ ಗಿವ್ ಯು ವಿಂಡೋ ಸೀಟ್" ಅನ್ನುತ್ತ ಬೋರ್ಡಿಂಗ್ ಪಾಸು ಕೈಗಿತ್ತಳು. ಮೊದಲೇ, ಎಲ್ಲಿ ಏನು ಮಾಡಬೇಕೋ ಯಾರು ಏನು ಕೇಳುತ್ತಾರೋ ಎಂಬ ಆತಂಕ ನನಗೆ. ಸಾಲದೆಂಬಂತೆ ಈ ಫಳಫಳಿಸುವ ಫ್ಲೋರಿಂಗ್ ಬೇರೆ! ದುರಾದೃಷ್ಟವಶಾತ್ ನನ್ನ ಅಂಗಿಯ ಬಲಗೈ ತೋಳಿನ ತುದಿಯ ಬಟನ್ ಅಂದೇ ತುಂಡಾಗಬೇಕಿತ್ತೇ? ಕೈ ಮುಂದೂಡುವ ಪ್ರಸಂಗ ಬಂದಾಗಲೆಲ್ಲ ಗುಂಡಿಯ ಉಳಿದರ್ಧ ಮಾತ್ರ ಕಾಜಾದೊಳಕ್ಕೆ ಸಿಲುಕಿಹಾಕಿಕೊಂಡಿರುವುದನ್ನು ಯಾರೂ ಗಮನಿಸದಂತೆ ಕಾಳಜಿವಹಿಸುವುದರಲ್ಲೇ ನನಗೆ ಸಾಕುಬೇಕಾಗಿಹೋಯಿತು.

ಆದಿನ–ಯೋಜನೆಗಿಂತ ಮೊದಲೇ ಮುಂಬಯಿಯಿಂದ ಹಿಂತಿರುಗಿದ್ದೆನಾದ್ದರಿಂದ ಸಂಜೆ ಮನೆಯಲ್ಲೇ ಇದ್ದೆ.

"ಡ್ಯೇಡೀ"

"..."

"ಡ್ಯೇಡೀ..." (ಜೋರಾಗಿ)

"..."

"ಡ್ಯಾಡೀ, ನಿನಗೆ ಗೊತ್ತಾ?" (ನನ್ನ ತೋಳುಗಳನ್ನು ಅಲ್ಲಾಡಿಸುತ್ತಾ)

"ಏನು?" ಕೈಲಿದ್ದ ಮೊಬೈಲಿನಿಂದ ಕಣ್ಣು ಕದಲಿಸದೇ ನಾನು ಕೇಳಿದೆ. ಈ ಹೊಸ ಫೋನಿನಲ್ಲಿ ಆಫೀಸಿನ ಈಮೇಲ್‌ಗಳನ್ನು ನೋಡಬಹುದು. ಬಾಸು ಯಾರಿಗೋ ಕಟುವಾಗಿ ಬರೆದ ಮೇಲ್ ನನಗೂ ಕಾಪಿಯಾಗಿದೆ. ಅದೆಲ್ಲಾದರೂ ನನ್ನತ್ತ ತಿರುಗಿ ನಾನೇನಾದರೂ ಸಿಕ್ಕಿ ಬೀಳಬಹುದೋ ಎಂದು ನಾನು ಯೋಚಿಸುತ್ತಿದ್ದೆ.

"ನಿಂಗೊತ್ತಾ, ಸಮುದ್ರದ ದಡದಲ್ಲಿ ಮೊಟ್ಟೆಯೊಡೆದು ಹೊರಬರುವ ಆಮೆಯ ಮರಿಗಳು ರಾತ್ರಿಹೊತ್ತು ದೂರದಲ್ಲಿ ಕಾಣುವ ಶಹರದ ಬೆಳಕನ್ನು ನೀರು ಎಂದು ತಿಳಿದು ಅದರತ್ತ ಧಾವಿಸುತ್ತವೆಯಂತೆ! ಇಲ್ಲಿ ಬರೆದಿದೆ ನೋಡು." ಯಾವುದೋ ಪುಸ್ತಕವನ್ನು ತೋರಿಸುತ್ತಾ ಮಗಳೆಂದಳು.

ಒಮ್ಮೆ ಮೈಸೂರು ಝೂದಲ್ಲಿ ದೊಡ್ಡ ಗಾತ್ರದ ಆಮೆಯೊಂದನ್ನು ನೋಡಿದ ನಂತರದಿಂದ ಆಮೆಗಳ ಮೇಲೆ ಎಲ್ಲಿಲ್ಲದ ಆಸಕ್ತಿ ಅವಳಿಗೆ.

"ಹೌದಾ? ವೆರಿ ಗುಡ್" ಎನ್ನುತ್ತ ಅವಳನ್ನು ಸಾಗಹಾಕಿದೆ.

ಮರುದಿನ- ಆಫೀಸಿಗೆ ಕಾಲಿಟ್ಟಮೇಲೆ ನನ್ನದು ತಲೆ ಕೆರೆದುಕೊಳ್ಳಲೂ ಪುರುಸೊತ್ತಿಲ್ಲದ ಕೆಲಸ. ಹಲವು ಬಾರಿ ಮೋನಿಗೆ ಫೋನ್ ಮಾಡಬೇಕೆಂದರೂ ಆಗಿರಲಿಲ್ಲ. 'ಇಷ್ಟೆಲ್ಲಾ ಉಪಕಾರ ತೆಗೆದುಕೊಂಡು ಎಲ್ಲಿ ನಾಪತ್ತೆಯಾಗಿ ಹೋದೆ ಎಂದು ಆತ ತಿಳಿದುಕೊಂಡಾನು, ನಾಳೆ ಮಾಡಲೇ ಬೇಕು' ಅಂದುಕೊಳ್ಳುವಷ್ಟರಲ್ಲಿ ಆತನೇ ಕರೆ ಮಾಡಿದ. 'ಬೆಂಗಳೂರಿನಲ್ಲಿದ್ದೇನೆ. ಸಂಜೆ ಸಿಗೋಣ ಬಾ' ಎಂದ.

2

ಮೋನಲ್ಲಿ ಎಲ್ಲಕ್ಕಿಂತ ಮೊದಲು ನನಗೆ ಆಕರ್ಷಕವಾಗಿ ಕಾಣುವುದು ಆತ ಮಾತನಾಡುವ ಶೈಲಿ. ತುಸು ಗಡಸೇ ಎನ್ನಿಸುವ ಸ್ಟೈಲಿಷ್ ಧ್ವನಿಯಲ್ಲಿ ಆತ ಉದ್ದುದ್ದ ಇಂಗ್ಲೀಷ್ ವಾಕ್ಯಗಳನ್ನು ಹೇಳಿ ಕೊನೆಯಲ್ಲಿ, 'ಅಷ್ಟೇ' 'ಗೊತ್ತಾಯ್ತಾ' ಇತ್ಯಾದಿ ಕನ್ನಡ ಶಬ್ದಗಳೊಡನೆ ಮಾತು ಮುಗಿಸುವ ಪರಿ ಅನನ್ಯ. ನನಗೂ ಅದೇ ರೀತಿ ಇಂಗ್ಲೀಷಿನ ವಾಕ್ಯಗಳನ್ನು ಬಳಸಿ ಕನ್ನಡ ಮಾತನಾಡಲು ಆಸೆಯಿದೆ.

ಆದರೆ ಈ ರೀತಿ ಕಲಿತವರೆದುರು ನಾನು ಬರುವ ಮಾತೂ ಬಾರದವನಾಗುತ್ತೇನೆ. ನಾನು ಮಾತನಾಡದಿದ್ದರೂ, ನನ್ನ ನೋಡಿಯೇ 'ಇವನಿಗೆ ಇಂಗ್ಲೀಷ್ ಸರಿಯಾಗಿ ಬರುವುದಿಲ್ಲ' ಎಂಬುದು ಇವರಿಗೆಲ್ಲ ಗೊತ್ತಾಗಿದೆ ಎಂದೆನಿಸಲು ಶುರುವಾಗುತ್ತದೆ. ನಾವು ಭಾರತೀಯರು ಇಂಗ್ಲೀಷ್ ಮಾತನಾಡುವ ರೀತಿಯನ್ನು ಮೋ ಯಾವಾಗಲೂ ಅಣಕಿಸುತ್ತಿರುತ್ತಾನೆ. "ಆಯಮ್ ಟೆಲ್ಲಿಂಗ್ ನೋ ಅಂತಾ ಹೇಳಿದರೆ ಟೆಲ್ಲಿಂಗ್ ಯಸ್ ಅಂತಾನೋ... ಟೆಲ್ಲಿಂಗ್ ನೋ ಅಂತಾನೋ... ಬಟ್ ಇಟ್ ಈಸ್ ಲೈಕ್ ದ್ಯಾಟ್ ಓನ್ಲೀ..." ಎನ್ನುತ್ತಾ ಗಹಗಹಿಸಿ ನಗುತ್ತಾನೆ.

ಅದರಲ್ಲೂ ಆತ 'ವದ್ಧಾsss...' ಎಂದು ಹೇಳುವ ರೀತಿಯೇ ಒಂಥರಾ ಚೆಂದ. ವ-ವನ್ನು ಒತ್ತಿ ಹೇಳಿ ನಂತರ ಮೊದಲ ದ-ವನ್ನು ಮೆದುವಾಗಿಯೂ ಎರಡನೇ ಧ-ವನ್ನು ಜೋರಾಗಿ ಹೇಳುತ್ತಲೇ ಎಳೆಯುವುದು ಪಕ್ಕಾ ಸ್ಪಾನಿಷ್ ಉಚ್ಚಾರವೇ. ಅದು ಸ್ಪಾನಿಷ್ ಭಾಷೆಯ ಶಬ್ದವಂತೆ. ಸ್ಪೇನ್ ದೇಶದಲ್ಲೇ ಹೆಚ್ಚಿನ ವ್ಯವಹಾರಗಳನ್ನು ನಡೆಸುವ ಆತ ಸ್ಪಾನಿಷ್‌ನ್ನು ನಿರರ್ಗಳವಾಗಿ ಮಾತನಾಡುತ್ತಾನೆ. 'ವದ್ಧಾsss...' ಅಂದರೆ ವೆರಿ ಗುಡ್, ಅರ್‍ರೇ ವ್ಹಾ, ಒಳ್ಳೇದು, ಹಾಗೇ ಆಗಲಿ... ಹೀಗೇ ಅನೇಕ ಅರ್ಥಗಳಾಗಿ ಬಳಸಬಹುದಂತೆ. ಆ ಶಬ್ದದ ವರ್ಸಟಾಲಿಟಿಯ ಬಗ್ಗೆ ಆತನಿಗೆ ಬಹಳೇ ಹೆಮ್ಮೆಯಿದೆ. ಎಷ್ಟೇ ಜನರಿರಲಿ, ಯಾವುದೇ ಮೀಟಿಂಗ್ ಇರಲಿ ಕಿಂಚಿತ್ ಮುಲಾಜೂ ಇಲ್ಲದೇ ಆತ ಆ ಪದವನ್ನು ಬಳಕೆ ಮಾಡುತ್ತಾನೆ. ಇತರರಿಗೆ ಅರ್ಥವಾಗಲಿ ಬಿಡಲಿ, ಅದು ಮಾತಿನ ನಡುವೆ ಬಹಳೇ ಚೆನ್ನಾಗಿ ಹೊಂದಿಕೆಯಾಗುವುದಂತೂ ನಿಜ.

ಆತ ಹೆಚ್ಚಿನ ದಿನಗಳನ್ನು ಸ್ಪೇನ್ ಹಾಗೂ ಥೈಲಾಂಡಿನಲ್ಲೇ ಕಳೆಯುವುದರಿಂದ ಬಾರ್ಸಿಲೋನಾ ಹಾಗೂ ಬ್ಯಾಂಕಾಕಿನಲ್ಲಿ ಕಂಪನಿಯವರೇ ಅವನಿಗೆ ಮನೆ ಕೊಟ್ಟಿದ್ದಾರೆ. ಭಾರತಕ್ಕೆ ಬಂದರೆ ಹೆಚ್ಚಾಗಿ ಆತ ಬರುವುದು ಬೆಂಗಳೂರೇ. ಬಂದಾಗ ಆತ ಸಿಟಿಯೊಳಕ್ಕೆ ಬರುವುದು ಅತೀ ಕಮ್ಮಿ. ಒಂದೆರಡು ದಿನಗಳ ಮಟ್ಟಿಗೆ ಬಂದರಂತೂ ಆತ ಏರ್ಪೋರ್ಟಿನ ಬಿಸನೆಸ್ ಲಾಂಜಿನಲ್ಲಿಯೇ ದಿನ ಕಳೆಯುತ್ತಾನೆ. ನಗರದೊಳಕ್ಕೆ ಎಲ್ಲೇ ಹೋಗಬೇಕೆಂದರೂ ಅಲ್ಲಿಯ ಭೀಕರ ಟ್ರಾಫಿಕ್ ಆತನಿಗೆ ಸಹಿಸಲಾಗುವುದಿಲ್ಲ. ಹಾಗೆ ಬೆಂಗಳೂರಿಗೆ ಬಂದಾಗಲೆಲ್ಲ ಆತ ನನ್ನನ್ನು ಭೇಟಿ ಮಾಡದೇ ಹೋದದ್ದೇ ಇಲ್ಲ. ನಮ್ಮ ಭೇಟಿಯೇನಿದ್ದರೂ ವಿಮಾನ ನಿಲ್ದಾಣದ ಹತ್ತಿರವೇ ಇರುವ 'ಬರಿಸ್ತಾ' ಹೊಟೇಲಿನಲ್ಲಿ. ಏರ್‌ಪೋರ್ಟಿನ ಲಾಂಜಿನಲ್ಲಿ ನನಗೆ ಪ್ರವೇಶ ಸಾಧ್ಯವಿಲ್ಲವಾದ್ದರಿಂದ ಬರಿಸ್ತಾ ನಮ್ಮ ಮೀಟಿಂಗ್ ಸ್ಥಳವಾಗಿದೆ.

ನಿಜ ಹೇಳಬೇಕೆಂದರೆ ಆತ ಮೊದಲನೆಯ ಬಾರಿ ಬರಿಸ್ತಾದಲ್ಲಿ ಭೇಟಿಗೆ ಕರೆದಾಗ ಸರಿಯಾದ ಸಿದ್ಧತೆ ಮಾಡಿಕೊಂಡು ಹೋಗಲೂ ಸಾಧ್ಯವಾಗಿರಲಿಲ್ಲ ನನಗೆ.

ಆಫೀಸಿನಿಂದ ನೇರವಾಗಿ ಅಲ್ಲಿಗೇ ಹೋಗುವ ಪ್ರಮೇಯವಿತ್ತು. ನನ್ನ ಶೂಗಳು ಕೊಳಕಾಗಿದ್ದವು. ಅಲ್ಲಿಯ ಹೊಳೆಯುವ ವಿಟ್ರಿಫೈಡ್ ನೆಲ ನೆನಪಾಗಿ ಮಾರ್ಗದ ಮಧ್ಯದಲ್ಲಿಯೇ ಪಾಲಿಷ್ಷು ಹಾಗೂ ಬ್ರಷ್ಷುಗಳನ್ನು ಕೊಂಡು, ರಸ್ತೆಯ ಬದಿಯಲ್ಲಿ ಬೈಕಿನ ಮೇಲೆ ಕುಳಿತು ಬೂಟುಗಳನ್ನು ಹೊಳಪಾಗಿಸಿಕೊಂಡಿದ್ದೆ. ನನ್ನ ಬೆಲ್ಟಿನ ಹುಕ್ಕು ಸಿಕ್ಕಿಸುವ ಕನ್ನಿನ ಸುತ್ತ ಬಿರುಕು ಬಿಟ್ಟು ಬಣ್ಣಗೆಟ್ಟಿರುವುದನ್ನು ಗಮನಿಸಿ ಹೊಸ ಬೆಲ್ಟು ಕೊಂಡುಕೊಂಡಿದ್ದೆ. ಆದರೂ, ನಾನು ಧರಿಸಿದ ಅಂಗಿ ಹಾಗೂ ಪ್ಯಾಂಟಿನ ಬಗ್ಗೆ ಅಷ್ಟೇನೂ ಸಮಾಧಾನವಿರಲಿಲ್ಲ ನನಗೆ. ಇಷ್ಟೆಲ್ಲಾ ಮಾಡಿಕೊಂಡು ಹೋಗಿ ನೋಡಿದರೆ ಅಲ್ಲಿ ಮೋ ಬನಿಯನ್ನಿನಂತಹ ತೆಳೂ ಅಂಗಿ, ದೊಗಳೆ ಚಡ್ಡಿ ಹಾಕಿ ಕುಳಿತಿದ್ದ. ಆಗಲೇ ನನಗೆ ಅರಿವಾದದ್ದು– ನಾವು ಏನು ಧರಿಸುತ್ತೇವೆ ಎನ್ನುವುದು ಮುಖ್ಯವಲ್ಲ; ಎಷ್ಟು ಬೆಲೆಯದ್ದನ್ನು ಧರಿಸಿದ್ದೇವೆ ಎನ್ನುವುದೇ ಮುಖ್ಯ. ಅದಕ್ಕೇ ನಾನು ನಂತರದ ಕೆಲವೇ ದಿನಗಳಲ್ಲಿ ಒಂದು ಹೊಸ ಅಂಗೈ ಅಗಲ ಗಾತ್ರದ ಆಂಡ್ರಾಯ್ಡ್ ಫೋನ್ ಖರೀದಿಸಿದ್ದು. ಕ್ರೆಡಿಟ್ ಕಾರ್ಡಿನ ಅನುಕೂಲವೇ ಇದು. ಕೈಲಿ ಹಣವಿಲ್ಲದಿದ್ದರೂ ಕೊಂಡುಕೊಳ್ಳಬೇಕೆನಿಸಿದ್ದನ್ನು ತಕ್ಷಣ ಕೊಳ್ಳಬಹುದು.

ಆತ ದುಡ್ಡಿನ ವಿಷಯ ಮಾತನಾಡುವಾಗಲೆಲ್ಲಾ ಡಾಲರ್‌ಗಳಲ್ಲಿಯೇ ಮಾತನಾಡುತ್ತಾನೆ. ಭಾರತದಲ್ಲೇ ಇದ್ದರೂ ಆತ ಬಳಸುವುದು ಡಾಲರ್‌ಗಳ ಲೆಕ್ಕವನ್ನೇ– ಮೂರು ಡಾಲರ್ ಕೊಟ್ಟರೂ ಇಲ್ಲೊಳ್ಳೆ ಊಟ ಸಿಗುವುದಿಲ್ಲ ಎನ್ನುವುದರಿಂದ ಹಿಡಿದು ಫ್ಲೈಓವರ್‌ಗಳಿಗಂತಲೇ ವರ್ಷಕ್ಕೆ ಇಷ್ಟು ಡಾಲರ್ ಅಂತಾ ತೆಗೆದಿಡಲು ಸರಕಾರಕ್ಕೇನು ಧಾಡಿ ಎನ್ನುವವರೆಗೂ. ಯಾರಾದರೂ ಡಾಲರ್, ಮಿಲಿಯನ್ ಎನ್ನುವ ಪದಗಳನ್ನು ಉಪಯೋಗಿಸತೊಡಗಿದರೆ ನನಗೆ ಭಯವಾಗಿಬಿಡುತ್ತದೆ. ಮೊದಲೇ ಗಣಿತದಲ್ಲಿ ವೀಕು ನಾನು. ಮಾತಿನ ನಡುವೆಯೇ, ಹೇಳಿದ ಸಂಖ್ಯೆಯನ್ನು ಅರವತ್ತೋ ಅರವತ್ತೈದರಿಂದಲೋ ಗುಣಿಸಿ ಅದು ರೂಪಾಯಿಯಲ್ಲಿ ಎಷ್ಟಾಯಿತು ಎಂದು ಎಷ್ಟೇ ಬಾರಿ ಲೆಕ್ಕ ಹಾಕಿದರೂ ಪ್ರತೀ ಬಾರಿಯೂ ಒಂದು ಸೊನ್ನೆ ಹೆಚ್ಚು ಕಡಿಮೆಯಾಗಿ... ಫುಲ್ ಕನ್‌ಫ್ಯೂಷನ್ನು!

ಅಂದಹಾಗೆ, ಹೆಸರು ಕೇಳಿದರೆ ಇದೊಂದು ಹೊಟೆಲ್ಲೋ ಅಥವಾ ಬಟ್ಟೆ ಅಂಗಡಿಯೋ ಎಂದು ಗೊತ್ತಾಗದ ಈ ಬರಿಸ್ತಾ ಇದೆಯಲ್ಲ, ಅದೇ ನಾನು ಮತ್ತು ಮೋ ಖಾಯಂ ಭೇಟಿಯಾಗುವ ಜಾಗ. ಅದೆಂದರೆ ನನಗೆ ಅದೇ ಹಳೆಯ ಪ್ರಾಬ್ಲೆಮ್ಮು. ಒಂಥರಾ ಮೇನಿಯಾ. ಮೊದಲನೇ ಬಾರಿ ಅಲ್ಲಿ ಹೋದಾಗಲಂತೂ ಅವನು ಅದೇನೋ 'ಕೆಚ ಪಚ' ಅನ್ನುವಂತೆ ಕೇಳುವ ವಸ್ತುವೊಂದನ್ನ ಆರ್ಡರ್ ಮಾಡಿ, 'ನಿನಗೇನು ಬೇಕು?' ಎಂದು ಕೇಳಿದ್ದ. ಏನು ಹೇಳಬೇಕೆಂದು ತಿಳಿಯದೇ ನಾನು ಗೊಂದಲಕ್ಕೊಳಗಾಗಿದ್ದೆ. ಅದಕ್ಕೂ ಮೊದಲು ಮೆನು ಕಾರ್ಡಿನಮೇಲೆ

ಕಣ್ಣಾಡಿಸಿದ್ದ ನಾನು, ಅದರಲ್ಲಿಯ ಲಟ್ಟೆ ಮೋಚಾ ಮೊಜಿಟೋ ಅಫೋಗಟೋ ಇತ್ಯಾದಿ ಹೆಸರುಗಳನ್ನು ಓದಿ ಅವುಗಳೆಲ್ಲ ಏನಿರಬಹುದೆಂಬ ಊಹೆಯೂ ಸಾಧ್ಯವಾಗದೇ ಮೊದಲೇ ಕಕ್ಕಾಬಿಕ್ಕಿಯಾಗಿದ್ದೆ. 'ನೀನು ತಗೊಂಡಿದ್ದೇ ನನಗೂ ಆಗಬಹುದು' ಎಂದು ಹೇಳಿ ಬಚಾವಾದೆ. ನಂತರ ಟೇಬಲ್ಲಿಗೆ ಬಂದ ಅರ್ಧಕಪ್ಪು ನೊರೆಯೇ ತುಂಬಿರುವ ಬಿಸಿ ದ್ರಾವಣವೊಂದನ್ನು ತುಟಿ ಬಾಯಿಗಳಿಗೆ ನೊರೆ ತಾಗದಂತೆ ಹರಸಾಹಸ ಮಾಡಿ ಕುಡಿಯುವಷ್ಟರಲ್ಲಿ ಸುಸ್ತಾಗಿದ್ದೆ.

ಈತ ಪ್ರತೀ ಬಾರಿಯೂ ಭೇಟಿಗೆ ಈ ಸುಡುಗಾಡು ಹೊಟೆಲ್ಲಿಗೆ ಕರೆಯುವುದೇ ದೊಡ್ಡ ಫಜೀತಿ ನನಗೆ. ಸ್ವಲ್ಪ ರೂಢಿಯಾದರೂ ಆಗುತ್ತದೆಂದು ಅವನಿಲ್ಲದಾಗ ಮೂರ್ನಾಲ್ಕು ಬಾರಿ ನಾನಲ್ಲಿಗೆ ಹೋಗಿದ್ದೆ. ಒಬ್ಬನೇ ಹೋಗುವಾಗಲಂತೂ ನನಗೆ ಮತ್ತೂ ಸಮಸ್ಯೆಯೇ. ಮೊತ್ತ ಮೊದಲನೇಯದಾಗಿ ನಾನು ಕಾರಲ್ಲಲ್ಲ ಬೈಕಿನಲ್ಲಿ ಬಂದದ್ದು ಎಂಬುದು ಬರಿಸ್ತಾದ ಒಳಗಿರುವವರಿಗೆ ಗೊತ್ತಾಗಕೂಡದೆಂದು ಬೈಕನ್ನು ಹತ್ತು ಫರ್ಲಾಂಗು ದೂರದಲ್ಲಿಯೇ ಪಾರ್ಕ್ ಮಾಡಿ ನಡೆದು ಹೋಗುತ್ತಿದ್ದೆ. ಮೆನು ಕಾರ್ಡ್ ನೋಡುತ್ತಿರುವವನಂತೆ ನಾಟಕವಾಡುತ್ತ, ವೇಟರ್ ನನ್ನೆಡೆಗೆ ಬರುವುದರೊಳಗೆ ಪಕ್ಕದ ಗಾಜಿನ ಕೌಂಟರಿನ ಒಳಗೆ ಇಟ್ಟಿರುವ ತಿಂಡಿಗಳಲ್ಲಿ ಯಾವುದಾದರೂ ಒಂದನ್ನು ನಾನು ಗುರುತಿಸಿ ಹೆಸರು ಹೇಳಲು ಸಾಧ್ಯವೋ ಎಂದು ಕಣ್ಣಾಡಿಸುತ್ತಿದ್ದೆ. ಅದೂ ಸಾಧ್ಯವಾಗದಾಗ ಮೆನು ಕಾರ್ಡಿನಲ್ಲೇ ಒಂದು ಐಟಮ್ಮನ್ನು ವೇಟರನಿಗೆ ಬೆರಳಿನಿಂದ ತೋರಿಸಿ ಆತ ತಂದುಕೊಟ್ಟಿದ್ದನ್ನು ಸೇವಿಸಿ ಬರುತ್ತಿದ್ದೆ. ಪ್ರತೀ ಬಾರಿಯೂ ಆತ ತಂದು ಕೊಡುವವರೆಗೂ ಕುಡಿಯುವುದನ್ನು ತರುತ್ತಾನೋ ತಿನ್ನುವುದನ್ನು ತರುತ್ತಾನೋ ಎಂಬ ಕುತೂಹಲವಿರುತ್ತಿತ್ತು ನನಗೆ.

ಇನ್ನೊಂದು ವಿಷಯ. ನಾನು ಗಮನಿಸಿದಂತೆ ಮೋನಿಗೆ ಬಾಲ್ಯದ ಬಗ್ಗೆ ಕಿಂಚಿತ್ತೂ ಆಸಕ್ತಿಯಿಲ್ಲ. ಬಾಲ್ಯ ಸ್ನೇಹಿತ ಎನ್ನುವ ನೆವದಲ್ಲಿಯೇ ಪರಿಚಿತನಾದರೂ ಆತ ನಮ್ಮ ಹಳೆಯ ದಿನಗಳ ಬಗ್ಗೆ, ಊರಿನ ಬಗ್ಗೆ ಎಂದೂ ಏನನ್ನೂ ಮಾತನಾಡಿದ್ದಿಲ್ಲ. ನಾನೇ ಹಳೆಯ ಸುದ್ದಿಗಳನ್ನೆಲ್ಲ ಮೆಲಕು ಹಾಕಲು ನೋಡಿದರೆ, 'ನನಗ್ಯಾವುದೂ ನೆನಪಿಲ್ಲ' ಎಂದು ತಳ್ಳಿಹಾಕಿಬಿಡುತ್ತಾನೆ. ಬಾಲ್ಯದ ರಸ ಅನುಭವಗಳನ್ನು ನೆನೆದು, ಕಳೆದುಕೊಂಡದ್ದಕ್ಕೆ ಮರುಗದ ಮನುಷ್ಯನೂ ಇದ್ದಾನಲ್ಲ ಎಂಬುದೇ ನನಗೊಂದು ಅಚ್ಚರಿ. ಹೀಗೊಮ್ಮೆ ಆತನ ತಂದೆ ತಾಯಿಯರ ಬಗ್ಗೆ ವಿಚಾರಿಸಿದಾಗ 'ಈಗ ಅವರ್ಯಾರೂ ಇಲ್ಲ' ಎಂದಷ್ಟೇ ಹೇಳಿದ್ದ ಆತ; ಹೆಚ್ಚಿನ ವಿವರಗಳನ್ನು ತಿಳಿಸಲು ತನಗೆ ಆಸಕ್ತಿಯಿಲ್ಲ ಎನ್ನುವ ಧಾಟಿಯಲ್ಲಿ. ತನ್ನ ಮೂಲಕ್ಕೆ ಗಂಟು ಬಿದ್ದ ಮನುಷ್ಯ ಜೀವನದಲ್ಲಿ ಎಂದೂ ಮುಂದೆ ಬರುವುದಿಲ್ಲ ಎಂಬುದು ಆತನ ಖಡಾಖಂಡಿತ ಅಭಿಪ್ರಾಯವಾಗಿತ್ತು.

"ನಾವು ಅರಬ್ಬೀ ಸಮುದ್ರದ ಒಂದು ದಿಕ್ಕಿನ ತಟಕ್ಕೆ ಅಂಟಿಕೊಂಡಿರುವ ರಾಜ್ಯದ ಜನ– ಸೂರ್ಯನನ್ನು ಕಂಡಾಗ ಹೂವು ಅರಳುತ್ತದೆ, ಚಂದ್ರನನ್ನು ಕಂಡಾಗ ಶರಧಿ ಉಕ್ಕುತ್ತದೆ, ಸೂರ್ಯ ಕಂತುವುದು ಸಮುದ್ರದಲ್ಲೇ, ಬಿಸಿಲೆಂದರೆ ಸೆಖೆಯೇ ಅಂದುಕೊಂಡಿರುತ್ತೇವೆ. ನಮ್ಮ ಶಾಲೆಯ ಪಾಠಗಳು, ಕವಿಗಳ ಪದ್ಯದ ಸಾಲುಗಳೂ ಇವನ್ನೇ ಹೇಳುತ್ತವೆ. ಇವೆಲ್ಲವನ್ನೂ ಮೀರಿ ಹೊರಬರಬೇಕು. ಗಡಿ ದಾಟಿದಾಗಲೇ ನಮಗೆ ತಿಳಿಯುವುದು. ರಾತ್ರಿಯಲ್ಲೂ ಹೂ ಅರಳುತ್ತವೆ. ಕತ್ತಲಾಗುತ್ತಲೇ ಇಂಗುವ ಸಮುದ್ರವೂ ಇದೆ. ಕಣ್ಣುಕ್ಕುವ ಬಿಸಿಲಲ್ಲೂ ಮೈ ಕೊರೆಯುವ ಛಳಿಯಿರುತ್ತದೆ. ಅದಕ್ಕೇ ನೋಡು ಬಾಲ್ಯಕ್ಕೆ ಅಲವತ್ತುಕೊಂಡ ಮನುಷ್ಯ ಬಾಲಕನಾಗೇ ಇರುತ್ತಾನೆ" ಎಂದು ಆತ ಹೇಳುವಾಗ ಅದರಲ್ಲಿ ತಳ್ಳಿ ಹಾಕುವಂಥದ್ದೇನೂ ನನಗೆ ಕಾಣುವುದಿಲ್ಲ. ನನಗೂ ಇವನಂಥದೇ ಅವಕಾಶಗಳಿದ್ದಿದ್ದರೆ ಹೇಗಿರಬಹುದಿತ್ತಲ್ಲ ಎಂದು ನೆನೆಸಿಕೊಂಡಾಗೆಲ್ಲ ಮನ ಹಿಂಡಿದಂತಾಗುತ್ತದೆ.

3

ಈಗ ಬೆಂಗಳೂರಿನ ಹಲವೆಡೆ ಬರಿಸ್ತಾ ರೆಸ್ಟೋರೆಂಟುಗಳಾಗಿವೆ. ಹುಡುಕಿಕೊಂಡು ಎಂಜಿ ರೋಡಿಗೋ ಏರ್‌ಪೋರ್ಟಿಗೋ ಹೋಗಬೇಕಂತಿಲ್ಲ. ನಾನಿರುವ ಮನೆಯಿಂದ ತುಸು ದೂರದಲ್ಲೇ ಒಂದಿದೆ.

"ಡ್ಯೆಡಿ, ದಿಸ್ ಇಸ್ ವದ್ಧಾಽಽ..." ರಸ್ಬೆರಿ ಸ್ಮೂತೀಯನ್ನು ಸವಿಯುತ್ತ ಮಗಳೆಂದಳು.

"ವದ್ಧಾ ಅಂತೆ ವದ್ಧಾ... ಕುಂಡೆ ಮೇಲೆ ಎರಡು ವದ್ದಾ ಅಂದ್ರೆ... ಅದೇನು ಕಲಿಸಿಟ್ಟಿದ್ದೀರೋಪ್ಪಾ, ಯಾವಾಗ ನೋಡಿದರೂ ಅದನ್ನೇ ಹೇಳ್ತಿರ್ತಾಳೆ" ಹೆಂಡತಿ ಮೂದಲಿಸಿದಳು.

ಆದರೆ ನಂಗೊತ್ತು, ಆ ಶಬ್ದದ ಬಳಕೆಗೆ ಅವಳ ಅಭ್ಯಂತರವೇನೂ ಇಲ್ಲ. ಫಾರಿನ್ ಭಾಷೆಯ ಶಬ್ದವನ್ನ ಮಗಳು ಸರಾಗವಾಗಿ ಬಳಸುವುದು ಅವಳಿಗೂ ಹೆಮ್ಮೆಯ ವಿಷಯವೇ. ಸುಮ್ಮನೇ ಕೆಣಕಲು ಹೇಳುತ್ತಾಳಷ್ಟೇ.

"ಡ್ಯೆಡೀ... ನಂಗೊಂದು ಚಾಕೋಲೇಟ್ ಫಡ್ಜ್ ಕೊಡಿಸು, ಇಲ್ಲಾ ಯಾವುದಾದರೂ ಮೊಜಿಟೋ ಕೊಡಿಸು... ದ್ಯಾಟ್ ವಿಲ್ ಬಿ ವದ್ಧಾ..." ಅಮ್ಮನ ಮಾತಿಗೆ ಇವಳೇನೂ ತಲೆ ಕೆಡಿಸಿಕೊಳ್ಳುವವಳಲ್ಲ.

ಮೂರ್ನಾಲ್ಕು ಸಲವಷ್ಟೇ ಕರೆತಂದಿರಬೇಕು ಅವಳನ್ನಿಲ್ಲಿಗೆ, ಅವಳಿಗೆ ಮೆನುವಿನಲ್ಲಿರುವ ಎಲ್ಲ ವಸ್ತುಗಳೂ ಏನೆಂದು ಗೊತ್ತು. ಎಂಥಾ ಪ್ರಚಂಡ ಹುಡುಗಿ!

"ಈಗ ಸಾಕು. ಮುಂದಿನ ಬಾರಿ ಬಂದಾಗ ತಗೋಳುವಂತೆ" ನಾನಂದೆ.

ಬರಿಸ್ತಾದ ಉಪಾಹಾರ ನಮ್ಮೊವರಿಗೂ ಖುಷಿ ನೀಡಿತ್ತು. "ಡ್ಯಾಡೀ... ಪ್ರತೀ ಸಂಡೇನೂ ಇಲ್ಲೇ ಬರೋಣ ಡ್ಯಾಡಿ" ಎಂದಳವಳು.

"ಪ್ರತೀ ಸಂಡೇ ಬಂದರೆ ಅಷ್ಟೇ. ನನ್ನ ಜೇಬಲ್ಲಿ ಜಿರಲೆ ಸೇರ್ಕೊಳ್ಳುತ್ತೆ..." ಎನ್ನುತ್ತ ನಾನು ಜೋರಾಗಿ ನಕ್ಕೆ. ಏನೇ ಆಗಲಿ, ಬರಿಸ್ತಾದಿಂದ ಹೊರಬೀಳುವಾಗ ಇರುವ ಗತ್ತು ಉಡುಪಿ ಹೊಟೇಲಿನಲ್ಲಿ ತಿಂದು ಹೊರಬರುವಾಗ ಇರುವುದಿಲ್ಲ ಅಂಬುದು ಸುಳ್ಳಲ್ಲ.

ಈ ಮೂರ್ನಾಲ್ಕು ವರ್ಷಗಳ ಸಾಂಗತ್ಯದಲ್ಲಿ, ಬೆಂಗಳೂರಿನಲ್ಲಿ ತನಗೊಂದು ಸ್ವಂತ ಮನೆಯಿದೆ ಎಂಬುದನ್ನೇ ಹೇಳಿರಲಿಲ್ಲ ಮೋ. ಅದೂ ಅತಿ ಪ್ರತಿಷ್ಠಿತ ಲೊಕಾಲಿಟಿಯಾದ ಡಾಲರ್ಸ್ ಕಾಲನಿಯಲ್ಲಿ. ಅಂದು ಅನಿರೀಕ್ಷಿತವಾಗಿ 'ನನ್ನ ಮನೆ ತೋರಿಸುತ್ತೇನೆ ಬಾ' ಎಂದು ಆತ ಕರೆದಾಗಲೇ ನನಗದು ಗೊತ್ತಾದದ್ದು! ಇಷ್ಟೊಂದು ಶ್ರೀಮಂತನಾಗಿರುವ, ದೇಶ ವಿದೇಶಗಳೆಲ್ಲ ಸುತ್ತಿರುವ ಅವನ ಮನೆ ಹೇಗಿರಬಹುದೆಂಬ ಸಹಜ ಕುತೂಹಲ ನನಗೆ. ಆದರೆ ಎಲ್ಲೂ ಕಂಡರಿಯದ ವಿಚಿತ್ರ ರೀತಿಯ ಮನೆ ಅವನದಾಗಿರುತ್ತದೆ ಎಂದು ನಾನು ಊಹಿಸಿಯೂ ಇರಲಿಲ್ಲ. ಅವನ ಮನೆಯ ಒಳಗೆ ಗೋಡೆಗಳೇ ಇರಲಿಲ್ಲ. ಒಳಹೊಕ್ಕೊಡನೇ ಆಯತಾಕಾರದ ಒಂದೇ ಒಂದು ದೊಡ್ಡ ಕೋಣೆ. ಗೋಡೆಯಿಲ್ಲದಿದ್ದರೂ ಮನೆಯ ಪರಿಕರಗಳನ್ನೆಲ್ಲ ಅತೀ ಸುಸಜ್ಜಿತವಾಗಿ ಜೋಡಿಸಿಡಲಾಗಿತ್ತು. ಲಿವಿಂಗ್ ರೂಮ್ ಇರಬೇಕಾದಲ್ಲಿ ಸೋಫಾ ಟೀವಿಗಳಿದ್ದವು, ಪಕ್ಕದಲ್ಲೇ ದೊಡ್ಡದೊಂದು ಮರದ ಆನೆ. ಮಲಗುವ ಕೋಣೆ ಇರಬೇಕಾದಲ್ಲಿ ಮಂಚ. ಇನ್ನೊಂದು ಮೂಲೆಯಲ್ಲಿ ಅಡುಗೆ ಮನೆ, ಒಂದೇ ಒಂದು ಚಮಚವೂ ಕೊರತೆಯಾಗದಂತಿದ್ದ ಪರಿಪೂರ್ಣ ಮಾಡರ್ನ್ ಕಿಚನ್ ಅದು. "ನಿನಗೆ ಅಡುಗೆ ಮಾಡಲೂ ಬರುತ್ತಾ?" ಕೇಳಿದೆ ನಾನು.

"ಯಾಕೆ? ಮೆಕ್ಸಿಕನ್ ಕಾಬ್ರಿಟೊ ಮಾಡಿಕೊಡ್ಲಾ?" ಎಂದ ವಿಭಿನ್ನ ಟೋನ್‌ನಲ್ಲಿ. 'ನನಗೆ ಚಾ ಕೂಡ ಮಾಡಲು ಬರುವುದಿಲ್ಲ' ಎನ್ನುತ್ತಿದ್ದಾನೆ ಎಂಬುದು ನನಗೆ ಗೊತ್ತಾಯಿತು. ಆದರೆ ಅಗತ್ಯವಿಲ್ಲದಿದ್ದರೂ ಇವುಗಳನ್ನೆಲ್ಲಾ ಯಾಕೆ ಕೊಂಡಿಟ್ಟಿದ್ದಾನೆಂಬುದು ಗೊತ್ತಾಗಲಿಲ್ಲ.

ಕಿಚನ್ನಿನ ಎದುರಿಗೇ ಕುಶಲ ಕುಸುರಿಯ ಮರದ ಡೈನಿಂಗ್ ಟೇಬಲ್ಲು; ಫುಲ್ ಟೆನ್ ಸೀಟರ್! ಅತ್ತ ಕಡೆ ಜಿಮ್ಮು... ಇತ್ಯಾದಿ ಇತ್ಯಾದಿ. ಅವನ ಮನೆಯಲ್ಲಿ

ಇಲ್ಲದ ವಸ್ತುಗಳೇ ಇಲ್ಲ. ಇಡೀ ಮನೆಯೇ ಒಂದು ಸುಂದರ ವೈಭವೋಪೇತ ಶೋರೂಮಿನಂತೆ, ಟೀವಿ ಜಾಹೀರಾತು, ಧಾರಾವಾಹಿಗಳಲ್ಲಿರುವ ಮನೆಗಳಂತೆ ಗೋಚರಿಸುತ್ತಿತ್ತು. ನನಗೂ ಇಂಥ ವಸ್ತುಗಳೆಲ್ಲ ಬೇಕು ಅನ್ನಿಸಿತು. ಇವನಲ್ಲಿರುವ ಐದು ಪರ್ಸಂಟ್ ದುಡ್ಡಾದರೂ ನನ್ನಲ್ಲಿದ್ದಿದ್ದರೆ ಅಂದುಕೊಂಡೆ.

ಎಲ್ಲಿಯೂ ಗೋಡೆಗಳೇ ಇಲ್ಲದ ವಿಚಿತ್ರವನ್ನು ಪ್ರಶ್ನಿಸುತ್ತ "ಇದೇನಯ್ಯ ಇದು?" ಎಂದೆ. "ನಂದೊಂತರಾ ಡಿಫರಂಟ್ ಸ್ಟೈಲ್. ಎಲ್ಲೂ ಗೋಡೆಗಳಿರಕೂಡದು. ಮನದಲ್ಲೂ ಮನೆಯಲ್ಲೂ" ಎನ್ನುತ್ತಾ ಮಹಾ ತತ್ವಜ್ಞಾನಿಯ ಹಾಗೇ ಫೋಸು ನೀಡಿದ.

ಅದೆಲ್ಲ ಇರಲಿ, ಶೌಚಗೃಹಕ್ಕೂ ಗೋಡೆಗಳಿರಲಿಲ್ಲ ಅಲ್ಲಿ! ಅತ್ಯಂತ ಮೋಹಕ ವಿನ್ಯಾಸದ ವಾಷ್‌ಬೇಸಿನ್ನು, ಕಮೋಡು, ಶವರ್ ಉಪಕರಣಗಳು ಖುಲ್ಲಂಖುಲ್ಲಾ ಎದ್ದು ಕಾಣುತ್ತಿದ್ದವು. ನಾನು ಕೇಳುತ್ತೇನೆಂದು ಊಹಿಸಿ ಆತನೇ ಉತ್ತರಿಸಿದ,

"ನಿನಗೆ ಗೊತ್ತಲ್ಲ, ಟಾಯ್ಲೆಟ್ಸ್ ಆರ್ ನೋ ಮೋರ್ ಟಾಯ್ಲೆಟ್ಸ್ ನೌ. ಅವು ಮನೆಯ ಫ್ಯಾಷನ್ ರೂಮ್‌ಗಳೆಂದು ಗುರುತಿಸಿಕೊಳ್ಳುತ್ತವೆ. ಯುರೋಪಿನಲ್ಲೆಲ್ಲಾ ಹೀಗೇ. ನಾವೂ ಬದಲಾಗಬೇಕು. ಆ ದಿನವೂ ದೂರವೇನಿಲ್ಲ ಬಿಡು. ಮೊದಲೆಲ್ಲಾ ಸಂಡಾಸು ಮನೆಯಿಂದ ದೂರವಿರುತ್ತಿತ್ತು, ನಂತರ ಹೊರಗೇ ಇದ್ದರೂ ಮನೆಗೆ ತಾಗೇ ಇರುತ್ತಿತ್ತು, ಆಮೇಲೆ ಅದು ಮನೆಯ ಒಳಗೇ ಬಂತು, ಈಗ ಮಲಗುವ ಕೋಣೆಯ ಒಳಗೆ ಬಂದಿದೆ... ವದ್ಧಾ ವದ್ಧಾss... ವಿ ಆರ್ ಇಂಡೀಡ್ ಡೆವಲಪ್ಪಿಂಗ್..." ಆತನ ಮಾತಿನ ಕಡೆ ಗಮನ ಕೊಡದೇ ನಾನು ಆ ಓಪನ್ ಬಾತ್‌ರೂಮನ್ನೇ ನೋಡುತ್ತಾ ನಿಂತಿದ್ದೆ. ಈ ಸಂಡಾಸಿಗೆ ಬಹಿರ್ದೆಸೆ, ಹೊರಕಡೆ ಎಂದೆಲ್ಲ ಯಾವ ಯಾವ ಪ್ರದೇಶದಲ್ಲಿ ಏನೆಲ್ಲಾ ಶಬ್ದ ಬಳಸುತ್ತಾರೆ, ಹಾಗೂ ಅದು ಯಾಕೆ ಎಂದು ನನ್ನ ಅಜ್ಜ ಉದಾಹರಣೆಗಳೊಂದಿಗೆ ವಿವರಿಸುತ್ತಿದ್ದುದು ಅಯಾಚಿತವಾಗಿ ನೆನಪಾಯಿತು ನನಗೆ.

"ಏನಪ್ಪಾ, ಎಷ್ಟೇ ಚೆಂದದ ತುಟ್ಟಿಯ ಕಮೋಡ್ ಇದ್ದರೂ ಅದನ್ನು ಉಪಯೋಗಿಸುವುದು ಮಾತ್ರ ಅದೇ ಕೆಲಸಕ್ಕೇ ತಾನೇ, ಎಂದು ಯೋಚಿಸುತ್ತಿದ್ದೀಯಾ?" ಎನ್ನುತ್ತ ಕೈಲಿರುವ ರಿಮೋಟಿನ ಗುಂಡಿ ಒತ್ತಿದ ಮೋ.

ನೋಡುತ್ತಿರುವಂತೆಯೇ ಮೇಲಿನ ಸೀಲಿಂಗಿನಿಂದ ಪರದೆಯೊಂದು ನಿಧಾನವಾಗಿ ಕೆಳಗಿಳಿಯುತ್ತ ಬಾತ್‌ರೂಮಿನ ಸುತ್ತ ನೆಲದವರೆಗೆ ಬಂದು ನಿಂತಿತು. ನಾನು ಅವಾಕ್ಕಾಗಿ ನೋಡುತ್ತಾ ನಿಂತೆ.

"ಹೇಗಿದೆ ಲೇಟೆಸ್ಟ್ ಟೆಕ್ನಾಲಜಿ? ಸಿಕ್ಕಿತಲ್ಲ ನೀನು ಬಯಸುವ ಪ್ರೈವಸಿ ಈಗ? ಈ ಪರದೆಯನ್ನು ನೆಲಕ್ಕೆ ಲಾಕ್ ಕೂಡ ಮಾಡಬಹುದು. ಆಗ ಅದನ್ನು ಸುಲಭದಲ್ಲಿ ಸರಿಸಲೂ ಆಗುವುದಿಲ್ಲ" ಎಂದ.

ಈ ಹೊಸ ತಂತ್ರಜ್ಞಾನಕ್ಕೆ ನಾನು ಸಂಪೂರ್ಣ ಪ್ರಭಾವಿತನಾಗಿ ಹೋದೆ.

"ನನಗೊಂದು ಕನಸಿದೆ..." ಎನ್ನುತ್ತ ಆತ ಮಾತು ಮುಂದುವರಿಸಿದ. "ಇದರಲ್ಲಿ ಇನ್ನೂ ಹೊಸ ಅನ್ವೇಷಣೆಯಾಗಬೇಕು. ಅದನ್ನು ನಾನೇ ಕಂಡುಹಿಡಿಯಬೇಕು. ಗುಂಡಿ ಒತ್ತಿದ ಕೂಡಲೇ ಈ ಪರದೆಯ ಬದಲಿಗೆ, ಛಾವಣಿಯಿಂದ ವಿಶಿಷ್ಟ ಶಕ್ತಿಯುಳ್ಳ ಕಣ್ಣಿಗೆ ಕಾಣದ ಲೇಸರ್ ಕಿರಣಗಳು ಕೆಳಗಿಳಿಯಬೇಕು. ಅವು ಬೆಳಕಿನ ಕಿರಣಗಳು ಮುಂದೆ ಸಾಗದಂತೆ ತಡೆಯಬಲ್ಲವಾಗಿರಬೇಕು. ಆಗ ಬಾತ್ ರೂಮಿನ ಒಳಗಡೆಯೆಲ್ಲ ಕತ್ತಲೆಯೇ ಇರುತ್ತದೆ. ಹೊರಗಿನವರಿಗೆ ಅಲ್ಲೇನೂ ಕಾಣುವುದಿಲ್ಲ. ಫಾರ್ ದೆಮ್ ಇಟ್ ಇಸ್ ಜಸ್ಟ್ ಅ ಬ್ಲಾಕ್ ಬಾಕ್ಸ್. ಒಳಗಿರುವವ ತನಗೆ ಬೇಕೆಂದರೆ ಲೈಟ್ ಉರಿಸಿಕೊಳ್ಳಬಹುದು. ಆ ಒಳಗಿನ ದೀಪ ಹೊರಗಿನವರಿಗೆ ಕಾಣುವುದಿಲ್ಲ. ಗೋಡೆ ಮಾಡುವ ಕೆಲಸವನ್ನು ಇಲ್ಲಿ ಅಗೋಚರ ಲೇಸರ್ ಕಿರಣಗಳು ಮಾಡುತ್ತವೆ. ಇದೊಂಥರ ಕೃತಕವಾಗಿ ಕತ್ತಲನ್ನ ಸೃಷ್ಟಿ ಮಾಡಿದಂತೆ...ಒಂದು ಮಾತು ಹೇಳುತ್ತೇನೆ ತಿಳಿದಿಟ್ಟುಕೋ, ಯಾರು ಕತ್ತಲನ್ನು ಸೃಷ್ಟಿಸಬಲ್ಲನೋ ಆತ ನಾಳೆ ಜಗತ್ತನ್ನೇ ಆಳುತ್ತಾನೆ..." ಎಂದೆನ್ನುತ್ತಿರುವಾಗ ಅವನ ಕಣ್ಣಲ್ಲಿ ಬೆಳಕಿತ್ತು.

ಮೋ ಆ ದಿನ ವಿಚಿತ್ರ ಮೂಡಿನಲ್ಲಿದ್ದಂತೆ ಕಂಡ. ಇಂತಹುದೇ ಏನೇನೋ ಅಸಂಬದ್ಧ ಮಾತುಗಳು, ಫಿಲಾಸಫಿಯ ಡೈಲಾಗುಗಳಲ್ಲೇ ಮುಳುಗಿದ್ದ...

ಹೀಗೆಲ್ಲಾ ಇದೆ ಎಂದ ಮಾತ್ರಕ್ಕೆ ಮೋನ ಬಗ್ಗೆ ನನಗೆ ತಕರಾರುಗಳೇ ಇಲ್ಲವೆಂದೇನಲ್ಲ. ಅವನು ಹೊರಗಿನಿಂದ ಅತೀ ಆತ್ಮೀಯವಾಗಿ ಮಾತನಾಡಿಸುತ್ತಿದ್ದರೂ ಅವುಗಳಲ್ಲಿ ಅಂತರಂಗದಿಂದ ಬಂದವುಗಳೆಷ್ಟು ಬರೀ ತೋರಿಕೆಯದೆಷ್ಟು ಎಂದು ಕಂಡುಹಿಡಿಯಲು ನನ್ನಿಂದ ಸಾಧ್ಯವಾಗಿಲ್ಲ. ಅವು ತೋರಿಕೆಯದೂ ಇರಬಹುದೆನ್ನುವುದಕ್ಕೆ ಕಾರಣಗಳಿಲ್ಲದಿಲ್ಲ. ಅನೇಕ ಬಾರಿ ಮಾತನಾಡುವಾಗ ಆತ ನನಗೆ 'ಸರ್' ಎಂದು ಕರೆಯುತ್ತಾನೆ. ಈ 'ಸರ್' ಎನ್ನುವ ಪದ ಭಾರತದಲ್ಲಿ ಬಳಸಲ್ಪಡುತ್ತಿರುವ ರೀತಿಯ ಬಗ್ಗೆಯೇ ನನಗೆ ಅಸಮಾಧಾನವಿದೆ. ಬಾಲ್ಯ ಸ್ನೇಹಿತ ಎಂದಾದ ಮೇಲೆ ಅಪರೂಪಕ್ಕಾದರೂ ಸರ್ ಎಂದು ಕರೆಯುವ ಅಗತ್ಯವಾದರೂ ಏನಿದೆ?

ನನಗೆ ಗೊತ್ತಿರುವ ಅವನ ವಿಚಿತ್ರ ಸ್ವಭಾವಗಳಲ್ಲಿ ಆತನಿಗೆ ಪೆಟ್ರೋಲ್ ವಾಸನೆ ಇಷ್ಟವಾಗುವುದೂ ಒಂದು. ಪೆಟ್ರೋಲ್ ಬಂಕಿನಲ್ಲಿ ಗಾಡಿಗೆ ಪೆಟ್ರೋಲ್ ಹಾಕಿ ಹೊರ ತೆಗೆದ ನೋಝಲ್ಲಿನ ತುದಿಗೆ ಕೈ ಬೆರಳು ಹಿಡಿದು ಪೆಟ್ರೋಲಿನ ಹನಿಯನ್ನು

ತನ್ನ ತೋರು ಹಾಗೂ ಹೆಬ್ಬೆರಳುಗಳ ನಡುವೆ ಉಜ್ಜಿ ಮೂಗಿಗೆ ಹಿಡಿದುಕೊಂಡು ಸಂಪಿಗೆ ಹೂವಿನ ಪರಿಮಳ ಆಸ್ವಾದಿಸಿದಂತೆ ಉಸಿರೆಳೆದು ಉಬ್ಬುತ್ತಾನೆ ಆತ! ಎಲ್ಲಾದರೂ ಉಂಟೆ?

ನಾನೊಮ್ಮೆ ಆತ ಹಾಗೆ ಮಾಡುತ್ತಿರುವಾಗ, "ನನಗೆ ಸಾರಿನ ವಾಸನೆ ತುಂಬಾ ಇಷ್ಟ, ಅದಕ್ಕೇ ನಾನು ಊಟವಾದ ಮೇಲೆ ಕೈಗಳನ್ನು ಸರಿಯಾಗಿ ತೊಳೆದುಕೊಳ್ಳುವುದೇ ಇಲ್ಲ" ಎಂದಿದ್ದೆ.

'ನಾಟ್ ಬ್ಯಾಡ್... ನಾಟ್ ಬ್ಯಾಡ್...' ಅನ್ನುತ್ತಾ ಆತ ಗಹಗಹಿಸಿ ನಕ್ಕಿದ್ದ, ಜೊತೆಗೆ ಅದೇ ವದ್ಧಾ... ವದ್ಧಾꜱꜱ... ನನಗೆ ಆತನ ಉಕ್ಕಿ ಹರಿಯುವ ನಗುವಿನ ಬಗ್ಗೆ ಗುಮಾನಿಯಿದೆ; ಅದು ಎದೆಯಾಳದಿಂದ ಹೊಮ್ಮಿದ್ದೋ ಅಥವಾ ಬರೀ ಗಂಟಲ ಮೇಲಿನದೋ ಎಂದು.

ಈತ ಏರ್‌ಪೋರ್ಟಿನಲ್ಲಿ ಹೆರಾಯಿನ್ ಜೊತೆಗೆ ಒಮ್ಮೆ ಸಿಕ್ಕಿಬಿದ್ದಿದ್ದ. ನಂತರ ಏನೇನೋ ಸಾಹಸ ಮಾಡಿ 'ನನ್ನ ಸ್ವಂತ ಬಳಕೆಗೆ ಇಟ್ಟುಕೊಂಡದ್ದು ಅದು, ಅದೇನೂ ಅಪರಾಧವಲ್ಲ' ಎಂದೆಲ್ಲಾ ವಾದಿಸಿ ಗೆದ್ದು ಜೈಲಿನಿಂದ ಹೊರಬಂದಿದ್ದ. ಆಗಲೇ ನನಗೆ ಹಿಂದೊಮ್ಮೆ ಆತನ ಮೇಲೆ ಲೈಸೆನ್ಸ್ ಇಲ್ಲದ ಪಿಸ್ತೂಲು ಇಟ್ಟುಕೊಂಡುದಕ್ಕಾಗಿ ಪೋಲೀಸ್ ಕೇಸೂ ಆಗಿತ್ತು ಎಂಬ ವಿಷಯ ಗೊತ್ತಾದದ್ದು. 'ಆತ್ಮರಕ್ಷಣೆಗಾಗಿ ಇಟ್ಟುಕೊಂಡದ್ದು ಅನಧಿಕೃತವೇನಲ್ಲ, ಲೈಸನ್ಸ್ ಅವಧಿ ಮುಗಿದು ಹೋಗಿತ್ತಷ್ಟೇ' ಎಂಬುದು ಆತನ ಸಮಜಾಯಿಷಿಯಾಗಿತ್ತು. ಯಾವುದೇ ಮಲ್ಟಿನ್ಯಾಷನಲ್ ಕಂಪನಿಯಾಗಿರಲಿ ಎಷ್ಟೇ ದೊಡ್ಡ ಹುದ್ದೆಯಲ್ಲಿರಲಿ, ಅವೆಲ್ಲವುಗಳನ್ನೂ ಮೀರಿದ ವಿಲಾಸಿ ಜೀವನ ಆತ ನಡೆಸುತ್ತಿರುವುದು ನನಗೆ ಯಾವತ್ತಿಗೂ ಸೋಜಿಗದ ವಿಷಯವೇ. ಏರ್‌ಪೋರ್ಟಿನಲ್ಲಿ ಹೆರಾಯಿನ್ನೊಡನೆ ಸಿಕ್ಕಿಬಿದ್ದುದು ಗೊತ್ತಾದ ಮೇಲೆ ಈತ ಡ್ರಗ್ಸ್ ಸ್ಮಗ್ಲಿಂಗ್ ಮಾಡುತ್ತಿರಬಹುದೇ ಎಂಬ ಸಂಶಯ ನನ್ನನ್ನು ಕಾಡಿದ್ದು ಸುಳ್ಳಲ್ಲ.

ಏನೇ ಆದರೂ ಈತನ ಆದಾಯ ಕೇವಲ ನೌಕರಿಗೆ ಸೀಮಿತವಾಗಿಲ್ಲ ಎಂಬುದು ನನಗೆ ಖಾತ್ರಿಯಿತ್ತು. ಇದಕ್ಕೆ ಪೂರಕವೆನ್ನುವಂತೆ ಅವನ ವ್ಯವಹಾರದ ಒಂದು ಬಲು ಕುತೂಹಲಕಾರಿ ವಿಷಯವೊಂದನ್ನು ವಿಸ್ಕಿಯ ಅಮಲಿನಲ್ಲೊಮ್ಮೆ ಆತನೇ ನನಗೆ ಹೇಳಿದ. ಅದೇನೆಂದರೆ– ಸ್ಪೇನ್ ದೇಶದ ಸರಕಾರ ತನ್ನೊಡಲ ಪರಿಸರ ರಕ್ಷಣೆಗಾಗಿ ಹೊಸ ಯೋಜನೆಯೊಂದನ್ನು ಕಾರ್ಯರೂಪಕ್ಕೆ ತರಲು ಹೊರಟಿದೆ. SMP (Standard Manufacturing Practices) ಎಂಬ ಕೈಪಿಡಿಯನ್ನು ಸಿದ್ಧಪಡಿಸಿ ಅದನ್ನು National Regulation Code ಎಂಬ ಕಾನೂನಿನಡಿಯಲ್ಲಿ ತರಲು ಆಸಕ್ತಿ ತೋರುತ್ತಿದೆ. ಅದರ ಪ್ರಕಾರ ದೇಶದಲ್ಲಿರುವ ಎಲ್ಲ ಉತ್ಪಾದನಾ ವಲಯದ ಕಾರ್ಖಾನೆಗಳು ಹೊರಸೂಸುತ್ತಿರುವ ಮಾಲಿನ್ಯದ ಪರಿಶೀಲನೆ ನಡೆಸಿ,

ಪ್ರತೀ ವಲಯಕ್ಕೂ ಇಷ್ಟು ಮಾತ್ರ ಮಾಲಿನ್ಯ ಹೊರಸೂಸಬಹುದೆಂಬ ಲಿಮಿಟ್ ಹಾಕುವುದರಲ್ಲಿದೆ. ಅದಕ್ಕಾಗಿ ಹೊರದೇಶದ ವಿಜ್ಞಾನಿಗಳನ್ನೂ ಒಳಗೊಂಡ ಒಂದು ಸಮಿತಿಯನ್ನು ರಚಿಸಿದೆ. ಅವರು ಆ ಕುರಿತು ಅಧ್ಯಯನ ನಡೆಸುತ್ತಿದ್ದಾರೆ. ಮೋ ಕೆಲಸ ಮಾಡುತ್ತಿರುವ ಕಂಪನಿ ಅಟೋಮೋಬೈಲ್ ಇಂಜಿನ್ನಿನ ಬಿಡಿ ಭಾಗಗಳನ್ನು ತಯಾರಿಸುತ್ತದೆ. ಇಂಜಿನ್ನಿನ ಮುಖ್ಯ ಅಂಗವಾದ ಕಂಬಸ್ಟಿಬಲ್ ಟ್ಯೂಬ್ ತಯಾರಿಕೆಯಲ್ಲಿ ಅದು ಜಗತ್ತಿನಲ್ಲಿಯೇ ಪ್ರಖ್ಯಾತ. ಅದು ಹವಾಮಾನಕ್ಕೆ ಸೂಸುವ ಇಂಗಾಲ ಡೈಆಕ್ಸೈಡ್ ಪ್ರಮಾಣ ಅಪಾರ. ಹೀಗಾಗಿ, ಅವನ ಕಂಪನಿಯವರು ಹೇಗಾದರೂ ಮಾಡಿ ಸಮಿತಿಯಲ್ಲಿರುವ ವಿಜ್ಞಾನಿಗಳಿಗೆ ಲಂಚ ಕೊಟ್ಟು CO_2ವಿನ ಹೊರಸೂಸುವಿಕೆ ಮಿತಿಯ ಒಳಗೇ ಇದೆ ಎಂದು ಸರ್ಟಿಫಿಕೇಟ್ ಪಡೆಯುವುದಕ್ಕಾಗಿ ಉನ್ನತ ಮಟ್ಟದ ಲಾಬಿ ನಡೆಸುತ್ತಿದ್ದಾರೆ. ಈ ಎಲ್ಲ ಲಾಬಿಗಳ ಒಂದು ಹಂತದ ಕೋಆರ್ಡಿನೇಷನ್ ನೋಡಿಕೊಳ್ಳುವವ ಈ ಮೋನೇ. ಬಹಳೇ ರಿಸ್ಕಿನ, ಮಿಲಿಯಗಟ್ಟಲೆ ಡಾಲರ್‌ಗಳ ವ್ಯವಹಾರ ಅದು ಎಂಬುದಾಗಿ ಹೇಳಿದ.

ಒಂದು ವೇಳೆ ಖೋಟಾ ಪ್ರಮಾಣ ಪತ್ರ ಪಡೆಯುವಲ್ಲಿ ಕಂಪನಿ ಸಫಲವಾಗದೇ ಹೋದಲ್ಲಿ ಸ್ಪೇನ್‌ನಲ್ಲಿಯ ಯುನಿಟ್ಟನ್ನು ಮುಚ್ಚಿ, ಬದಲಿಗೆ ಏಷ್ಯಾದ ಕೆಲ ದೇಶಗಳಲ್ಲಿ ಕಾರ್ಖಾನೆ ಸ್ಥಾಪಿಸುವ ತಯಾರಿಯಲ್ಲಿದ್ದಾರೆ ಅವರು. ಭಾರತ ಅವರ ಪ್ರಥಮ ಆಯ್ಕೆ. ಹೇಗಾಗ್ಯೂ ಅವರ ಕಂಪನಿಯ ಶೇಕಡಾ ನಲವತ್ತಕ್ಕೂ ಹೆಚ್ಚು ಸೇಲ್ಸ್ ಟರ್ನ್‌ಓವರ್ ಆಗುವುದು ಇಲ್ಲಿಯೇ. ಅದನ್ನು ಮುಂದಿನ ಎರಡು ವರ್ಷಗಳಲ್ಲಿ ಕನಿಷ್ಟ ಇಪ್ಪತ್ತು ಪರ್ಸೆಂಟಾದರೂ ಹೆಚ್ಚಿಸಬೇಕೆನ್ನುವುದು ಅವರ ಬಿಸನೆಸ್ ಪ್ಲಾನ್. ಫ್ಯಾಕ್ಟರಿಗೆ ಬೆಂಗಳೂರೇ ಪ್ರಶಸ್ತವೆಂದು ಆಯ್ಕೆ ಮಾಡಿ ಅದಕ್ಕೆ ಬೇಕಾದ ಪೂರ್ವ ತಯಾರಿಯನ್ನೆಲ್ಲಾ ಈಗಾಗಲೇ ಶುರುಮಾಡಿದ್ದಾರವರು. ಆ ಕಾರಣದಿಂದಲೇ ಆತ ಇತ್ತೀಚೆಗೆ ಬೆಂಗಳೂರಿಗೆ ಭೇಟಿ ನೀಡುವುದು ಹೆಚ್ಚಾಗಿದೆ... ಇತ್ಯಾದಿ.

ಎಂತೆಂಥಾ ವ್ಯವಹಾರಗಳನ್ನೆಲ್ಲ ನಡೆಸುತ್ತಾನೆ ಈತ ಎಂದು ನಾನು ದಂಗಾದೆ. ಅವರು ಏನಾದರೂ ಮಾಡಿಕೊಂಡು ಸಾಯಲಿ, ಬೆಂಗಳೂರಿನಲ್ಲೇನಾದರೂ ಆ ಕಾರ್ಖಾನೆ ಬಂದರೆ ಈತನ ವಶೀಲಿಯಿಂದಾಗಿ ನನಗೊಂದು ಒಳ್ಳೇ ನೌಕರಿ ಸಿಕ್ಕರೆ ಸಾಕೆಂದು ನಾನು ಮನದಲ್ಲೇ ಮಂಡಿಗೆ ತಿಂದೆ.

ಅಂದ ಹಾಗೆ, ಈತ ನನ್ನನ್ನೇಕೆ ಇಷ್ಟು ಹಚ್ಚಿಕೊಂಡಿದ್ದಾನೆ ಎಂಬುದು ನಿಜಕ್ಕೂ ಅರ್ಥವಾಗದ ಸಂಗತಿ. ಹಾಗೆ ನೋಡಿದರೆ ನನಗೂ ಅವನಿಗೂ ಯಾವುದೇ ಸಾಮ್ಯತೆಯೂ ಇಲ್ಲ. ಅಂತಸ್ತು ಹಾಗಿರಲಿ, ಉಳಿದಾವುದೇ ವಿಷಯದಲ್ಲೂ ನಾನವನಿಗೆ ತಕ್ಕವನೇ ಅಲ್ಲ. ಬಿಸನೆಸ್ ದೃಷ್ಟಿಯಿಂದ ನೋಡಿದರೆ, ನಮ್ಮ ಕಂಪನಿ ಆತನ ಕಂಪನಿಯಿಂದ ಕೆಲವು ಅಟೋಮೋಬೈಲ್ ಸಾಮಗ್ರಿಗಳನ್ನು ಖರೀದಿಸುವ

ಸಾಧ್ಯತೆ ಇದೆ. ನನ್ನ ಮುಖಾಂತರವೇನಾದರೂ ಆತ ಆ ಕಾರ್ಯ ಸಾಧಿಸುವ ಆಲೋಚನೆಯಲ್ಲಿದ್ದಾನೆಯೇ? ಅದು ಹೌದೇ ಎಂದಾದರೆ, ಈತನಿರುವ ಲೆವಲ್ಲಿಗೆ ನಮ್ಮ ಎಂಡಿಯ ಜೊತೆಗೇ ನೇರ ಸಂಪರ್ಕ ಸಾಧಿಸಬಹುದು ಆತ. ಆದಾಗ್ಯೂ ನನ್ನನ್ನೇಕೆ ಹಿಡಿದುಕೊಂಡಿದ್ದಾನೆ? ಈ ಮಾರ್ಕೆಟಿಂಗಿಗೆ ನನಗೆ ಗೊತ್ತಿರದ ಹಲವು ಆಯಾಮ, ಉದ್ದೇಶಗಳಿವೆಯೇ? ಇವೆಲ್ಲವುಗಳೂ ನನಗೆ ಒಗಟೇ. ಒಮ್ಮೊಮ್ಮೆಯಂತೂ, ಇವನು ನಾನಂದುಕೊಂಡ ಮೋಹನಕುಮಾರ ಹೌದೋ ಅಲ್ಲವೋ ಅಥವಾ ನಾನ್ಯಾರೋ ಬೇರೆಯವನೆಂದು ಆತ ಕನ್‌ಫ್ಯೂಸ್ ಮಾಡಿಕೊಂಡಿದ್ದಾನೋ ಹೇಗೆ ಎಂದೂ ನನಗೆ ಅನ್ನಿಸುವುದಿದೆ. ಬಾಲ್ಯದ ಬಗ್ಗೆ ಅವನು ಹೆಚ್ಚು ಮಾತನಾಡದಿರುವುದೂ ಆ ಅನುಮಾನಕ್ಕೆ ಕಾರಣವಿರಬಹುದು. ಆದರೆ ಅವುಗಳಿಗೆಲ್ಲ ತಲೆ ಕೆಡಿಸಿಕೊಂಡು ಅವನ ದೋಸ್ತಿ ಕಳೆದುಕೊಳ್ಳುವ ಇರಾದೆಯಂತೂ ನನಗಿಲ್ಲ. ಅದೇನೇ ಇರಲಿ, ಆತನ ಸಾಂಗತ್ಯದಿಂದಾಗಿ ನನ್ನ ಜೀವನದಲ್ಲಿ ಒಂದು ಮಟ್ಟಿನ ಏರಿಕೆಯಾಗಿರುವುದಂತೂ ನಿಜ. ಒಮ್ಮೆ ಅವನನ್ನು ಭೇಟಿಮಾಡಿ ವಾಪಸ್ಸು ಬರುತ್ತಿರುವಾಗ ದಾರಿಯಲ್ಲಿ ಯಾವುದೋ ಸಣ್ಣ ಕಾರಣಕ್ಕೆ ಬೆಂಝ್ ಕಾರಿನಲ್ಲಿದ್ದವನೊಡನೆ ಯದ್ವಾತದ್ವಾ ಜಗಳಾಡಿಬಿಟ್ಟಿದ್ದೆ.

ನನ್ನ ಮೊದಲ ವಿದೇಶ ಪ್ರವಾಸದ ಸಂಪೂರ್ಣ ಕ್ರೆಡಿಟ್ ಮಾತ್ರ ಮೋನಿಗೇ ಸೇರಬೇಕು. ಹೀಗೊಮ್ಮೆ ಬರಿಸ್ತಾದಲ್ಲಿ ಸಿಕ್ಕಾಗ "ನಿನ್ನನ್ನು ಬ್ಯಾಂಕಾಕ್ ಸುತ್ತಿಸುತ್ತೇನೆ ಬಾ" ಎಂದವ ಮರುದಿನವೇ ಆತನ ಆಫೀಸಿನ ವತಿಯಿಂದ ಅಧಿಕೃತ ಈಮೇಲ್ ಕಳಿಸಿದ. ನಮ್ಮ ಮುಂಬೈ ಪ್ರದರ್ಶನದಲ್ಲಾದ ಭೇಟಿಯ ರೆಫರನ್ಸ್ ನೀಡಿ, ಆತನ ಕಂಪನಿ ನನ್ನನ್ನು ಅವರ ಥೈಲಾಂಡಿನಲ್ಲಿರುವ ಫ್ಯಾಕ್ಟರಿ ಹಾಗೂ ಶೋ-ರೂಮಿನ ವಿಸಿಟ್ಟಿಗೆ ಕರೆದುಕೊಂಡು ಹೋಗಲು ಬಯಸಿದೆ ಎಂಬುದಾಗಿ ತಿಳಿಸಿದ. ಅದರಿಂದ ನಮ್ಮ ಕಂಪನಿಗೆ ಆಗಬಹುದಾದ ಲಾಭವನ್ನೂ ಹೇಳಿದ್ದ. ಈ ಪ್ರಯಾಣಕ್ಕೆ ನನ್ನ ಬಾಸಿನ ಅನುಮತಿಯೂ ದೊರೆತು, ವೀಸಾ ಟಿಕೆಟ್ಟುಗಳೆಲ್ಲ ಒಂದರ ಹಿಂದೆ ಒಂದು ಸಿದ್ಧಗೊಂಡು, ನಾನು ಹೊಸ ಬಟ್ಟೆ ವಾಚು ಶೂ ಕೂಲಿಂಗ್ ಗ್ಲಾಸು ಜೊತೆಗೆ ಫಾರ್ಮಲ್ ಕೋಟನ್ನು ಗಡಿಬಿಡಿಯಿಂದ ಖರೀದಿಸಿ, ಕೊನೆಗೆ ಬ್ಯಾಂಕಾಕಿನ ವಿಮಾನವೇರಿದ್ದು... ಎಲ್ಲವೂ ಕನಸಿನಂತೆಯೇ ನಡೆದುಹೋಯಿತು.

ಮೂರು ದಿನಗಳ ಬ್ಯಾಂಕಾಕ್ ಸುತ್ತಾಟದಲ್ಲಿ, ಆತನ ಮನೆಗೆ ಕರೆಯಲಿಲ್ಲ ಎನ್ನುವುದನ್ನು ಹೊರತುಪಡಿಸಿ ಮೋ ನನಗೆ ವಿಶ್ವರೂಪ ದರ್ಶನವನ್ನೇ ಮಾಡಿಸಿದ್ದ. ಅದರಲ್ಲಿಯ ಪ್ರಮುಖ ವಿಷಯವೊಂದನ್ನು ಹೇಳಲೇ ಬೇಕು. ಆದಿನ ರಾತ್ರಿ

"ಬ್ಯಾಂಕಾಕಿನ ಬಗ್ಗೆ ಏನೇನೋ ಕೇಳಿದ್ದೆ, ನನಗೇನೂ ಕಾಣಲೇ ಇಲ್ಲ" ಎಂದು ನಾನು ಕೇಳಿದ್ದಕ್ಕೆ ವದ್ಧಾಽಽ... ವದ್ಧಾಽಽ... ಎನ್ನುತ್ತಾ 'ಕಳ್ಳ ನೀನು' ಎನ್ನುವ ಮುಖಭಾವ ತೋರಿಸಿ 'ಹಿಯರ್ ವಿ ಗೋ' ಎಂದು ಎಲ್ಲಿಲ್ಲದ ಹುಮ್ಮಸ್ಸಿನಿಂದ ನನ್ನನ್ನೊಂದೆಡೆ ಕರೆದೊಯ್ದ. ಅದೊಂದು ಊಹೆಗೂ ನಿಲುಕದ ವಿಚಿತ್ರ ಲೋಕ. 'ಇಲ್ಲಿ ಅಸಹ್ಯ ಅನೈತಿಕ ಅಸಿಂಧುವೆನ್ನುವುದು ಯಾವುದೂ ಇಲ್ಲ' ಎಂಬುದನ್ನು ಅಡಿಗಡಿಗೂ ಮುಖಕ್ಕೆ ರಾಚುವಂತೆ ತೋರಿಸುವ ಬೀದಿಗಳು. ಮನುಷ್ಯನ ಅಂತರಂಗ ಬಹಿರಂಗ ಎಲ್ಲವೂ ಒಂದೇ ಎಂಬುದನ್ನು ಸಾಬೀತುಪಡಿಸಲು ಪಣತೊಟ್ಟು ನಿಂತಿರುವ ಅನನ್ಯ ಎಲಿಮೆಂಟ್‌ಗಳು. ಕಣ್ಣು ಕಿವಿ ಮೂಗು ಮುಚ್ಚಿ ನಡೆದರೂ ಸ್ಪಷ್ಟವಾಗಿ ಗೋಚರಿಸುವ ಸೌಂದರ್ಯ ಸಂಕೇತಗಳು. ಕಿವಿಗಪ್ಪಳಿಸುವ ಸಂಗೀತ ವಾದ್ಯಗಳು, ಮೂಗಿನಿಂದ ನೇರ ಬ್ರಹ್ಮರಂಧ್ರದೊಳಹೊಕ್ಕು ಇಡೀ ದೇಹವನ್ನೇ ಪರವಶಗೊಳಿಸುವ ಸುಗಂಧಗಳಿಗೆ ಸೋಲದಿರಲು ಹೆಣಗುತ್ತಾ ನಾನು ಮೋನನ್ನೇ ಹಿಂಬಾಲಿಸಿದೆ.

ಆತ ಅಲ್ಲಿಯ ವಾತಾವರಣ ತನ್ನ ಮೇಲೆ ಯಾವುದೇ ಪರಿಣಾಮಗಳನ್ನೂ ಬೀರುತ್ತಿಲ್ಲ ಎಂಬುದು ಎದ್ದು ಕಾಣುವ ರೀತಿಯಲ್ಲಿ ನಡೆಯುತ್ತಾ ಬೀದಿಯ ನಡುವಿನ ಕಟ್ಟಡವೊಂದಕ್ಕೆ ನನ್ನನ್ನು ಕರೆದೊಯ್ದ. ಮಬ್ಬುಗತ್ತಲಿನ ನಡುವೆ ಹತ್ತಿಪ್ಪತ್ತು ಮೆಟ್ಟಿಲನ್ನೇರಿ ಮೇಲೆ ಹೋದರೆ ಅಲ್ಲೊಂದು ದೊಡ್ಡ ಕೋಣೆ. ಆ ಕೋಣೆಯ ನಡುವೆ ಉದ್ದನೆಯದೊಂದು ಸ್ಟೇಜು. ಅದರ ಸುತ್ತ ಗೋಡೆಗೆ ತಾಗಿ ಕುರ್ಚಿ ಟೇಬಲ್ಲುಗಳು. ಮುಂಬಯಿಯಲ್ಲಿ ನೋಡಿದ ಫೈವ್‌ಸ್ಟಾರ್ ಖದರೇನೂ ಅಲ್ಲಿರಲಿಲ್ಲ. ಯಾವುದೂ ಖಾಸಗಿಯೆನ್ನಿಸುತ್ತಿರಲಿಲ್ಲ ಅಲ್ಲಿ. ಸ್ಟೇಜಿನ ಮೇಲೆ ಐದಾರು ಸ್ತ್ರೀಯರು ಅರೆಬೆತ್ತಲಾಗಿ ಏನೇನೋ ಪ್ರದರ್ಶನಗಳನ್ನು ನೀಡುತ್ತಿದ್ದರು. ಒಂದೊಂದು ಪ್ರದರ್ಶನದ ನಂತರವೂ ಸುತ್ತಲೂ ಮದ್ಯ ಹೀರುತ್ತ ಕುಳಿತ ಜನ ಚಪ್ಪಾಳೆ ತಟ್ಟಿ ಹುರಿದುಂಬಿಸುತ್ತಿದ್ದರು.

ನಾವು ಆಸೀನರಾದೊಡನೆ ಯುವತಿಯೊಬ್ಬಳು ನಮ್ಮ ಟೇಬಲ್ಲಿಗೆ ಬಂದು ಮೆನು ಕಾರ್ಡ್ ನೀಡಿದಳು. ಅದರ ಹಿಂದೇ ಬಂದ ತಣ್ಣನೆ ಬಿಯರ್ ಹೀರುತ್ತ, ಕಲ್ಪನೆಗೂ ಮೀರಿದ ವಿಚಿತ್ರವನ್ನು ಅರಗಿಸಿಕೊಳ್ಳಲಾಗದೇ ನಾನು ದಿಗ್ಭ್ರಮೆಯಿಂದ ಅಲ್ಲಿ ನಡೆಯುತ್ತಿದ್ದುದನ್ನು ನೋಡುತ್ತಿರುವಾಗಲೇ,

"ನನಗೆ ಚಲಿಂಡಾ ಸಿಕ್ಕಿದ್ದು ಇಲ್ಲಿಯೇ" ಎಂದ ಮೋ. "ಯಾರಿಂದಲೂ ಸಾಧ್ಯವಾಗದ ಅಪರೂಪದ ಶೋ ಒಂದನ್ನು ಆಕೆ ನೀಡುತ್ತಿದ್ದಳು. ಅಲ್ಲಿಂದಲೇ ನಾನು ಇಂಪ್ರೆಸ್ ಆಗಿ, ಮಾತು ಭೇಟಿ ಡೇಟಿಂಗ್ ಎಲ್ಲವೂ ಆಗಿ, ನಮ್ಮಿಬ್ಬರ ಸಂಬಂಧ ಈಗ ವರ್ಷಕ್ಕಿಂತಲೂ ಹೆಚ್ಚು ದಿನಗಳು ಒಟ್ಟಿಗೆ ವಾಸಿಸುವಲ್ಲಿಗೆ ಬಂದು ತಲುಪಿದೆ" ಎಂದ.

ನನ್ನಲ್ಲಿ ಮಾತನಾಡಲು ಯಾವುದೇ ಶಬ್ದಗಳಿರಲಿಲ್ಲ. ಕೇಳುವ ಸಾಧ್ಯತೆಯಿದ್ದಿದ್ದರೆ 'ಆಕೆ ಈಗಲೂ ಶೋ ನೀಡ್ತಾಳೋ?' ಎಂದು ಕೇಳುತ್ತಿದ್ದೆನೇನೋ.

ಬ್ಯಾಂಕಾಕಿನಲ್ಲಿ ಇದ್ದಷ್ಟೂ ದಿನ ಮೋ ನನ್ನನ್ನು ಯಾವುದಾದರೂ ಕೃತ್ಯಕ್ಕೆ ಪ್ರಲೋಭಿಸುತ್ತಾನೇನೋ ಎಂದು ಕಾಯುತ್ತಲೇ ಇದ್ದೆ. ಆದರೆ ಆತ ಹಾಗೇನೂ ಮಾಡಲಿಲ್ಲ. ಒಂದು ವೇಳೆ ಮಾಡಿದ್ದರೂ ನಾನು ಮುಂದುವರಿಯುತ್ತಿದ್ದೇ ಎಂಬುದರ ಬಗ್ಗೆ ನನಗೇ ಸಂಶಯವಿತ್ತು. ಆದರೆ ಆ ಪ್ರಲೋಭನೆಗೆ ನನ್ನನ್ನು ಒಡ್ಡಿಕೊಳ್ಳುವ ಕ್ಷಣದ ರೋಮಾಂಚನವಂತೂ ನನಗೆ ಬೇಕಿತ್ತು. ಈ ಹಿಂದೆ ನಡೆದ ಮುಂಬೈ ಘಟನೆಗೆ ಎರಡನೇ ಬಾರಿ ಪಶ್ಚಾತ್ತಾಪ ಪಟ್ಟಿದ್ದೆ ನಾನು.

ಬ್ಯಾಂಕಾಕಿನಲ್ಲಿ ನನ್ನ ಮನಸ್ಸಿಗೆ ವಿಕೃತ ಖುಷಿ ಕೊಟ್ಟ ಒಂದು ವಿಷಯವೆಂದರೆ ಅಲ್ಲಿಯ ವಾಹನ ದಟ್ಟಣೆ. ಅದು ಬೆಂಗಳೂರಿನ ಎರಡು ಪಟ್ಟಿತ್ತು! ಮೂರು ಕಿಲೋಮೀಟರುಗಳನ್ನು ಕ್ರಮಿಸಲು ಕೆಲವೊಮ್ಮೆ ಮೂರು ಗಂಟೆಗಳಿಗೂ ಹೆಚ್ಚು ಸಮಯ ತೆಗೆದುಕೊಳ್ಳುವ ರಸ್ತೆಗಳೂ ಅಲ್ಲಿವೆ ಎಂಬುದೂ ತಿಳಿದು ಬಂತು. ಬೆಂಗಳೂರಿನಲ್ಲಿ ಟ್ರಾಫಿಕ್ ಜಾಮ್ ಎಂದು ಸಿಟಿಯ ಒಳಗೇ ಬರದೇ ವಿಮಾನ ನಿಲ್ದಾಣದ ಅಕ್ಕಪಕ್ಕವೇ ಓಡಾಡಿಕೊಂಡಿರುವ ಮೋ ಇಲ್ಲೇನು ಮಾಡುತ್ತಾನೆ ಎಂಬ ಕುತೂಹಲವಿತ್ತು ನನಗೆ. "ಇದು ಇಲ್ಲಿಯದೊಂದೇ ಪ್ರಾಬ್ಲೆಮ್ ಅಲ್ಲ. ಜಗತ್ತಿನ ಹಲವಾರು ಮಹಾ ನಗರಗಳಲ್ಲಿ ಇದೇ ಸಮಸ್ಯೆಯಿದೆ. ದುಬೈ ಸಿಂಗಾಪುರ ಶಾಂಘೈ ಲಂಡನ್ ಎಲ್ಲ ಕಡೆ ನಾನೇ ನೋಡಿದ್ದೇನೆ, ಅಲ್ಲೂ ಇದೇ ಪಾಡು" ಆತನೆಂದ.

"ಹಾಗಾದರೆ ನೀನು ಕಾಲಿಟ್ಟಲ್ಲೆಲ್ಲ ಟ್ರಾಫಿಕ್ಕು ಜಾಮು ಎಂದಾಯಿತು, ವದ್ಧಾ ವದ್ಧಾss..." ಎನ್ನುತ್ತ ನನ್ನ ಜೋಕಿಗೆ ನಾನೇ ನಕ್ಕೆ.

ಆತ ಮುಂದುವರಿಸುತ್ತ "ಬೆಂಗಳೂರಿನದಕ್ಕೂ ಇಲ್ಲಿಯ ಟ್ರಾಫಿಕ್ಕಿಗೂ ವ್ಯತ್ಯಾಸವಿದೆ. ಒಂದಕ್ಕೊಂದು ಅಂಟಿದಂತೆ ಸಾಗುತ್ತಿರುವ ಇಷ್ಟೊಂದು ವಾಹನಗಳ ನಡುವೆ ಒಂದಾದರೂ ಹಾರ್ನ್ ಶಬ್ದ ಕೇಳುತ್ತದೋ ನೋಡು. ಎಂತಹ ಲೇನ್ ಡಿಸಿಪ್ಲೇನ್ ನೋಡು. ಯಾವ ದ್ವಿಚಕ್ರ ವಾಹನಗಳೂ ಆಟೋಗಳೂ ನಡುವೆ ತೂರಿಬಂದು ಭಯ ಹುಟ್ಟಿಸುವುದಿಲ್ಲ ಇಲ್ಲಿ. ಬೆಂಗಳೂರಿನ ಟ್ರಾಫಿಕ್ಕಿನಲ್ಲಿ ಸಿಕ್ಕಿಹಾಕಿಕೊಂಡರೆ ಅಲ್ಲಿಯ ಪೀಪೀ ಸದ್ದಿಗೆ ತಲೆ ಸಿಡಿದು ಹೋಗುತ್ತದೆ. ಇಲ್ಲಿ ನ್ಯೂಸ್ ಪೇಪರ್ ಓದುತ್ತ ಬೇಕಾದರೂ ಕಾರು ಚಲಾಯಿಸಬಹುದು, ಗೊತ್ತಾ?" ಎಂದ.

'ನಿಮ್ಮ ಕಂಪನಿ ತನ್ನ ಅಟೋಮೋಬೈಲ್ ಪ್ರಾಡಕ್ಟುಗಳ ವ್ಯಾಪಾರವನ್ನ 40 ರಿಂದ 60 ಪರ್‌ಸಂಟಿಗೆ ಏರಿಸುವ ಗುರಿ ಹೊಂದಿರುವುದು ಭಾರತದಲ್ಲೇ ಅಲ್ಲವೇ?' ಎಂದು ತಮಾಷೆಯಾಗಿ ಕೇಳೋಣವೆನ್ನಿಸಿತು. ಆದರೆ ಅವನ ವಶೀಲಿಯಿಂದಾಗಿ ಮುಂದೆ ನನಗೆ ದೊರೆಯಬಹುದಾದ ನೌಕರಿಯ ಸಾಧ್ಯತೆ ನೆನಪಾಗಿ ಸುಮ್ಮನಾದೆ.

ಭಾರತಕ್ಕೆ ವಾಪಸ್ಸು ಹೋಗುವ ದಿನ ಬಂದಿತ್ತು. ಮಗಳಿಗಾಗಿ ಒಂದು ಆಮೆಯ ಗೊಂಬೆ ಕೊಂಡುಕೊಂಡೆ. ಬೆಳಗಿನಿಂದಲೇ ನನಗೆ ಮನಸ್ಸಿಗೆ ಒಂಥರಾ ಕಸಿವಿಸಿ. ಯಾವುದರಲ್ಲೂ ಅಂಥ ಮೂಡಿಲ್ಲ. ಇಷ್ಟು ವರ್ಷ ದುಡಿದ ಮೇಲೆ ಇಂಥದ್ದೊಂದು ಚಾನ್ಸು ಸಿಕ್ಕಿತು, ಅದೂ ಮೋ ಇರದಿದ್ದರೆ ಸಾಧ್ಯವೇ ಆಗುತ್ತಿರಲಿಲ್ಲ. ಇನ್ನೊಂದು ವಿದೇಶಿ ಪ್ರಯಾಣಕ್ಕೆ ಇನ್ನೆಷ್ಟು ದಿನ ಕಾಯಬೇಕೋ... ನಾಳೆಯಿಂದ ಅದೇ ಆಫೀಸು ಅದೇ ಬಾಸು. ಬೆಂಗಳೂರಿಗೆ ಹೋದಮೇಲೆ ಇನ್‌ಬಾಕ್ಸಿನಲ್ಲಿ ಬಿದ್ದಿರುವ ಮುನ್ನೂರು ಈಮೇಲ್‌ಗಳನ್ನು ನೋಡುವುದರಲ್ಲಿಯೇ ಸುಸ್ತು ಹೊಡೆದುಬಿಡುತ್ತದೆ. ನನ್ನ ಎಡಗಣ್ಣಿನ ಬದಿಯ ಹಣೆ ತುಸುವೇ ನೋಯಲು ಶುರುವಾಗುತ್ತ ಇಡೀ ಹಣೆಯನ್ನು ಆವರಿಸತೊಡಗಿತು. ಆಫೀಸಿನ ಕೆಲಸಗಳು ನೆನಪಾದಕೂಡಲೇ ಈ ಸಣ್ಣನೆಯ ತಲೆನೋವು ಶುರುವಾಗುವುದು ನನಗೆ ಮಾಮೂಲಿಯಾಗಿಬಿಟ್ಟಿದೆ.

ಕೊನೆಯ ದಿನವಾದರೂ ಅಲ್ಲಿಯ ಒಂದೆರಡು ಬೌದ್ಧ ದೇವಾಲಯಗಳನ್ನು ನೋಡಬೇಕೆನ್ನಿಸಿತು. ಏರ್‌ಪೋರ್ಟಿನ ದಾರಿಯಲ್ಲಿಯೇ ಮೋ ಗೋಲ್ಡನ್ ಟೆಂಪಲ್ ಒಂದಕ್ಕೆ ಕರೆದುಕೊಂಡು ಹೋದ. ಅಲ್ಲಿ ದೇವಾಲಯದ ಹೊರಗೆ ಹೂ ಮಾರುವವರು ಹೂಗಳ ಜೊತೆ ದೊಡ್ಡ ದೊಡ್ಡ ಬಕೆಟ್ಟುಗಳಲ್ಲಿ ಆಮೆಯ ಮರಿಗಳನ್ನು ಇಟ್ಟುಕೊಂಡಿದ್ದರು. ಅದೇಕೆಂದು ಕೇಳಿದ್ದಕ್ಕೆ ಮೋ ಅಲ್ಲಿಯ ಜನರ ವಿಶಿಷ್ಟ ಪದ್ಧತಿಯ ಬಗ್ಗೆ ತಿಳಿಸಿದ. ಬರುವ ಭಕ್ತಾದಿಗಳಲ್ಲಿ ಕೆಲವರು ಹಣಕೊಟ್ಟು ಆಮೆಯನ್ನು ಖರೀದಿಸಿ ಅದನ್ನು ಅಲ್ಲಿಯೇ ಹತ್ತಿರದ ಕೊಳದಲ್ಲಿ ಬಿಟ್ಟು ಬರುತ್ತಾರೆ. ಈರೀತಿ ಆಮೆಯೊಂದನ್ನು ಬಂಧಮುಕ್ತಗೊಳಿಸಿದರೆ ಪುಣ್ಯ ಬರುತ್ತದೆ ಎಂಬುದು ಅವರ ನಂಬಿಕೆ. ಆದರೆ ಇಲ್ಲೊಂದು ಕುತೂಹಲಕಾರಿ ಸಂಗತಿಯಿದೆ. ಕೊಳದಲ್ಲಿ ಆಮೆಯನ್ನು ಬಿಟ್ಟು ಭಕ್ತರು ಅತ್ತ ಹೋಗುತ್ತಿರುವಂತೆ ಅಂಗಡಿಯವರು ಅದೇ ಆಮೆಗಳನ್ನು ಹಿಡಿದು ತಂದು ಮತ್ತೆ ತಮ್ಮ ಬಕೇಟುಗಳಲ್ಲಿ ಇಡುತ್ತಾರೆ.

"ಪಾಪ... ಆಮೆಗಳು, ಇನ್ನೊಬ್ಬ ಶ್ರೀಮಂತ ಹಣ ಕೊಟ್ಟು ಪುಣ್ಯ ಖರೀದಿಸಲು ಬರುವವರೆಗೂ ಕಾಯಬೇಕು" ಎನ್ನುತ್ತ ನಾನು ಮತ್ತು ಮೋ ನಕ್ಕೇ ನಕ್ಕೆವು.

ಏರ್‌ಪೋರ್ಟಿನಲ್ಲಿ ಮೋನನ್ನು ಗಟ್ಟಿಯಾಗಿ ಬಿಗಿದಪ್ಪಿದೆ, 'ಬೆಂಗಳೂರಿಗೆ ಬಂದಾಗ ಫೋನ್ ಮಾಡು' ಎನ್ನುತ್ತಾ ಹೊರಟಾಗ ಮನಸ್ಸು ಭಾರವಾಗಿತ್ತು. ಕೌಂಟರಿನಲ್ಲಿ ಪಾಸ್‌ಪೋರ್ಟಿನ ಮೇಲೆ ಛಪ್ಪೆ ಹೊಡೆದು ಕೈಗಿಟ್ಟ ಥ್ಯಾ ಮಹಿಳೆಗೆ "ಖೋಬ್ ಖುನ್‌ಕಾsss..." ಎಂದೆ ನಾನು. ಬ್ಯಾಂಕಾಕಿನಲ್ಲಿ ಕಲಿತ ನಾಲ್ಕಾರು ಥ್ಯಾ

ಶಬ್ದಗಳನ್ನು ಇಷ್ಟು ಸಲೀಸಾಗಿ ಉಪಯೋಗಿಸಬಲ್ಲೆನೆಂದು ನನಗೇ ಗೊತ್ತಿರಲಿಲ್ಲ. ಆಕೆ ತಲೆಯೆತ್ತಿ ನನ್ನತ್ತ ನೋಡಿ ಮೋಹಕವಾಗಿ ನಕ್ಕಳು. ಆ ಕ್ಷಣಕ್ಕೆ, ಮೋನ ಚಲಿಂಡಾ ಕೂಡ ಇವಳಂತೇ ಇದ್ದಿರಬಹುದೇ ಎನ್ನಿಸಿತು ನನಗೆ.

4

ಅಪ್ಪ ಅಮ್ಮ ಬಾ ಎಂದು ಕರೆಯುತ್ತಿದ್ದರೂ ನಾನು ಊರಿಗೆ ಹೋಗದೇ ಹೆಚ್ಚು ಕಮ್ಮಿ ವರ್ಷಗಳೇ ಆಗಿ ಹೋಗಿದ್ದವು. ಬ್ಯಾಂಕಾಕಿನಿಂದ ಬಂದು ಮೂರು ತಿಂಗಳ ನಂತರ ಕೊನೆಗೂ ಪುರುಸೊತ್ತು ಸಿಕ್ಕಿತು. ಈ ಬಾರಿ ಹೋದಾಗ ಹೀಗೇ ಸಹಜವಾಗಿ ಮೋಹನಕುಮಾರ ವಾಸವಾಗಿದ್ದ ಮನೆಯ ಓಣಿಯತ್ತ ಹೋದೆ. ಆತನಿದ್ದ ಹಳೆಯ ಮನೆ ಕೆಡವಿ ಅಲ್ಲೊಂದು ಹೊಸ ಕಟ್ಟಡ ನಿರ್ಮಾಣವಾಗಿತ್ತು. ಪೋಸ್ಟ್‌ಆಫೀಸಿನ ಸರೀ ಎದುರಿನ ಮನೆ ಅವನದಾಗಿತ್ತೆಂಬುದು ನನಗೆ ನೆನಪಿದ್ದರೂ ಈಗ ಈ ಹೊಸ ಕಟ್ಟಡವಿರುವ ಜಾಗದ ಮನೆಯೇ ಅವನದಾಗಿತ್ತೋ ಅಥವಾ ಅದರ ಪಕ್ಕದ್ದೋ ಎಂಬ ಸಂಶಯವಾಯಿತು. ನಂತರ ಆದಿನ ಸಂಜೆ ನನ್ನ ತಂದೆಯ ಮಿತ್ರರೂ ಆಗಿದ್ದ ನನಗೆ ಕಲಿಸಿದ್ದ ಶಿರಗೂರ ಮಾಸ್ತರ್ರು ಮನೆಗೆ ಬಂದಿದ್ದರು. ಚಹಾಪಾನದೊಟ್ಟಿನ ಹರಟೆಯ ನಡುವೆ ಕಾಕತಾಳೀಯವಾಗಿ ಮೋಹನಕುಮಾರನ ತಂದೆಯೂ ಶಿರಗೂರ ಮಾಸ್ತರೂ ಹಳೆಯ ಮಿತ್ರರೆಂಬುದು ತಿಳಿಯಿತು. "ಹದಿನೈದು ವರ್ಷಗಳ ಹಿಂದೆ ಕಾರ್ ಅಪಘಾತವೊಂದರಲ್ಲಿ ಅವರು, ಅವರ ಹೆಂಡತಿ ಹಾಗೂ ದೊಡ್ಡ ಮಗ ಮೋಹನಕುಮಾರ ಸ್ಥಳದಲ್ಲಿಯೇ ಮೃತ ಪಟ್ಟರು. ಅದೃಷ್ಟವೋ ದುರಾದೃಷ್ಟವೋ ಅವರ ಎರಡನೇ ಮಗ ಕಾರಲ್ಲಿ ಇರಲಿಲ್ಲವಾದ್ದರಿಂದ ಬದುಕಿಕೊಂಡ. ಆಮೇಲೆ ಯಾವುದೋ ಸಂಬಂಧಿಕರ ಮನೆಯಲ್ಲಿ ಆತ ಬೆಳೆದನೆಂಬುದು ಸುದ್ದಿ. ಈಗ ಎಲ್ಲಿದ್ದಾನೋ ಗೊತ್ತಿಲ್ಲ. ಇಡೀ ಕುಟುಂಬ ದೈವಲೀಲೆಗೆ ಹೇಗೆ ಬಲಿಯಾಗಿ ಹೋಯಿತು ನೋಡಿ, ಛೇ. ನನ್ನ ಒಳ್ಳೇ ಗೆಳೆಯರಾಗಿದ್ದರು ಅವರು. ನೆನೆಸಿಕೊಂಡರೆ ಈಗಲೂ ಕರಳು ಕಿವುಚುತ್ತದೆ" ಎಂದು ತುಂಬಾ ಬೇಸರದಿಂದ ಹೇಳಿದರು ಮಾಸ್ತರು.

ಅಂದಿನ ರಾತ್ರಿಯೂಟ ರುಚಿಸಲೇ ಇಲ್ಲ ನನಗೆ. ಮೋಹನಕುಮಾರನಿಗೆ ತಮ್ಮನೊಬ್ಬನಿದ್ದುದು ನೆನಪಾಯ್ತು. ನಮಗಿಂತ ಮೂರ್ನಾಲ್ಕು ವರ್ಷ ಚಿಕ್ಕವನಾಗಿದ್ದ ಅವನ ಜೊತೆ ನನ್ನ ಯಾವುದೇ ಸಂಪರ್ಕವಿರಲಿಲ್ಲ. ಮೋಹನಕುಮಾರನ ಮನೆಗೆ ಹೋದಾಗ ಅಲ್ಲೊಮ್ಮೆ ಇಲ್ಲೊಮ್ಮೆ ಮಾತನಾಡಿಸಿದ್ದಿರಬಹುದು ಅಷ್ಟೇ. ಶಿರಗೂರ

ಮಾಸ್ತರೇನಾದರೂ ಅಣ್ಣ ತಮ್ಮನ ನಡುವೆ ಕನ್‌ಫ್ಯೂಷನ್ ಮಾಡಿಕೊಂಡರೇ? ಹಾಗಾಗಲು ಸಾಧ್ಯವಿಲ್ಲ, ಏಕೆಂದರೆ ಸತ್ತವನು ಮೋಹನಕುಮಾರನೇ ಎಂದು ಸ್ಪಷ್ಟವಾಗಿ ಹೇಳಿದ್ದಾರೆ. ನನ್ನ ಪರಿಚಯವೇ ಇಲ್ಲದ ಆತನ ತಮ್ಮ ಅದು ಹೇಗೆ ಅಷ್ಟು ಸನಿಹ ಬರಲು ಸಾಧ್ಯ? ಫಸ್ಟ್ ಆಫ್ ಆಲ್, ಆತ ನನ್ನ ಗುರುತು ಹಿಡಿದಿದ್ದಾದರೂ ಹೇಗೆ? ಅಥವಾ ಹೇಗೋ ನನ್ನ ಗುರುತು ಹಿಡಿದು, ಹಳೆಯ ನಂಟನ್ನು ಬಯಸುತ್ತ ತಾನು ಮೋ ಎಂದು ಹೇಳಿಕೊಂಡು ಬಂದನೆ? ಇದಾವುದೂ ಆಗಿರದೇ ಈ ಮೋ ಎನ್ನುವ ವ್ಯಕ್ತಿ ಅಣ್ಣನೂ ಅಲ್ಲದೇ ತಮ್ಮನೂ ಅಲ್ಲದೇ ಯಾರೋ ಮೂರನೆಯವನೇ ಆಗಿರಬಹುದೇ? ಹಾಗಾದರೆ... ಹಸಿದ ಹೊಟ್ಟೆಯಲ್ಲಿ ಹಾಸಿಗೆಯಲ್ಲಿ ಹೊರಳಾಡಿದೆ.

ಇದಕ್ಕೆ ಉತ್ತರ ಮೋನ ವಿನಃ ಮತ್ಯಾರೂ ಕೊಡಲು ಸಾಧ್ಯವಿಲ್ಲ. ಆದರೆ ಆತನಲ್ಲಿ ಏನೆಂದು ಕೇಳುವುದು, ಹೇಗೆ ಕೇಳುವುದು?

ಊರಿಂದ ಹಿಂದಿರುಗಿದ ಮೇಲೆ ಮೋನ ಫೋನ್ ಬಂದೀತೋ ಎಂದು ಒಂದೆರಡು ದಿನ ಕಾದೆ. ನಂತರ ನಾನೇ ಮಾಡಿದೆ. ಸದಾ ದೇಶ ವಿದೇಶಗಳ ಸುತ್ತಾಟದಲ್ಲೇ ಇರುವ ಆತನ ಫೋನು ತಕ್ಷಣಕ್ಕೆ ಸಿಗದಿರುವುದು ಸಹಜವೇ. ಆದರೆ ಎರಡು ವಾರದವರೆಗೂ ಸತತವಾಗಿ ಪ್ರಯತ್ನಿಸಿದರೂ ಆತನ ಫೋನ್ ಒಂದೇ ಬೀಪ್‌ಗೆ ತುಂಡರಿಸಲ್ಪಡುತ್ತಿತ್ತು. ನಾನು ಆತನೊಡನೆ ಮಾತನಾಡಲು ಕಾತರಿಸುತ್ತಿದ್ದೆ. ಹಿಂದೆ ಥೈಲಾಂಡಿಗೆ ಹೋದಾಗ ಆತ ಕೊಟ್ಟ ವಿಸಿಟಿಂಗ್ ಕಾರ್ಡಿನಲ್ಲಿಯ ಆತನ ಆಫೀಸಿನ ನಂಬರಿಗೆ ಫೋನಾಯಿಸಿದೆ. ಫೋನು ಎರಡು ಮೂರು ಜನರಿಗೆ ವರ್ಗಾವಣೆಯಾಗಿ, ನಾನು ಯಾರು ಯಾತಕ್ಕಾಗಿ ಫೋನ್ ಮಾಡುತ್ತಿದ್ದೇನೆ ಎಂಬುದನ್ನೆಲ್ಲ ವಿಚಾರಿಸಿ ಕೊನೆಯಲ್ಲಿ ಫೋನ್ ಹಿಡಿದ ವ್ಯಕ್ತಿ ಹೇಳತೊಡಗಿದ–

“ಕೆಲದಿನಗಳ ಹಿಂದೆ ಆಫೀಸಿಗೆ ಬಂದಿದ್ದ ಮೋ ತುಂಬಾ ಡಿಸ್ಟರ್ಬ್ ಆಗಿದ್ದ. ‘ಟ್ರಾಫಿಕ್ಕಿನಲ್ಲಿ ಸಿಕ್ಕಿಹಾಕಿಕೊಂಡಾಗ ಸುತ್ತಲೂ ಇರುವ ಗಾಡಿಗಳು ಕರ್ಕಷವಾಗಿ ಹಾರ್ನ್ ಮಾಡುತ್ತಿರುವಂತೆ ಕೇಳಿಸುತ್ತದೆ; ಅದರಿಂದ ತಲೆ ಹೋಳಾದಂತಾಗುತ್ತದೆ. ಆ ತಲೆನೋವು ಇಡೀ ದಿನ ಬಾಧಿಸುತ್ತದೆ. ಸುತ್ತಿಗೆಯನ್ನು ತೆಗೆದುಕೊಂಡು ತಲೆಯ ಮೇಲೆ ಹೊಡೆದುಕೊಳ್ಳೋಣ ಅನ್ನಿಸುತ್ತದೆ.’ ಎನ್ನುತ್ತಿದ್ದ. ಇಲ್ಲಿ ಟ್ರಾಫಿಕ್ಕಿನಲ್ಲಿ ಯಾರೂ ಅನವಶ್ಯಕ ಶಬ್ದ ಮಾಡುವುದಿಲ್ಲ. ಈತನಿಗೇನೋ ಮಾನಸಿಕ ಒತ್ತಡವಿದ್ದಿರಬೇಕು. ಹೀಗಾಗಿ ವೈದ್ಯರಲ್ಲಿ ತೋರಿಸಿಕೊಳ್ಳುವಂತೆ ಸಲಹೆ ನೀಡಿದ್ದೆವು. ಆದರೆ ಮರುದಿನ ಆತ ತನ್ನ ಕೋಣೆಯಲ್ಲಿ ವಿಷ ಸೇವಿಸಿ ಆತ್ಮಹತ್ಯೆ ಮಾಡಿಕೊಂಡಿದ್ದ. ಆತನ ಬಂಧು ಬಳಗ ಗೆಳೆಯರ ಯಾವ ಮಾಹಿತಿಯೂ ನಮಗೆ ದೊರಕಲಿಲ್ಲ. ಹಾಗಾಗಿ ಶವ ಸಂಸ್ಕಾರ ಇಲ್ಲಿಯೇ ಮಾಡಿದೆವು. ನೀವೇನಾದರೂ...”

ನನಗೆ ತಲೆ ಸುತ್ತಿದಂತಾಗಿ, ಮುಂದಿನ ಮಾತುಗಳೆಲ್ಲಾ ಅಸ್ಪಷ್ಟವಾಗಿ ಕೇಳುತ್ತಿರುವಂತೆನಿಸಿ ನನಗೇ ಗೊತ್ತಿಲ್ಲದಂತೆ ಫೋನನ್ನು ಕಿವಿಯಿಂದ ಸರಿಸಿ ಟೇಬಲ್ಲಿನ ಮೇಲಿಟ್ಟೆ, ಆಕಡೆಯಿಂದ "ಹಲೋ... ಹಲೋ... ಆರ್ ಯು ದೇರ್... ಹಲೋ..."

'ಕುಂಯ್ss... ಕುಂಯ್ss...' ಶಬ್ದದೊಂದಿಗೆ ಕರೆ ಕಟ್ಟಾಯಿತು.

ಕೇಳು

ಅದು ದೇಶಾದ್ಯಂತ ಸಂಚಲನವನ್ನುಂಟು ಮಾಡಿದ 'ಬ್ರೇಕಿಂಗ್ ನ್ಯೂಸ್'! ದೈತ್ಯ ಟೆಲಿಕಾಂ ಕಂಪನಿಯೊಂದು ತನ್ನ ಸಿ.ಇ.ಓ.ನನ್ನು ರಾತ್ರೋರಾತ್ರಿ ಕೆಲಸದಿಂದ ಕಿತ್ತುಹಾಕಿತ್ತು.

ವಿಷಯ ಇಷ್ಟು: ತಿಂಗಳ ಹಿಂದೆ ಅಭೂತಪೂರ್ವ ಕೊಡುಗೆಯೊಂದನ್ನು ಆ ಕಂಪನಿ ಘೋಷಿಸಿತ್ತು– "ಲೈಫ್-ಟೈಮ್ ಉಚಿತ ಕರೆ ಹಾಗೂ ಇಂಟರ್‌ನೆಟ್! ಜೊತೆಗೊಂದು ಫೋನ್ ಕೂಡ ಸಂಪೂರ್ಣ ಉಚಿತ!" ಇದು ತನ್ನ 'ಶತಮಾನದ ಮಹತ್ವಾಕಾಂಕ್ಷಿ ಯೋಜನೆ' ಎಂದ ಕಂಪನಿಯ ಗುರಿ– ಹಳ್ಳಿಯೂ ಸೇರಿದಂತೆ ಕನಿಷ್ಟ ನೂರು ಕೋಟಿ ಜನರ ಕೈಗೆ ಮೊಬೈಲ್ ಕೊಡುವುದು; ಹೂಡಿಕೆ ಹತ್ತು ಲಕ್ಷ ಕೋಟಿ! ಅದರ ಜಾಹೀರಾತೇ ಅತ್ಯಾಕರ್ಷಕ! ಬೆಂಕಿಪೊಟ್ಟಣಕ್ಕೆ ದಾರ ಕಟ್ಟಿ ಮಕ್ಕಳು ಆಡುವ 'ಫೋನ್ ಆಟ' ಅದರ ತಿರುಳು. ಬಯಲಿನಲ್ಲಿ ನಿಂತೆರಡು ಮಕ್ಕಳಿಂದ ಶುರುವಾಗುವ ಆಟ ಮನೆಯಿಂದ ಬೀದಿಗೆ, ಊರಿಗೆ ಹಬ್ಬುತ್ತ ಕೊನೆಗೆ ಇಡೀ ದೇಶವೇ ಕೈಯ್ಯಲ್ಲಿ ಬೆಂಕಿಪೊಟ್ಟಣ ಹಿಡಿದು ಅದು ಮೊಬೈಲ್ ಫೋನಾಗಿ ಬದಲಾಗುವ ರೋಚಕ ದೃಶ್ಯಕಾವ್ಯವದು! ಎಲ್ಲರ ನಾಲಗೆಯಲ್ಲೂ "ಮಾತಾಡ್ತಾನೇ ಇರಿ" ಎನ್ನುವ ಪಂಚ್-ಲೈನ್!

ಜನರೇನು ಮೂರ್ಖರೆ? ಇದರಲ್ಲೇನೋ ಮೋಸವಿದೆ, ಮಾರುಕಟ್ಟೆ ಸಾರ್ವಭೌಮತ್ವದ ಹುನ್ನಾರ, ಮಾತಿನ ನಡುವೆ ಜಾಹೀರಾತು ಬರುತ್ತೆ ಅದರಿಂದಲೇ ಕಂಪನಿಗೆ ದುಡ್ಡು ಅಂತೆಲ್ಲ ಅಂದರು. ಇದರ ಕುರಿತು ತನಿಖೆ ಮಾಡಬೇಕೆ-ಬೇಡವೆ? ಎಂದು ಟೀವಿಯವರು ಅಹೋರಾತ್ರಿ ಸುದ್ದಿ ಬಿತ್ತರಿಸಿದರು. ಇವೆಲ್ಲವುಗಳ ನಡುವೆ ದೇಶ ಬಿಡುಗಡೆಯ ಆ ಸುದಿನಕ್ಕಾಗಿ ಥಣ್ಣನೆ ಕಾಯಿತು.

ಆದಿನ ಮಂದಿ ಮುಗಿಬಿದ್ದರು. ರಾತ್ರಿಯೇ ಸರದಿ, ಅಲ್ಲಲ್ಲಿ ಹೊಡೆದಾಟ, ಲಾಠಿಪ್ರಹಾರ. ದಕ್ಕಿಸಿಕೊಂಡವರು ಸೆಲ್ಫಿ ತೆಗೆದು ಫೇಸ್‌ಬುಕ್ಕಿಗೆ ಹಾಕಿದರು. ವಾಟ್ಸಾಪಿನಲ್ಲಿ ಜೋಕುಗಳು ಭರಪೂರ ಹರಿದಾಡಿದವು. ಜನ ಕುಂತಲ್ಲಿ ನಿಂತಲ್ಲಿ ಫೋನು ಉಪಯೋಗಿಸಿದರು. ಆದರೆ ಕೆಲದಿನಗಳಲ್ಲಿಯೇ ಫೋನಿನಲ್ಲಿ ದೋಷವೊಂದು ಕಾಣತೊಡಗಿತು. ಇತ್ತ ಮಾತನಾಡಿದ್ದು ಅತ್ತಕಡೆ ತುಂಡಾಗಿ ಕೇಳುತ್ತಿತ್ತು. ಹೇಳಿದ್ದು ಮತ್ತೇನೋ ಕೇಳುತ್ತಿತ್ತು. ಒಮ್ಮೊಮ್ಮೆ ಇನ್ನೊಂದು ಕಡೆಯಿಂದ ಯಾರದೋ ಕರೆ, ಕೆಲವೊಮ್ಮೆಯಂತೂ ಅಪೂಟೂ ಕೇಳುತ್ತಿರಲಿಲ್ಲ! ಇದು ನೆಟ್‌ವರ್ಕ್ ಪ್ರಾಬ್ಲೆಮ್ ಅಂದರು ಜನ; ಇಲ್ಲ, ಫೋನಿನದೇ ಸಮಸ್ಯೆ ಎಂದು ವಾದಿಸಿದರು. ಕಂಪನಿಯದೇ ಮೋಸ ಎಂದು ಶಪಿಸಿದರು.

ತಾಂತ್ರಿಕ ದೋಷ ಒಪ್ಪಿಕೊಂಡ ಕಂಪನಿ ಜನತೆಯ ಕ್ಷಮೆ ಯಾಚಿಸಿತು. ಫೋನುಗಳನ್ನು ಹಿಂಪಡೆಯುವುದಾಗಿ ಘೋಷಿಸಿತು. ಸಿ.ಇ.ಓ ನನ್ನು ತೆಗೆದುಹಾಕಿತು. ಹಿಂದಿರುಗಿಸಲು ಜನ ಮತ್ತೆ ಸರದಿ, ನುಗ್ಗಲಿನಲ್ಲಿ ಮುಗಿಬಿದ್ದಾಗ ಮೊದಲು ಪುಕ್ಕಟೆ ಫೋನು ಸಿಕ್ಕದವರು ಅಂಡುಬಡಿದುಕೊಂಡು ನಕ್ಕರು. ಹಿಂದಿರುಗಿಸಿದವರಿಗೆ ಹೊಸ ಆಫರ್‌ಗಳನ್ನು ಘೋಷಿಸಿತು ಕಂಪನಿ. ಇದನ್ನೇ ರಿಪೇರಿಮಾಡಿ ಮಾರುಕಟ್ಟೆಗೆ ಬಿಡುತ್ತಾರೆಂದು ಟೀವಿಯಲ್ಲಿ ಚರ್ಚೆ...

ಯಾವುದೋ ಒಂದು ಹಳ್ಳಿ. ಹುಡುಗರಿಬ್ಬರ ಕೈಯ್ಯಲ್ಲಿ ಆ ಫೋನಿತ್ತು. ಹಿಂದೆ ಮುಂದೆ ನೋಡುತ್ತಾ ಪರಿಶೀಲಿಸಿದರು. ನೆಲಕ್ಕೆ ಕುಟ್ಟಿ, ಬ್ಯಾಟರಿ ತೆಗೆದು ನಾನಾ ಪ್ರಯೋಗ ಮಾಡಿದರು. ಒಳಗಿನ ಏನೇನೋ ಉಪಕರಣಗಳನ್ನು ಹೊರತೆಗೆದು ಜಜ್ಜಿದಾಗ ಉಳಿದದ್ದು ಹೊರಮೈ ಚಿಪ್ಪಷ್ಟೇ. ಒಬ್ಬ ಚಡ್ಡಿ ಕಿಸೆಯಿಂದ ದಾರ ಹೊರತೆಗೆದ. ಫೋನಿನ ನಡುವೆ ಸಣ್ಣ ರಂದ್ರ ಮಾಡಿ ದಾರದ ಒಂದೊಂದು ತುದಿಯನ್ನು ಒಂದೊಂದು ಫೋನಿಗೆ ಕಟ್ಟಿದ. ಇಬ್ಬರೂ ಕೈಯ್ಯಲಿ ಫೋನ್ ಹಿಡಿದು ದಾರ ಸಂದುವವರೆಗೂ ದೂರ ಹೋಗಿ ನಿಂತರು.

ಒಬ್ಬ ಫೋನನ್ನು ಬಾಯಿಯ ಹತ್ತಿರ ತಂದು "ಹಾಲೋ..." ಅಂದ.

ಇನ್ನೊಂದು ತುದಿಯನ್ನು ಕಿವಿಗೆ ತಾಕಿಸಿಕೊಂಡು ನಿಂತಿದ್ದವ ಅಚ್ಚರಿಯಿಂದ ಕಣ್ಣರಳಿಸುತ್ತಾ... "ಏಽಽಯ್ ಕೇಳುತ್ತಲ್ಲೋ!" ಅಂದು ಹುಳುಕು ಹಲ್ಲು ಕಾಣುವಂತೆ ನಕ್ಕ.

ಗಾಳಿಗೆ ಮೆತ್ತಿದ ಬಣ್ಣ

ಬೆಂಗಳೂರಿಗೆ ಬಂದ ಎಂಟು ವರ್ಷಗಳಲ್ಲಿ ಮೊದಲ ಬಾರಿಗೆ ಇಷ್ಟು ಉತ್ತೇಜಿತನಾಗಿದ್ದ ದಿವಾಕರ. ಆತ ಹಾಗೆಲ್ಲ ಆಫೀಸಿಗೆ ರಜೆ ಹಾಕುವವನೇ ಅಲ್ಲ. ಭಾನುವಾರವೂ ಅರ್ಧ ದಿನ ಡ್ಯೂಟಿ ಮಾಡಿಬರುವ ಆಸಾಮಿ. ಆದರೆ ಇಂಥ ಒಂದು ವಿಚಿತ್ರ, ಅನಿರೀಕ್ಷಿತ ಕೆಲಸಕ್ಕಾಗಿ ಅಂದು ಆಫೀಸಿಗೆ ರಜೆ ಹಾಕಿ ಕುಳಿತಿದ್ದ. ತಾನು ತೊಡಗಿಕೊಂಡಿರುವ ಕೆಲಸದ ಬಗ್ಗೆ ಬೇರಾರಿಗಾದರೂ ತಿಳಿದರೆ ಇದೆಂತ ಹುಚ್ಚಾಟ ಎಂದು ಹೇಳಬಹುದೆಂಬ ಅರಿವಿತ್ತು ಆತನಿಗೆ. ಆದರೆ ಬೇರೆಯವರು ಏನೇ ಹೇಳಲಿ, ಅವನಿಗೆ ಅದು ಆ ಘಳಿಗೆಗೆ ಮಾಡಲೇಬೇಕಾದ ಅತೀ ಮುಖ್ಯ ಕೆಲಸವಾಗಿತ್ತು. ಎರಡು ದಿನದ ಹಿಂದೆ ಥಣಿಸಂದ್ರ ಸರ್ಕಲ್ಲಿನ ತಿರುವಿನಲ್ಲಿ ನೋಡಿದ ಕಡುಗಪ್ಪು ಬಣ್ಣದ ಬಿಎಂಡಬ್ಲ್ಯೂ ಕಾರು ಯಾರದು ಹಾಗೂ ಆ ವ್ಯಕ್ತಿ ಎಲ್ಲಿ ಸಿಗಬಹುದು ಎಂಬುದನ್ನು ಕಂಡುಹಿಡಿಯಲು ಏನೇನು ಮಾಡಬಹುದು ಎಂಬ ಪಟ್ಟಿಯನ್ನು ಆತ ಸಿದ್ಧಮಾಡಿ ಇಟ್ಟುಕೊಂಡಿದ್ದ. ಮೊದಲು ಆ ಏರಿಯಾದ ಪೋಲೀಸ್ ಠಾಣೆ, ಆರ್‌ಟಿಓ ಕಛೇರಿ, ಬಿಎಂಡಬ್ಲ್ಯೂ ಶೋರೂಂ, ಸರ್ವೀಸ್ ಸೆಂಟರ್ ಇವುಗಳನ್ನೆಲ್ಲಾ ತಡಕಾಡಿ ವಿಚಾರಿಸಿದರೆ ಏನಾದರೂ ಒಂದು ಕುರುಹು ಸಿಗಬಹುದು; ಅದನ್ನರಸಿ ಹೊರಟರೆ ಅವನನ್ನು ಕಂಡು ಹಿಡಿಯುವ ಸಾಧ್ಯತೆಗಳಿವೆ ಎಂದೆನಿಸಿತ್ತು ಆತನಿಗೆ.

ದಿವಾಕರ ಹುಟ್ಟಿ ಬೆಳೆದದ್ದೆಲ್ಲ ಅಂಬಿಕಾನಗರವೆಂಬ ಸಣ್ಣ ಊರಿನಲ್ಲಿ. ಅದೊಂದು ಟೌನ್‌ಶಿಪ್. ಈ ಟೌನ್‌ಶಿಪ್‌ಗಳು ಉಳಿದ ಊರಿನಂತಿದ್ದರೂ ಅವುಗಳಲ್ಲೊಂದು ವಿಭಿನ್ನತೆಯಿದೆ. ಇವುಗಳಿಗೆ ಅಂಥ ಘನಂದಾರಿ ಇತಿಹಾಸವೇನೂ ಇರುವುದಿಲ್ಲ. ಊರಿಲ್ಲದ ಜಾಗದಲ್ಲಿ ಯಾವುದೋ ಒಂದು ಬೃಹತ್ ಕಾರ್ಖಾನೆಯೋ, ವಿದ್ಯುತ್ ಘಟಕವೋ, ಅಣುಸ್ಥಾವರವೋ ಸ್ಥಾಪನೆಯಾದಾಗ ಅಲ್ಲಿ ದುಡಿಯುವ ಜನರ ಸಲುವಾಗಿಯೇ ಹೊಸದಾಗಿ, ತುಸು ವ್ಯವಸ್ಥಿತವಾಗಿ ನಿರ್ಮಿತವಾಗುವ ಊರುಗಳೇ ಈ ಟೌನ್‌ಶಿಪ್‌ಗಳು. ಬೇರೆಬೇರೆ ಪ್ರದೇಶದ ವಲಸಿಗರಿಂದಾದ ಊರಾಗಿರುವ ಈ ಟೌನ್‌ಶಿಪ್‌ಗಳಿಗೆ ತನ್ನದೇ ಆದ ಸಂಸ್ಕೃತಿ, ನೆಲದ ಸೊಗಡುಗಳೇನೂ ಇರುವುದಿಲ್ಲ. ವಾಸವಿರುವ ಬಹುಸಂಖ್ಯಾತ ಜನಗಳ ಸಂಸ್ಕೃತಿಯನ್ನೇ ತಕ್ಕಮಟ್ಟಿಗೆ ತನ್ನದಾಗಿಸಿಕೊಳ್ಳುವ ಈ ಊರುಗಳು ಸ್ವಂತಿಕೆಯಿಲ್ಲದೇ ಅಸ್ಮಿತೆಯಿಲ್ಲದೇ ಬಳಲುವುದು ಸರ್ವೇಸಾಮಾನ್ಯ. ಅಂಬಿಕಾನಗರವೂ ಇದಕ್ಕೆ ಹೊರತೇನೂ ಆಗಿರಲಿಲ್ಲ. ತನ್ನ ಪಾಡಿಗೆ ತಾನು ಹರಿಯುತ್ತಿರುವ ಕಾಳೀನದಿಗೆ ಕಟ್ಟೆ ಕಟ್ಟಿ, ಅಲ್ಲಿ ಸಂಗ್ರಹವಾದ ನೀರನ್ನು 15–20 ಕಿಲೋಮೀಟರುಗಳಷ್ಟು ಇನ್ನೊಂದು ದಿಕ್ಕಿನಲ್ಲಿ ಕೃತಕವಾಗಿ ಹರಿಸಿ, ಎತ್ತರದ ಸ್ಥಳವೊಂದರಿಂದ ಕೆಳಕ್ಕೆ ಧುಮುಕಿಸಿ ಆ ಶಕ್ತಿಯಿಂದ ವಿದ್ಯುತ್ ಉತ್ಪಾದಿಸುವ ಪ್ರಕ್ರಿಯೆಯೇ ಕಾಳಿ ಪವರ್‌ಹೌಸ್ ಯೋಜನೆ. ಈ ವಿದ್ಯುದಾಗಾರದ ತೆಕ್ಕೆಗೆ ಅತ್ತ ಮಲೆನಾಡೂ ಅಲ್ಲದ, ಪೂರ್ಣ ಬಯಲುಸೀಮೆಗೂ ಸೇರದ ಜಾಗದಲ್ಲಿ ಸೃಷ್ಟಿಯಾಗಿರುವ ಊರೇ ಅಂಬಿಕಾನಗರ. ಅಲ್ಲಿಯ ಕರ್ನಾಟಕ ವಿದ್ಯುಚ್ಛಕ್ತಿ ಮಂಡಲಿ (ಕೆ.ಪಿ.ಸಿ)ಯಲ್ಲಿ ದಿವಾಕರನ ತಂದೆ ಎರಡನೇ ದರ್ಜೆಯ ಗುಮಾಸ್ತರಾಗಿದ್ದವರು. ಒಬ್ಬನೇ ಮಗನಾದ ಈತ ಅಲ್ಲಿಯೇ ಕಾಲೇಜು ಮುಗಿಸಿ ಬೆಂಗಳೂರಿಗೆ ಬಂದು ನೌಕರಿ ಸೇರಿದ್ದ. ಅಂಥ ಹೇಳಿಕೊಳ್ಳುವಂತ ನೌಕರಿಯೇನೂ ಅಲ್ಲ. ರೂಮಿನ ಬಾಡಿಗೆ, ಊಟ ತಿಂಡಿ, ಬೈಕಿನ ಸಾಲದ ಕಂತುಗಳಿಗೆ ಬರುವ ಸಂಬಳ ಅಲ್ಲಿಗಲ್ಲಿಗೆ ಆಗುತ್ತಿತ್ತು. ಚಿಕ್ಕ ವಯಸ್ಸಿನಲ್ಲಿಯೇ ತಾಯಿಯನ್ನು ಕಳಕೊಂಡಿದ್ದ ಈತ. ತಂದೆ ನಿವೃತ್ತರಾಗಿ ಅಂಬಿಕಾನಗರದಲ್ಲಿಯೇ ಇದ್ದರು. ಅವರೊಬ್ಬರ ಖರ್ಚಿಗೆ ಬರುವ ಪೆನ್‌ಶನ್ ಹೇಗೂ ಸಾಲುತ್ತಿದ್ದುದರಿಂದ ಮನೆಗೆ ಹಣ ಕಳಿಸುವ ತಾಪತ್ರಯವೇನೂ ದಿವಾಕರನಿಗಿರಲಿಲ್ಲ. ಆದರೂ ತಿಂಗಳೊಂದರಲ್ಲಿ ಯಾವುದೋ ಕಾರಣಕ್ಕೆ ಹೆಚ್ಚು ಖರ್ಚು ಬಂದಿತೆಂದರೂ ಅವರಿವರಿಂದ ಕೈಗಡ ಪಡೆಯಬೇಕಾದ ಪರಿಸ್ಥಿತಿ. ಬೆಂಗಳೂರು ಅವನಿಗೆ ಒಂಚೂರೂ ಇಷ್ಟವಾಗುತ್ತಿರಲಿಲ್ಲ. 'ಬೆಂಗಳೂರಿನಲ್ಲಿರುವುದೊಂದು ಶಾಪ' ಅನ್ನುತ್ತಿದ್ದ. ಮೂರ್ನಾಲ್ಕು ನೌಕರಿಗಳ ಬದಲಾವಣೆ, ಜೊತೆಯಲ್ಲಿ ಸಣ್ಣ ಪುಟ್ಟ ರಿಯಲ್ ಎಸ್ಟೇಟ್ ದಲ್ಲಾಳಿ ವ್ಯವಹಾರ, ನೆಟ್‌ವರ್ಕ್ ಮಾರ್ಕೆಟಿಂಗ್ ಇತ್ಯಾದಿಗಳನ್ನು ಏಳೆಂಟು ವರ್ಷಗಳಿಂದ ಪ್ರಯತ್ನಿಸುತ್ತಾ

ಬಂದಿದ್ದರೂ ಯಾವುದೂ ಕೈಗೆ ಹತ್ತುತ್ತಿರಲಿಲ್ಲ. ಎಲ್ಲ ಬಿಟ್ಟು ಬೇರೆಲ್ಲಾದರೂ ಹೋಗಿಬಿಡೋಣ ಅನ್ನಿಸುತ್ತಿತ್ತು ಒಮ್ಮೊಮ್ಮೆ. ಆದರೆ ಅದು ಸಾಧ್ಯವಿರಲಿಲ್ಲ. ಜೊತೆಯಲ್ಲಿ ಮುದಿ ತಂದೆಯನ್ನು ಒಂಟಿಯಾಗಿ ಬಿಟ್ಟಿದ್ದೇನೆಂಬ ಕೊರಗು ಕೂಡ ಕಾಡುತ್ತಿತ್ತು.

ಹೀಗೆ ಒಂದು ದಿನ ಬೆಳಿಗ್ಗೆ ಆಫೀಸಿಗೆ ಹೋಗುತ್ತಿರುವಾಗ– ಥಣಿಸಂದ್ರದ ಸರ್ಕಲ್ಲಿನ ವಾಹನ ದಟ್ಟಣೆಯಿಂದ ತಪ್ಪಿಸಿಕೊಂಡು ಹೊರಬಿದ್ದು ಬೈಕಿನ ವೇಗ ಹೆಚ್ಚಿಸುತ್ತಿರುವಂತೆಯೇ, ರಸ್ತೆಯ ಇನ್ನೊಂದು ಬದಿಯಲ್ಲಿ ಎದುರು ದಿಕ್ಕಿನಲ್ಲಿ ಬರುತ್ತಿದ್ದ ಕಡುಗಪ್ಪು ಬಣ್ಣದ ಬಿಎಂಡಬ್ಲ್ಯೂ ಕಾರು ಈತನನ್ನು ದಾಟಿ ಹೋಗುವ ಗಳಿಗೆಯಲ್ಲಿ, ಕಿಟಕಿಯ ಕಪ್ಪು ಗಾಜನ್ನು ಕೆಳಗಿಳಿಸಿ ಅದನ್ನು ಓಡಿಸುತ್ತಿದ್ದ ವ್ಯಕ್ತಿ 'ಹೇss' ಎಂದು ಕೈಬೀಸಿ ಕೂಗಿದ್ದು ತನ್ನನ್ನು ನೋಡಿಯೇ ಇರಬೇಕು ಎಂದು ದಿವಾಕರನಿಗೆ ಅನ್ನಿಸುವಷ್ಟರಲ್ಲಿ ಬೈಕು ಹಾಗೂ ಕಾರುಗಳೆರಡು ಬಹುದೂರ ಹೊರಟು ಹೋಗಿದ್ದವು. ನಂತರದ ಕೆಲ ಕ್ಷಣಗಳಲ್ಲಿ 'ನೇರ ನನ್ನನ್ನೇ ನೋಡಿ ಕೂಗಿದ್ದು, ಬೇರೆ ಯಾರನ್ನೋ ಇರಲಿಕ್ಕೆ ಸಾಧ್ಯವೇ ಇಲ್ಲ' ಎಂಬ ಅನಿಸಿಕೆ ದಟ್ಟವಾಗುತ್ತಾ, ಇಂಥಾ ಐಷಾರಾಮಿ ಕಾರಿನಲ್ಲಿ ಕುಳಿತು ನನ್ನನ್ನು ಕೂಗುವವರಾರಿರಬಹುದು ಎಂಬ ಕುತೂಹಲವನ್ನು ಹತ್ತಿಕ್ಕಲಾರದೇ ಆತ ಬೈಕನ್ನು ತಿರುಗಿಸಿ ಕಾರು ಹೋದ ದಿಕ್ಕಿನಲ್ಲಿಯೇ ಸುಮಾರು ದೂರ ಹೋಗಿ ಕಾರೆಲ್ಲಾದರೂ ಕಂಡೀತೋ ಎಂದು ನೋಡಿದ. 'ಆತ ಯಾರೋ, ನಾನು ನಾನೇ ಎಂದು ಕರೆದನೋ ಅಥವಾ ನನ್ನನ್ನು ಬೇರಾವನೋ ಎಂದುಕೊಂಡನೋ. ಛೇ, ತುಸು ತಡಮಾಡಿಬಿಟ್ಟೆ, ತಕ್ಷಣ ಬೈಕ್ ತಿರುಗಿಸಿ ಆತನನ್ನು ತಡೆಯಬಹುದಿತ್ತು' ಎಂದು ಬೇಸರ ಪಟ್ಟುಕೊಂಡ ಆತ. ನಂತರದೆರಡು ದಿನಗಳವರೆಗೂ ಆ ಕಾರಿನವನನ್ನು ತಲೆಯಿಂದ ತೆಗೆದುಹಾಕಲೇ ಆಗಲಿಲ್ಲ ದಿವಾಕರನಿಗೆ. ಆತ ಸಿಕ್ಕು, ತನ್ನ ಗುರುತಿನವನೇ ಆಗಿದ್ದರೆ... ಏನೇನೋ ಕಲ್ಪನೆಗಳನ್ನು ಮಾಡಿಕೊಂಡು ಕನಸುಗಳಿಗೆ ಪುಳಕಗೊಂಡ ಆತ. ಮರುದಿನ ಅದೇ ಸರ್ಕಲ್ಲಿನಲ್ಲಿ ಅರ್ಧಗಂಟೆಗೂ ಹೆಚ್ಚು ಕಾದ. ಇಂಥ ನಿರಾಸೆಯ ಗಳಿಗೆಗಳಲ್ಲೆಲ್ಲ ಬೆಂಗಳೂರಿನ ಮೇಲೆ ಆತನಿಗೆ ವಿಪರೀತ ಕೋಪ ಬರುತ್ತದೆ. ನಗರ ಜೀವನ ಬೇಸರವೆನಿಸಿದಾಗ ಹೆಚ್ಚಿನವರಿಗೆ ಇರುವ 'ಊರಿಗೆ ಹಿಂದಿರುಗಿ ಹೋಗಿಬಿಡಬೇಕು' ಎಂಬ ಹಗಲುಗನಸಿನ ಆಸರೆಯೂ ಅವನಿಗಿಲ್ಲ!

ಅಂಬಿಕಾನಗರ ಆತನಿಗೆ ಇಷ್ಟವೇ ಆಗುತ್ತಿರಲಿಲ್ಲ. ಆ ಊರೆಂದರೆ ಆತನಿಗೆ ಏನೋ ಒಂಥರಾ ಮುಜುಗರ, ಏನೋ ಭಯ. ತನ್ನೊಳಗಿನ ಕೀಳರಿಮೆಯೆಲ್ಲ ಒತ್ತರಿಸಿ ಹೊರಬಂದಂತ ಅನುಭವ. ತನ್ನನ್ನೆಂದೂ ತನ್ನೊಳಗೆ ಸೇರಿಸಿಕೊಳ್ಳದ ಹುಟ್ಟೂರು, ಕಂಡಕಂಡವರನ್ನೆಲ್ಲ ಬರಸೆಳೆದು ಅಪ್ಪಿಕೊಳ್ಳುತ್ತಿದ್ದರೂ ತಾನೆಂದೂ

ತನ್ನದಾಗಿಸಿಕೊಳ್ಳದ ಬೆಂಗಳೂರು– ಇವೆರಡರ ನಡುವಿನ ಅತಂತ್ರತೆ ಆತನನ್ನು ಗೊತ್ತೂ ಗೊತ್ತಿಲ್ಲದಂತೆ ಕಾಡುತ್ತಿತ್ತು. ಅಪರೂಪಕ್ಕೊಮ್ಮೆ ಅಂಬಿಕಾನಗರಕ್ಕೆ ಹೋದರೂ ಆತ ಮನೆ ಬಿಟ್ಟು ಹೊರ ಬೀಳುತ್ತಿರಲಿಲ್ಲ. ಹೊರ ಹೋಗಬೇಕಾದ ಅನಿವಾರ್ಯ ಪ್ರಸಂಗದಲ್ಲಿ ಆತ ತಲೆ ಎತ್ತಿ ನಡೆಯುತ್ತಿರಲಿಲ್ಲ. ಹಾಗಂತ ಊರಲ್ಲಿ ಹೆಚ್ಚು ಕಡಿಮೆ ಎಲ್ಲರೂ ಪರಿಚಿತರೇ. ಯಾರೋ ಹಿರಿಯರು ಎದುರಿಗೆ ಸಿಕ್ಕು, ಅವರುಗಳ 'ತಮ್ಮಾ ಯಾವುದಾದರೂ ಒಳ್ಳೆ ನೌಕರಿ ಹುಡೀಕೊ...' 'ಅಪ್ಪ ಎಷ್ಟು ದಿನಾ ಅಂತ ಒಬ್ಬರೇ ಇರೋದು, ಆದಷ್ಟು ಬೇಗ ಕರಕೊಂಡು ಹೋಗು...' 'ಮದುವೆಗೆ ಬಂದ್ಬುಟ್ಟ ಹುಡುಗ...' ಇತ್ಯಾದಿ ಮಾತುಗಳನ್ನು ಎದುರಿಸಲು ಅಂಜುತ್ತಿದ್ದ. ಅಲ್ಲದೇ ಅವನಿಗೆ ವಿನಾಯಕನ ಭಯ ಬೇರೆ. ವಿನಾಯಕ ಇವನದೇ ಓಣಿಯ ಹುಡುಗ. ಈತನಿಗಿಂತ 2–3 ವರ್ಷ ದೊಡ್ಡವನಿರಬೇಕು. ಈಗ ಸಮಾಜ ಸೇವೆ, ಸಂಘ ಸಂಸ್ಥೆ ಎಂದೆಲ್ಲಾ ಊರ ತುಂಬ ಓಡಾಡುತ್ತ ಪುಢಾರಿಯ ಲೆವಲ್ಲಿಗೆ ಬೆಳೆದುಬಿಟ್ಟಿದ್ದ. ಅವನನ್ನು ಎದುರುಗೊಳ್ಳುವುದು ಈತನಿಗೆ ಸುತಾರಾಂ ಸೇರುತ್ತಿರಲಿಲ್ಲ. ಹೈಸ್ಕೂಲ್ ಓದುತ್ತಿರುವ ದಿನಗಳಲ್ಲಿ ದಿವಾಕರ ಮನೆಯಿಂದ ಹೊರಬಂದು ಇತರೆ ಮಕ್ಕಳೊಡನೆ ಆಡುವುದನ್ನು ತಪ್ಪಿಸಿದ್ದೇ ಆ ವಿನಾಯಕ.

ತನ್ನ ನಾಲ್ಕು-ಐದನೇತ್ತೆಯ ಮೊದಲಿನ ಅಂಬಿಕಾನಗರದ ದಿನಗಳು ದಿವಾಕರನಿಗೆ ಅಸ್ಪಷ್ಟವಾಗಿ ನೆನಪಿವೆ. ಅಮ್ಮನ ಮುಖವೂ ಕೂಡ. ರಾತ್ರೆಯ ಹೊತ್ತು ಮನೆಯೆದುರಿಗೆ ನಿಂತ ಆಸ್ಪತ್ರೆಯ ವಾಹನದಲ್ಲಿ ಅಮ್ಮನನ್ನು ಎರಡು ಮೂರು ಜನ ಸೇರಿ ಒತ್ತಾಯವಾಗಿ ಹತ್ತಿಸುತ್ತಿದ್ದರು. ಅಮ್ಮ ಹತ್ತುವುದಿಲ್ಲವೆಂದು ಚೀತ್ಕರಿಸುತ್ತ ಹಿಂಜರಿಯುತ್ತಿದ್ದಳು. ನಂತರ ಅವರೆಲ್ಲ ಸೇರಿ ಅಮ್ಮನನ್ನು ಅನಾಮತ್ತಾಗಿ ಎತ್ತಿ ಗಾಡಿಯಲ್ಲಿ ಕೂರಿಸಿದ್ದರೋ... ಏನೋ ಹಾಗೆ... ಅದರ ನಂತರದ ಅಮ್ಮನ ಯಾವ ನೆನಪೂ ಆತನಿಗಿಲ್ಲ. ಆಕೆಯ ಯಾವುದೇ ಫೋಟೋಗಳನ್ನೂ ಕೂಡ ಅಪ್ಪ ಇಟ್ಟಿರಲಿಲ್ಲ. ಎಕ್ಸಿಡೆಂಟ್ ಒಂದರಲ್ಲಿ ಅಮ್ಮ ತೀರಿಕೊಂಡಳೆಂದು ಅಪ್ಪ ಹೇಳಿದ್ದರು. ಏಳನೇ ಇಯತ್ತೆಯಲ್ಲಿರುವಾಗ ಆದ ಅಪಘಾತವೊಂದರಲ್ಲಿ ತಾನು ಹಾಗೂ ಅಪ್ಪ ಇಬ್ಬರೂ ಕಾಲು ಮುರಿದುಕೊಂಡಿದ್ದು ಸರಿಯಾಗಿ ನೆನಪಿದೆ ಅವನಿಗೆ. ಇಬ್ಬರೂ ಕುಂಟುತ್ತ 7–8 ತಿಂಗಳು ಪಟ್ಟ ಯಾತನೆ ಎಂದೂ ಮರೆಯುವುದೇ ಅಲ್ಲ. ಆಗ ಅಮ್ಮ ಇರಲಿಲ್ಲ. ಆಕೆ ಅದಕ್ಕಿಂತ ಮೊದಲಿನ ಯಾವುದೋ ಅಪಘಾತದಲ್ಲಿ ಹೋಗಿರಬಹುದು. ಇವುಗಳನ್ನೆಲ್ಲ ಅಪ್ಪನೊಡನೆ ಕುಳಿತು ಕೇಳಿ ವಿವರಗಳನ್ನು ತಿಳಿದುಕೊಳ್ಳಲು ದಿವಾಕರನಿಗೆ

ಸಾಧ್ಯವಿರಲಿಲ್ಲ. ಅಪ್ಪನೆಂದರೆ ಭಯಂಕರ ಭಯ ಅವನಿಗೆ. ಹಾಗಂತ, ಮಾತು ತುಸು ಒರಟು ಅಷ್ಟಿಷ್ಟು ಕಟ್ಟುನಿಟ್ಟು ಅನ್ನುವುದು ಬಿಟ್ಟರೆ ಅವನಪ್ಪ ಅನವಶ್ಯಕವಾಗಿ ಅವನ ಮೇಲೆ ರೇಗಿದ್ದಾಗಲೀ ಹೊಡೆದದ್ದಾಗಲೀ ಇಲ್ಲ. ಅವರ ತುಸು ಹೆಚ್ಚೇ ಎನ್ನಿಸುವ ಮೌನ ನಾನಾ ರೂಪಗಳನ್ನು ಧರಿಸಿ ಈತನನ್ನು ಅಂಜಿಸುತ್ತಿತ್ತೇನೋ, ಆತ ಅಪ್ಪನೊಡನೆ ಮುಖ ಕೊಟ್ಟು ನೋಡಿ ಮಾತನಾಡಿದ್ದೇ ಇಲ್ಲ. ಮನೆಯ ಹೊಸ್ತಿಲಿನಿಂದ ಹಿಡಿದು ಅಡುಗೆ ಕೋಣೆಯವರೆಗೂ ಅನಿವಾರ್ಯವೆಂಬಂತೆ ದೈಹಿಕವಾಗಿ ಆಕ್ರಮಿಸಿಕೊಂಡಿದ್ದ ಅಪ್ಪನಿಂದ ಮಾನಸಿಕವಾಗಿ ತಪ್ಪಿಸಿಕೊಂಡಿರಲು ಪ್ರಯತ್ನಪೂರ್ವಕ ಹೆಣಗುತ್ತಿದ್ದ ಆತ. ಅವರು ಮೊದಲಿಂದನೇ ಹಾಗೆಯೋ ಅಥವಾ ಅಮ್ಮ ಹೋದಮೇಲೆ ಮೌನಿಯಾದರೋ ಅನ್ನುವುದು ಈತನಿಗೆ ಗೊತ್ತಿಲ್ಲ. ಅವನಿಗೆ ನೆನಪಿರುವ ಹಾಗೆ ಅವರಿಗೆ ನೆಂಟರಿಷ್ಟರ ಬಳಕೆ ಕಡಿಮೆಯೇ. ಅಮ್ಮನ ಕಡೆಯ ಒಂದೇ ಒಂದು ಸಂಬಂಧಿಕರ ಒಡನಾಟವೂ ಇವನಿಗಿರಲಿಲ್ಲ. ಅದನ್ನೂ ಅಪ್ಪನೇ ತುಂಡರಿಸಿಕೊಂಡಿದ್ದಿರಬಹುದು ಎಂದುಕೊಂಡಿದ್ದ ಆತ. ಉಳಿದವುಗಳೇನೇ ಇರಲಿ, ತನಗೇನೂ ಕೊರತೆ ಅನ್ನಿಸುವಂತೆ ಅಪ್ಪ ಬೆಳೆಸಲಿಲ್ಲ ಎಂಬುದು ಆತನಿಗೆ ಗೊತ್ತಿದೆ. ಆತನ ಊಟ, ಬಟ್ಟೆ, ಶಾಲೆ, ಇತರೆ ಎಲ್ಲ ವಿಷಯಗಳಲ್ಲೂ ಅಪ್ಪ-ಅಮ್ಮ ಇಬ್ಬರೂ ಅವನ ತಂದೆಯೇ ಆಗಿದ್ದರು. ಕಾಲು ಮುರಿದಿದ್ದಾಗ ಅವರು ಒಂಟಿ ಕಾಲಿನಲ್ಲಿ ಊರುಗೋಲು ಹಿಡಿದು ಹೆಣಗುತ್ತ ಅತ್ತಿಂದಿತ್ತ ಓಡಾಡಿ ಮಾಡುತ್ತಿದ್ದ ಕೆಲಸಗಳೆಲ್ಲ ಕಣ್ಣೆದುರಿಗೇ ಇವೆ ಅವನಿಗೆ.

ಹೀಗೇ ಏನೋ ಒಂದು ಅದರ ಪಾಡಿಗೆ ಅದು ನಡೆಯುತ್ತಿರುವಾಗ ದಿವಾಕರನ ಪಾಲಿಗೆ ಕಂಟಕವಾಗಿ ಬಂದವನೇ ಈ ವಿನಾಯಕ. ಆತ ಮೊದಲೆಲ್ಲಿದ್ದ, ಯಾವಾಗಿನಿಂದ ಅವನ ಪ್ರವೇಶವಾಯಿತು ಎಂಬುದು ಅಷ್ಟು ಸರಿಯಾಗಿ ನೆನಪಿಲ್ಲ ಇವನಿಗೆ. ಈತ ಸುಮಾರು ಏಳನೇತ್ತೆ ಮುಗಿಸುವ ಹೊತ್ತಿಗೆ ಈತನ ಆಟದ ಮಕ್ಕಳ ಗುಂಪಿನಲ್ಲಿ ಅವನೂ ಸೇರಿಕೊಂಡಿದ್ದ. "ನಿನ್ನ ಅಮ್ಮನಿಗೆ ಹುಚ್ಚಿತ್ತು, ಮುಟ್ಟಿನ ದಿನಗಳಲ್ಲಿ ಅದು ಅತಿರೇಕಕ್ಕೆ ಹೋಗುತ್ತಿತ್ತು" ಎಂದು ನೇರವಾಗಿ ಹೇಳಿ ದಿವಾಕರನ ಅಂತಃಸ್ಥೈರ್ಯವನ್ನು ಒಂದೇ ಏಟಿಗೆ ಹೊಡೆದುಹಾಕಿಬಿಟ್ಟಿದ್ದ ಆ ವಿನಾಯಕ. ಬರೀ ಡಬಲ್ ಮೀನಿಂಗ್ ಮಾತನಾಡುವುದು, ಸದಾ ಕಲಿಸುವ ಶಿಕ್ಷಕರನ್ನು ಟೀಕಿಸುವುದು, ಎಲ್ಲರನ್ನೂ ಅಪಹಾಸ್ಯ ಮಾಡುವುದು, ಹುಡುಗಿಯರ ವಿಷಯದಲ್ಲಿ ಸಣ್ಣ ಮಕ್ಕಳ ಹತ್ತಿರ ಏನೇನೋ ಪ್ರಶ್ನೆ ಕೇಳಿ ಮುಜುಗರವುಂಟುಮಾಡುವುದು ಇತ್ಯಾದಿಗಳಲ್ಲೇ ಖುಷಿ ಅನುಭವಿಸುತ್ತಿದ್ದ. ಕ್ಲಾಸಿನಲ್ಲಿ ಮಾಸ್ತರಿಗೆ ಆತ ಯಾವ ರೀತಿ ತಿರುಗುತ್ತರ ಕೊಟ್ಟ, ಶಾಲೆಯ ಹುಡುಗಿಯರಿಗೆ ಹೇಗೇಗೆ ಕಿರುಕುಳ ನೀಡಿದ ಎನ್ನುವ ಸುದ್ದಿಗಳೆಲ್ಲ ಹುಡುಗರ ನಡುವೆ ಸದಾ ಚಾಲ್ತಿಯಲ್ಲಿರುತ್ತಿದ್ದವು. 'ದೊಡ್ಡವನಾದ

ಮೇಲೆ ಬಾರ್ ಇಡುತ್ತೇನೆ... ಊರಲ್ಲಿ ಮೂಲಂಗಿ ಗದ್ದೆಯ ನಡುವೆ ಹೊಗೆಸೊಪ್ಪು ಬೆಳೆಯುತ್ತೇನೆ...' ಎಂದೆಲ್ಲಾ ಹೇಳುತ್ತಿದ್ದ. ತನಗೆ ಗೊತ್ತಿರದ ಎಷ್ಟೋ ವಿಷಯಗಳು ಇವನಿಗೆ ಗೊತ್ತಿವೆ ಅನ್ನಿಸುತ್ತಿತ್ತು ದಿವಾಕರನಿಗೆ.

ಇವರ ಮನೆಯ ಹತ್ತಿರವೇ ವಾಸವಾಗಿರುವ ಯಶೋದಾ ಆಂಟಿ ವಿನಾಯಕನ ಅಚ್ಚುಮೆಚ್ಚಿನ ವಿಷಯವಾಗಿದ್ದರು. ಅಂಬಿಕಾನಗರದ ಬ್ಯಾಂಕೊಂದರಲ್ಲಿ ಗುಮಾಸ್ತೆಯಾಗಿದ್ದ ನಲವತ್ತರ ಆಸುಪಾಸಿನ ಯಶೋದಾರಿಗೆ ಗಂಡನಿರಲಿಲ್ಲ. ತೆಳ್ಳಗೆ ಎತ್ತರವಾಗಿ ನೋಡಲು ತುಂಬಾ ಆಕರ್ಷಕವಾಗಿದ್ದರು ಆಕೆ. ಅವರಷ್ಟು ನೀಟಾಗಿ ಸೀರೆಯುಟ್ಟು, ಸ್ಲೀವ್‌ಲೆಸ್ ರವಿಕೆ ಹಾಕುವವರನ್ನು ಆ ಊರಲ್ಲಿ ದಿವಾಕರ ಬೇರ್ಯಾರನ್ನೂ ನೋಡಿರಲಿಲ್ಲ. ಅವರಿಗೆ ಮದುವೆಯೇ ಆಗಿಲ್ಲವೋ ಅಥವಾ ಗಂಡ ಬಿಟ್ಟಿದ್ದಾನೋ ಎಂಬ ಕುತೂಹಲವುಳಿಸಿಕೊಂಡಿದ್ದ ಈತನಿಗೂ, ಈತನ ಗೆಳೆಯರ ಬಳಗಕ್ಕೂ ಆಕೆಯ ಗಂಡ ತೀರಿ ಹೋಗಿದ್ದಾನೆ ಎಂಬ ವಿಷಯ ತಿಳಿಸಿದವನೇ ವಿನಾಯಕ. "ಗಂಡನಿಲ್ಲದ ಮುಂಡೆಯ ಸ್ಟೈಲ್ ನೋಡು" ಎಂದು ಹಂಗಿಸುತ್ತಿದ್ದ ಆತ. ಗಂಡನಿಲ್ಲದಿರುವುದಕ್ಕೂ ಆಕೆ ಸ್ಟೈಲ್ ಮಾಡುವುದಕ್ಕೂ ಏನು ಸಂಬಂಧ ಎಂಬುದು ದಿವಾಕರನಿಗೆ ತಿಳಿಯುತ್ತಿರಲಿಲ್ಲ. ಯಾರಿಗೂ ಗೊತ್ತಿರದ ಕುತೂಹಲಕಾರಿ ಸಂಗತಿಗಳೆಲ್ಲ ಈ ವಿನಾಯಕನಿಗೆ ಗೊತ್ತಿರುತ್ತಿತ್ತು. "ಯಶೋದಾ ಆಂಟಿ ಕುಡೀತಾಳೆ ಗೊತ್ತಾ?" ಎಂದಿದ್ದ ಒಮ್ಮೆ. ಇದೊಂದು ನಂಬಲಸಾಧ್ಯವಾದ ವಿಷಯ ಎಂದು ಹುಡುಗರಿಗೆಲ್ಲ ಅನ್ನಿಸಿದರೂ; ಆಕೆ ಹೇಗೆ ಯಾರಿಂದ ಬಾಟಲಿಯನ್ನು ಕದ್ದು ಮುಚ್ಚಿ ತರಿಸಿಕೊಳ್ಳುತ್ತಾಳೆ ಹಾಗೂ ತಾನು ಅದನ್ನು ಯಾವಾಗ ಹೇಗೆ ನೋಡಿದೆ ಎಂಬುದನ್ನೆಲ್ಲ ನಿಖರವಾಗಿ ಆತ ವಿವರಿಸುವಾಗ, ಸತ್ಯಾಂಶ ಇದ್ದರೂ ಇರಬಹುದು ಎನ್ನಿಸುತ್ತಿತ್ತು ಎಲ್ಲರಿಗೂ. ಇನ್ನೊಮ್ಮೆ ಒಂದಿಷ್ಟು ಹೊಲಸು ಪುಸ್ತಕಗಳನ್ನು ತಂದು ಎಲ್ಲರಿಗೂ ತೋರಿಸುತ್ತ, ಯಶೋದಾ ಆಂಟಿಯ ಮನೆಯ ಹಿಂದುಗಡೆಯ ಕಂಪೌಂಡಿನ ಆಚೆಯ ಕುರುಚಲು ಗಿಡಗಂಟಿಗಳ ನಡುವೆ ಸಿಕ್ಕಿತು ಎಂದಿದ್ದ. ಎಷ್ಟು ಸುಳ್ಳೋ ಎಷ್ಟು ನಿಜವೋ ಗೊತ್ತಿಲ್ಲ; ಅದರ ನಂತರ ಗುಂಪಿನ ಕೆಲ ಹುಡುಗರು ಆಕೆಯ ಮನೆಯ ಹಿಂದಿನ ಪೊದೆಯಲ್ಲಿ ಪುಸ್ತಕಗಳಿಗಾಗಿ ಆಗಾಗ ಹುಡುಕುತ್ತಿದ್ದರು. ಯಶೋದಾ ಆಂಟಿಯನ್ನು ನೋಡಿದರೆ ಆಕೆ 'ಅಂತವರು' ಎಂದೆನ್ನಿಸುತ್ತಿರಲಿಲ್ಲ ದಿವಾಕರನಿಗೆ. ಸದಾ ಲವಲವಿಕೆಯಿಂದ ಎಲ್ಲರೊಡನೆ ಬೆರೆಯುತ್ತಿದ್ದರಾಕೆ. ಓರಗೆಯ ಮಕ್ಕಳನ್ನು ಅತ್ಯಾಪ್ತತೆಯಿಂದ ಮಾತನಾಡಿಸುತ್ತಿದ್ದರು. ಇಂಥ ಸರಳತೆಯ ಹಿಂದೊಂದು ನಿಗೂಢ ಜಗತ್ತು ಇದೆಯೇ ಎಂಬ ಗೊಂದಲ ಆತನನ್ನು ಕಾಡಲು ಶುರುವಾಗಿತ್ತು.

ಇವೆಲ್ಲವುಗಳಿಗಿಂತ ವಿಭಿನ್ನವಾಗಿ, ವಿನಾಯಕ ಮತ್ತೊಂದು ವರಸೆ ಶುರು ಮಾಡಿದ್ದ. ದಿವಾಕರನೆದುರು ಸಂದರ್ಭ ಸಿಕ್ಕಾಗಲೆಲ್ಲ 'ಆಡಿಸಿದಳ್ಯಶೋದೆss...

ಜಗದೋದ್ಧಾರನ' ಎಂದು ರಾಗವಾಗಿ ಹಾಡುತ್ತಾ ಅಂಗೈಯನ್ನು ಏನೋ ಅಲ್ಲಾಡಿಸುತ್ತಿರುವಂತೆ ಅತ್ತಿತ್ತ ಅಸಹ್ಯವಾಗಿ ಅಲ್ಲಾಡಿಸುತ್ತಿದ್ದ. ಇದು ದಿವಾಕರನಿಗೆ ಬಹಳೇ ಕಿರಿಕಿರಿಯಾಗುತ್ತಿತ್ತು. ಮೊದಮೊದಲು ತನ್ನನ್ನು ಸುಖಾಸುಮ್ಮನೆ ಪೀಡಿಸಲು ಆತ ಹಾಗೆ ಮಾಡುತ್ತಿದ್ದಾನೆಂದುಕೊಳ್ಳುತ್ತಿದ್ದ ದಿವಾಕರ, ದಿನಗಳೆದಂತೆ ಅದರೊಳಗಿನ ಮರ್ಮವನ್ನು ಊಹಿಸತೊಡಗಿದ. ದಿವಾಕರನ ತಂದೆ ಯಶೋದಾ ಆಂಟಿಯೊಡನೆ ಒಳ್ಳೆಯ ಸಲುಗೆಯಿಂದಿದ್ದರು. ಅವರ ಮನೆಯ ಕರಂಟ್ ಬಿಲ್ ತುಂಬಿ ತರುವುದು, ಪೇಟೆಯಿಂದ ತರಕಾರಿ ತರುವಾಗ ಅವರಿಗೂ ತಂದುಕೊಡುವುದು ಇತ್ಯಾದಿ ಸಣ್ಣಪುಟ್ಟ ಕೆಲಸಗಳನ್ನೆಲ್ಲ ತಾವೇ ಮಾಡಿಕೊಡುತ್ತಿದರು. ಹಾಗೇ, ಯಶೋದಾ ಆಂಟಿ ಕೂಡ ತಾವೇನಾದರೂ ವಿಶೇಷ ಅಡುಗೆ ಮಾಡಿದ್ದಿದ್ದರೆ ಇವರ ಮನೆಗೆ ಕೊಟ್ಟುಕಳಿಸುತ್ತಿದ್ದರು. ಆದರೆ ಇವುಗಳನ್ನೆಲ್ಲ ಮೀರಿ ಮತ್ತೇನೋ ಇದೆ ಅಥವಾ ಈಗಿರುವುದರಲ್ಲಿಯೇ ಏನೋ ತಪ್ಪಿದೆ ಎಂಬಂಥ ಕಲ್ಪನೆಯನ್ನು ವಿನಾಯಕ ಸೃಷ್ಟಿಸಿಕೊಡುತ್ತಿದ್ದಾನೆ ಎಂಬುದು ದಿವಾಕರನಿಗೆ ಮನವರಿಕೆಯಾಗತೊಡಗಿತು. ಆತ ಯಾವುದನ್ನೂ ನೇರವಾಗಿ ಹೇಳುತ್ತಿರಲಿಲ್ಲ, ಆದರೆ ಯಾವುದೋ ಸರಿಯಲ್ಲದ್ದು ನಡೆಯುತ್ತಿದೆ ಅದನ್ನು ತಾನು ಬಲ್ಲೆ ಎಂಬ ಭಾವನೆಯನ್ನು ದಿವಾಕರನಲ್ಲಿ ಬಿತ್ತುತ್ತಿದ್ದ. ಕೊನೆ ಕೊನೆಗೆ ಆತ 'ಆಡಿಸಿದಳ್ಯಶೋದೇ...' ಎಂದು ಹಾಡತೊಡಗಿದರೆ ಉಳಿದ ಹುಡುಗರೂ ನಗುತ್ತಿದ್ದರು. ನಿಜವಾಗಿಯೂ ಇರುವುದೇನು, ಈತ ಉಳಿದೆಲ್ಲ ತನ್ನ ಗೆಳೆಯರಿಗೆ ಅದೇನು ಹೇಳಿರಬಹುದು, ತಾನು ಅರಿಯದ್ದನ್ನೆಲ್ಲ ಅವರೇನು ಬಲ್ಲರು ಎಂಬುದಾಗಿ ದಿವಾಕರ ಮಾನಸಿಕವಾಗಿ ಹಿಂಸಿಸಿಕೊಳ್ಳತೊಡಗಿದ. ಆದರೆ ಯಾರಲ್ಲಿ ಕೇಳುವುದು, ಏನು ಕೇಳುವುದು ಎಂಬುದರಿಯದೇ ಪರಿತಪಿಸಿದ. ಆದರೂ ತಡೆಯದೇ, ಅಪ್ಪನಲ್ಲಿ ಒಮ್ಮೆ ಹಿಂಜರಿಕೆಯಿಂದಲೇ ಯಶೋದಾ ಆಂಟಿಯ ವಿಷಯ ಪ್ರಸ್ತಾಪಿಸಿದಾಗ "ಬೇರೆಯವರ ವಿಷಯ ನಮಗ್ಯಾಕೆ. ನಮ್ಮ ಪಾಡಿಗೆ ನಾವಿರುವುದನ್ನು ಕಲೀಬೇಕು" ಎಂದು ತುಸು ಖಾರವಾಗಿಯೇ ಹೇಳಿದ್ದರು ಅಪ್ಪ. ಅಲ್ಲಿಗೆ ಆತನ ದನಿಯೂ ಮೂಕವಾಗಿಹೋಯಿತು. ಹೀಗೊಂದು ದಿನ ಹುಡುಗರೆಲ್ಲಾ ಸೇರಿ ರಸ್ತೆಯಲ್ಲಿ ಆಡುತ್ತಿದ್ದಾಗ ದಿವಾಕರನ ತಂದೆ ಪೇಟೆಯಿಂದ ತರಕಾರಿ ತಂದು ಅದರಲ್ಲಿಯ ಯಶೋದಾ ಆಂಟಿಯ ಪಾಲನ್ನು ಕೊಟ್ಟು ಅವರ ಮನೆಯಿಂದ ಹೊರಬರುತ್ತಿದ್ದರು. ಅದನ್ನು ನೋಡಿದ ವಿನಾಯಕ 'ಹೀಗಾದರೆ, ಕಟ್ಕೊಂಡೋಳಿಗೆ ಹುಚ್ಚು ಹಿಡೀದೇ ಮತ್ತೇನಾಗುತ್ತೆ' ಎಂದು ಗೊಣಗಿದ್ದನ್ನು ದಿವಾಕರ ಕೇಳಿಸಿಕೊಂಡ. ಆತ ದಿವಾಕರ ಕೇಳಲೆಂದೇ ಹೇಳಿದನೋ, ಅಥವಾ ಆತ ಹತ್ತಿರದಲ್ಲೇ ಇದ್ದುದನ್ನು ಗಮನಿಸದೇ ಹೇಳಿದನೋ ಗೊತ್ತಿಲ್ಲ. ಈ ಮಾತಿನಿಂದ ದಿವಾಕರ ಒಳಗಿಂದ ಕುಸಿದುಹೋದ.

ತನ್ನ ಸುತ್ತಲಿನ ಪ್ರಪಂಚ ಬೇರೆಯದೇ ತೆರನಾಗಿ ಕಾಣತೊಡಗಿತ್ತು ದಿವಾಕರನಿಗೆ. ಮೊದಮೊದಲು ವಿನಾಯಕನಿದ್ದಾನೆಂದರೆ ಮಾತ್ರ ಆಡಲು ಹೋಗದ ಆತ ಕೊನೆಗೆ ಆಡಲು ಹೊರಹೋಗುವುದನ್ನೇ ಬಿಟ್ಟುಬಿಟ್ಟ. ಶಾಲೆಯಲ್ಲೂ ಕೂಡ ಇತರೆ ಮಕ್ಕಳೊಡನೆ ಬೆರೆಯುವುದು ಕಡಿಮೆಯಾಯಿತು. ಮೊದಲೆಲ್ಲಾ ಯಶೋದಾ ಆಂಟಿ ಈತನ ತಲೆ ಸವರಿ ಮಾತನಾಡಿಸಿದಾಗ ನಸುನಾಚಿಕೆಯಿಂದ ಮುದಗೊಳ್ಳುತ್ತಿದ್ದವನಿಗೆ, ಈಗ ಉದ್ದೇಶಪೂರ್ವಕ ಹೆಚ್ಚಿನ ಪ್ರೀತಿ ತೋರಿಸುತ್ತಿದ್ದಾರೆಂದೆನಿಸಿ ಕಿರಿಕಿರಿಯಾಗುತ್ತಿತ್ತು. ಅವರಿಂದ ತಪ್ಪಿಸಿಕೊಂಡು ಓಡಾಡುತ್ತಿದ್ದ.

ಹೀಗಿರುವ ನಡುವೆ ವಿನಾಯಕ ಮತ್ತೊಂದು ಭಯಂಕರದ ಗುಟ್ಟಿನ ಸಂಗತಿಯೊಂದನ್ನು ರಟ್ಟುಮಾಡಿದ. "ಯಶೋದಾ ಆಂಟಿಯೇ ಅವಳ ಗಂಡನನ್ನು ಕೊಂದು ಹಾಕಿದ್ದು..." ಎಂಬುದು! ಇನ್ನೂ ಸೋಜಿಗದ ವಿಷಯವೆಂದರೆ "ಆಕೆ ಗಂಡನ ಸಾಮಾನು ಹಿಸುಕಿ ಕೊಲೆಮಾಡಿದ್ದಾಳೆ" ಎಂಬುದಾಗಿತ್ತು. ಇದೊಂದು ಭಾರೀ ಆಘಾತಕಾರೀ ಸಂಗತಿಯಾಗಿತ್ತು ದಿವಾಕರನಿಗೆ. 'ಸಾಮಾನು' ಹಿಸುಕಿಯೂ ಮನುಷ್ಯನನ್ನು ಸಾಯಿಸಬಹುದು ಎಂಬ ಜ್ಞಾನೋದಯದೊಡನೆ, ಆಕೆಯ ಗಂಡ ಆ ಸಂದರ್ಭದಲ್ಲಿ ಯಾವುದೇ ಪ್ರತಿರೋಧ ಯಾಕೆ ತೋರಲಿಲ್ಲ ಎಂಬ ಪ್ರಶ್ನೆಯೂ ಇತ್ತು ಆತನದು. ಆದರೂ ಅದು ಹೇಗೆ ಅಷ್ಟು ಸುಲಭದಲ್ಲಿ ಕೊಲ್ಲಬಹುದು ಅಂದುಕೊಳ್ಳುತ್ತ, ಆ ಸಾಧ್ಯಾಸಾಧ್ಯತೆಗಳನ್ನೆಲ್ಲ ಆತ ಆಗಾಗ ಯೋಚಿಸುತ್ತಲೇ ಇರುತ್ತಿದ್ದ. ಯಶೊಧಾ ಆಂಟಿಯನ್ನು ನೋಡಿದರೆ ಆಕೆ ಹಾಗೆಲ್ಲಾ ಮಾಡಿರಬಹುದು ಅನ್ನಿಸುತ್ತಲೇ ಇರಲಿಲ್ಲ. ಆಕೆ ಅದನ್ನು ಹಿಸುಕಿದರೋ ಅಥವಾ ಕತ್ತರಿಸಿಯೇ ಬಿಟ್ಟರೋ ಎಂಬುದನ್ನು ಯಾರಲ್ಲಾದರೂ ಕೇಳಬೇಕು ಎಂದು ಆತನಿಗೆ ಅನೇಕ ಬಾರಿ ಅನ್ನಿಸಿದ್ದುಂಟು. ಆದರೆ ಹೆದರಿಕೆ ಹಾಗೂ ನಾಚಿಕೆ ಎರಡೂ ಆಗುತ್ತಿತ್ತು, ಅದಕ್ಕಿಂತ ಹೆಚ್ಚಾಗಿ, ಇವರಲ್ಲಿ ಈ ಪ್ರಶ್ನೆಯನ್ನು ಕೇಳಬಹುದು ಎನ್ನುವಂಥವರಾರೂ ಆತನ ಪಟ್ಟಿಯಲ್ಲಿರಲಿಲ್ಲ. ಇಲ್ಲಿಂದಲೇ ಶುರುವಾಗಿರಬೇಕು; ರಾತ್ರಿಯಲ್ಲಿ ದಿವಾಕರನಿಗೆ ವಿಚಿತ್ರ ಕನಸುಗಳು ಬೀಳುತ್ತಿದ್ದವು– 'ಕ್ಲಾಸುರೂಮಿನಲ್ಲಿ ಪಾಠ ನಡೆಯುತ್ತಿರುವಾಗ, ಯಾವುದೋ ವ್ಯಕ್ತಿ ಬಂದು ಮಾಸ್ತರನ್ನು ಹೊರಕರೆದು ಏನೋ ಪಿಸುಗುಡುತ್ತಾನೆ. ಕ್ಲಾಸಿನ ನಡುವೆಯೇ ಎದ್ದು ನಾನು ತಲೆ ತಗ್ಗಿಸಿ ಆ ವ್ಯಕ್ತಿಯ ಜೊತೆ ನಡೆದು ಹೋಗುತ್ತೇನೆ. ನನ್ನ ಹಿಂದಿನ ಇಡೀ ಕ್ಲಾಸಿನ ಹೆಪ್ಪುಗಟ್ಟಿದ ಮೌನ ನನ್ನನ್ನು ಈಟಿಯಂತೆ ಇರಿಯುತ್ತಿದೆ...' ಇಂಥ ಕನಸುಗಳಿಗೆ ಬೆಚ್ಚಿ ನಡುರಾತ್ರಿಯಲ್ಲಿ ಎದ್ದು ಕೂರುತ್ತಿದ್ದ ಆತ. ಹೀಗೆ ಎಚ್ಚರವಾದಾಗಲೆಲ್ಲ ನಿಧಾನವಾಗಿ ಎದ್ದು ಹೋಗಿ ಅಪ್ಪನ ಮಲಗುವ ಕೋಣೆಯಲ್ಲಿ ಇಣುಕಿ ಅಲ್ಲಿಯೇ ಮಲಗಿದ್ದಾರೋ ಎಂದು ನೋಡಿಬರುತ್ತಿದ್ದ. ಅವನ ತಂದೆಗೆ ಮಧುಮೇಹ ರೋಗವಿತ್ತು. ಅವರು ಹೊರಹೋಗುವಾಗಲೆಲ್ಲ

ಸಣ್ಣ ಬಾಟಲಿಯೊಂದರಲ್ಲಿ ಸಕ್ಕರೆಯನ್ನು ಇಟ್ಟುಕೊಳ್ಳುತ್ತಿದ್ದರು. ದಿವಾಕರ ಪ್ರತೀದಿನ ಅಪ್ಪನಿಗೆ ತಿಳಿಯದಂತೆ ಕಪಾಟಿನಲ್ಲಿರುವ ಅವರ ಪ್ಯಾಂಟಿನ ಕಿಸೆಯಲ್ಲಿ ಬಾಟಲಿ ಇದೆಯೇ ಎಂದು ಮುಟ್ಟಿ ನೋಡಿ ಖಚಿತಪಡಿಸಿಕೊಳ್ಳುತ್ತಿದ್ದ.

ದಿವಾಕರನಲ್ಲಿಯ ಬದಲಾವಣೆ ಆತನ ತಂದೆಯ ಲಕ್ಷ್ಯಕ್ಕೂ ಬಂದು, ಮನೆಯಲ್ಲೇ ಇರುತ್ತಿದ್ದ ಅವನನ್ನು ಆಡಲು ಹೊರ ಹೋಗುವಂತೆ ಒತ್ತಾಯಿಸುತ್ತಿದ್ದರು. ಅಂಥ ಗಳಿಗೆಗಳಲ್ಲೆಲ್ಲ ಮನೆಯಲ್ಲೇ ಇದ್ದರೆ ಅಪ್ಪನ ಗಮನದ ಪರಿಧಿಯೊಳಗೆ ಸಿಕ್ಕಿಬೀಳಬಹುದೆಂದು ಹೆದರಿ, ಆತ ಆಡಲು ಹೋಗುತ್ತೇನೆಂದು ಹೇಳಿ ಮನೆಯ ಟೆರೇಸಿನ ಮೇಲೆ ಹೋಗಿ ಒಬ್ಬನೇ ಕೂತು ಕತ್ತಲಾದಮೇಲೆ ಮನೆ ಸೇರುತ್ತಿದ್ದ.

ಇದೇ ಸಂದರ್ಭದಲ್ಲಿ ಹುಡುಗರ ಗುಂಪಿನ ಮಂಜನೆನ್ನುವವನಿಗೂ ವಿನಾಯಕನಿಗೂ ಕ್ರಿಕೆಟ್ಟಿನಲ್ಲಿ ದೊಡ್ಡ ಜಗಳವಾಗಿ ಹೋಯಿತು. ಆ ಕಾರಣಕ್ಕೆ ವಿನಾಯಕನೊಡನೆ ಮಾತು ಬಿಟ್ಟಿದ್ದ ಮಂಜ, ದಿವಾಕರನಿಗೆ ಹತ್ತಿರವಾಗಲು ಶುರುಮಾಡಿದ. ಯಾರೊಡನೆಯೂ ಆಟಕ್ಕೆ ಹೋಗದ ಇವನನ್ನು ಒತ್ತಾಯವಾಗಿ ಕರೆದುಕೊಂಡು ಹೋಗಿ ಒಬ್ಬನೇ ಆದರೂ ಇವನೊಟ್ಟಿಗೆ ಆಡುತ್ತಿದ್ದ. ಒಂಟಿಯಾಗಿ ನಡೆದು ಶಾಲೆಗೆ ಹೋಗುತ್ತಿದ್ದ ದಿವಾಕರನನ್ನು ಓಡೋಡಿ ಹೋಗಿ ಕೂಡುತ್ತಿದ್ದ. ಮೊದಮೊದಲು ವಿನಾಯಕನ ಮೇಲಿನ ಹುಳುಕಿಗೇ ನನ್ನೊಡನೆ ದೋಸ್ತಿ ಬೆಳೆಸುತ್ತಿದ್ದಾನೆ ಎಂಬ ಅಸಡ್ಡೆಗೋ, ಇವನೊಡನೆ ಬೆರೆತರೆ ವಿನಾಯಕನ ಇನ್ನೂ ಹೆಚ್ಚಿನ ಅವಕೃಪೆಗೆ ಒಳಗಾಗಬೇಕಾದೀತು ಎಂಬ ಭಯಕ್ಕೋ ಮಂಜನನ್ನು ಅಷ್ಟೊಂದು ಹಚ್ಚಿಕೊಳ್ಳದ ದಿವಾಕರ, ಒಂದು ಹೋಳೀ ಹಬ್ಬದ ಘಟನೆಯ ನಂತರ ಮಂಜನಿಗೆ ಆಪ್ತನಾದ. ಆ ಹೋಳೀ ಹಬ್ಬದಲ್ಲಿ ಮನೆಯಲ್ಲಿ ಅಡಗಿ ಕುಳಿತ ದಿವಾಕರನನ್ನು ಅಪ್ಪ ಎದುರಿಗೆ ಇದ್ದರೂ ಅಳುಕದೆ ಒತ್ತಾಯದಿಂದ ಎಳೆದು ತಂದು ಬಣ್ಣ ಎರಚಿದ್ದ ಮಂಜ. ಅನಿವಾರ್ಯವಾಗಿ ಬಣ್ಣದಾಟಕ್ಕೆ ಬೀದಿಗಿಳಿದ ದಿವಾಕರ ಆರಂಭದಲ್ಲಿ ಆಟದಲ್ಲಿ ತೊಡಗಿಕೊಳ್ಳಲು ಹಿಂಜರಿಯುತ್ತಲಿದ್ದ. ನಡುವೆ ದಾರಿಯಲ್ಲಿ ಯಾರೋ ಪರಿಚಯವರು ಎದುರಿಗೆ ಬಂದು ಈತನೇ ಮಾತನಾಡಿಸಿದರೂ ಗುರುತು ಹಿಡಿಯದೇ, ನಂತರ 'ನೀನೇನೋ? ಗುರುತೇ ಸಿಗಲಿಲ್ಲ ನೋಡು...' ಎಂದು ಹೇಳಿದ ಮರುಕ್ಷಣದಿಂದ ಸುಪ್ತವಾಗಿದ್ದ ಶಕ್ತಿಯೊಂದು ಒಮ್ಮೆಲೇ ಮೈಯೊಳಗೆ ಸ್ಫೋಟಿಸಿದಂತೆ ಕೇಕೆಹಾಕುತ್ತಾ ಗುಂಪಿನೊಡಸೇರಿ ಬಣ್ಣದೋಕುಳಿಯಾಡತೊಡಗಿದ್ದ. ಇಡೀ ಊರನ್ನೆಲ್ಲಾ ರಾಜಾರೋಷವಾಗಿ ಸುತ್ತಿ ಸುತ್ತಿ ಹೋಳಿಯ ಸಂಪೂರ್ಣ ಮಜ ತೆಗೆದುಕೊಂಡು ಸುಸ್ತಾಗಿದ್ದ. ಸಂಜೆ ಸ್ನಾನ ಮಾಡುವಾಗ ಮೈಯ್ಯ ಕೆಂಪು ಹಳದಿ ಹಸಿರು ಬಣ್ಣಗಳೆಲ್ಲ ನೀರೊಳಗೆ ಒಂದಾಗಿ ಹರಿದು ಬಚ್ಚಲ ಕೋಣೆಯ ನೆಲದ ಮೂಲೆಯ ಕನ್ನಿನಲ್ಲಿ ಗುಳು ಗುಳು ಎನ್ನುತ್ತಾ ಇಂಗುತ್ತಿರುವಾಗ ಬಹಳ

ಬೇಸರವಾಗಿತ್ತು ಆತನಿಗೆ. ಆದರೂ; ಕಿವಿಯ ಹಿಂದಿನಲ್ಲಿ, ಕುತ್ತಿಗೆಯ ಸುತ್ತಲಿನಲ್ಲಿ, ಬೆರಳ ಸಂದುಗಳಲ್ಲಿ ಹೋಗದೇ ಹಾಗೇ ಉಳಿದಿದ್ದ ಬಣ್ಣವನ್ನು ಬಹಳ ದಿನಗಳವರೆಗೂ ಬೇಕಂತಲೇ ಉಜ್ಜಿ ತೊಳೆಯದೇ ಹಾಗೇ ಇರಬಿಟ್ಟಿದ್ದ ದಿವಾಕರ (ಆ ಬಣ್ಣದ ಆಟ ಆತನನ್ನು ಎಷ್ಟು ಪರವಶಗೊಳಿಸಿತ್ತೆಂದರೆ, ಮುಂದಿನ ಹೋಳಿ ಎಂದು ಬರುವುದೋ ಎಂದು ಕಾಯುತ್ತಿದ್ದ. ಮುಂದಿನ ಹೋಳಿಯಲ್ಲಿ ತನಗೊಂದು ಪಿಚಕಾರಿ ಬೇಕೆಂಬ ಆಸೆ ಆತನಲ್ಲಿ ದಿನದಿಂದ ದಿನಕ್ಕೆ ಹೆಚ್ಚಾಗತೊಡಗಿತ್ತು. ಅದನ್ನು ಅಪ್ಪನಲ್ಲಿ ನೇರವಾಗಿ ಕೇಳಲು ಧೈರ್ಯ ಸಾಲದೇ, ಮನೆಯ ವಿಳಾಸಕ್ಕೇ ಅವರಿಗೊಂದು ಪತ್ರ ಬರೆದು ಪೋಸ್ಟ್ ಮಾಡಿದ್ದ. ಆ ಪತ್ರ ಅಪ್ಪನಿಗೆ ಸಿಕ್ಕಿದೆಯೋ ಇಲ್ಲವೋ ಎಂಬ ಮಾಹಿತಿ ದಿವಾಕರನಿಗೆ ಇರಲಿಲ್ಲ. ಅದನ್ನು ಅವರೂ ಹೇಳಲಿಲ್ಲ; ಕೇಳುವ ಛಾತಿ ಇವನಿಗಂತೂ ಮೊದಲೇ ಇರಲಿಲ್ಲ. ಪತ್ರದ ಪ್ರಭಾವವೋ ಯಾ ಕಾಕತಾಳೀಯವೋ, ಮುಂದಿನ ಹೋಳಿಯಲ್ಲಿ ಅಪ್ಪ ಚಂದದ್ದೊಂದು ಪಿಚಕಾರಿ ಕೊಡಿಸಿದ್ದರು ಎಂಬುದು ಆತನಿಗೆ ನೆನಪಿದೆ.)

ಮಂಜನ ತಂದೆ ಕೆ.ಪಿ.ಸಿ.ಯಲ್ಲಿ ಡ್ರೈವರ್ ಆಗಿದ್ದರು ಎಂಬ ಕಾರಣಕ್ಕೋ ಏನೋ ಮಂಜನಿಗೆ ವಾಹನಗಳ ಬಗ್ಗೆ ತುಂಬಾ ಆಸಕ್ತಿ. ಸ್ಕೂಟರಿಂದ ಹಿಡಿದು ಲಾರಿಯವರೆಗೆ ಎಲ್ಲ ವಾಹನಗಳ ಬಗೆಗೂ ಆತನಿಗೆ ಮಾಹಿತಿಯಿರುತ್ತಿತ್ತು. ಗೇರ್ ಎಂದರೆ ಏನು, ಇಳಿಜಾರಿನಲ್ಲಿ ಕ್ಲಚ್ಚು ಹೇಗೆ ಹಿಡಿಯಬೇಕು, ಲಾರಿಯನ್ನು ತಿರುವಿನಲ್ಲಿ ಮ್ಯಾನೇಜ್ ಮಾಡುವುದು ಹೇಗೆ ಇತ್ಯಾದಿಗಳನ್ನೆಲ್ಲ ಅತ್ಯಾಕರ್ಷಕವಾಗಿ ವಿವರಿಸುತ್ತಿದ್ದ. ಕಾರುಗಳೆಂದರೆ ಆತನಿಗೆ ಪಂಚಪ್ರಾಣ. ಎಲ್ಲೆಲ್ಲಿಯದೋ ಪತ್ರಿಕೆಗಳಲ್ಲಿ ಬಂದ ಕಾರುಗಳ ಚಿತ್ರಗಳನ್ನೆಲ್ಲ ಕತ್ತರಿಸಿ ಸಂಗ್ರಹಿಸಿಟ್ಟುಕೊಳ್ಳುತ್ತಿದ್ದ. ವಿದೇಶೀ ಕಾರುಗಳ ಬಗೆಗೆಲ್ಲಾ ಆತನಿಗೆ ಗೊತ್ತಿರುತ್ತಿತ್ತು. "ಈ ಕಾರು ನೋಡು. ಇದು ಜಾಗ್ವಾರ್ ಅಂತಾ. ಇದನ್ನ ಇನ್ನೂರು ಕಿಲೋಮೀಟರ್ ಸ್ಪೀಡಲ್ಲಿ ಓಡಿಸಿದರೂ ಕುಡಿದ ನೀರು ಹೊಟ್ಟೆಯಲ್ಲಿ ತುಳುಕುವುದಿಲ್ಲ" ಎನ್ನುತ್ತಾ ದಿವಾಕರನಿಗೆ ತೋರಿಸುತ್ತಾ, "ಅಪ್ಪನಂತೆ ನಾನು ಮಾತ್ರ ಬೇರ್ಯಾರದೋ ಕಾರಿಗೆ ಡ್ರೈವರನಾಗುವುದಿಲ್ಲ. ಆಗುವುದಾದರೆ ಕಾರಿನ ಮಾಲೀಕನೇ ಆಗುತ್ತೇನೆ. ನನ್ನದೇ ಕಾರು ಗ್ಯಾರೇಜ್ ಇಡುತ್ತೇನೆ, ಹುಬ್ಬಳ್ಳಿಯಲ್ಲಿ ಶೊ-ರೂಮ್ ಇಡುತ್ತೇನೆ" ಎಂದೆಲ್ಲಾ ಆತ ಹೇಳುವುದನ್ನು ದಿವಾಕರ ಅಚ್ಚರಿಯ ಮೆಚ್ಚುಗೆಯಿಂದ ಕೇಳುತ್ತಿದ್ದ. ಹೀಗಿದ್ದ ಮಂಜ ತನ್ನ ಎಸ್‌ಎಸ್‌ಎಲ್‌ಸಿ ಪರೀಕ್ಷೆಗೆ ನಾಲ್ಕು ದಿನ ಇದೆ ಎನ್ನುವಾಗ ಮನೆ ಬಿಟ್ಟು ಓಡಿ ಹೋದ. ವಾಪಸ್ಸು ಬರಲೇ ಇಲ್ಲ.

ಮಂಜ ಓಡಿ ಹೋದ ನಂತರದ ದಿನಗಳಲ್ಲೇ ಇರಬೇಕು; ಈಗ ನೆನಪಿಸಿಕೊಂಡರೂ ಮುಜುಗರವಾಗುವಂಥ ಘಟನೆಯೊಂದು ದಿವಾಕರನಿಗೆ ನೆನಪಿದೆ. ಇವನ ಕ್ಲಾಸಿನಲ್ಲಿ ದೀಪಕನೆಂಬ ಹುಡುಗನಿದ್ದ. ಆತ ಸುಚಿತ್ರಾ ಎನ್ನುವವಳನ್ನು

ಪ್ರೀತಿಸುತ್ತಿದ್ದ. ಆ ದೀಪಕ ಒಂದು ದಿನ ಹಾಳೆಯೊಂದರಲ್ಲಿ ರಕ್ತದಲ್ಲಿ 'ಐ ಲವ್ ಯು ಸುಚಿತ್ರಾ' ಎಂದು ಬರೆದದ್ದನ್ನು ದಿವಾಕರನಿಗೆ ತೋರಿಸಿದ್ದ. ನಂತರ ಆ ಪತ್ರವನ್ನು ಸುಚಿತ್ರಾಳಿಗೆ ಕೊಡಬೇಕು ಕೊಡಬೇಕು ಅನ್ನುತ್ತಲೇ ಕೊಡಲು ಧೈರ್ಯವಾಗದೇ ಹಾಗೇ ಇಟ್ಟಿದ್ದ. ರಕ್ತದಲ್ಲಿ ಬರೆದದ್ದು ನಿಧಾನವಾಗಿ ತನ್ನ ಬಣ್ಣ ಕಳೆದುಕೊಂಡು ಮಣ್ಣಿನ ಬಣ್ಣಕ್ಕೆ ತಿರುಗಿ ನೋಡಲು ಅಸಹ್ಯವಾಗಿ ಕಂಡು ಇನ್ನು ಕೊಡಲು ಸಾಧ್ಯವೇ ಇಲ್ಲ ಎನ್ನುವ ಸ್ಥಿತಿಗೆ ತಿರುಗಿತ್ತು. ಆಗ ದೀಪಕ, 'ಕೊಡಲಾಗದಿದ್ದರೆ ಏನಂತೆ, ನನ್ನ ರಕ್ತದಿಂದಲೇ ಬರೆದಿದ್ದೇನಲ್ಲ, ಅದು ನಿಜವಾದ ಪ್ರೀತಿ' ಎಂದುಕೊಂಡು ತಿರುಗಿದ. ವಿಚಿತ್ರವೆಂಬಂತೆ, ಯಾರಿಗೂ ಕೊಡಬೇಕೆನ್ನುವ ಉದ್ದೇಶವಿಲ್ಲದಿದ್ದರೂ, ಒಟ್ಟಿನಲ್ಲಿ ರಕ್ತದಿಂದ ತಾನೂ ಬರೆಯಬೇಕು ಎಂದೆನಿಸಿತು ದಿವಾಕರನಿಗೆ. ಆದಿನ ರಾತ್ರಿ ಕೋಣೆಯಲ್ಲಿ ಬಾಗಿಲ ಚಿಲಕ ಹಾಕಿ ಬಲಗೈ ತೋರು ಬೆರಳಿಗೆ ಸೂಜಿಯಿಂದ ಚುಚ್ಚಿ ರಕ್ತ ತರಿಸಿಕೊಂಡು ಬಿಳಿ ಹಾಳೆಯೊಂದರಲ್ಲಿ ಬರೆಯತೊಡಗಿದ ಆತ. ಆದರೆ ಯಾರ ಹೆಸರು ಬರೆಯಬೇಕು ಎಂಬುದು ಹೊಳೆಯಲೇ ಇಲ್ಲ. ಬರೀ 'ಐ ಲವ್ ಯು' ಅಂತ ಬರೆದರೆ ಆ ರಕ್ತ ಪತ್ರಕ್ಕೆ ಕಿಮ್ಮತ್ತಿರುವುದಿಲ್ಲವಲ್ಲ. ಯಾರಾದರೊಬ್ಬರ ಹೆಸರು ಬರೆಯಲೇ ಬೇಕಿತ್ತು. ಅವನಿಗೆ ಕ್ಲಾಸಿನಲ್ಲಿ ಶಾರದಾ ಎನ್ನುವ ಹುಡುಗಿ ತುಂಬಾ ಇಷ್ಟವಾಗಿದ್ದಳು. ಅವಳನ್ನೇ ಪ್ರೀತಿಸಬೇಕೆಂದುಕೊಂಡಿದ್ದ. ಆದರೆ ಚೆನ್ನಾಗಿದ್ದ ಅವಳನ್ನು ಪ್ರೀತಿಸಬೇಕೆಂದುಕೊಂಡವರು ಬಹಳ ಜನರಿದ್ದರು ಎಂಬುದು ಅವನಿಗೆ ಗೊತ್ತಿತ್ತು. ಹಾಗೂ ಅವಳು ಸುರೇಶನನ್ನು ಒಪ್ಪಿಕೊಂಡಿದ್ದಾಳೆ ಎಂದು ಎಲ್ಲರೂ ಮಾತನಾಡುತ್ತಿದ್ದರು. ಹಾಗಾಗಿ ಅವಳ ಹೆಸರು ಬರೆದರೆ ವೇಸ್ಟ್ ಅಂತಾ ಅಂದುಕೊಂಡ. ಹೀಗೇ ಯಾರ ಹೆಸರು ಬರೆಯುವುದು ಎಂದು ವಿಚಾರಿಸುತ್ತಿರುವಾಗ, ಅವನಿಗೆ ಅನೇಕ ಹುಡುಗಿಯರ ಜೊತೆಗೆ ಯಶೋಧಾ ಆಂಟಿಯ ನೆನಪು ಕೂಡ ಆಗಿ ಅತೀವ ಮುಜುಗರವಾಗಿ, ಕೊನೆಗೂ ಯಾವ ಹೆಸರೂ ಅಂತಿಮಗೊಳಿಸಲಾಗದೇ ಹಾಳೆಯನ್ನು ಹಾಗೇ ಮಡಚಿ ಬಹು ದಿನದವರೆಗೆ ಇಟ್ಟುಕೊಂಡೂ ಇದ್ದ.

ಈಗೆಲ್ಲಾ ತುಂಬಾ ಬದಲಾಗಿದೆ. ಕಸಗುಡಿಸುವ ನೌಕರಿ ಸಿಕ್ಕರೂ ಅಡ್ಡಿಯಿಲ್ಲ ಇಲ್ಲಿಂದ ತೊಲಗಿದರೆ ಸಾಕು ಎನ್ನುತ್ತ ದಿವಾಕರ ಬೆಂಗಳೂರು ಸೇರಿ ವರ್ಷಗಳುರುಳಿವೆ. ಎಲ್ಲರೂ ತನ್ನ ತಲೆಯನ್ನೇ ಹಿಂಬಾಲಿಸುತ್ತಿರುವ ಭಯದಲ್ಲಿ ಬದುಕುವುದಕ್ಕಿಂತ, ತಲೆ ಹೋದರೂ ಯಾರೂ ಕ್ಯಾರೇ ಅನ್ನದ ವಾತಾವರಣದಲ್ಲಿ ಬದುಕುವುದು ಪ್ರಾರಂಭದಲ್ಲಿ ತುಸು ಚೇತೋಹಾರಿಯೆನ್ನಿಸಿದರೂ ಇತ್ತೀಚೆಗೆ

ಬೆಂಗಳೂರಿನ ಜೀವನ ಬೇಸತ್ತು ಹೋಗಿದೆ ಆತನಿಗೆ. ತಂದೆಯನ್ನು ನೋಡಬೇಕೆಂದು ಆಗಾಗ ಅಂಬಿಕಾನಗರಕ್ಕೆ ಹೋಗುತ್ತಿರುತ್ತಾನೆ. ಒಮ್ಮೊಮ್ಮೆ ವಿನಾಯಕ ಸಿಗುವುದೂ ಉಂಟು. ಆತ ಹಳೆಯ ದಿನಗಳಾವುದರ ನೆನಪೂ ಇಲ್ಲದಿರುವಂತೆ ವರ್ತಿಸುತ್ತಾನೆ. "ಏನೋ... ಹೀರೋ" ಎಂದು ನಗುತ್ತಾ ಮಾತನಾಡಿಸುತ್ತಾನೆ. "ನೀವೆಲ್ಲಾ ಸಿಟಿ ಸೇರಿದಿರಿ ನೋಡು, ನಾವಿಲ್ಲೇ ಕೊಳೀತಿದೇವೆ" ಎನ್ನುತ್ತಾನೆ. 'ಹೀರೋ' ಎಂದು ಆತ ಸಂಬೋಧಿಸುತ್ತಿರುವುದರಲ್ಲಿ ಕುಹಕವಿರಬಹುದೋ ಎಂದು ಸಂಶಯಿಸುತ್ತಾನೆ ಈತ. ಊರಲ್ಲಿ ಹೆಚ್ಚಿನ ಬದಲಾವಣೆಗಳೇನೂ ಆಗಿಲ್ಲ. ಟೌನ್‌ಶಿಪ್ಪುಗಳಲ್ಲಿ ಅಂಥಾ ವೇಗದ ಬದಲಾವಣೆಗಳಿಗೆ ಅವಕಾಶವೂ ಇಲ್ಲ. ಹಳೆಯ ಕಟ್ಟಡಗಳ ಬಣ್ಣ ಮಾಸಿವೆ, ಅಲ್ಲೊಂದು ಇಲ್ಲೊಂದು ಹೊಸ ಕಟ್ಟಡಗಳು ಬಂದಿವೆ. ಯಶೋದಾ ಆಂಟಿ ವರ್ಗವಾಗಿ ಬೇರೆ ಊರಿಗೆ ಹೋಗಿ ಹಲವು ವರ್ಷಗಳೇ ಆಗಿವೆ ಎಂಬುದನ್ನು ಆತ ಕೇಳಿ ತಿಳಿದಿದ್ದಾನೆ. ಆಕೆಯಿದ್ದ ಮನೆಯಲ್ಲಿ ಈಗ ಯಾವುದೋ ಬೇರೆ ಕುಟುಂಬವೊಂದು ವಾಸವಾಗಿದೆ.

ಈಗಲೂ ಅಂಬಿಕಾನಗರದ ಬೀದಿಯಲ್ಲಿ ನಡೆಯುತ್ತಿದ್ದರೆ ಇಡೀ ಊರೇ ತನ್ನನ್ನು ನೋಡಿ ಗಹಗಹಿಸಿ ನಗುತ್ತಿರುವಂತೆ, ಒಮ್ಮೊಮ್ಮೆ ಊರಿಗೆ ಊರೇ ತನ್ನೊಡನೆ ಮಾತು ಬಿಟ್ಟಂತೆ ಅನ್ನಿಸುತ್ತದೆ ಆತನಿಗೆ. ಅಪ್ಪನನ್ನು ನೋಡಿದಾಗಲೆಲ್ಲ ಬೇಸರವಾಗುತ್ತದೆ. ಅವರ ಕೃಶವಾದ ಕೈಯ ಎಲುಬುಗಳೆಲ್ಲ ಉಬ್ಬಿ ಚರ್ಮ ಸುಕ್ಕಾದುದನ್ನು ನೋಡಿದಾಗ ಹೊಟ್ಟೆ ತೊಳಸಿದಂತಾಗುತ್ತದೆ. ಅವರ ಪಕ್ಕದಲ್ಲಿ ಕೂತು, ಬಿಳಿಯ ಕೂದಲನ್ನು ಕೈಯಿಂದ ನೇವರಿಸುತ್ತಾ 'ಇನ್ನು ಸಾಕು ಅಪ್ಪಾ, ನನ್ನೊಂದಿಗೆ ಬಂದುಬಿಡು' ಎಂದು ಹೇಳೋಣವೆನ್ನಿಸುತ್ತದೆ. ಆದರೆ ಸಾಧ್ಯವಾಗುವುದೇ ಇಲ್ಲ. ಅಪ್ಪನ ತೊಡೆಯ ಮೇಲೆ ತಲೆಯಿಟ್ಟು ಕಾಲುಗಳನ್ನು ಮಡಚಿ, ಕೈಗಳನ್ನು ತೊಡೆಯೊಳಗೆ ಹುದುಗಿಸಿಕೊಂಡು ಮಲಗೋಣ ಅನ್ನಿಸುತ್ತದೆ. ಆದರೆ ಅಪ್ಪನೊಡನೆ ಅಂತರಾಳವನ್ನು ತೋಡಿಕೊಳ್ಳುವ ಸಲಿಗೆಯನ್ನು ಆತ ಕಲಿತೇ ಇಲ್ಲ. ಅಪ್ಪನಿಗಂತೂ ಮೊದಲಿನಂತೆ ಮೌನವೇ ಬಂಗಾರ. ಇದ್ದ ಎರಡು ದಿನ ಹೀಗೇ ಲೋಕಾಭಿರಾಮದ ನಾಲ್ಕಾರು ಮಾತುಗಳನ್ನಾಡಿ ಬೆಂಗಳೂರಿಗೆ ಹೊರಡುತ್ತಾನೆ ಆತ. ರಾತ್ರಿ ಬಸ್ಸು ಕಾಡುಗಳ ನಡುವೆಯ ಕತ್ತಲ ರಸ್ತೆಯಲ್ಲಿ ಹೊಕ್ಕುತ್ತಿರುವಂತೆ ದುಃಖ ಉಮ್ಮಳಿಸಿ ಬರುತ್ತದೆ ಅವನಿಗೆ. 'ಅಪ್ಪಾ... ನೀನೆನಗೆ ಬೇಕಪ್ಪಾ. ನಿನಗೆಷ್ಟೇ ವಯಸ್ಸಾಗಿ ಜರ್ಝರಿತನಾಗಿದ್ದರೂ, ನನ್ನ ಕಾಲಮೇಲೇ ನಾನು ನಿಂತಿದ್ದರೂ, ನಾನೇ ನಿನಗೆ ಅವಲಂಬಿತನಪ್ಪಾ, ನೀನನಗಲ್ಲ...' ಎಂದು ಕೂಗಿ ಕೂಗಿ ಹೇಳಬೇಕೆನ್ನಿಸುತ್ತದೆ. ಹೃದಯದ ಚೀತ್ಕಾರ ಗಂಟಲ ಪಸೆಯೊಡನೆ ಬತ್ತಿ ಹೋಗುವ ಯಾತನೆಯಿಂದ ನರಳುತ್ತಾನೆ ಆತ. ವ್ಯಕ್ತದ ಮೇಲಿನ ಅವ್ಯಕ್ತದ

ಜಯ ಸುಲಭವಾಗಿ ಎಲ್ಲರಿಗೂ ದಕ್ಕುವುದಿಲ್ಲ. ಕತ್ತಲಾದುದರಿಂದ ಕಣ್ಣೀರು ಒರೆಸಿಕೊಂಡಿದ್ದು ಪಕ್ಕದ ಸೀಟಿನಲ್ಲಿ ಕುಳಿತವನಿಗೆ ಕಾಣುವುದಿಲ್ಲವೆಂದು ಸಮಾಧಾನ ಪಟ್ಟುಕೊಳ್ಳುತ್ತಾನೆ.

ಮೊನ್ನೆ ಕಾರಿನಲ್ಲಿ ನೋಡಿ ಕೈಬೀಸಿದ ವ್ಯಕ್ತಿ ಯಾರಿರಬಹುದು ಎಂಬ ಗುಂಗು ಇನ್ನೂ ದಿವಾಕರನ ತಲೆಯನ್ನು ತ್ಯಜಿಸಿರಲಿಲ್ಲ. ಆದಿನ ಆಫೀಸಿನಲ್ಲಿ ಆತನ ಬಾಸು, ಹೇಳಿದ ಕೆಲಸವೊಂದು ಇನ್ನೂ ಯಾಕಾಗಿಲ್ಲವೆಂದು ವಿಚಿತ್ರ ಸ್ವರದಲ್ಲಿ 'why not?' ಎಂದು ಕೇಳುತ್ತಿರುವ ಸಂದರ್ಭದಲ್ಲಿ, ಕಾರಲ್ಲಿ ನೋಡಿದ ವ್ಯಕ್ತಿ ತನ್ನ ಬಾಲ್ಯದ ಏಕಮಾತ್ರ ಗೆಳೆಯ ಮಂಜನೇ ಯಾಕಾಗಿರಬಾರದು ಎಂದೆನ್ನಿಸಿಬಿಟ್ಟಿತು ಆತನಿಗೆ. ಹಾಗೆನಿಸಿದ್ದೇ ತಡ, ಆತ ಮಂಜನೇ ಎಂಬುದಕ್ಕೆ ಹಲವು ಸಮರ್ಥನೆಗಳನ್ನು ಆತನ ಮನಸ್ಸು ಪೂರೈಸತೊಡಗಿತು. ಆತ ಕಾರಿನ ಚಾಲಕನೋ ಅಥವಾ ಮಾಲೀಕನೋ ಎಂಬ ಮನದ ಮೂಲೆಯಲ್ಲಿದ್ದ ಸಂಶಯ ಕೂಡ ಈಗ ನಿವಾರಣೆಯಾದಂತಾಯಿತು. 'ಆತ ಮಂಜನೆಂದ ಮೇಲೆ ಡ್ರೈವರನಾಗಿರುವುದಕ್ಕೆ ಸಾಧ್ಯವೇ ಇಲ್ಲ. ಆತ ಮಂಜನಾದುದಕ್ಕೇ ನನ್ನನ್ನು ಕಂಡು ಹಿಡಿಯಲು ಸಾಧ್ಯವಾದದ್ದು' ಎಂದೆನಿಸಿತು ಅವನಿಗೆ. ಆತನಿಗೆ ಹಾಗೆನಿಸುವುದಕ್ಕೆ ಕಾರಣವೂ ಇತ್ತು. ಓಡಿಹೋದ ಒಂದು ವರ್ಷದ ತರುವಾಯ ಮಂಜನಿಂದ ಅನಿರೀಕ್ಷಿತವಾಗಿ ಪತ್ರವೊಂದು ಬಂದಿತ್ತು. ತಾನು ದೊಡ್ಡ ಊರೊಂದರಲ್ಲಿ ಕಾರ್ ಶೋ-ರೂಮೊಂದರಲ್ಲಿ ಕೆಲಸಕ್ಕೆ ಸೇರಿರುವುದಾಗಿಯೂ, ಕೈತುಂಬಾ ಹಣ ಸಂಪಾದಿಸುತ್ತಿರುವುದಾಗಿಯೂ, ಕೆಲವೇ ವರ್ಷಗಳಲ್ಲಿ ತನ್ನದೇ ಸ್ವಂತ ಬಿಸಿನೆಸ್ಸು ಶುರುಮಾಡುವುದಾಗಿಯೂ, ನಂತರ ದಿವಾಕರನನ್ನು ಅವನೊಟ್ಟಿಗೆ ಕರೆಸಿಕೊಳ್ಳುವುದಾಗಿಯೂ ತಿಳಿಸಿ ಬರೆದಿದ್ದ. ಆ ಪತ್ರವನ್ನು ಓದಿ ದಿವಾಕರ ರೋಮಾಂಚಿತನಾಗಿದ್ದ. ಪತ್ರ ಓದುತ್ತಿರುವಾಗಲೇ ಅದನ್ನು ಗಮನಿಸಿದ ಆತನ ಅಪ್ಪ, ಅದು ಯಾರದೆಂದು ವಿಚಾರಿಸಿ ಮಂಜನದೆಂದು ತಿಳಿದ ಕೂಡಲೇ ದಿವಾಕರನ ಕೈಯಿಂದ ಪತ್ರವನ್ನು ಕಸಿದುಕೊಂಡು 'ಆ ಅಯೋಗ್ಯ ನಿನಗೆ ಪತ್ರ ಬೇರೇ ಬರೆಯುತ್ತಾನೋ... ಕೊಡು ಇಲ್ಲಿ' ಎಂದು ರೇಗಿದ್ದರು. ಪತ್ರದ ಮೇಲಿನ ಅಂಚೆ ಕಛೇರಿಯ ಸೀಲನ್ನು ಗಮನಿಸಿ ನೋಡಿ ಆತ ಎಲ್ಲಿಂದ ಬರೆದಿದ್ದಾನೆ ಎಂಬುದನ್ನು ಕಂಡುಹಿಡಿಯಬೇಕೆಂದುಕೊಂಡಿದ್ದ ಆತನಿಗೆ ಆ ಪತ್ರ ಕೊನೆಗೂ ಕೈಗೆ ಸಿಕ್ಕಿರಲೇ ಇಲ್ಲ. ಕಾರಲ್ಲಿ ಕಂಡವ ಮಂಜನೇ ಎಂಬುದು ಮನಕ್ಕೆ ಖಾತ್ರಿಯಾಗುತ್ತಿರುವಂತೆ ದಿವಾಕರನಿಗೆ ಹೇಗಾದರೂ ಸರಿ ಆತನನ್ನು ಹುಡುಕಲೇಬೇಕೆಂಬ ಬಯಕೆ

ಹೆಚ್ಚಾಗತೊಡಗಿತು. ಮಂಜ ಸಿಕ್ಕಮೇಲೆ ತನ್ನ ಜೀವನದಲ್ಲಾಗಬಹುದಾದ ಬದಲಾವಣೆಗಳ ವಿವಿಧ ಸಾಧ್ಯತೆಗಳ ವಿಚಾರ ಮಾಡುತ್ತಾ ಆತ ಮುದಗೊಂಡ. ಅದಕ್ಕೇ ಮರುದಿನ ಆಫೀಸಿಗೆ ರಜೆ ಹಾಕಿ ಪೂರ್ಣ ದಿನವನ್ನು ಈ ಕೆಲಸಕ್ಕಾಗಿಯೇ ವ್ಯಯಿಸುವ ಯೋಜನೆ ಹಾಕಿಕೊಂಡಿದ್ದ.

ಅಂದುಕೊಂಡ ಜಾಗದ ಜೊತೆಗೆ ಅಂದುಕೊಳ್ಳದ ಸ್ಥಳಗಳನ್ನೂ ದಿನವಿಡೀ ಅಲೆದ ದಿವಾಕರ ಕಾರಿನ ಕುರುಹೂ ಸಿಗದೇ ಹತಾಶನಾದ. ಹೋದ ಒಂದೆರಡು ಕಡೆಗಳಲ್ಲಂತೂ ಸಿಕ್ಕ ಪ್ರತಿಕ್ರಿಯೆ ಹಾಗೂ ಅನಿರೀಕ್ಷಿತ ಅನುಭವಗಳಿಂದ ಇನ್ನೂ ವಿಚಲಿತನಾಗಿ, ಕಾರನ್ನೂ ಕಾರಿನ ಮಾಲೀಕನನ್ನೂ ಕಂಡುಹಿಡಿಯುವುದು ಸಾಧ್ಯವೇ ಇಲ್ಲ, ಇದೊಂದು ಮೂರ್ಖತನದ ಪ್ರಯತ್ನವಾಯಿತಲ್ಲ ಎಂದು ಬೇಸರಿಸಿದ. ಆಗಲೇ ಸಂಜೆಯಾಗಿತ್ತು. ರಾತ್ರಿ ಊಟಕ್ಕಾಯಿತೆಂದು ಬೇಕರಿಯಿಂದ ಬ್ರೆಡ್ಡು ಕೊಂಡು ಹಿಂದಿರುಗುತ್ತಿರುವಾಗ ಅಪ್ಪನ ಅಂಬಿಕಾನಗರದ ಖಾಸಾ ಗೆಳೆಯರೊಬ್ಬರು ಎದುರಿಗೆ ಸಿಕ್ಕರು. ಅವರು ಸುಮಾರು ವರ್ಷಗಳ ಹಿಂದೆಯೇ ಅಂಬಿಕಾನಗರದಿಂದ ವರ್ಗವಾಗಿ ಬೇರೆಡೆ ಹೋದ ವಿಷಯ ಈತನಿಗೆ ತಿಳಿದಿತ್ತು. ಅವರನ್ನು ಮಾತನಾಡಿಸಲೋ ಅಥವಾ ಮುಖ ತಪ್ಪಿಸಿ ನುಣುಚಿಕೊಳ್ಳಲೋ ಎಂಬ ಆಲೋಚನೆಯಲಿದ್ದ ದಿವಾಕರನನ್ನು ಅವರೇ ಮಾತನಾಡಿಸಿ "ನೀನು ಶ್ರೀನಾಥನ ಮಗನಲ್ಲೇನಪ್ಪಾ?" ಎಂದು ಪರಿಚಯ ಖಾತ್ರಿ ಮಾಡಿಕೊಂಡರು. ರಿಟೈರ್ ಆದ ಮೇಲಿಂದ ಇಲ್ಲೇ ಬೆಂಗಳೂರಲ್ಲಿ ಮಗಳ ಮನೆಯಲ್ಲೇ ಇರುವುದಾಗಿ ತಿಳಿಸಿದರು. ಇಲ್ಲೇ ಹತ್ತಿರದಲ್ಲೇ ಇದೆ ಮನೆ ಎಂದರು. ದಿವಾಕರನ ಬಗ್ಗೆಯೂ ವಿಚಾರಿಸುತ್ತ, ಅಂಬಿಕಾನಗರ ಬಿಟ್ಟ ಮೇಲೆ ಅವನ ಅಪ್ಪನ ಸಂಪರ್ಕವೇ ಇಲ್ಲ ಎಂದು ವಿಷಾದಿಸಿದರು. "ಈಗ ಹ್ಯಾಂಗಿದಾನೆ ಅವಾ? ಆದರೂ ಗ್ರೇಟ್ ಬಿಡಪ್ಪಾ ಅವನು. ನಿನಗೆ ನೆನಪೈತೋ ಇಲ್ವೋ, ಚಿಕ್ಕೋನಿದ್ದಾಗ ಆಕ್ಸಿಡೆಂಟ್ ಒಂದರಲ್ಲಿ ನಿನ್ನ ಕಾಲು ಮುರಿದು ಹೋಗಿತ್ತು. ಡಾಕ್ಟರು, ನೀ ಪ್ರಯತ್ನಾ ಮಾಡೀದ್ರೆ ಮಾತ್ರಾ ಕಾಲು ಬರೋಕೇ ಸಾಧ್ಯಾ, ನಾವು ಮಾಡೋದೆಲ್ಲಾ ಮಾಡಿದ್ದೇವೆ ಎಂದಿದ್ದರು. ನೀನೆಂದೂ ಕುಗ್ಗಬಾರದು, ಅಲ್ಲದೇ ಅನುಕಂಪ ಬಯಸಬಾರದು ಎನ್ನೋದು ನಿನ್ನಪ್ಪನ ಉದ್ದೇಶಾಗಿತ್ತು. ನಿನಗೆ ಸ್ಫೂರ್ತಿ ತುಂಬೇಕಂತಾನೇ ನಿನ್‌ಜೊತೆ ತಾನೂ ಕಾಲು ಮುರಿದವರಂತೆ ಒಂದು ಕಾಲು ಮಡಚಿಕೊಂಡೇ ಕುಂಟ್ತಾ ದಿನ ಕಳೆದ ನೋಡು ಆತ. ಬೇರೆ ಯಾರ ಮೂಲಕಾನೂ ತನ್ನ ಕಾಲು ಸರೀಯಿರೋ ವಿಷಯ ನಿನಗೆ ಗೊತ್ತಾಗಬಾರದಂತಾ ಇದನ್ನ ಯಾರ್ಗೂ ಹೇಳದೇ ಮುಚ್ಚಿಟ್ಟಿದ್ದ. ನನಗೊಬ್ಬನಿಗೆ ಮಾತ್ರ ಗೊತ್ತಿತ್ತು ನೋಡು; ಬಿಟ್ಟರೆ ನಿನ್ನ ಡಾಕ್ಟರಿಗೆ. ವಾಹ್! ಅದೆಂತಾ ವಿಲ್ ಪವರ್ ಅವಂದು. ಒಂದೆರಡು ದಿನ ಅಲ್ಲಪ್ಪಾ... ಹೆಚ್ಚು ಕಮ್ಮಿ ಏಳೆಂಟು ತಿಂಗಳೇ ಇರಬೇಕು. ಕಾಲಿಲ್ಲದವರು ಕುಂಟಿ ಬಾಳಬಹುದು ಆದರೆ

ಕಾಲಿದ್ದೂ ಕುಂಟುವುದಿದೆಯಲ್ಲ... ಉಫ್, ಅಸಾಧ್ಯ ಮನುಷ್ಯನಪ್ಪಾ ಅವನು." ಎಂದರವರು. ಜೊತೆಗೆ "ನಾನು ಕೇಳಿದ್ದೇನೆಂದು ಹೇಳು... ಫೋನ್ ನಂಬರ್ ಇದ್ದರೆ ಕೊಡು..." ಇತ್ಯಾದಿ ಕುಶಲೋಪರಿಯ ಮಾತುಗಳೊಂದಿಗೆ ಬೀಳ್ಕೊಟ್ಟರು.

ಆಗಷ್ಟೇ ಆಕಾಶದಲ್ಲಿ ಮೋಡ ಕಪ್ಪುಗಟ್ಟಿ ಘನೀಭವಿಸುತ್ತಾ, ಇನ್ನೇನು ಹಕ್ಕಿಯೊಂದರ ರೆಕ್ಕೆ ತಾಕಿದರೂ ಸ್ಫೋಟಿಸಿ ಭೂಮಿಯೇ ಕೊಚ್ಚಿಹೋದೀತೋ ಎನ್ನುವಂತೆ ಮಳೆ ನೆಲಕ್ಕಪ್ಪಳಿಸುವಂಥ ವಾತಾವರಣ ಸೃಷ್ಟಿಯಾಗಿತ್ತು. ದಿವಾಕರ ಲಗುಬಗೆಯಿಂದ ಮನೆಯತ್ತ ಬೈಕು ಓಡಿಸತೊಡಗಿದ. ವೈದ್ಯರ ಹತ್ತಿರ ತಪಾಸಣೆಗೆ ಹೋದಾಗಲೊಮ್ಮೆ "ನೀನ್ಯಾಕೆ ಚೆಕ್ ಮಾಡಿಸಿಕೊಳ್ಳಲಿಲ್ಲ" ಎಂದು ಕೇಳಿದ್ದಕ್ಕೆ "ನನ್ನ ಡಾಕ್ಟರ ಬೇರೆ ಇದ್ದಾರೆ, ಅಲ್ಲಿ ತೋರಿಸುತ್ತೇನೆ. ಇವರು ಮಕ್ಕಳ ಸ್ಪೆಶಲಿಸ್ಟ್." ಎಂದು ಅಪ್ಪ ಹೇಳಿದ್ದನ್ನು ನೆನಪಿಸಿಕೊಂಡ. ಯಾವುದೋ ವಸ್ತುವನ್ನು ಮೇಲಿಡಬೇಕಾದಾಗ ತನ್ನ ಭುಜ ಎತ್ತಿ ಹಿಡಿದು, "ನೋಡು ಹೀಗೆ... ಆ ಕೈ ಭಾರ ಪೂರ್ಣ ಕ್ರಚರ್ (crutcher) ಮೇಲೆ ಹಾಕು, ಕಾಲು ನಿಧಾನವಾಗಿ ನೆಲಕ್ಕೂರು... ನಾನು ಮಾಡುತ್ತಿದ್ದೇನಲ್ಲ ಹೀಗೆ"; ಇನ್ನೊಮ್ಮೆ "ನಿನ್ನಿಂದ ಆಗುವುದಿಲ್ಲವೆಂದರೆ ನನ್ನ ಹತ್ರವೂ ಆಗೊಲ್ಲ. ಬೇಕಾದರೆ ನೀನೇ ಮಾಡಿಕೋ" ಎಂದು ಅಪ್ಪ ಕೋಪಿಸಿದಂತ ಹಲವಾರು ಘಟನೆಗಳು ಕಣ್ಣ ಮುಂದೆ ಸುಳಿಯತೊಡಗಿದವು. 'ವೈದ್ಯರು ಕಾಲು ಬರದೇಹೋದರೂ ಹೋಗಬಹುದೆಂಬ ಆತಂಕ ವ್ಯಕ್ತ ಪಡಿಸಿದ್ದರೆಂಬುದು ನೆನಪು. ಒಂದು ವೇಳೆ ನನಗೆ ಕಾಲು ಬರದೇ ಹೋಗಿದ್ದಿದ್ದರೆ!' ದಿವಾಕರನ ತಲೆ, ನೆನಪು-ವಿಚಾರಗಳ ಕಲಸುಮೇಲೋಗರವಾಗಿ ದೇಹ ಕೃತಕವಾಗಿ ಒಂದೇ ಸವನೆ ಬೈಕನ್ನು ಓಡಿಸುತ್ತಿತ್ತು. 'ಹೀಗೊಮ್ಮೆ ನಾನು ನಡುಮನೆಯಲ್ಲಿ ಕುಳಿತು 'ಅಪ್ಪಾ ನೀರು ಬೇಕು' ಎಂದಾಗ ಅಪ್ಪ 'ನೀನೇ ಬಂದು ತೆಗೆದುಕೊಂಡು ಹೋಗು' ಎಂದಿದ್ದರು. ಅಪ್ಪನ ಕಾಠಿಣ್ಯತೆಗೆ ಮನ ನೊಂದರೂ ಎದುರಾಡಲು ಧೈರ್ಯ ಸಾಲದೇ ನಾನು ಕುಂಟುತ್ತ ಗೋಡೆ ಹಿಡಿದು ಕಷ್ಟಪಟ್ಟು ನಡೆಯುತ್ತ ಅಡುಗೆ ಮನೆಯ ಬಾಗಿಲಿಗೆ ಬಂದಾಗ-ಅಪ್ಪ ಒಂಟಿ ಕಾಲಲ್ಲಿ ನಿಂತು ಹರಸಾಹಸ ಪಡುತ್ತ ಊರುಗೋಲಿನ ಮೇಲೆ ಭುಜವಿರುವ ಕೈಯ್ಯಿಂದ ಸೀಮೇಎಣ್ಣೆ ಸ್ಟೋವನ್ನು ಗಟ್ಟಿಯಾಗಿ ಹಿಡಿದು ಇನ್ನೊಂದು ಕೈಯ್ಯಿಂದ ಅದರ ಪಂಪನ್ನು ಬುಸಬುಸನೆ ಹೊಡೆಯುತ್ತಿದ್ದರು. ನಡುನಡುವೆ ಹರಿದು ಬರುತ್ತಿದ್ದ ಕಣ್ಣೀರನ್ನು ಬನಿಯನ್ನಿನ ತೋಳಿನಿಂದ ಒರೆಸಿಕೊಳ್ಳುತ್ತಿದ್ದರು. ಸೀಮೆಎಣ್ಣೆ ಸ್ಟೋವಿನಿಂದ ಹೊರಹೊಮ್ಮುತ್ತಿರುವ ಘಾಟಿಗೆ ಅಪ್ಪನ ಕಣ್ಣಲ್ಲಿ ನೀರು ಬಂದಿರಬೇಕೆಂದು ನಾನಂದುಕೊಂಡಿದ್ದೆ!'

ಮನೆ ತಲುಪಿದ್ದೇ ಆತ ಲಗುಬಗೆಯಿಂದ ಚೀಲ ತುಂಬತೊಡಗಿದ. 'ಮಳೆ ಶುರುವಾದರೆ ಬೆಂಗಳೂರಿನ ರಸ್ತೆಗಳೆಲ್ಲ ಜಾಮಾಗಿ ಮೆಜೆಸ್ಟಿಕ್ಕು ತಲುಪಲೇ ನಾಲ್ಕೈದು ಗಂಟೆಗಳು ಬೇಕಾಗುವ ಸಾಧ್ಯತೆಯೂ ಇದೆ. ಈಗಲೇ ಹೊರಟರೆ ಒಳಿತು. ಈ ಬಾರಿ ಮಾತ್ರ ರಚ್ಚೆ ಹಿಡಿದಾದರೂ ಅಪ್ಪನನ್ನು ಇಲ್ಲಿಗೆ ಕರೆತರಬೇಕು. ಒಂದು ವೇಳೆ ಅವರು ಬರಲು ಒಪ್ಪದಿದ್ದರೆ ನಾನೇ ಅಂಬಿಕಾನಗರಕ್ಕೆ ಬಂದು ಇದ್ದು ಬಿಡುತ್ತೇನೆ' ಎಂದು ಪಟ್ಟುಹಿಡಿದು ಕೂರಬೇಕು ಎಂದು ನಿರ್ಧರಿಸಿದ. ಅಂದ ಹಾಗೆ, ಅವನು ಹಾಗೆಲ್ಲಾ ಆಫೀಸಿಗೆ ರಜೆ ಹಾಕುವವನೇ ಅಲ್ಲ. ಅದರಲ್ಲೂ ಮುಂಚಿತವಾಗಿ ತಿಳಿಸದೇ ರಜೆ ಹಾಕಿದ ದಾಖಲೆಯೇ ಇಲ್ಲ. ನಾಳೆ ಅಲ್ಲಿಂದಲೇ ಫೋನ್ ಮಾಡಿ, 'ಏನೋ ಎಮರ್ಜನ್ಸಿ ಕಾರಣಕ್ಕೆ ಬರಲಾಗುತ್ತಿಲ್ಲ; ಮೂರ್ನಾಲ್ಕು ದಿನ ಅಥವಾ ಒಂದು ವಾರವೇ ಆಗಬಹುದು. ಯಾವುದೂ ತಿಳಿಸುತ್ತೇನೆ' ಎಂದು ಹೇಳಿದರಾಯಿತು ಎಂದುಕೊಂಡ.

ಮುಕುಂದ ಬಂದು ಹೋದ

ಉಪಯೋಗಿಸದೇ ಇದ್ದರೂ, ಕಾಂಡೋಮ್ ಪ್ಯಾಕೆಟ್ಟುಗಳನ್ನು ಕೊಂಡು ಸಂಗ್ರಹಿಸಿಡುವ ಚಟ ಪ್ರಮೋದನಿಗೆ ಶುರುವಾಗಿ ವರ್ಷಗಳೇ ಆಗಿವೆ. ತನ್ನ ಒನ್ ಬಿ.ಎಚ್.ಕೆ ಮನೆಯ ಕಪಾಟಿನ ಬಾಗಿಲನ್ನು ಕಿರ್ರ್‌ssನೆ ಸಪ್ಪಳ ಮಾಡುತ್ತಾ ತೆರೆಯುತ್ತಿರುವಂತೆ ಟಪಟಪನೆ ಉದುರಿ ಬೀಳುವ ಒಂದೆರಡು ಪೊಟ್ಟಣಗಳನ್ನು ಎತ್ತಿ ಕಪಾಟಿನ ಸಾಮಾನುಗಳ ನಡುವೆಯೇ ತುರುಕಿಡುತ್ತಾ ಆತ 'ಇದೇ ಕೊನೆ, ಇನ್ನು ಮುಂದೆ ಒಂದೇ ಒಂದು ಪ್ಯಾಕೆಟ್ಟು ಕೊಂಡ್ರೂ ನನ್ನ ಕುಲದೇವರಾಣೆ' ಅಂದುಕೊಳ್ಳುತ್ತಾನೆ. ಆದರೆ ಕಪಾಟಿನಲ್ಲಿಯ ಪ್ಯಾಕೆಟ್ಟುಗಳ ಸಂಖ್ಯೆ ಹೆಚ್ಚುತ್ತಲೇ ಇದೆ. ಹಾಗಂತ ಕೊಂಡು ತಂದ ಪ್ಯಾಕೆಟ್ಟುಗಳನ್ನು ಉಪಯೋಗಿಸುವುದಿರಲಿ ಅವುಗಳನ್ನು ಆತ ಬಿಚ್ಚಿ ನೋಡಿದ್ದೂ ಕಡಿಮೆಯೇ. ಮೊದಮೊದಲು, ಅವುಗಳ ಮೇಲೆ ಏನು ಬರೆದಿದೆ; ಒಳಗಡೆ ಉಪಯೋಗಿಸುವ ವಿಧಾನ ತಿಳಿಸುವ ಹಾಳೆಗಳ ಹೊರತಾಗಿ ಮತ್ತ್ಯಾವ್ಯಾವ ಹಾಳೆಗಳಿವೆ ಎಂಬುದನ್ನು ನೋಡುವುದಿತ್ತು. ಆದರೆ ಇತ್ತೀಚೆಗೆ ಅವುಗಳಲ್ಲವನಿಗೆ ಯಾವ ಕುತೂಹಲವೂ ಉಳಿದಿಲ್ಲ. ಆದರೆ ಕೊಳ್ಳುವ ಚಟ ಮಾತ್ರ ಬಿಡಲಾಗುತ್ತಿಲ್ಲ. ಅಂಗಡಿಯ ಷೆಲ್ಫುಗಳಲ್ಲಿ ಯಾವುದೇ ಹೊಸ ಬ್ರ್ಯಾಂಡಿನ

ಅಥವಾ ಚಿತ್ರ ವಿನ್ಯಾಸದ ಕಾಂಡೋಮ್ ಪ್ಯಾಕೆಟ್ಟು ಕಂಡರೂ ಸಾಕು ಅದನ್ನು ಕೊಳ್ಳಬೇಕೆನ್ನುವ ಒತ್ತಡ ಆತನಿಗೆ ಹತ್ತಿಕ್ಕಲಾಗುವುದಿಲ್ಲ. ಈಗೆಲ್ಲಾ ಬೀದಿಗೊಂದು ಸೂಪರ್ ಮಾರ್ಕೆಟ್ಟು ಬಂದಿರುವುದರಿಂದ, ಔಷಧ ಅಂಗಡಿಗಳಿಗೆ ಹೋಗಿ ಅಲ್ಲಿ ಪಕ್ಕದಲ್ಲಿ ಯಾರಿದ್ದಾರೋ ಎಂದು ನೋಡಿ ಮುಜುಗರವಾದರೂ ತೋರಿಸಿಕೊಳ್ಳದೇ ಹೆಸರು ಹೇಳಿ ಕೇಳಿ ಪಡೆಯುವ ಅಗತ್ಯವೇನಿಲ್ಲ. ಸಾಬೂನು ಟೂತ್‌ಪೇಸ್ಟ್‌ಗಳಂತೆ ಜೋಡಿಸಿಟ್ಟಿರುವ ಪ್ಯಾಕೆಟ್ಟುಗಳಲ್ಲಿ (ಬೇಕಾದರೆ ಹಿಂದೆ ಮುಂದೆ ತಿರುವಿ ಅದರ ನಮೂನೆ, ಬಣ್ಣ ಬೆಲೆ ನೋಡುತ್ತಾ) ಇಷ್ಟವಾದದ್ದನ್ನು ಎತ್ತಿಕೊಂಡರಾಯಿತು. ಹೀಗೆ, ಕೌಂಟರಿನಲ್ಲಿ ಹಣ ಕೊಟ್ಟು ಅಂಗಡಿಯಾತ ಪ್ಯಾಕೆಟ್ಟಿನೊಡನೆ ಬಿಲ್ಲನ್ನು ಚರ್ರ್‌ssನೆ ಹರಿದು ಕೊಡುತ್ತಿರುವಂತೆ 'ಥ್... ಬೇಡವೆಂದು ಗೊತ್ತಿದ್ದರೂ ಮತ್ತೆ ಕೊಂಡುಕೊಂಡೆನಲ್ಲ... ಇದೇ ಕೊನೆಯ ಪ್ಯಾಕೆಟ್ಟು, ಇನ್ನು ಇದರ ಸಹವಾಸ ಸಾಕು' ಎಂದು ಆತ ಅತೀವವಾಗಿ ಬೇಸರಿಸಿಕೊಂಡ ಘಳಿಗೆಗಳೆಷ್ಟೋ. ಈ ಜರ್ದಾ ಪ್ಯಾಕೆಟ್ ಕೊಳ್ಳುವ ಚಟವನ್ನು ಬಿಡಲಾರದೇ ಒದ್ದಾಡುತ್ತಿರುವಾಗ ಈ ಕಾಂಡೋಮ್ ಪ್ಯಾಕೆಟ್ ಕೊಳ್ಳುವ ಚಟವೊಂದು ಶುರುವಾಗಿದೆಯಲ್ಲ ಎಂದು ಆತ ಸಂಕಟ ಪಡುವುದಂತೂ ನಿಜ. 'ಜರ್ದಾ ಆದರೆ ತಿಂದಾದರೂ ತಿಂತೇನೆ, ಈ ಸುಡುಗಾಡು ಪ್ಯಾಕೆಟ್ಟಿನಿಂದ ಪ್ರಯೋಜನವೇನೂ ಆಗುತ್ತಿಲ್ಲವಲ್ಲ' ಎಂಬುದನ್ನು ನೆನೆಸಿಕೊಂಡು ಆತ ಒಳಗೊಳಗೇ ನಕ್ಕಿದ್ದೂ ಇದೆ.

ಈ ಖಾಯಿಲೆ ಪ್ರಮೋದನಿಗೆ ಶುರುವಾಗುವುದಕ್ಕೆ ಮುಕುಂದನೇ ಹೊಣೆ ಎಂದು ಹೇಳಲು ಸಾಧ್ಯವಿಲ್ಲದಿದ್ದರೂ, ಕೊಳ್ಳಲು ಶುರು ಮಾಡಿದ್ದು ಮುಕುಂದನ ಸಹವಾಸದಿಂದಲೇ ಎಂಬುದು ಮಾತ್ರ ಸುಳ್ಳಲ್ಲ. ಈ ಮುಕುಂದ ಮತ್ಯಾರೂ ಅಲ್ಲ. ಪ್ರಮೋದನ ಚಡ್ಡಿದೋಸ್ತನೇ. ನೀರ್ನಳ್ಳಿಯಲ್ಲಿಯೇ ಇಬ್ಬರೂ ಪ್ರಾಥಮಿಕ ಶಾಲೆಗೆ ಹೋದದ್ದು. ನಂತರ ಹೈಸ್ಕೂಲು, ಯಲ್ಲಾಪುರದಲ್ಲಿ ಕಾಲೇಜು ಸೇರಿದಾಗಲೂ ಇಬ್ಬರೂ ಸಹಪಾಠಿಗಳೇ. ಕಾಲೇಜು ಮುಗಿಸಿ ಬೆಂಗಳೂರಿಗೆ ಬಂದು ಒಟ್ಟಿಗೇ ರೂಮು ಮಾಡಿಕೊಂಡಿದ್ದರು. ಮುಕುಂದನಿಗೆ ಬೆಂಗಳೂರಿನಲ್ಲಿ ಹೇಳಿಕೊಳ್ಳುವಂತಹ ನೆಂಟರ್ಯಾರೂ ಇರಲಿಲ್ಲ. ಪ್ರಮೋದನ ಚಿಕ್ಕಮ್ಮ ಅಲ್ಲೇ ಇದ್ದರೂ, ಅವರ ಮನೆಯಲ್ಲಿರುವುದಕ್ಕಿಂತ ಮುಕುಂದನೊಡನೆ ರೂಮಿನಲ್ಲಿರುವುದು ಒಳಿತೆಂದು ಆತನ ಅಮ್ಮ ಹೇಳಿದ್ದಳು. ಕನ್ನಡ ಮಾಧ್ಯಮದಲ್ಲಿ ಓದಿ, ಹಳ್ಳಿಯ ಕಾಲೇಜಿನಲ್ಲಿ ಬಿ.ಕಾಂ. ಮುಗಿಸಿ ಬೆಂಗಳೂರು ಸೇರಿದ ಅಸಂಖ್ಯಾತ ಹುಡುಗರ ಪಾಡಿಗಿಂತ ವಿಭಿನ್ನವಾಗೇನೂ ಇರಲಿಲ್ಲ ಇವರಿಬ್ಬರ ಕಥೆ. ನೌಕರಿಗಾಗಿ ಅಲೆದಾಡುತ್ತಾ, ಸೇರುತ್ತಾ ಬಿಡುತ್ತಾ, ನಡುನಡುವೆ ಖರ್ಚಿಗಾಗಿ ಮನೆಯಿಂದ ದುಡ್ಡು ತರಿಸಿಕೊಳ್ಳುತ್ತಾ, ಒಬ್ಬರಿಗೊಬ್ಬರು ಸಾಲ ಮಾಡುತ್ತಾ ಜೀವನ ಸಾಗಿತ್ತು.

ಹೀಗೇ ಏಳೆಂಟು ವರ್ಷಗಳು ಕಳೆದು ಹೋಗಿದ್ದವು. ಈಗ ಇಬ್ಬರಿಗೂ ನೌಕರಿ ಇತ್ತು, ರೂಮು ಬಿಟ್ಟು ಸಿಂಗಲ್ ಬೆಡ್ರೂಮ್ ಮನೆ ಬಾಡಿಗೆ ಪಡೆದಿದ್ದರು, ಸಾಲ ಮಾಡದೇ ಬೈಕ್ ಖರೀದಿಸಿದ್ದರು. ಆದರೂ 'ಇಷ್ಟು ವರ್ಷಗಳಾದರೂ ಒಂದು ಸೆಟ್ಲ್ ಅಂತಾ ಆಗ್ಲಿಲ್ಲ ನೋಡು ಮಾರಾಯ' ಎಂಬ ಕೊರಗು ಇಬ್ಬರನ್ನೂ ಕಾಡುತ್ತಿತ್ತು. ಟ್ರಾನ್ಸ್‌ಪೋರ್ಟ್ ಕಂಪನಿಯೊಂದರಲ್ಲಿ ಕೆಲಸ ಮಾಡುತ್ತಿದ್ದ ಮುಕುಂದ, ಗಲ್ಫ್‌ನಲ್ಲಿರುವ ಸಂಬಂಧಿಯೊಬ್ಬನ ಬೆನ್ನು ಬಿದ್ದು ಹೇಗಾದರೂ ದುಬಾಯಿಗೆ ಹೋಗಿಬಿಡಬೇಕೆಂದು ಪ್ರಯತ್ನಿಸುತ್ತಲಿದ್ದ. ಪ್ರಮೋದ, ಈ ನೌಕರಿಯಲ್ಲಿ ಏನೂ ಗಿಟ್ಟುವುದಿಲ್ಲ, ತನ್ನದೇ ಸ್ವಂತ ಏನಾದರೊಂದು ಬಿಸಿನೆಸ್ ಶುರು ಮಾಡಬೇಕೆಂದು ಕನಸು ಕಾಣುತ್ತಿದ್ದ. ಈ ಎಲ್ಲ ಹುಡುಕಾಟಗಳ ನಡುವೆ ಮದುವೆಯ ವಯಸ್ಸಿಗೆ ಬಂದ ಇವರುಗಳಿಗೆ ಹೆಣ್ಣು ಹುಡುಕುವ ಕಾಯಕವೂ ಶುರುವಾಗಿತ್ತು. ಮೊದಲೇ ಹೆಣ್ಣುಗಳ ಬರ. ಇವರ ಜಾತಿಯಲ್ಲಂತೂ ಊರಲ್ಲಿರುವ ಗಂಡುಗಳಿಗೆ ಹೆಣ್ಣು ಕೊಡುವವರೇ ಇಲ್ಲ ಎಂಬುದು ಹಳೆಯ ಕಥೆ. ಜೊತೆಗೆ, ಊರು ಬಿಟ್ಟು ಸಿಟಿಯಲ್ಲಿ ನೌಕರಿ ಮಾಡುತ್ತಿದ್ದರೂ ಹೆಣ್ಣಿಲ್ಲ ಎಂಬಂತ ಪರಿಸ್ಥಿತಿ. 'ಈಗಿನ ಹೆಣ್ಮಕ್ಕಳ ಕಂಡೀಷನ್ ಲಿಸ್ಟ್ ಸಿಕ್ಕಾಪಟ್ಟೆ ಉದ್ದ. ಇನ್ನೂ ಸೆಟ್ಲ್ ಆಗ್ಬೇಕು ಅಂದ್ರೆ ಮತ್ತೇನ್ ಆಗ್ಲಿಕ್ಕೆ ಸಾಧ್ಯ?' ಅಂತ ಅವರಿಗೆ ಈಗ ಅನ್ನಿಸತೊಡಗಿತ್ತು.

ಹೀಗಿರುವಾಗ, ಪ್ರಮೋದ ಗಾರ್ಡನಿಂಗ್ ಗುತ್ತಿಗೆ ಮಾಡುವ ಕಂಪನಿಯೊಂದರಲ್ಲಿ ಕೆಲಸಕ್ಕೆ ಸೇರಿಕೊಂಡ. ಪ್ರಮೋದ ಕೃಷಿ ಮೂಲದವನಾದರೂ, ಆತನಿಗೆ ಕೃಷಿ ಮಾಡಿ ಅನುಭವವೇನೂ ಇರಲಿಲ್ಲ. ಅದರಲ್ಲೂ ಬೆಂಗಳೂರಿನಲ್ಲಿ ಗಾರ್ಡನಿಂಗ್ ಸರ್ವೀಸಿಗೂ ಊರಲ್ಲಿಯ ಕೃಷಿಗೂ ಅಜಗಜಾಂತರ. ಈ ಕೃಷಿಯ ಮಟ್ಟುಗಳನ್ನು ಕಲಿತಿದ್ದು ಆತ ಬೆಂಗಳೂರು ಸೇರಿದ ಮೇಲೆಯೇ. ಬಿಡುಬೀಸಾಗಿ ಬೆಳೆದ ಗಿಡಮರಗಳನ್ನೆಲ್ಲ ಸಪಾಟು ಬೋಳಿಸಿ, ಅಲ್ಲಿ ಚೆಂದದ ಕಟ್ಟಡ ಕಟ್ಟಿ, ಸುತ್ತ ಬೇಲಿ ಹಾಕಿ, ಬೇಲಿಯೊಳಗೇ ಗಿಡ ಬೆಳೆಯುವಂತೆ ಮಾಡುವ ಕುಶಲತೆಯೇ ಗಾರ್ಡನಿಂಗ್. ಅದರಲ್ಲೊಂದು ಶಿಸ್ತಿದೆ, ಗಿಡಗಳು ಕುಂಡದ ಒಳಗೇ ಬೇರು ಹರಡಬೇಕು, ಒಂದು ವೇಳೆ ನೆಲದಲ್ಲೇ ಹರಡಿದರೂ ಕಟ್ಟಡದ ಅಡಿಪಾಯಕ್ಕೆ ಹಾನಿಯಾಗದಂತಿರಬೇಕು, ಅಂಥ ಗಿಡಗಳನ್ನೇ ಆರಿಸಬೇಕು. ಮನುಷ್ಯ ನಡೆಯುವ ಕಾಲು ಹಾದಿಯ ಎರಡೂ ಪಕ್ಕದಲ್ಲಿ ಅಚ್ಚುಕಟ್ಟಾಗಿ ಸಾಲಾಗಿ ಒಂದೇ ಮಟ್ಟದಲ್ಲಿ ಹಬ್ಬಿಕೊಂಡಿರಬೇಕು. ಹೀಗೇ ಹತ್ತು ಹಲವಾರು. "ನೋಡಪ್ಪಾ, ಇದನ್ನೇ ಟ್ರಿಮ್ಮಿಂಗ್ ಅನ್ನೊದು. ಇಲ್ಲಿ ನೋಡು... ಈ ಹಿಂಡಿನಲ್ಲಿ ಒಂದು ಕಾಂಡ ಮೊಳಕೆಯೊಡೆದು ಎಲೆ ಚಿಗುರಿ ತಲೆ ಎತ್ತಿ ನಿಂತಿದೆಯಲ್ಲ, ಇದನ್ನು ನೀಟಾಗಿ ಚಿವುಟಿ ಹಾಕಬೇಕು. ಬೆಳೆಯಲು ಬಿಟ್ಟರೆ ಅಡ್ಡಾದಿಡ್ಡಿಯಾಗಿ ಬೆಳೆದು ಅಂದವನ್ನೇ ಕೆಡಿಸಿಬಿಡುತ್ತೆ. ಯಾವ ಆಕಾರದಲ್ಲಿ ಡಿಸೈನ್

ಮಾಡಿರುತ್ತೀವೋ ಅದರಿಂದ ತುಸು ಹೊರಗೆ ಚಿಗುರೊಡೆದರೂ... ಕಚಕ್ ಕಚಕ್ ಅಂತಾ ಟ್ರಿಮ್ ಮಾಡಿ ಬಿಡಬೇಕು..." ಎಂದು ಕೆಲಸದವರಿಗೆ ಹೇಳುತ್ತಾ ಪ್ರಮೋದ ಗಾರ್ಡನಿಂಗ್ ಕಲೆಯನ್ನು ಬಹು ಬೇಗ ಕಲಿತ. ವರ್ಷೊಪ್ಪತ್ತಿನಲ್ಲಿ ಎನ್.ಜಿ.ಎಸ್ (ನೀರ್ನಳ್ಳಿ ಗಾರ್ಡನ್ ಸರ್ವಿಸಸ್) ಎಂಬ ತನ್ನದೇ ಒಂದು ಸಣ್ಣ ಗಾರ್ಡನಿಂಗ್ ಕಂಪನಿ ಶುರು ಮಾಡಿದ. 'ಪರವಾಗಿಲ್ಲ' ಅನ್ನುವ ರೀತಿಯಲ್ಲಿ ಅಲ್ಲಲ್ಲಿ ಗಾರ್ಡನಿಂಗ್ ಕಂಟ್ರಾಕ್ಟುಗಳೂ ಸಿಗತೊಡಗಿದವು. ಇದೇ ಸಂದರ್ಭದಲ್ಲಿ ಮುಕುಂದನಿಗೆ ಅದ್ಯಾವ ಅದೃಷ್ಟವಿತ್ತೋ ಏನೋ ದುಬೈ ಪಕ್ಕದ ಬಹ್ರೇನಿನಲ್ಲಿ ಕೆಲಸ ಸಿಕ್ಕಿ ಆತನೂ ಹೊರಟು ನಿಂತ.

ಮುಕುಂದ ಬಹ್ರೇನಿಗೆ ಹೋದ ಮೇಲೆ ಇವರ ಇಪ್ಪತ್ತಕ್ಕೂ ಹೆಚ್ಚಿನ ವರ್ಷದ ಸಾಂಗತ್ಯ ಮುರಿದಂತೆಯೇ ಆಗಿತ್ತು. ಹೋದ ಹೊಸತರಲ್ಲಿ ಆಗಾಗ ಬರುತ್ತಿದ್ದ ಮುಕುಂದನ ಫೋನ್‌ಗಳೂ ಕೊನೆ ಕೊನೆಗೆ ಕಡಿಮೆಯಾಗಿದ್ದವು. ಈಮೇಲು ಫೇಸ್‌ಬುಕ್ಕುಗಳನ್ನು ಇವರಿಬ್ಬರೂ ಬಳಸಿದ್ದು ಮೊದಲಿಂದಲೂ ಅಷ್ಟಕ್ಕಷ್ಟೇ. ಪ್ರಮೋದ ಒಬ್ಬನಿಗೆ ಈಗ ಒಂದು ಬೆಡ್‌ರೂಮಿನ ಮನೆ ಅಗತ್ಯವಿಲ್ಲವಾಗಿತ್ತಾದರೂ ನಾಳೆ ಮದುವೆಯಾದರೆ ಬೇಕೆಂದು ಅದೇ ಮನೆಯಲ್ಲಿ ವಾಸ ಮುಂದುವರಿಸಿದ್ದ. ಮುಕುಂದನಿಗೆ ವರ್ಷದಲ್ಲಿ ಒಂದು ತಿಂಗಳು ರಜೆಯಿರುತ್ತಿತ್ತು. ಆಗ ಭಾರತಕ್ಕೆ ಬರುವ ಆತ ನೀರ್ನಳ್ಳಿಯಲ್ಲಿ ಇರುವುದಕ್ಕಿಂತ ಹೆಚ್ಚು ಪ್ರಮೋದನೊಟ್ಟಿಗೇ ಇರುತ್ತಿದ್ದ. ತಿಂದು ಕುಡಿದು ತಿರುಗಿ ಹಳೆಯದನ್ನೆಲ್ಲಾ ನೆನಪಿಸಿ ನಕ್ಕು ಅವರು ಆ ಎರಡು ಮೂರು ವಾರಗಳನ್ನು ಮಜವಾಗಿ ಕಳೆಯುತ್ತಿದ್ದರು. ಮೊದಲೆಲ್ಲಾ ಒಂದು ಕಾಫಿ ಕುಡಿದರೂ 'ನೀನು ಬಿಲ್ಲು ಕೊಡು, ನೀನು ಬಿಲ್ಲು ಕೊಡು' ಎಂದು ಜಗಳಾಡುತ್ತಿದ್ದವರು ಈಗ ನಾಮುಂದು ತಾಮುಂದು ಎಂದು ಹಠಕ್ಕೆ ಬಿದ್ದವರಂತೆ ದುಡ್ಡು ಕೊಡುತ್ತಿದ್ದರು.

ಹೀಗೇ ಎರಡು ಮೂರು ವರ್ಷಗಳಾಗಿರಬಹುದು. ಊರಲ್ಲಿ ಪ್ರಮೋದನ ಅಪ್ಪ ಅಮ್ಮ ಮಗನಿಗೆ ಹೆಣ್ಣು ಹುಡುಕಿ ಹುಡುಕಿ ಹೈರಾಣಾಗಿ ಕುಳಿತಿದ್ದರು. ಎಲ್ಲ ಕೂಡಿಬಂದು ಅಡ್ಡಿಯಿಲ್ಲ ಎಂದಾದರೆ ಹುಡುಗಿಯ ಮನೆಯವರು ಕೇಳುವ ವಧುದಕ್ಷಿಣೆ ಕೊಡಲು ಇವರಿಂದ ಆಗುತ್ತಿರಲಿಲ್ಲ. ಇತ್ತ ಮುಕುಂದನಿಗೂ ಆದಷ್ಟುಬೇಗ ಮದುವೆ ಮಾಡಿ ಕಳಿಸಿಬಿಡಬೇಕೆಂದು ಅವರ ಮನೆಯವರು ಪ್ರಯತ್ನಿಸುತ್ತಿದ್ದರು. ವಿದೇಶದಲ್ಲಿರುವುದರಿಂದ ಮಾರುಕಟ್ಟೆಯಲ್ಲಿ ಅವನ ಬೆಲೆಯೂ ಹೆಚ್ಚಿತ್ತು. ಆತ ಬಹ್ರೇನಿನಿಂದ ಬರುವ ಮೊದಲೇ ಮನೆಯವರು ಅನೇಕ ಹುಡುಗಿಯರ ಫೋಟೋ ಹಾಗೂ ಜಾತಕ ತರಿಸಿ ಇಟ್ಟುಕೊಂಡಿದ್ದರು. ಅವುಗಳಲ್ಲಿ ಈತನಿಗೆ ಒಪ್ಪಿಗೆಯಾದ ಹುಡುಗಿಯೊಡನೆ ಮಾತುಕತೆ ಮುಂದರಿಸುವ ವಿಚಾರ ಅವರದಿತ್ತು. ಬೆಂಗಳೂರಿಗೆ ಬರುವಾಗ ಐದಾರು ಫೋಟೋಗಳನ್ನು ತೆಗೆದುಕೊಂಡು ಬಂದಿದ್ದ ಮುಕುಂದ.

ಅವುಗಳನ್ನೆಲ್ಲ ಪ್ರಮೋದನ ಮುಂದೆ ಹಿಡಿದು "ಯಾರಡ್ಡಿಯಿಲ್ಲ ಇವರಲ್ಲಿ?" ಎಂದು ಕೇಳಿದ್ದ. ಅದರಲ್ಲಿ ಒಂದು ಹುಡುಗಿಯ ಫೋಟೋ ಪ್ರಮೋದನಿಗೆ ತುಂಬಾ ಇಷ್ಟವಾಗಿತ್ತು. ಅವಳದೇ ಎರಡೆರಡು ಫೋಟೋಗಳಿದ್ದವು. ಒಂದು- ಸೀರೆಯುಟ್ಟು ಎರಡೂ ಕೈಗಳನ್ನು ಕೆಳಕ್ಕೆ ಬಿಟ್ಟು ಹೂದಾನಿಯೊಂದರ ಪಕ್ಕದಲ್ಲಿ ನಿಂತದ್ದು. ಇನ್ನೊಂದು- ಹೆಗಲುದ್ದದ ಕೂದಲನ್ನು ಹಿಂದಕ್ಕೆ ಹರಡಿ ಬಿಟ್ಟು ಟೇಬಲ್ ಒಂದಕ್ಕೆ ಆನಿಕೊಂಡು ಗಲ್ಲದ ಮೇಲೆ ಕೈಯಿಟ್ಟುಕೊಂಡ ಕ್ಲೋಸ್-ಅಪ್ ಫೋಟೋ. ಅದನ್ನು ನೋಡಿದ ಪ್ರಮೋದ ಪರವಶನಾಗಿಬಿಟ್ಟಿದ್ದ. ಎಂಥ ಚೆಂದದ ಹುಡುಗಿ, ಆದರೆ ಇಂಥವಳನ್ನು ಮದುವೆಯಾಗಬೇಕು ಅನ್ನಿಸಿಬಿಟ್ಟಿತ್ತು ಅವನಿಗೆ. "ಇವಳು ಚೆನ್ನಾಗಿದ್ದಾಳೆ ನೋಡು" ಎಂದು ಪ್ರಮೋದ ಹೇಳಿದ್ದಕ್ಕೆ, ಅವಳ ಜಘನದ ಭಾಗದ ಬಗ್ಗೆ ಪ್ರಸ್ತಾಪಿಸುತ್ತಾ ಅಶ್ಲೀಲವಾದ ಕಮೆಂಟ್ ಮಾಡಿ ಜೋರಾಗಿ ನಕ್ಕಿದ್ದ ಮುಕುಂದ. ನಗು ಬರದಿದ್ದರೂ ಹೆ... ಹ್ಹೆ ಎಂದಿದ್ದ ಪ್ರಮೋದ. ತಂದಿದ್ದ ಫೋಟೋಗಳ ಹೊರತಾಗಿ ಬೆಂಗಳೂರಿನಲ್ಲಿ ಬೇರೊಂದು ಹುಡುಗಿಯನ್ನು ನೋಡುವ ಕಾರ್ಯಕ್ರಮವೂ ಇತ್ತು ಮುಕುಂದನದು. ಕಾರಣಾಂತರಗಳಿಂದ ಅಪ್ಪ ಅಮ್ಮ ಬರದಿದ್ದುದರಿಂದ ಈತ ಒಬ್ಬನೇ ಬಂದಿದ್ದ ಹಾಗೂ ಪ್ರಮೋದನನ್ನು ಜೊತೆಯಲ್ಲಿ ಬರುವಂತೆ ಒತ್ತಾಯಿಸಿದ. ಗಲ್ಲದ ಮೇಲೆ ಕೈಯಿಟ್ಟುಕೊಂಡ ಲಕ್ಷಣವಂತ ಹುಡುಗಿಯನ್ನು ಮದುವೆಯಾಗುವುದು ಬಿಟ್ಟು ಈತ ಬೇರೆ ಹುಡುಗಿಯನ್ನೇಕೆ ನೋಡಲು ಹೋಗುತ್ತಿದ್ದಾನೆ ಎಂಬುದು ಅರ್ಥವಾಗಲಿಲ್ಲ ಆತನಿಗೆ. ಮರುದಿನ ಹೆಣ್ಣಿನ ಮನೆಗೆ ಹೋಗುವುದೆಂದಾಗಿತ್ತು. ತನ್ನಲ್ಲಿರುವ ಯಾವ ಅಂಗಿಯೂ ಈ ಕಾರ್ಯಕ್ರಮಕ್ಕೆ ಯೋಗ್ಯವಲ್ಲವೆಂಬುದನ್ನು ಅರಿತ ಪ್ರಮೋದ, ಮುಕುಂದನಿಗೆ ತಿಳಿಯದಂತೆ ಹೊಸ ಅಂಗಿಯನ್ನು ಕೊಂಡು ತಂದ. ಯಾವುದೇ ಹಿರಿಯರಿಲ್ಲದೇ ಗೆಳೆಯರಿಬ್ಬರು ಬಂದುದು ಹೆಣ್ಣಿನ ಮನೆಯವರಿಗೆ ತುಸುವೂ ಸಮಂಜಸವೆನಿಸಲಿಲ್ಲ. ಒಂದಿಷ್ಟು ಕುಶಲೋಪರಿ ಮಾತನಾಡಿ ಇವರನ್ನು ಬೀಳ್ಕೊಟ್ಟರು ಅವರುಗಳು. ಯಾಕೋ ಹೆಣ್ಣಿನ ತಂದೆ ಮುಕುಂದನಿಗಿಂತ ತನ್ನ ಬಗ್ಗೇ ಹೆಚ್ಚು ವಿಚಾರಿಸಿದಂತೆ ಅನಿಸಿತ್ತು ಪ್ರಮೋದನಿಗೆ. ಮುಕುಂದ ವಾಪಸ್ಸು ಹೋದ ಮೇಲೆ, ಅದೇ ಹೊಸ ಅಂಗಿಯನ್ನು ಧರಿಸಿ ಎರಡು ಮೂರು ಬಾರಿ ಆ ಹುಡುಗಿಯ ಮನೆಯ ಮುಂದೆ ಓಡಾಡಿದ್ದ ಪ್ರಮೋದ.

"ಮತ್ತೊಂದೆರಡು ಹೆಣ್ಣು ನೋಡುವುದಿದೆ. ಆಗದಿದ್ದರೆ ಈ ಫೋಟೋದಲ್ಲಿರುವ ಯಾರಾದರೂ ಒಬ್ಬಳನ್ನು ಆರಿಸಿ ಮದುವೆಯಾಗುತ್ತೇನೆ" ಎಂದು ಹೇಳಿ ನೀರ್ನಳ್ಳಿಗೆ ಹೋಗಿದ್ದ ಮುಕುಂದ ಮದುವೆಯಾಗದೇ ಬಹ್ರೇನಿಗೆ ಹಿಂತಿರುಗಿದ್ದ. ನಾಲ್ಕು ತಿಂಗಳ ನಂತರ ಒಂದು ವಾರ ರಜೆ ಹಾಕಿ ಮದುವೆಗೆಂದೇ ಬಂದು ಅವಸರ ಅವಸರದಲ್ಲಿ ಮದುವೆಯಾಗಿ ಹೋದ. ಪ್ರಮೋದನನ್ನು ಬರಲೇಬೇಕೆಂದು ಒತ್ತಾಯಿಸಿದ್ದ. ಆದರೆ

ತುಂಬಾ ಅಚಾನಕ್ ಆಗಿ ನಡೆದುಹೋದ ಈ ಮದುವೆಗೆ ಕಾರಣಾಂತರಗಳಿಂದ ಹೋಗಲಾಗಲಿಲ್ಲ ಇವನಿಗೆ. ಮುಕುಂದ ಗಲ್ಲದ ಮೇಲೆ ಕೈಯಿಟ್ಟ ಹುಡುಗಿಯನ್ನೇ ಆರಿಸಿ ಮದುವೆಯಾಗಿರಬಹುದು ಎಂದು ಬಲವಾಗಿ ಅನ್ನಿಸಿತು ಪ್ರಮೋದನಿಗೆ. ಮದುವೆ ತಪ್ಪಿ ಹೋದುದಕ್ಕೆ ತುಂಬ ನೊಂದುಕೊಂಡ.

ಈ ನಡುವೆ ಪ್ರಮೋದನಿಗೂ ಹೆಣ್ಣು ನೋಡುವ ಶಾಸ್ತ್ರದ ಪ್ರಹಸನವೊಂದು ನಡೆದುಹೋಯಿತು. ಬೆಂಗಳೂರಿನಲ್ಲಿ ಆತನ ಚಿಕ್ಕಮ್ಮನ ಮನೆ ಇತ್ತಷ್ಟೇ. ಸ್ವಂತ ಮನೆ, ಕಾರು ಇಟ್ಟುಕೊಂಡು ಗತ್ತಿನಿಂದಿರುವ ಆಕೆ ಈತನ ಮೇಲೆ ತೋರುವ ಸಹಾನುಭೂತಿ ಪ್ರಮೋದನಿಗೆ ಮೊದಲಿಂದಲೂ ಸೇರುತ್ತಿರಲಿಲ್ಲ. ಅದಕ್ಕೇ, ಯಾವುದಾದರೂ ಹಬ್ಬ ಪೂಜೆಯ ಕಾರ್ಯಕ್ರಮಗಳ ಒತ್ತಾಯದ ಹೊರತಾಗಿ ಈತ ಅವರ ಮನೆಗೆ ಹೆಚ್ಚಾಗಿ ಹೋಗುತ್ತಿರಲಿಲ್ಲ. 'ಚಿಕ್ಕಪ್ಪನದು ಸರಕಾರೀ ಕೆಲಸ, ಸಮಾ ಲಂಚ ತಿಂದು ಮಾಡಿದ ದುಡ್ಡು ಅದು' 'ಹೊಸ ಕಾರು ತಕೊಂಡದ್ದು ಹೌದು ಆದರೆ ಅದರ ಸೀಟಿಗೆ ಹಾಕಿದ್ದ ಪ್ಲಾಸ್ಟಿಕ್ ಕವರ್ ಮಾತ್ರ ಮೂರು ತಿಂಗಳಾದರೂ ತೆಗೀಲಿಲ್ಲ ನೋಡು' ಎಂದೆಲ್ಲಾ ಹಿಂದಿನಿಂದ ಮೂದಲಿಸುತ್ತಿದ್ದ ಈತ. ಆದರೆ ಬೆಂಗಳೂರಿನಲ್ಲೇ ನಡೆದ ಹೆಣ್ಣು ನೋಡುವ ಕಾರ್ಯಕ್ರಮಕ್ಕೆ ಆಕೆಯನ್ನು ಬಿಟ್ಟು ಹೋಗಲು ಸಾಧ್ಯವಿರಲಿಲ್ಲ. ಹೀಗಾಗಿ ಪ್ರಮೋದನ ಅಪ್ಪ ಅಮ್ಮನ ಜೊತೆ ಚಿಕ್ಕಮ್ಮನೂ ಬಂದಿದ್ದಳು. ಹೆಣ್ಣಿನ ಮನೆಯಲ್ಲಿ ಈತ ಅಂದುಕೊಂಡಂತೆ ಅದ್ದೂರೀ ಸ್ವಾಗತವೇನೂ ಇವರಿಗೆ ಸಿಗಲಿಲ್ಲ. ಸಾಲದೆಂಬಂತೆ ಹುಡುಗಿಯ ತಂದೆ 'ಕೈಕೆಳಗೆ ಎಷ್ಟು ಜನ ಇದ್ದಾರೆ, ಸಣ್ಣ ಪುಟ್ಟ ಮನೆಗಳಿಗೆ ಗಾರ್ಡನಿಂಗ್ ಮಾಡುತ್ತೀರೋ ಅಥವಾ ದೊಡ್ಡ ಕಂಪನಿಗಳ ಕಂಟ್ರಾಕ್ಟು ತೆಗೆದುಕೊಳ್ಳುತ್ತೀರೋ, ಗಿಡಗಳನ್ನು ಸಾಗಿಸಲು ಸ್ವಂತ ಗಾಡಿಯಿದೆಯೋ...' ಎಂದೆಲ್ಲಾ ನೂರಾರು ಪ್ರಶ್ನೆಗಳನ್ನು ಕೇಳಿ, ಈತ ಎಷ್ಟು ಸಂಪಾದಿಸುತ್ತಾನೆ ಎಂಬುದರ ಲೆಕ್ಕ ಹಾಕತೊಡಗಿದರು. ಅವರ ಮಾತಿನ ಧಾಟಿ, ವರ್ತನೆಯಲ್ಲಿಯೇ ಈ ಸಂಬಂಧ ತಮಗೆ ಸಮ್ಮತವಲ್ಲ ಎಂದು ಹೇಳಿದುದು ಸ್ಪಷ್ಟವಿತ್ತು. ಹಿಂದಿರುಗಿ ಬರುವಾಗ ಈತನ ಚಿಕ್ಕಮ್ಮ ಅತೀ ಕಾಳಜಿಯ ಧಾಟಿಯಲ್ಲಿ ವ್ಯಂಗ್ಯವಾಗಿ "ನಮ್ಮ ಪ್ರಮೂಗೆ ಎಲ್ಲಾದರೂ ದೊಡ್ಡ ಕಂಪನಿ ಬಿಲ್ಡಿಂಗಿನ ಗಾರ್ಡನಿಂಗ್ ಕಂಟ್ರಾಕ್ಟು ಸಿಕ್ಕಿದ್ದರೆ ಎಷ್ಟು ಭೋಲೋ ಆಗಿತ್ತು" ಎಂದು ನುಡಿದಿದ್ದಳು. ಆಕೆಯ ಬೆಂಗಳೂರು ಶೈಲಿಯ ಕನ್ನಡ ಇವನಿಗೆ ಮೊದಲಿಂದಲೂ ಸೇರುತ್ತಿರಲಿಲ್ಲ. ಆ ಕ್ಷಣಕ್ಕೆ ಆತನಿಗೆ ಗಲ್ಲದ ಮೇಲೆ ಕೈಯಿಟ್ಟ ಹುಡುಗಿಯ ಫೋಟೋ ನೆನಪಿಗೆ ಬಂದಿತ್ತು.

ಮುಂದಿನ ಬಾರಿ ರಜೆಯಲ್ಲಿ ಭಾರತಕ್ಕೆ ಬಂದಾಗ ಮುಕುಂದ ತನ್ನ ಹೆಂಡತಿಯನ್ನು ಖಂಡಿತ ಪರಿಚಯಿಸುತ್ತಾನೆ ಅಂದುಕೊಂಡಿದ್ದ ಪ್ರಮೋದ. ಏರ್‌ಪೋರ್ಟಿನಲ್ಲೇ ಭೇಟಿಯಾಗುವ ನಿರೀಕ್ಷೆಯಿಟ್ಟುಕೊಂಡಿದ್ದ. ಮೊದಲೆಲ್ಲಾ ತಾನು ಬರುವ ಒಂದು ವಾರ ಮೊದಲೇ ಪ್ರಮೋದನಿಗೆ ಫೋನ್ ಮಾಡಿ ತಿಳಿಸಿರುತ್ತಿದ್ದ ಮುಕುಂದ ಈ ಬಾರಿ ಭಾರತಕ್ಕೆ ಬಂದು ಎರಡು ವಾರದ ನಂತರ ಕರೆ ಮಾಡಿದ. ಫೋನ್ ಮಾಡಲಾಗದ್ದಕ್ಕೆ ಹಲವು ಕಾರಣಗಳನ್ನು ಕೊಡುತ್ತ ನೀರ್ನಳ್ಳಿಯಿಂದ ಎರಡು ದಿನದ ಮಟ್ಟಿಗೆ ಬೆಂಗಳೂರಿಗೆ ಬರುತ್ತಿರುವುದಾಗಿಯೂ, ಈತನ ಮನೆಯಲ್ಲೇ ಉಳಿಯುವುದಾಗಿಯೂ ತಿಳಿಸಿದ. ಒಬ್ಬನೇ ಬಂದ. ಪ್ರಮೋದನಿಗೆ ಬಹಳೇ ನಿರಾಶೆಯಾಯಿತು. ಭೇಟಿಯ ಸಮಯದಲ್ಲಿ ಗಲ್ಲದಮೇಲೆ ಕೈಯ್ಯಿಟ್ಟ ಹುಡುಗಿಯೇ ಮುಕುಂದನ ಹೆಂಡತಿಯೇ ಎಂಬುದನ್ನು ತಿಳಿದುಕೊಳ್ಳಲು ಹಲವು ಬಾರಿ ಪರೋಕ್ಷವಾಗಿ ಪ್ರಯತ್ನಿಸಿದರೂ ಪ್ರಮೋದನಿಗೆ ಸಾಧ್ಯವೇ ಆಗಲಿಲ್ಲ. ಹೋಗಲಿ, ಅವಳು ಆಕೆಯೇ ಎಂದು ನೇರವಾಗಿ ಕೇಳಿಬಿಡೋಣ ಅಂದರೆ– ಮುಕುಂದ ಅಂದು ಹೇಳಿದ ಅಶ್ಲೀಲ ಮಾತುಗಳ ರೆಫರನ್ಸ್ ವಿನಃ ಮತ್ಯಾವ ಉಲ್ಲೇಖಗಳೂ ಈತನಲ್ಲಿ ಇರಲಿಲ್ಲ. ಆ ಸಂದರ್ಭವನ್ನು ಈಗ ಪ್ರಸ್ತಾವಿಸಲು ಸಾಧ್ಯವಾದರೂ ಉಂಟೇ?

ಉಳಿದಂತೆ, ಅವರ ಮಾತು ಎಲ್ಲಿ ಹೋದರೂ ಕೊನೆಗೆ ಪ್ರಮೋದನ ಆಗದ ಮದುವೆಗೇ ಬಂದು ನಿಲ್ಲುತ್ತಿತ್ತು. ಹೆಣ್ಣು ಮಕ್ಕಳ ಕೊರತೆ ಇಲ್ಲಷ್ಟೇ ಅಲ್ಲ, ಗಲ್ಫ್ ರಾಷ್ಟ್ರಗಳಲ್ಲಿ ಇದೊಂದು ದೊಡ್ಡ ಸಮಸ್ಯೆಯೇ ಆಗಿರುವ ಕುತೂಹಲಕಾರಿ ಅಂಶವನ್ನು ಮುಕುಂದ ತಿಳಿಸಿದ. ಅಲ್ಲಿ ಈಗ ಹೆಣ್ಣಿನ ಪ್ರಮಾಣ ಗಣನೀಯವಾಗಿ ತಗ್ಗಿದೆ. ವಧುದಕ್ಷಿಣೆಯ ಮೊತ್ತವಂತೂ ಅಷ್ಟಿಷ್ಟಲ್ಲ. ಜೊತೆಗೆ ಪುರುಷರು ಒಂದಕ್ಕಿಂತ ಹೆಚ್ಚಿಗೆ ಮದುವೆಯಾಗುವುದು ಅಸಿಂಧುವೇನೂ ಅಲ್ಲವಾದ್ದರಿಂದ ಮದುವೆಗೆ ಹೆಣ್ಣು ಸಿಗುವುದೇ ದುಸ್ತರವಾಗಿದೆ. ಸಾಲದೆಂಬಂತೆ ಅವರಿಗೆ ಚೆಂದದ ಶೋಕಿ ಸ್ವಲ್ಪ ಜಾಸ್ತಿಯೇ. ಸಾಧಾರಣ ಶ್ರೀಮಂತನಾದವನಿಗೂ ಚೆಂದದ ಹೆಣ್ಣೊಂದನ್ನು ಹಣ ಕೊಟ್ಟು ಮದುವೆಯಾಗಿ ಬರುವುದು ಬಹಳೇ ಕಷ್ಟ. ಹೀಗಾಗಿ ಅಲ್ಲಿಯೂ ಮೂವತ್ತು ದಾಟಿದ ಮದುವೆಯಾಗದ ಹುಡುಗರ ಸಂಖ್ಯೆ ಹೆಚ್ಚಿದೆ. ಇದು ಬಹ್ರೇನ್ ದೇಶದ್ದೊಂದೇ ಸಮಸ್ಯೆಯಲ್ಲ. ಸುತ್ತಮುತ್ತಲಿನ ಗಲ್ಫ್ ರಾಷ್ಟ್ರಗಳದ್ದೆಲ್ಲವೂ ಇದೇ ಪರಿಸ್ಥಿತಿ. ಅಲ್ಲಿಯ ಜನ ಭಾರತದ ಹೈದರಾಬಾದಿಗೆ ಬಂದು ಹೆಣ್ಣನ್ನು ಹುಡುಕಿ ಮದುವೆಯಾಗಿ ಅಲ್ಲಿ ಕರಕೊಂಡು ಹೋಗುತ್ತಾರೆ. ಇದು ಅವರಿಗೆ ಬಹಳೇ ಸೋವಿಯಾಗಿ ವರ್ಕ್‌ಔಟ್ ಆಗುತ್ತೆ. ಅದನ್ನು ಮಾಡಿಸುವ ಬ್ರೋಕರುಗಳು ಇಲ್ಲೂ, ಅಲ್ಲೂ ಇದ್ದಾರೆ. ಭಾರತದಲ್ಲೂ 'ಗುಜ್ಜರ್ ಮದುವೆ' ಅನ್ನೋ ಒಂದು ಸಂಪ್ರದಾಯ ಇದೆಯಲ್ಲ. ಉತ್ತರ ಭಾರತದ ಕೆಲ ರಾಜ್ಯದ ಜನರು ಇಲ್ಲಿ ನಮ್ಮ ಕರ್ನಾಟಕದ

ಹಳ್ಳಿಗಳಿಗೆ ಬಂದು, ಅತೀ ಬಡ ಕುಟುಂಬದ ಹೆಣ್ಣುಗಳನ್ನು ಮದುವೆಯಾಗುವುದು... ಇತ್ಯಾದಿ ಮಾತಿನ ನಡುವೆ, "ನೀನೂ ಹಾಗೇ ಯಾರನ್ನಾದರೂ ನೋಡಿಕೊಂಡು ಮದುವೆಯಾಗಿಬಿಡು ಮಾರಾಯ..."ಎಂದ ಮುಕುಂದ. ಹಿಂದೆ ಇಬ್ಬರೂ ಮದುವೆಯಾಗದೇ ಬೆಂಗಳೂರಿನಲ್ಲಿದ್ದಾಗ– ಇದೇ ರೀತಿ ಹಳ್ಳಿಯಲ್ಲಿರುವ ಹುಡುಗರು ಬಯಲು ಸೀಮೆಯ ಹೆಣ್ಣು ತಂದು ಮದುವೆಯಾಗಲು ಪ್ರಾರಂಭಿಸಿದ್ದ ವಿಷಯವನ್ನು ಅವರು ಬಹಳ ಬಾರಿ ಚರ್ಚಿಸಿದ್ದರು. ಹೀಗೆ ಮದುವೆ ಮಾಡಿಸಿಕೊಂಡು ಬಂದ ಹುಡುಗಿಯೊಬ್ಬಳು ಐದಾರು ತಿಂಗಳು ಸಂಸಾರ ಮಾಡಿ ನಂತರ ಮನೆಯಲ್ಲಿದ್ದ ಒಡವೆ ಹಣವನ್ನೆಲ್ಲ ದೋಚಿಕೊಂಡು ಹೋದ ಕಥೆಯನ್ನು ನೆನಪಿಸಿಕೊಂಡು, 'ಭಯಂಕರ ಡೇಂಜರು ನೋಡು... ಅವರೆಲ್ಲ ನಮ್ಮ ಮನೆಗೆ ಸೆಟ್ ಆಗೊಲ್ಲಾ ಮಾರಾಯ' ಎಂದು ಇದೇ ಮುಕುಂದ ಹಿಂದೆ ಹೇಳಿದ್ದನ್ನು ನೆನಪಿಸಿಕೊಂಡ ಪ್ರಮೋದ. 'ಆಗ ಹಾಗೆ ಹೇಳಿದ್ದೆ, ಇಗ್ಯಾಕೆ ಹೀಗೆ ಹೇಳುತ್ತಿರುವೆ?' ಎಂದು ಆತನೊಡನೆ ವಾದಿಸುವ ಮನಸ್ಸಾಗಲಿಲ್ಲ.

ಯಾಕೋ ಈ ಬಾರಿಯ ಮುಕುಂದನ ಭೇಟಿ ಅಷ್ಟೊಂದು ಖುಷಿ ಕೊಡಲಿಲ್ಲ ಪ್ರಮೋದನಿಗೆ. ಮನಸ್ಸಿಗೆ ಏನೋ ಒಂಥರಾ ಅನ್ನಿಸಿತು. ಬಹ್ರೇನಿನಲ್ಲಿ ಸಿಕ್ಕಾಪಟ್ಟೆ ತುಟ್ಟಿ ಎಂದು ಬೆಂಗಳೂರಿಂದಲೇ ಒಂದಿಷ್ಟು ಬಟ್ಟೆ ಬರೆ, ಚಡ್ಡಿ ಬನಿಯನ್ನುಗಳನ್ನೆಲ್ಲಾ ಮುಕುಂದ ಖರೀದಿಸಿ ಹೋದದ್ದನ್ನು ತನ್ನ ಗೆಳೆಯರ ಬಳಿ ಹೇಳಿ "ಎನ್.ಆರ್. ಆಯ್.ಗಳ ಕಥೆ ನೋಡು ಮಾರಾಯಾ..." ಅನ್ನುತ್ತಾ ನಕ್ಕ ಪ್ರಮೋದ. "ರಿಟರ್ನ್ ಫ್ಲೈಟ್ ಬೆಂಗಳೂರಿನಿಂದಲೇ ಇರುವುದು, ಎರಡು ದಿನ ಮುಂಚೆ ಹೆಂಡತಿಯೊಡನೆ ಬಂದು ನಿನ್ನ ಮನೆಯಲ್ಲಿಯೇ ಉಳಿದು ಹೋಗುತ್ತೇನೆ" ಎಂದು ಹೇಳಿ ನೀರ್ನಳ್ಳಿಗೆ ಹೋಗಿದ್ದ ಮುಕುಂದ ಬಹ್ರೇನಿಗೆ ಹೋಗಿ ವಾರದ ಮೇಲಾಯಿತು ಎಂಬ ಸುದ್ದಿ ಪ್ರಮೋದನಿಗೆ ನಂತರ ಅವನ ಅಮ್ಮನಿಂದ ತಿಳಿಯಿತು.

ನಂತರದ ವರ್ಷ ಪ್ರಮೋದನ ಅದೃಷ್ಟದ ವರ್ಷವೆಂದೇ ಹೇಳಬಹುದು. ಅವನಿಗೆ ಬೆಂಗಳೂರಿನ ಪ್ರತಿಷ್ಠಿತ ಸಾಫ್ಟ್‌ವೇರ್ ಕಂಪನಿಯೊಂದರ ದೊಡ್ಡ ಕಟ್ಟಡದ ಗಾರ್ಡನ್ ಮೆಂಟೇನನ್ಸ್ ಕಂಟ್ರಾಕ್ಟ್ ಸಿಕ್ಕಿತ್ತು. ಈ ಸುದ್ದಿ ಮೊತ್ತಮೊದಲು ತನ್ನ ಚಿಕ್ಕಮ್ಮನಿಗೆ ತಿಳಿಯಬೇಕೆಂದು ಆತನ ಮನ ಕಾತರಿಸುತ್ತಿತ್ತು. ಆದರೆ ಇದನ್ನು ತಿಳಿಸಲೆಂದೇ ಅವರ ಮನೆಗೆ ಹೋಗುವುದಾಗಲೀ ಅಥವಾ ಫೋನ್ ಮಾಡುವುದಾಗಲೀ ಆತನಿಗೆ ಸರಿ ಅನ್ನಿಸುತ್ತಿರಲಿಲ್ಲ. ಹೀಗಿರುವಾಗ ಒಂದು ದಿನ ಚಿಕ್ಕಮ್ಮನಿಂದಲೇ ಇವನಿಗೆ ಫೋನ್ ಬಂತು. ಮೊಬೈಲ್‌ನಲ್ಲಿ ಹೆಸರು ನೋಡುತ್ತಲೇ ಉತ್ಸುಕನಾದ ಪ್ರಮೋದ. ಸಾಫ್ಟ್‌ವೇರ್ ಇಂಜಿನಿಯರಿಂಗ್ ಮುಗಿಸಿದ ತನ್ನ ಮಗಳಿಗೆ ಒಳ್ಳೆಯ ಕಂಪನಿಯಲ್ಲಿ ಕೆಲಸ ಸಿಕ್ಕಿರುವುದಾಗಿಯೂ, ಶುರುವಿನ ಸಂಬಳವೇ ಇಷ್ಟಿರುವುದಾಗಿಯೂ,

ಫಾರಿನ್ನಿಗೆ ಹೋಗುವ ಛಾನ್ಸ್ ಕೂಡ ಇರುತ್ತೆಂಬುದಾಗಿಯೂ, ಈ ಖುಷಿಯ ಸುದ್ದಿ ತಿಳಿಸಲೆಂದೇ ಫೋನ್ ಮಾಡಿದೆ ಎಂಬುದಾಗಿ ಆಕೆ ಹೇಳಿದಳು. ಅವಳ ಮಗಳು ಕೆಲಸಕ್ಕೆ ಸೇರಿದ್ದು ಈತನಿಗೆ ಹೊಸದಾಗಿ ಕಂಟ್ರಾಕ್ಟ್ ಸಿಕ್ಕ ಕಂಪನಿಯೇ ಆಗಿತ್ತು. "ಓ... ಹೌದಾ ಭಾರೀ ಛೊಲೋ ಆತು ಬಿಡು" ಅನ್ನುತ್ತಾ ಪ್ರಮೋದ ಫೋನ್ ಇಟ್ಟ. ತಾನು ಬಹುದಿನದಿಂದ ಆಕೆಗೆ ಹೇಳಬೇಕೆಂದುಕೊಂಡಿರುವ ವಿಷಯ ಗಂಟಲಲ್ಲೇ ಇಂಗಿ ಹೋಗಿತ್ತು.

ಈ ನಡುವೆ, ಮುಕುಂದನ ಹೆಂಡತಿ ಗಲ್ಲದ ಮೇಲೆ ಕೈಯಿಟ್ಟ ಹುಡುಗಿಯೇ ಅಥವಾ ಬೇರೆಯೇ ಎಂಬುದನ್ನು ಪತ್ತೆಹಚ್ಚಲಾಗದ ಕೊರಗು ಪ್ರಮೋದನನ್ನು ಬಹಳ ಕಾಡುತ್ತಿತ್ತು. ಈಮೇಲ್‌ಗಳನ್ನೇ ಬಳಸದ ಈತ ಮುಕುಂದನಿಗೆ ಮೇಲ್ ಕಳಿಸಿ 'ನಿನ್ನ ಫೆಮಿಲಿ ಫೋಟೊ ಕಳಿಸಿಕೊಡು' ಎಂದು ಪತ್ರದಲ್ಲಿ ಸೇರಿಸಿದ. ಉತ್ತರಕ್ಕಾಗಿ ಕಾದು ಕಾದು ತಿಂಗಳ ನಂತರ ಫೆಮಿಲಿ ಫೋಟೋ ಬಂತು. ಯಾವುದೋ ಗಗನಚುಂಬಿ ಕಟ್ಟಡದ ಎದುರಿಗೆ ಒಂದು ಕೈಯ್ಯನ್ನು ಹೆಂಡತಿಯ ಹೆಗಲ ಮೇಲೂ ಇನ್ನೊಂದನ್ನು ಸೊಂಟದ ಮೇಲೂ ಇಟ್ಟು ಫೋಸು ಕೊಟ್ಟು ನಿಂತಿದ್ದ ಫೋಟೋದಲ್ಲಿ ಕಟ್ಟಡ ಪೂರ್ಣ ಕಾಣಿಸುತ್ತಿತ್ತು. ಎದುರಿಗೆ ಒಂದು ಅಂಗುಲದಷ್ಟಿದ್ದ ದಂಪತಿಗಳ ಫೋಟೋದಲ್ಲಿ ಆಕೆಯ ಸಣ್ಣ ಮುಖ ಎಷ್ಟು ಝೂಮ್ ಮಾಡಿದರೂ ಗುರುತು ತಿಳಿಯುವಂತಿರಲಿಲ್ಲ.

ಇತ್ತೀಚಿನ ವರ್ಷಗಳಲ್ಲಿ ಮುಕುಂದ ಭಾರತಕ್ಕೆ ಬರುವುದರ ಬಗ್ಗೆ ಪ್ರಮೋದನಿಗೆ ಯಾವ ಮಾಹಿತಿಯೂ ಇರುತ್ತಿರಲಿಲ್ಲ. ಹೀಗೊಂದು ದಿನ ಅಚಾನಕ್ಕಾಗಿ ಫೋನ್ ಮಾಡಿದ ಮುಕುಂದ ಬೆಂಗಳೂರಿನಲ್ಲೇ ಇದ್ದೇನೆ ಬಂದು ಸಿಗುತ್ತೇನೆ ಎಂದ. ಸಂಜೆ ಬಂದವನು ಇವತ್ತೇ ರಾತ್ರಿ ಬಸ್ಸಿಗೆ ನೀರ್ನಳ್ಳಿಗೆ ಹೋಗುತ್ತಿರುವುದಾಗಿ ಹೇಳಿ "ಒಂದಿಷ್ಟು ಕಾಂಡೋಮ್ ಖರೀದಿಸಬೇಕು, ನನ್ನ ಜೊತೆ ಬಾ" ಎಂದ. ಮದುವೆಯಾಗಿ ಮೂರ್ನಾಲ್ಕು ವರ್ಷವಾದವನು ಅದರ ಖರೀದಿಗೆ ತನ್ನನ್ಯಾಕೆ ಕರೆಯುತ್ತಿದ್ದಾನೆ ಎಂಬ ಪ್ರಮೋದನ ಆಶ್ಚರ್ಯಕ್ಕೆ ಉತ್ತರವೂ ದೊರೆಯಿತು. ಮುಕುಂದನಿಗೆ ಬಾಕ್ಸುಗಟ್ಟಲೇ ಕಾಂಡೋಮ್ ಖರೀದಿಸಬೇಕಿತ್ತು. ಶಾಪಿಂಗ್‌ಮಾಲ್‌ಗಳಿಗೆ ಹೋಗಿ ಅಟ್ಟಣಿಗೆಯಲ್ಲಿರುವ ಎಲ್ಲ ಪೊಟ್ಟಣಗಳನ್ನೂ ಎತ್ತಿಕೊಳ್ಳೋಣವೆಂದರೆ ಕ್ಯಾಮರಾದಲ್ಲಿ ರೆಕಾರ್ಡ್ ಆದದ್ದನ್ನು ಯಾರಾದರೂ ಕದ್ದು ಇಂಟರ್ನೆಟ್ಟಿನಲ್ಲಿ ಹಾಕಿದರೆ ಎಂಬ ಭಯ. ಹೀಗಾಗಿ ಔಷಧ ಅಂಗಡಿಗಳಿಗೆ ಹೋಗಿ ಕೊಳ್ಳಬೇಕಿತ್ತು. ದಾರಿಯಲ್ಲಿ

ಈ ಖರೀದಿಯ ಹಿನ್ನೆಲೆಯ ಕುತೂಹಲಕಾರಿ ಕಥೆಯನ್ನೂ ಹೇಳಿದ ಮುಕುಂದ. ಗಲ್ಫ್ ರಾಷ್ಟ್ರಗಳಲ್ಲಿ ಗರ್ಭ ತೆಗೆಸುವುದು ಖಡಾಖಂಡಿತ ನಿಷೇಧ. ಯಾರಾದರೂ ಅಬಾರ್ಷನ್ ಮಾಡಿಸಿ ಸಿಕ್ಕಿಬಿದ್ದರೆ, ಆ ವೈದ್ಯ ಹಾಗೂ ಮಹಿಳೆಗೆ ಜೈಲೇ ಗತಿ. ಆದರೂ ಕಾನೂನಿಗೆ ವಿರುದ್ಧವಾಗಿ ಕದ್ದು ಮುಚ್ಚಿ ಅಬಾರ್ಷನ್ ಮಾಡಿಸುವ ದೊಡ್ಡ ದಂಧೆಯೇ ಗಲ್ಫ್‌ನಲ್ಲಿ ಚಾಲ್ತಿಯಲ್ಲಿದೆ. ಡಾಕ್ಟರುಗಳಿಂದ ಹಿಡಿದು ಬ್ರೋಕರುಗಳವರೆಗೆ ಅದು ಲಕ್ಷಾಂತರ ರೂಪಾಯಿಗಳ ವಹಿವಾಟು. ಇನ್ನು ಮುಕುಂದನ ವಿಷಯಕ್ಕೆ ಬಂದರೆ– ಸದ್ಯಕ್ಕೆ ಮಕ್ಕಳು ಬೇಡ ಅಂದುಕೊಂಡಿದ್ದ ಇವರುಗಳಿಗೆ, ನಡುವೆ ಒಮ್ಮೆ ಹೆಂಡತಿ ಗರ್ಭಿಣಿಯಿರಬಹುದೋ ಎಂಬ ಸಂಶಯ ಬಂದಿದೆ. ತಪಾಸಣೆಯ ಸಲುವಾಗಿ ಆಕೆಯನ್ನು ಅಲ್ಲಿಯ ಆಸ್ಪತ್ರೆಗೆ ಕರೆದೊಯ್ಯಲು ಈತನಿಗೆ ಭಯ (ತಪಾಸಣೆಗೆ ಹೋದಾಗ ಏನೋ ಗೊಂದಲವಾಗಿ ಇವರು ಗರ್ಭ ತೆಗೆಸಲೇ ಬಂದಿದ್ದಾರೆಂದು ತಿಳಿದು ಅವಘಡವಾಗಿ ಹೋದರೆ!) ಏನು ಮಾಡಲೆಂದು ತೋಚದೆ ಪರದಾಡಿದ್ದ ಆತ. ಕೊನೆಗೆ ಆತನ ಗೆಳೆಯನೊಬ್ಬನ ಪರಿಚಯದ ವೈದ್ಯರೊಬ್ಬರ ಮನವೊಲಿಸಿ, ಪತ್ನಿಯ ಮೂತ್ರದ ಸ್ಯಾಂಪಲ್ಲನ್ನು ಅವರ ಮನೆಗೆ ತಪಾಸಣೆಗೆ ತಲುಪಿಸಿ ಬಂದ ಕಥೆಯನ್ನು ಹೇಳುತ್ತ "ಚಾನ್ಸ್ ತೆಗೆದುಕೊಳ್ಳುವಹಾಗೇ ಇಲ್ಲ ಮಾರಾಯ. ಅಲ್ಲಿ ಒಂದು ಕಾಂಡೋಮಿಗೆ ಇಲ್ಲಿಯ ಹತ್ತು ಪಟ್ಟು ಬೆಲೆ. ಒಂದು ವರ್ಷಕ್ಕಾಗುವಷ್ಟು ಇಲ್ಲಿಂದಲೇ ತೆಗೆದುಕೊಂಡು ಹೋಗಿಬಿಡುತ್ತೇನೆ" ಎಂದ. ಹೆಂಡತಿಯ ಕುರಿತ ಅನೇಕ ವಿಷಯಗಳನ್ನು ಮುಕುಂದ ಹೇಳುತ್ತಿದ್ದನಾದರೂ, ಆಕೆ ಗಲ್ಲದ ಮೇಲೆ ಕೈಯಿಟ್ಟ ಹುಡುಗಿಯೇ ಎಂಬ ಸಂಗತಿಯನ್ನು ಮಾತ್ರ ತಿಳಿದುಕೊಳ್ಳಲು ಈಬಾರಿಯೂ ಸಾಧ್ಯವಾಗಲಿಲ್ಲ ಪ್ರಮೋದನಿಗೆ. 'ಈತ ಬೇಕೆಂತಲೇ ಅದನ್ನು ಹೇಳುತ್ತಿಲ್ಲವೆ? ತಾನು ಹಿಂದೆ ಆಕೆಯ ಬಗ್ಗೆ ಹೇಳಿದ ಅಶ್ಲೀಲ ಮಾತು ನನಗೆ ನೆನಪಿರಬಹುದೆಂಬ ಗುಮಾನಿಗೇ ತನ್ನ ಹೆಂಡತಿಯನ್ನೀತ ನನಗೆ ಪರಿಚಯಿಸುತ್ತಿಲ್ಲವೆ... ಅಥವಾ ಅಂಥ ಏನೂ ಉದ್ದೇಶಗಳೇ ಇಲ್ಲದೇ ಈತ ಸಹಜವಾಗಿಯೇ ಇದ್ದಾನೋ? ಅಥವಾ ಎಲ್ಲವೂ ನನ್ನ ಭ್ರಮೆಯೇ ಆಗಿ, ಆಕೆ ಬೇರೆಯವಳೇ ಆಗಿರಬಹುದೇ?' ಎಂಬ ಗೊಂದಲ ಪ್ರಮೋದನನ್ನು ನಿರಂತರವಾಗಿ ಕಾಡುತ್ತಿತ್ತು.

ಸಣ್ಣ ಅಂಗಡಿಗಳಿಗೆ ಹೋದುದಕ್ಕೋ ಏನೋ ಅಪೇಕ್ಷಿತ ಸಂಖ್ಯೆಯ ಕಾಂಡೋಮ್‌ಗಳು ಒಂದೇ ಅಂಗಡಿಯಲ್ಲಿ ದೊರೆಯಲಿಲ್ಲ ಮುಕುಂದನಿಗೆ. ಮೂರ್ನಾಲ್ಕು ಅಂಗಡಿಗಳನ್ನು ಸುತ್ತಬೇಕಾಯಿತು. ನಡುವೆ ಒಂದು ಅಂಗಡಿಯವ "ಸದ್ಯಕ್ಕೆ ಅಷ್ಟಿಲ್ಲ, ನಿಮ್ಮ ಫೋನ್ ನಂಬರ್ ಕೊಟ್ಟು ಹೋಗಿ. ತರಿಸಿಟ್ಟಿರುತ್ತೇನೆ" ಎಂದದಕ್ಕೆ; ತನ್ನ ನಂಬರ್ ಕೊಟ್ಟರೆ ಅಂಗಡಿಯಾತ ಫೋನ್ ಮಾಡಿದಾಗ ಮನೆಯಲ್ಲಿ ಯಾರಾದರೂ ಎತ್ತಿಕೊಂಡು ಮುಜುಗರವಾಗಬಹುದು ಎಂಬ ಕಾರಣ

ನೀಡಿ ಪ್ರಮೋದನ ನಂಬರ್ ನೀಡಿದ್ದ. "ನೀನು ತಂದು ಇಟ್ಟಿರು, ಹೇಗಾದರೂ ಬೆಂಗಳೂರಿಂದಲೇ ವಾಪಸ್ ಹೋಗಬೇಕಲ್ಲ, ಆಗ ತೆಗೆದುಕೊಳ್ಳುತ್ತೇನೆ" ಎಂದು ಹೇಳಿದ್ದ ಮುಕುಂದ ಈ ಬಾರಿಯೂ ಪ್ರಮೋದನಿಗೆ ತಿಳಿಸದೇ ಬಹ್ರೇನಿಗೆ ಹೋಗಿಬಿಟ್ಟಿದ್ದ. ಈ ಸಗಟು ಖರೀದಿಯ ವ್ಯವಹಾರ ಇಲ್ಲದೇ ಹೋಗಿದ್ದರೆ ಈತ ಈ ಬಾರಿ ತನಗೆ ಫೋನ್ ಕೂಡ ಮಾಡುತ್ತಿರಲಿಲ್ಲ ಎಂದನಿಸಿತು ಇವನಿಗೆ. "ಹೆಂಡತಿಯ ಉಚ್ಚೆ ಬಾಟಲಿ ಕೈಯ್ಯಲ್ಲಿ ಹಿಡಿದು ಬೀದಿ ಬೀದಿ ಸುತ್ತಲು, ಫಾರೆನ್ನಿಗೇ ಹೋಗಬೇಕಾ..." ಎಂದು ಮುಕುಂದನ ಕಥೆಯನ್ನು ಎಲ್ಲರಿಗೂ ಹೇಳುತ್ತಾ ಕೆಲಕಾಲ ತಿರುಗಿದ ಪ್ರಮೋದ, ಹೀಗೇ ಒಂದು ದಿನ ಮನೆಯಲ್ಲಿಯ ಕಾಂಡೋಮ್ ಬಾಕ್ಸುಗಳನ್ನು ಕುತೂಹಲಕ್ಕೆ ಬಿಚ್ಚಿ ಒಂದೊಂದಾಗಿ ನೋಡತೊಡಗಿದ. ವಿವಿಧ ಚಿತ್ರ ವಿವಿಧ ಬಗೆ, ವಿನ್ಯಾಸ, ಅವುಗಳ ಪರಿಣಾಮ ಇತ್ಯಾದಿಗಳನ್ನೆಲ್ಲ ಬಣ್ಣಿಸಿದ ರೀತಿ ಅವನನ್ನು ಉತ್ತೇಜಿಸಿತು. ಇನ್ನೂ ಯಾವ್ಯಾವ ಬಗೆಯಿರಬಹುದು ಎಂಬುದನ್ನು ತಿಳಿಯಬೇಕೆನ್ನಿಸಿತು. ಅಂದು ಸಂಜೆ ಕೆಲಸ ಮುಗಿಸಿ ಬರುವಾಗ ಬೇರೆ ಬೇರೆ ಬ್ರ್ಯಾಂಡಿನ ಮೂರ್ನಾಲ್ಕು ಪ್ಯಾಕೆಟ್ಟುಗಳನ್ನು ಕೊಂಡು ತಂದ.

ಕೆಲ ದಿನಗಳ ನಂತರ ಮತ್ತೊಂದಿಷ್ಟು ಹೊಸಬಗೆಯದನ್ನು ನೋಡೋಣ ಅನ್ನಿಸಿತು ಆತನಿಗೆ.

ಆ ದಿನ ಯಾವುದೋ ತಲೆಬಿಸಿಯಲ್ಲಿ ಕುಳಿತಿದ್ದ ಪ್ರಮೋದ. ಟೀವಿ ಪರದೆಯ ಮೇಲೆ ಚಿತ್ರಗಳು ಓಡುತ್ತಿದ್ದರೂ ಅದ್ಯಾವುದೂ ಈತನ ಚಿತ್ತವನ್ನು ತಟ್ಟುತ್ತಿರಲಿಲ್ಲ. ಬಾಡಿಗೆ ಮನೆಯಾದರೂ, ಎದುರಿನ ಅಂಗಳದಲ್ಲಿ ಡುರಾಂಟಾ ಗಿಡದ ಪೊದೆಯನ್ನು ಆಯತಾಕಾರದಲ್ಲಿ ವಿನ್ಯಾಸಗೊಳಿಸಿ ಬೆಳೆಸಿಟ್ಟಿದ್ದ ಆತ. ಅದರೊಳಗಿಂದ ಎಲೆಯೊಂದು ಹೊರಚಾಚಿದ್ದನ್ನು ಕಿಟಕಿಯಿಂದ ನೋಡಿ, ಎದ್ದು ಹೋಗಿ ಚಿವುಟಿ ಬಂದು ಕುಳಿತ. ಮತ್ತೆ ನೋಡಿದರೆ ಇನ್ನೆರಡು ಎಲೆಗಳು ಕಣ್ತಪ್ಪಿ ಮತ್ತೊಂದು ಬದಿಯಲ್ಲಿ ತಲೆಯೆತ್ತಿ ನಿಂತಿವೆ! ಅವುಗಳನ್ನು ಟ್ರಿಮ್ ಮಾಡೋಣವೆಂದು ಹತ್ತಿರ ಹೋದರೆ ಹತ್ತಾರು ಎಲೆಗಳು ಅಂಕು ಡೊಂಕಾಗಿ ಬೆಳೆದುಕೊಂಡಿವೆ! ಇದಕ್ಕೆ ಕತ್ತರಿಯೇ ಸೈ ಎಂದು ಒಳಹೋಗಿ ಕಪಾಟಿನ ಬಾಗಿಲನ್ನು ತೆರೆಯುತ್ತಿರುವಂತೆ ನಾಲ್ಕಾರು ಕಾಂಡೋಮ್ ಪ್ಯಾಕೆಟ್ಟುಗಳು ಕೆಳಕ್ಕುದುರಿವೆ. ಅದನ್ನು ನೋಡುತ್ತಲೇ ಎಂತಹದೋ ಒಂದು ವಿಚಿತ್ರ ಆವೇಶ ಆತನ ಮೈಯ್ಯಲ್ಲಿ ಹರಿದಾಡಿದೆ. ಒಡಬಡನೆ ಕಪಾಟಿನಲ್ಲಿರುವ ಕಾಂಡೋಮ್ ಪ್ಯಾಕೆಟ್ಟುಗಳನ್ನೆಲ್ಲ ತಂದು ಮನೆಯ ಎದುರು ಪೋರ್ಟಿಕೋದಲ್ಲಿ ರಾಶಿ ಹಾಕಿದ್ದಾನೆ

ಪ್ರಮೋದ. ಅಲ್ಲೇ ನಿಂತಿದ್ದ ತನ್ನ ಬೈಕಿನ ಪೈಪ್ ಕಿತ್ತು ಅದರಿಂದ ಪೆಟ್ರೋಲ್ ತೆಗೆದು, ಪೊಟ್ಟಣಗಳ ರಾಶಿಯ ಮೇಲೆ ಸುರಿದು ಬೆಂಕಿ ಇಟ್ಟಿದಾನೆ. ಒಮ್ಮೆಲೇ ಭುಗ್ಗನೆ ಹತ್ತಿಕೊಂಡ ಬೆಂಕಿಗೆ ಪ್ಯಾಕೆಟ್ಟುಗಳು ನಿಧಾನವಾಗಿ ಸುಡುತ್ತಾ, ಬಣ್ಣ ಬಣ್ಣದ ಪ್ಲಾಸ್ಟಿಕ್ಕಿನ ಅಂಚುಗಳು ಕಪ್ಪಗಾಗಿ ಮುರುಟುತ್ತಾ ಸುರುಳಿ ಸುತ್ತಿಕೊಳ್ಳತೊಡಗಿವೆ.

ಇನ್ನೊಬ್ಬ

1

ಆಫೀಸಿನಲ್ಲಿ– ನನಗೂ ರಿಚರ್ಡನಿಗೂ ಶೀತಲ ಸಮರ ಶುರುವಾದದ್ದು ಯಾವಾಗಿನಿಂದ ಹಾಗೂ ಹೇಗೆ ಎನ್ನುವುದು ನನಗೂ ಸ್ಪಷ್ಟವಾಗಿ ಗೊತ್ತಿಲ್ಲ. ನನಗೇ ನಾನು ಸುಳ್ಳು ಹೇಳಿಕೊಳ್ಳಬಾರದೆಂದರೆ, ಆತ 'ಬಿಳಿಯ' ಎನ್ನುವ ಕಾರಣಕ್ಕೆ ಅವನನ್ನು ಕಂಡರೆ ನನಗೆ ಆಗುವುದಿಲ್ಲ. ಇಂಗ್ಲೆಂಡಿನ ಆತ, ಬೆಂಗಳೂರಿನಲ್ಲಿರುವ ನಮ್ಮ ಕಂಪನಿಯಲ್ಲಿ ಕೆಲಸಕ್ಕೆ ಸೇರಿದ ಎರಡು–ಮೂರು ದಿನಗಳಲ್ಲಿಯೇ ನನಗೂ ಆತನಿಗೂ ಸಣ್ಣ ಘರ್ಷಣೆ ಉಂಟಾಗಿತ್ತು. Richard Burkcham ಅನ್ನುವ ಹೆಸರನ್ನು ಯಾವ ರೀತಿ ಉಚ್ಚರಿಸಬೇಕೆಂದು ತಿಳಿಯದ ನಾನು ರಿಚರ್ಡ್ ಬ್ರುಕ್‌ಚಾಮ್ ಅಂತ ಕರೆದಿದ್ದೆ. ಅದು ಹಾಗಲ್ಲವೆಂದೂ, ಅವನನ್ನು ರಿಚರ್ಡ್ ಬ್ರಕಃಮ್ ಎಂದು ಕರೆಯಬೇಕೆಂದೂ ಐದಾರು ಜನರೆದುರು ಮುಲಾಜಿಲ್ಲದೇ ಹೇಳಿದ್ದ ಆತ. ನಾನೂ ಹಿಂಜರಿಯದೇ, ಮೊಟ್ಟಮೊದಲನೆಯದಾಗಿ ಆತನ ಇಂಗ್ಲೀಷ್ ಉಚ್ಚಾರಣೆಯೇ ನನಗೆ ಅರ್ಥವಾಗುವುದಿಲ್ಲವೆಂದೂ, ನಮಗೆ ಅರ್ಥವಾಗುವಂಥ ಸರಳ ಭಾರತೀಯ ಆಕ್ಸಂಟ್‌ನ ಇಂಗ್ಲೀಷ್ ಮಾತನಾಡುವುದನ್ನು ರೂಢಿಮಾಡಿಕೊಳ್ಳಬೇಕೆಂದೂ;

'ನಿನಗೆ ಬಾಲಸುಬ್ರಹ್ಮಣ್ಯಂ ಎನ್ನುವ ಹೆಸರು ಕರೆಯಲು ಹೇಗೆ ಕಷ್ಟವಾಗುತ್ತದೆಯೋ ಹಾಗೇ ನನಗೆ Richard Burkcham ಎನ್ನುವುದನ್ನು ಉಚ್ಚರಿಸಲು ಕಷ್ಟವಾಗುತ್ತದೆ, ತಿಳಿದುಕೋ' ಎಂದು ಬಿರುಸಾಗಿಯೇ ಉತ್ತರಿಸಿದ್ದೆ.

ನಾವು ಇತರೇ ದೇಶಗಳಿಗೆ ಹೋದಾಗ, ಅಲ್ಲಿ ಕೆಲಸಮಾಡುವ ಅನಿವಾರ್ಯತೆಗೆ ಬಿದ್ದಾಗ, ಅಲ್ಲಿಯವರು ಮಾತನಾಡುವ ಆಕ್ಸೆಂಟನ್ನು ಅರ್ಥಮಾಡಿಕೊಳ್ಳಲು ಪ್ರಯತ್ನಿಸುವುದು, ಮಾತನಾಡಲು ರೂಢಿಸಿಕೊಳ್ಳುವುದು ಒಂದುಮಟ್ಟಿಗೆ ಒಪ್ಪತಕ್ಕದ್ದಾದರೂ, ಅಲ್ಲಿಯವರು ಇಲ್ಲಿಗೆ ಬಂದಾಗಲೂ ನಾವೇ ಅವರ ಮಾತಿನ ಶೈಲಿಯನ್ನು ಅರ್ಥಮಾಡಿಕೊಳ್ಳಬೇಕೆಂಬುದಕ್ಕೆ ನನ್ನ ವಿರೋಧವಿದೆ. ಅವರು ಮಾತನಾಡುವುದನ್ನು ಅರ್ಥಮಾಡಿಕೊಳ್ಳಬೇಕೆಂಬ ನಮ್ಮ ವಾಂಛೆ, ಅದು ಅರ್ಥವಾಗುತ್ತದೆಂಬ ಹೆಮ್ಮೆ, ಇವುಗಳೆಲ್ಲ ನಮ್ಮ ಭಾರತೀಯರಿಗೆ ಮಾತ್ರ ಅನ್ವಯವಾಗುವಂಥದ್ದು. ಇದಕ್ಕೆ ವ್ಯತಿರಿಕ್ತವಾಗಿ, ಇಲ್ಲೇ ಇದ್ದರೂ ಭಾರತೀಯರ ಆಕ್ಸೆಂಟನ್ನು ರೂಢಿಸಿಕೊಳ್ಳಬೇಕೆಂಬ ಬಯಕೆಯನ್ನು ನಾನು ಯಾವ ವಿದೇಶೀಯರಲ್ಲೂ ಕಂಡಿಲ್ಲ. ನಮ್ಮ ಕೀಳರಿಮೆಯ ಲಾಭ ಪಡೆಯಲೆಂದೇ ಎಷ್ಟೋ ಬಾರಿ ಅವರುಗಳು ಬೇಕಂತಲೇ ನಮ್ಮೆದುರಿಗೆ ಇನ್ನೂ ಕ್ಲಿಷ್ಟವಾಗಿ ಇಂಗ್ಲೀಷನ್ನು ಮಾತನಾಡಿ ನಮ್ಮ ಒಂದು ಸುತ್ತಿನ ಆತ್ಮವಿಶ್ವಾಸವನ್ನು ಸದೆಬಡಿಯುತ್ತಾರೆ ಎಂದು ನಾನು ವಾದಿಸಿದ್ದೂ ಇದೆ.

ತುಸು ಹಿಂದಕ್ಕೆ ಹೋದರೆ– ಕಾಲೇಜಿನ ದಿನಗಳಲ್ಲಿ ನಾನು ಮತ್ತು ನನ್ನ ಅನೇಕ ಗೆಳೆಯರು ಈ ಫಾರಿನ್ ಇಂಗ್ಲೀಷನ್ನು ಅರ್ಥಮಾಡಿಕೊಳ್ಳಲೆಂದೇ ಸಿಕ್ಕ ಸಿಕ್ಕ ಇಂಗ್ಲೀಷ್ ಸಿನೆಮಾಗಳನ್ನೆಲ್ಲ ನೋಡುತ್ತಿದ್ದುದು ನೆನಪಿಗೆ ಬರುತ್ತದೆ. ಬ್ರಿಟೀಷರೆಂಬವರು ಹೀಗಿದ್ದರು, ಹಾಗೆ ಮಾಡುತ್ತಿದ್ದರು, ನಮ್ಮವರು ಅದನ್ನೆಲ್ಲ ಹೇಗೆ ಎದುರಿಸಿದರು ಇತ್ಯಾದಿ ಇತಿಹಾಸದ ಪಾಠಗಳನ್ನು ಬಾಲ್ಯದಲ್ಲೇ ಓದಿದ ನಮಗೆ ಈ ಕೆಂಪು ವರ್ಣೀಯರ ಮೇಲೆ ನಿಜವಾಗಿಯೂ ದ್ವೇಷ ಅಸಡ್ಡೆ ಹುಟ್ಟಲು ಕಾರಣವಾಯಿತೋ, ಅಥವಾ ಒಂದು ರೀತಿಯ ಕುತೂಹಲ ಒಲುಮೆ ಬೆಳೆಸಿಕೊಳ್ಳಲು ಸಹಕಾರಿಯಾಯಿತೋ ಎಂಬ ಸಂಶಯ ನನಗೆ ಅನೇಕ ಬಾರಿ ಕಾಡುತ್ತದೆ. ನಾಲ್ಕೋ–ಐದನೆಯದೋ ಕ್ಲಾಸಿನಲ್ಲಿರುವಾಗ ಮೊತ್ತ ಮೊದಲ ಬಾರಿಗೆ ಗೋಕರ್ಣದ ಬೀದಿಯಲ್ಲಿ ವಿದೇಶೀಯರನ್ನು ನೋಡಿದ್ದ ನಾನು ರೋಮಾಂಚನಗೊಂಡಿದ್ದು ನನಗೆ ಇವತ್ತಿಗೂ ನೆನಪಿದೆ. ಒಬ್ಬರಾದ ಮೇಲೆ ಇನ್ನೊಬ್ಬರಂತೆ ರಣಬಿಸಿಲಿನಲ್ಲಿ ಇಡೀ ದಿನ ಅವರುಗಳ ಹಿಂದೆಯೇ ಅಲೆದಿದ್ದೆ. ನಂತರ ಕಾಲೇಜಿನಲ್ಲಿದ್ದಾಗಲೊಮ್ಮೆ ಕೆಲದಿನಗಳ ಮಟ್ಟಿಗೆ ಪರಿಚಯವಾಗಿದ್ದ ಜರ್ಮನ್ ವ್ಯಕ್ತಿಯೊಬ್ಬ ನನ್ನ ಡೈರಿಯ ಮೇಲೆ ವಿಳಾಸ ಬರೆದುಕೊಟ್ಟದ್ದನ್ನು ಅಮೂಲ್ಯವಸ್ತುವೆಂಬಂತೆ ಬಹುದಿನಗಳವರೆಗೆ

ಕಾಪಿಟ್ಟುಕೊಂಡಿದ್ದೆ. ನಂತರದ ದಿನಗಳಲ್ಲಿ ನಾನು ಕೆಲಸ ಅರಸಿ ಓಮಾನ್ ದೇಶಕ್ಕೆ ಹೋಗಿ ಅಲ್ಲಿಯ ಬ್ರಿಟೀಷ್ ಮೂಲದ ಕಂಪನಿಯೊಂದರಲ್ಲಿ ಕೆಲಸ ಗಿಟ್ಟಿಸಿಕೊಂಡೆ. ಕೆಲಸವೊಂದು ಸಿಕ್ಕಿತು ಎನ್ನುವುದಕ್ಕಿಂತ ಹೆಚ್ಚಾಗಿ, ನನ್ನನ್ನು ಸಂದರ್ಶಿಸಿದವನೊಬ್ಬ ಬ್ರಿಟೀಷನಾಗಿದ್ದು ಆತನ ಇಂಟರ್ವ್ಯೂನಲ್ಲಿ ಪಾಸಾದ ನನಗೆ ಕೆಲಸ ಸಿಕ್ಕಿದೆಯೆಂಬುದು ಅತೀ ಹೆಮ್ಮೆಯ ವಿಷಯವಾಗಿತ್ತು. ಹಾಗೂ ಅಲ್ಲಿಂದಲೇ ನನ್ನಲ್ಲಿ ಈ ಬಿಳಿತೊಗಲಿನ ಮೇಲಿನ ಅಸಮಾಧಾನವೂ ಮೊಳಕೆಯೊಡೆಯತೊಡಗಿತು.

ನನ್ನನ್ನು ಇಂಟರ್ವ್ಯೂ ಮಾಡಿ ಕೆಲಸಕ್ಕೆ ಸೇರಿಸಿಕೊಂಡವನ ಹೆಸರು ಗ್ರಹಾಮ್ ಕಾರ್ವೆಲ್. ಆ ಪುಣ್ಯಾತ್ಮನನ್ನು ಕಂಡರೆ ಇಡೀ ಆಫೀಸೇ ಹೆದರುತ್ತಿತ್ತು. ಸಣ್ಣ ತಪ್ಪುಗಳಿಗೂ ಆತ ರಿಯಾಕ್ಟ್ ಮಾಡುವ ರೀತಿ, ಆತನ ಹಾವ ಭಾವಗಳೆಲ್ಲ ವಿಪರೀತವೆನ್ನಿಸುತ್ತಿತ್ತು. ಏಷ್ಯನ್ನರನ್ನು ಕಂಡರೆ ಅದರಲ್ಲೂ ಭಾರತೀಯರೆಂದರೆ ಆತನ ಆರ್ಭಟ ಒಂದು ಕೈ ಹೆಚ್ಚೇ ಇರುತ್ತಿತ್ತು. ಒಮ್ಮೆ- ನಾನು ತಯಾರಿಸಿದ ಪ್ರಾಜೆಕ್ಟ್ ರಿಪೋರ್ಟ್ ಒಂದು ತನ್ನ ಅಪೇಕ್ಷೆಗೆ ತಕ್ಕುದಾಗಿ ಇರಲಿಲ್ಲವೆಂದು ಕೋಪಗೊಂಡು ರಿಪೋರ್ಟಿನ ಹಾಳೆಗಳೆಲ್ಲವನ್ನೂ ಗಾಳಿಯಲ್ಲಿ ತೂರಾಡಿ, ನೆಲದ ಮೇಲೆ ಬಿದ್ದ ಹಾಳೆಯನ್ನು 'ಡಾಮಿಟ್' ಅನ್ನುತ್ತ ಒದ್ದಿದ್ದ. ನಾನು ಸಣ್ಣವನಿರುವಾಗ ನೋಡಿದ 'ಗಾಂಧಿ' ಸಿನೆಮಾದಲ್ಲಿ ಬ್ರಿಟೀಷರ ಬೂಟುಗಾಲಿನಿಂದ ಒದೆತ ತಿನ್ನುತ್ತಿರುವ ಮೋಹನದಾಸನ ದೃಶ್ಯ ನನಗೆ ಅಚಾನಕ್ಕಾಗಿ ನೆನಪಾಗಿತ್ತು ಆಗ. ಆತ ತುಳಿದ ಅದೇ ಹಾಳೆಯನ್ನು ಎತ್ತಿಕೊಂಡು ಅದರ ಹಿಂಬದಿಯಲ್ಲಿ ರಾಜೀನಾಮೆ ಪತ್ರ ಬರೆದು ಅವನ ಮುಖಕ್ಕೆ ಬಿಸಾಕಿ ಬರಬೇಕಿತ್ತು ಎಂದು ನನಗೆ ಇವತ್ತಿಗೂ ಅನ್ನಿಸುತ್ತಿರುತ್ತದೆ. ಇನ್ನೊಮ್ಮೆ- ಮೀಟಿಂಗ್ ಒಂದರಲ್ಲಿ ನಾನು ಮಾಡಿದ ಕೆಲಸ ಸರಿಯಾಗಲಿಲ್ಲವೆಂದು ದೂರುತ್ತ ಏನೇನೋ ಹೇಳಿದ್ದ. ಮಾಮೂಲಿನಂತೆ ಎಷ್ಟೇ ಗಮನಕೊಟ್ಟು ಕೇಳಿದ್ದರೂ ಅವನು ಏನು ಹೇಳುತ್ತಿದ್ದಾನೆಂಬುದು ಪೂರ್ಣ ಅರ್ಥವಾಗಿರಲಿಲ್ಲ ನನಗೆ. 'ಈ ಇಂಡಿಯಾದ ಯುನಿವರ್ಸಿಟಿಗಳೆಲ್ಲ ದನದ ಕೊಟ್ಟಿಗೆಗೆ ಸಮ, ಅಲ್ಲಿಂದ ಬಂದವರಿಂದ ಮತ್ತೇನನ್ನು ಅಪೇಕ್ಷಿಸಲು ಸಾಧ್ಯ...' ಎಂಬುದಾಗಿ ಹೇಳಿದನೆನ್ನುವುದನ್ನು ಅದೇ ಮೀಟಿಂಗಿನಲ್ಲಿದ್ದ ನನ್ನ ಸಹೋದ್ಯೋಗಿಯಿಂದ ನಂತರ ನಾನು ಕೇಳಿ ತಿಳಿದೆ. ಆ ಅವಮಾನ ನನ್ನನ್ನು ಬಹಳ ದಿನಗಳವರೆಗೂ ಕಾಡುತ್ತಿತ್ತು.

ಗ್ರಹಾಮ್‌ನ ವಿಷಯ ಒಂದು ಬದಿಗಿರಲಿ. ಗಲ್ಫ್ ರಾಷ್ಟ್ರಗಳೊಂದೇ ಅಂತಲ್ಲ, ಏಷ್ಯಾ ಆಫ್ರಿಕಾ ಒಳಗೊಂಡಂತೆ ಜಗತ್ತಿನ ಬಹುತೇಕ ದೇಶಗಳಲ್ಲಿ ಬಿಳಿಯ ತೊಗಲಿನವರಿಗೆ ಅವರ ಯೋಗ್ಯತೆಗಿಂತಲೂ ಹೆಚ್ಚಿನ ಪ್ರಾಶಸ್ತ್ಯ ಸಿಗುತ್ತದೆ ಎಂಬುದು ನಾನು ನೋಡಿ ತಿಳಿದುಕೊಂಡ ವಿಚಾರ. ತಮ್ಮ ತಾಯಿನಾಡನ್ನು ಬಿಟ್ಟು ಬೇರೆಡೆಗೆ ಬರುವ, ಅದರಲ್ಲೂ ಏಷ್ಯಾದ ದೇಶಗಳಿಗೆ ಬರುವ ಅವರುಗಳಲ್ಲಿ ಹೆಚ್ಚಿನವರು ತಮ್ಮ

ಕೆಲಸದಲ್ಲಿ ಅಂಥಾ ಸಮರ್ಥರೇನೂ ಆಗಿರುವುದಿಲ್ಲ. ಆದರೂ ತಮ್ಮ ಚರ್ಮದ ವರ್ಣದ ಕಾರಣದಿಂದಾಗಿ ಅವರುಗಳು ಅತೀ ಹೆಚ್ಚಿನ ಗೌರವ ಸವಲತ್ತುಗಳನ್ನು ಪಡೆಯುತ್ತಾರೆ. ಬರೇ ಆಫೀಸಿನಲ್ಲಿ ಅಂತ ಅಲ್ಲ, ಸಾರ್ವಜನಿಕವಾಗಿಯೂ ಕೂಡ. ಇವೆಲ್ಲವುಗಳ ಬಗೆಗಿನ ನನ್ನ ಅಸಮಾಧಾನವನ್ನು ನಾನು ಬಹಿರಂಗವಾಗಿ ತೋಡಿಕೊಂಡಿದ್ದಿದೆ. ಅದರಿಂದ ಒಂದಿಷ್ಟು ಜನರ 'ಹೌದು... ಹೌದು...'ಗಳನ್ನು ಗಳಿಸಿದ್ದರ ಹೊರತಾಗಿ ನನ್ನ ಈ 'ವರ್ಣಭೇದ ನೀತಿ' ಮತ್ತಾವ ರೀತಿಯ ಫಲವನ್ನೂ ನೀಡಿರಲಿಲ್ಲ.

ಇವೆಲ್ಲ 18–20 ವರ್ಷಗಳ ಹಿಂದಿನ ಮಾತಾಯಿತು. ಇವತ್ತಿಗೆ ಬಂದರೆ– ಪಾಶ್ಚಾತ್ಯ ದೇಶಗಳ ಆರ್ಥಿಕ ಸ್ಥಿತಿ ಹದಗೆಟ್ಟಿತೋ, ಭಾರತದ ಆರ್ಥಿಕ ಪರಿಸ್ಥಿತಿ ಸುಧಾರಿಸಿತೋ ಗೊತ್ತಿಲ್ಲ. ಮೊದಲೆಲ್ಲಾ ಕೇವಲ ಸಾಫ್ಟ್‌ವೇರ್ ಕಂಪನಿಗಳ ಕ್ಯಾಂಪಸ್ಸುಗಳಲ್ಲಿ ಮಾತ್ರ ಕಾಣಸಿಗುತ್ತಿದ್ದ ಕೆಂಪು ಮುಖಗಳು ಕ್ರಮೇಣ ಇನ್ನಿತರೆ ಕ್ಷೇತ್ರಗಳಲ್ಲೂ ಇಣುಕತೊಡಗಿದವು. ಆಟೋಮೊಬೈಲು, ಬ್ಯಾಂಕಿಂಗು, ರಿಯಲ್ ಎಸ್ಟೇಟು... ಹೀಗೇ ಭಾರತಕ್ಕೆ ವಲಸೆ ಬಂದು ಕೆಲಸ ಮಾಡುವ ಬಿಳಿಯ ಚರ್ಮದ ಜನರ ಸಂಖ್ಯೆ ಇಂದು ಸಾಕಷ್ಟಾಗಿದೆ. ಅದೇ ರೀತಿ, ಭಾರತೀಯ ಮೂಲದ್ದೇ ಆದ ನನ್ನ ಕಂಪನಿಯಲ್ಲೂ ಸುಮಾರು ವಿದೇಶೀಯರಿದ್ದಾರೆ. ಹಾಲಿ ನಾನು ಕೆಲಸ ಮಾಡುತ್ತಿರುವ ಬೆಂಗಳೂರಿನ ಮುಖ್ಯ ಕಛೇರಿಯಲ್ಲೇ ಕನಿಷ್ಟ ಏಳೆಂಟು ಜನರಾದರೂ ಇದ್ದಾರೆ. ನಮ್ಮದು ರಿಯಲ್ ಎಸ್ಟೇಟ್ ವ್ಯವಹಾರಗಳ ಕಂಪನಿ. ನಮ್ಮ ದೇಶದಲ್ಲೇ ಈ ಕ್ಷೇತ್ರಕ್ಕೆ ಸಂಬಂಧಿಸಿದ ಸಾಕಷ್ಟು ಪರಿಣಿತರು ಸಿಗುತ್ತಾರೆ. ಸಾಲದೆಂಬಂತೆ ನಿರುದ್ಯೋಗ ಸಮಸ್ಯೆಯೂ ಇಲ್ಲಿ ಕಡಿಮೆಯೇನಿಲ್ಲ. ಅಂಥದ್ದರಲ್ಲಿ ನಮ್ಮವರಿಗಿಂತ ಹತ್ತು ಪಟ್ಟು ಹೆಚ್ಚಿಗೆ ಸಂಬಳ ನೀಡಿ, ಜೊತೆಗೊಂದಿಷ್ಟು ಸವಲತ್ತು ನೀಡಿ ವಿದೇಶೀಯರನ್ನು ಕರೆದು ಮಣೆ ಹಾಕುವುದಕ್ಕೆ ಕಾರಣ ಭಾರತೀಯರ ಪಾಶ್ಚಾತ್ಯ ಮೋಹದ ಹೊರತು ಮತ್ತೇನೂ ಅಲ್ಲ ಎಂಬುದು ನನಗೆ ಅರಿವಾಗಿದೆ. ವಿದೇಶೀ ನೆಲದಲ್ಲಾದರೆ ಅದೇನೋ ಒಂದು ರೀತಿಯೆನ್ನೋಣ, ವಿದೇಶೀ ಕಂಪನಿಯೆಂದಾದರೆ ಮತ್ತೊಂದು ರೀತಿಯೆನ್ನೋಣ. ಆದರೆ ನಮ್ಮದೇ ದೇಶದ ನಮ್ಮವರದೇ ಕಂಪನಿಯಲ್ಲೂ ಯಾಕೆ ಹೀಗೆ ಎನ್ನುವುದು ನನ್ನ ಪ್ರಶ್ನೆ. ಈ ಕುರಿತು ನಮ್ಮ ಎಂ.ಡಿ.ಯ ಹತ್ತಿರವೇ ನಾನು ನೇರವಾಗಿ ಮಾತನಾಡಿದ್ದೇನೆ. ಆತ ಅದಕ್ಕೆ ಏನೇನೋ ಕಾರಣಗಳನ್ನು ಕೊಡುತ್ತಾನಾದರೂ ಅವಾವುವೂ ನಿಜವಾದವುಗಳಲ್ಲ ಎಂಬುದು ಆತನಿಗೆ ಗೊತ್ತಿರುವಷ್ಟೇ ನನಗೂ ಗೊತ್ತು. ಉತ್ತರ ಇಷ್ಟೇ– ಕಂಪನಿಯ ಮಾರ್ಕೆಟಿಂಗಿಗೆ ವಿದೇಶೀಯರನ್ನು ಬಳಸಿಕೊಂಡರೆ ಕ್ಲಾಯಿಂಟ್‌ಗಳನ್ನು ಇಂಪ್ರೆಸ್ ಮಾಡುವುದು ಸುಲಭವಾಗುತ್ತದೆ. ನಾವು ನಿರ್ಮಿಸುವ ವಸತಿ ಸಂಕೀರ್ಣಕ್ಕೆ ವಿದೇಶೀಯನೊಬ್ಬ ಪ್ರಾಜೆಕ್ಟ್ ಡೈರೆಕ್ಟರ್ ಆಗಿದ್ದ ಅಂದರೆ ಫ್ಲಾಟ್‌ಗಳನ್ನು ಮಾರುವುದು

ಸುಲಭವಾಗುತ್ತದೆ. ಅವುಗಳಿಗೆ ಹೆಚ್ಚಿನ ಹಣ ನೀಡಿ ಕೊಂಡುಕೊಳ್ಳಲೂ ನಮ್ಮವರು ಬೇಸರಿಸುವುದಿಲ್ಲ! ಈ ಕಾರಣಕ್ಕಾಗಿಯೇ ನಾವು ವಿದೇಶೀ ಆರ್ಕಿಟೆಕ್ಟುಗಳಿಂದ ನಮ್ಮ ಪ್ರಾಜೆಕ್ಟ್‌ಗಳನ್ನು ಡಿಸೈನ್ ಮಾಡಿಸುತ್ತೇವೆ. ನಮ್ಮಲ್ಲಿಯ ಆರ್ಕಿಟೆಕ್ಟುಗಳಿಗೆ ಸಾವಿರ ಕೊಡಲು ಚೌಕಾಸಿಗಿಳಿಯುವ ನಾವು ಹೊರಗಿನವರಿಗೆ ಕೋಟ್ಯಾಂತರ ಸುರಿಯಲು ಹಿಂಜರಿಯುವುದಿಲ್ಲ.

ಕೆಲವರಿಗೆ ವ್ಯಾಪಾರೀ ಉದ್ದೇಶವಿರಬಹುದು, ಇನ್ನು ಕೆಲವರಿಗೆ ತಮ್ಮೊಳಗಿನ ಕೀಳರಿಮೆಯಿರಬಹುದು, ಹಿಂಜರಿಕೆಯೋ ಭಯವೋ ಇರಬಹುದು, ಇನ್ನೊಬ್ಬರಿಗೆ ಆಕರ್ಷಣೆ ಮೋಹವಿರಬಹುದು, ಮತ್ಯಾರಿಗೋ ಮತ್ತಾವುದೋ ಕಾರಣವಿರಬಹುದು. ಕಾರಣವೇನೇ ಇರಲಿ, ಒಟ್ಟಾರೆಯಾಗಿ ಈ ಬಿಳಿತೊಗಲಿನವರ ಜೊತೆಗಿನ ನಮ್ಮ ಅವರ್ಣನೀಯ ಸಂಬಂಧದ ಹಿಂದೆ ಸಣ್ಣದೊಂದು ಶರಣಾಗತಿಯ ಭಾವ ನನಗೆ ಗೋಚರಿಸುತ್ತದೆ. ಇದನ್ನು ವಿರೋಧಿಸುತ್ತಲೇ ಬಂದ ನನ್ನ ಹಲವಾರು ಹೋರಾಟ ಪರ್ವಗಳಲ್ಲಿ ಈ ರಿಚರ್ಡ್ ಬ್ರುಕ್‌ಚಾಮ್ ಅಲಿಯಾಸ್ ಬ್ರಕಃಮ್‌ನ ಪರ್ವವೂ ಒಂದು. ಅಲ್ಲದೇ ಅದು ಮಹತ್ತರ ಪರ್ವವಾಗಿ ಮಾರ್ಪಟ್ಟಿರುವುದಕ್ಕೆ ಮುಖ್ಯ ಕಾರಣ– ಕಂಪನಿಯವರು ಆತನನ್ನು ನನ್ನದೇ ಡಿಪಾರ್ಟ್ಮೆಂಟಿಗೆ, ನನ್ನದೇ ಸ್ಥಾನಮಾನ ನೀಡಿ 'ಜಾಯಿಂಟ್ ಡೈರೆಕ್ಟರ್' ಆಗಿ ತಂದು ಕೂರಿಸಿರುವುದು. ನಾನು ಮಾಡಬೇಕಾದ ಕೆಲಸ ಯಾವುದು ಹಾಗೂ ಅವನದಾವುದು ಎಂಬುದರ ಬಗ್ಗೆ ಸ್ಪಷ್ಟತೆ ಇದ್ದರೂ, ಆತನ ಹಾಗೂ ನನ್ನ ಪ್ರಾಜೆಕ್ಟ್‌ಗಳು ಬೇರೆಬೇರೆ ಆಗಿದ್ದರೂ, ಒಂದೇ ಇಲಾಖೆಯಾದುದರಿಂದ ಒಬ್ಬರಿಗೊಬ್ಬರು ಎಡತಾಕುವುದು ಇದ್ದೇ ಇದೆ. 'ಆತ ಯುರೋಪಿಯನ್ನು, ಅವರ ವರ್ಕಿಂಗ್ ಸ್ಟೈಲೇ ಹಾಗೆ. ನಮ್ಮ ಹಾಗಲ್ಲ' ಅನ್ನುತ್ತ ಆತನ ಬಹುತೇಕ 'ಸ್ಟೈಲ್'ಗಳನ್ನು ಸಮ್ಮತವಿಲ್ಲದಿದ್ದರೂ ಒಪ್ಪಿಕೊಳ್ಳುವುದು; ಆತ ಮಾಡಲಾಗದೇ ಉಳಿಸಿದ ಕೆಲಸಗಳನ್ನು ನನ್ನ ಕಿರಿಯ ಸಹೋದ್ಯೋಗಿಗಳಿಂದ ಮಾಡಿಸಿ ಮುಗಿಸುವುದು; ಆತನ ಕ್ರಿಸ್ಮಸ್ ರಜೆಗೆ ಭಂಗ ಬರಬಾರದೆಂದು ನನ್ನ ಪ್ರಾಜಕ್ಟ್‌ನ ಕೆಲಸಗಳನ್ನು ಬದಿಗೊತ್ತಿ ಆತನ ಕೆಲಸಗಳಿಗೆ ಸಹಾಯ ಮಾಡುವುದು... ಇತ್ಯಾದಿಗಳಿಗೆಲ್ಲ ನನ್ನ ಅತೀವ ಅಸಹಕಾರವಿದೆ. ಆದರೆ ಈ ಎಲ್ಲವುಗಳಿಗೂ ನಮ್ಮ ಎಂ.ಡಿ.ಯ ಸಂಪೂರ್ಣ ಸಮ್ಮತಿಯಿದೆ. ಜೊತೆಗೆ ಹಲವುಗಳೆಲ್ಲ ಆತನ ಆದೇಶದ ಪ್ರಕಾರವೇ ನಡೆಯುವುದರಿಂದ ನನಗೆ ಒಪ್ಪಿಕೊಳ್ಳದೇ ಬೇರೆ ವಿಧಿಯಿಲ್ಲ. ಇಲ್ಲಿ ನನಗಿರುವುದು ಎರಡೇ ಆಯ್ಕೆ– ಒಂದು ವಿರೋಧಿಸದೇ ಒಪ್ಪಿಕೊಳ್ಳುವುದು, ಇನ್ನೊಂದು ವಿರೋಧಿಸಿ ಒಪ್ಪಿಕೊಳ್ಳುವುದು!

ಇದು 'ನಮ್ಮ ಸ್ವಾತಂತ್ರ್ಯ ಹೋರಾಟದ ಮುಂದುವರಿದ ಭಾಗ' ಎಂದು ನಾನು ಸಾಂದರ್ಭಿಕವಾಗಿ ಹೇಳುತ್ತೇನಾದರೂ, ಇದರ ಬೇರು–ರೀತಿ–ವ್ಯಾಪ್ತಿ ಬೇರೆಯೇ

ಇದೆ ಎಂಬುದನ್ನು ಬಲ್ಲೆ. ಹಾಗೆ ನೋಡಿದರೆ ಇವತ್ತಿನ ಈ ವಿದೇಶೀಯರು ನಮಗೆಂದೂ ಎಲ್ಲೂ ನೇರವಾಗಿ ತೊಂದರೆ ಕೊಟ್ಟಿದ್ದೇ ಇಲ್ಲ. ತಾವು ಬೇರೆ ದೇಶದಲ್ಲಿ ಕೆಲಸ ಮಾಡುತ್ತಿದ್ದೇವೆ ಎಂಬ ಅರಿವು ಹಾಗೂ ಮಿತಿಯಲ್ಲಿಯೇ ಅವರು ವರ್ತಿಸುತ್ತಾರೆ. ನಮ್ಮೊಡನೊಂದು ಅಂತರವನ್ನೂ ಅವರು ಕಾಯ್ದುಕೊಂಡಿರುತ್ತಾರೆ. ಸಮಸ್ಯೆಯಿರುವುದು ನಮ್ಮಲ್ಲಿಯೇ. ತಮ್ಮೆದುರು ತಲೆಬಾಗಿ ನಿಂತವನನ್ನು, ಎದೆಯುಬ್ಬಿಸಿ ನಡೆಯುವಂತೆ ಅವರು ಒತ್ತಾಯಿಸುವುದಿಲ್ಲ ಎಂದಮಾತ್ರಕ್ಕೆ ಅವರನ್ನೇ ದೂರುವುದು ಎಷ್ಟು ಸಮಂಜಸ? ಈ ಬಿಳಿಯರು ದೇಶ ಬಿಟ್ಟು ತೊಲಗಿ ಆರೇಳು ದಶಕಗಳೇ ಗತಿಸಿದರೂ ಅವರೆಡೆಗಿನ ನಮ್ಮ ಈ ಬೌದ್ಧಿಕ ಗುಲಾಮಗಿರಿ ಮಾತ್ರ ಕೊನೆಯಾಗೇ ಇಲ್ಲ. ಇದರ ವಿವಿಧ ಆಯಾಮಗಳನ್ನು ಗಮನಿಸಿದಾಗ, ಈ ಸ್ವಾತಂತ್ರ್ಯವೆಂಬುದು ಬಾಹ್ಯಕ್ಕೆ ಸಂಬಂಧಿಸಿದ್ದು ಅಲ್ಲವೇ ಅಲ್ಲ; ಅದೊಂದು ಮಾನಸಿಕ ಸ್ಥಿತಿ ಮಾತ್ರ ಎಂದೆನಿಸುತ್ತದೆ ನನಗೆ. ಈ ಒಳಗಿನ ಸ್ವಾತಂತ್ರ್ಯವನ್ನು ದಕ್ಕಿಸಿಕೊಂಡವ ಜೈಲಿನಲ್ಲೂ ಸ್ವತಂತ್ರವಾಗಿ ಬಾಳಬಲ್ಲ; ಇಲ್ಲದಿದ್ದರೆ ಬಯಲಿನಲ್ಲೂ ಬಂಧಿಯೇ. ಹೌದೆನ್ನುವುದಾದರೆ ಇಲ್ಲಿ ಬಿಳಿಯ ಚರ್ಮವೆಂಬುವುದು ಕೇವಲ ನೆಪ ಮಾತ್ರ.

ಇಂತಹ ವ್ಯವಸ್ಥೆಯೊಳಗಿನ ಈ ಪೈಪೋಟಿ, ಪ್ರತಿ ಕ್ಷಣಕ್ಕೂ ನಮ್ಮನ್ನು ನಾವು ಪ್ರೂವ್ ಮಾಡುತ್ತಲೇ ಇರಬೇಕಾದ ಒತ್ತಡ, ಎಲ್ಲವೂ ಈ ಕೂಡಲೇ ಮುಗಿಯಬೇಕೆಂಬ ಧಾವಂತ... ಇವುಗಳೆಲ್ಲ ನನಗೆ ಸಂದುವವೇ ಅಲ್ಲ. ಹಾಗೆಂದು, 'ಇಲ್ಲಿ ಬರದಿದ್ದರೆ ಮತ್ತೆಲ್ಲಿರುತ್ತಿದ್ದೆ, ಏನಾಗುತ್ತಿದ್ದೆ?' ಎಂದು ಯಾರಾದರೂ ನಿಲ್ಲಿಸಿ ಕೇಳಿದರೆ ನನ್ನಲ್ಲಿ ಉತ್ತರವಿಲ್ಲ. ಇದರಲ್ಲಿ ನನಗೆ ಒಲವಿಲ್ಲ ಎಂಬುದನ್ನು ಮಾತ್ರ ಬಲ್ಲೆ. 'ಇನ್ನು ಸಾಕು, ನನ್ನೂರಿಗೆ ಹಿಂದಿರುಗಿ ಏನಾದರೂ ಸಣ್ಣಪುಟ್ಟ ವ್ಯವಹಾರ ಮಾಡಿಕೊಂಡು ಆರಾಮಾಗಿ ಇದ್ದು ಬಿಡೋಣ' ಎಂದು ಹಲವು ಬಾರಿ ವಿವೇಚಿಸಿದ್ದೇನೆ. ಹಾಗೆಂದುಕೊಂಡಾಗಲೆಲ್ಲ ಪ್ರತಿಬಾರಿಯೂ ಏನಾದರೊಂದು ತೊಡಕು ಎದುರಾಗುತ್ತಲೇ ಇರುತ್ತದೆ. ತೀರಬೇಕಾದ ಮನೆಯ ಸಾಲದ ಕಂತು, ಮಗನ ಟ್ಯೂಷನ್ ಫೀಸು, ಇನ್ನೊಂದಷ್ಟು ವರ್ಷ ತುಂಬಬೇಕಾದ ಇನ್‌ಷೂರನ್ಸಿನ ಪ್ರೀಮಿಯಮ್ಮು ಇತ್ಯಾದಿಗಳಿಗೆಲ್ಲ ತಿಂಗಳ ತುದಿಗೆ ಸಿಗುವ ಸಂಬಳವೊಂದೇ ಪರಿಹಾರ. ಬಿಟ್ಟು ಹೋಗುವಂತಿಲ್ಲ. ಇದೊಂಥರಾ ಚಕ್ರವ್ಯೂಹ. ಇದರಲ್ಲಿ ಬಂದು ಸಿಲುಕಿಕೊಂಡಿದ್ದೇ ತಪ್ಪಾಯಿತೇ? ಗೊತ್ತಿದ್ದೇ ಬಂದೆನೋ, ಗೊತ್ತಿಲ್ಲದೆಯೇ ಬಂದೆನೋ, ಗೊತ್ತಿಲ್ಲ. ಹೊರಹೋಗುವ ದಾರಿ ಗೊತ್ತಿದ್ದರೂ ಹೋಗುತ್ತಿಲ್ಲವಲ್ಲ...

ಪಂಜರದ ಬಾಗಿಲು ತೆರೆದಿದ್ದರೂ ಗಿಣಿ ಪಟಪಟನೆ ರೆಕ್ಕೆ ಬಡಿಯುತ್ತ ತಟ್ಟೆಯಲ್ಲಿರುವ ಕಾಳು ತಿನ್ನುತ್ತ ಕುಳಿತಂತೆ!

ಇಲ್ಲಿಗೆ ಬಂದು ತಲುಪದಿರುವ ದಾರಿಯನ್ನಾರಾದರೂ ತೋರಬಾರದಿತ್ತೇ?

2

ಆಫೀಸಿನ ಪ್ರವಾಸಗಳೆಲ್ಲ ಹೆಚ್ಚಾಗಿ ಪ್ರಯಾಸದಾಯಕವೇ. ಹಾಗೆ ಹೊರಗೆ ಹೋದಾಗಲೆಲ್ಲ ನಾಲ್ಕು ದಿನದ ಕೆಲಸವನ್ನು ಮೂರೇ ದಿನಕ್ಕೆ ಮುಗಿಸುವ ಒತ್ತಡವಿರುತ್ತದೆ. ಜೊತೆಗೆ ವಿಮಾನಗಳ ಅಕಾಲಿಕ ವೇಳಾಪಟ್ಟಿಯಿಂದಾಗಿ ನಿದ್ದೆ ಕೂಡ ಹಾಳಾಗಿ ಹೋಗಿರುತ್ತದೆ. ಇಂತಹುದೇ ಒಂದು ಪ್ರಯಾಣ ಮುಗಿಸಿ ಆದಿನ ರಾತ್ರಿ ಒಂದೂವರೆಗೆ ದೆಹಲಿಯಿಂದ ಹಿಂದಿರುಗಿದವನು ಬೆಳಿಗ್ಗೆ ಒಂಭತ್ತಕ್ಕೇ ಕಛೇರಿಯಲ್ಲಿ ಹಾಜರಾಗಿದ್ದೆ. ಮನಸ್ಸಿಗೆ ಅಷ್ಟೇನೂ ಉಲ್ಲಾಸವಿರಲಿಲ್ಲ.

ನಾಲ್ಕೈದು ದಿನ ಆಫೀಸಿನಲ್ಲಿ ಇಲ್ಲವಾಗಿದ್ದೆನಾದ್ದರಿಂದ ಪೆಂಡಿಂಗ್ ಕೆಲಸಗಳು ಸಾಕಷ್ಟಿದ್ದವು. ಅದರಲ್ಲೂ ಅಂದು ಐದಾರು ಇಂಟರ್ವ್ಯೂಗಳನ್ನೂ ಮುಗಿಸಬೇಕಿತ್ತು. ನಾನು ದೆಹಲಿಯಲ್ಲಿರುವಾಗಲೇ ಫೋನ್ ಮಾಡಿ, ವಾಪಸ್ಸಾದ ದಿನವೇ ಸಂದರ್ಶನಕ್ಕೆ ತಯಾರಿ ಮಾಡಿಡುತ್ತೇನೆಂದು ಕಂಪನಿಯ ಎಚ್.ಆರ್. ಮುಖ್ಯಸ್ಥ ಹೇಳಿದ್ದ. ಈಗಾಗಲೇ ನನ್ನ ಕಡೆಯಿಂದ ಶೆಡ್ಯೂಲು ಎರಡು-ಮೂರು ಬಾರಿ ಮುಂದೂಡಲ್ಪಟ್ಟಿತ್ತು. ಅರ್ಜೆಂಟ್ ಆಗಿ ಜನರನ್ನು ತೆಗೆದುಕೊಳ್ಳಬೇಕಿರುವುದರಿಂದ ಮತ್ತೆ ಮುಂದೂಡುವಂತಿರಲಿಲ್ಲ.

ಕಂಪನಿಗೆ ಹೊಸ ಉದ್ಯೋಗಿಗಳನ್ನು ತೆಗೆದುಕೊಳ್ಳುವುದೆಂದರೆ ದೊಡ್ಡ ತಲೆನೋವಿನ ಕೆಲಸ. ನಮ್ಮ ಅಗತ್ಯಕ್ಕೆ ತಕ್ಕಂಥ, ಗುಣಮಟ್ಟದ ಜನರು ಸಿಗುವುದೇ ಇಲ್ಲ. ಹೊಸಬರು ಒಂದು ಥರವಾದರೆ ಅನುಭವಿಗಳು ಇನ್ನೊಂದು ಥರ. ಹೀಗಾಗಿ ನಮ್ಮ ಎಚ್.ಆರ್. ಡಿಪಾರ್ಟ್ಮೆಂಟಿನವರಿಗೆ ತುಂಬಾ ಒತ್ತಡವಿದೆ. ಅವರು ಕೈಗೆ ಸಿಕ್ಕ ಬಯೋಡಾಟಾಗಳನ್ನೆಲ್ಲ ಎತ್ತಿ ನಮ್ಮ ಟೇಬಲ್ಲಿನ ಮೇಲಿಟ್ಟು ಅವರ ಒತ್ತಡವನ್ನು ನಮಗೆ ರವಾನಿಸುವ ತಂತ್ರ ಉಪಯೋಗಿಸುತ್ತಾರೆ. 'ಎಷ್ಟೊಂದು ರೆಸ್ಯೂಮೆಗಳನ್ನು ನೀಡಿದ್ದೆವು. ಟೆಕ್ನಿಕಲ್ ಸುತ್ತಿನಲ್ಲಿ ಒಬ್ಬರನ್ನೂ ಆಯ್ಕೆ ಮಾಡಿಲ್ಲ' ಎನ್ನುವ ನೆಪವೊಂದು ಅವರಿಗೆ ಸದಾ ಊರುಗೋಲು. "ನೀವು ಮೊದಲು ಇಂಟರ್ವ್ಯೂ ಮಾಡಿ ಪರಿಶೀಲಿಸಿ, ಸರಿ ಅನಿಸಿದ ಅಭ್ಯರ್ಥಿಗಳನ್ನು ಮಾತ್ರ ನನ್ನಲ್ಲಿ ಕಳಿಸಿಕೊಡಿ" ಎಂದು ನಾನು ಸದಾ ಅವರಿಗೆ ಹೇಳುತ್ತಲೇ ಬಂದಿದ್ದೇನೆ.

ನಾನು ಆಫೀಸಿಗೆ ಬಂದದ್ದು ಗೊತ್ತಾಗುತ್ತಲೇ ಎಚ್.ಆರ್. ಮುಖ್ಯಸ್ಥ ನನ್ನ ಕ್ಯಾಬಿನ್ನಿಗೆ ಬಂದ. "ಎಲ್ಲ ಅಭ್ಯರ್ಥಿಗಳನ್ನೂ ಇವತ್ತೇ ಬರ ಹೇಳಿದ್ದೇನೆ. ನೀವಿಲ್ಲದಿದ್ದಾಗ ರಿಚರ್ಡನ ಹತ್ತಿರ ಒಂದು ಸುತ್ತಿನ ಸಂದರ್ಶನ ಮಾಡಿಸಿದೆ, ಆತ ಈ ಆರು ಜನರನ್ನು ಆಯ್ಕೆ ಮಾಡಿಟ್ಟಿದ್ದಾನೆ. ಎಲ್ಲರೂ ಫ್ರೆಷರ್‌ಗಳೇ" ಎಂದ. ರಿಚರ್ಡ್ ಈಗಾಗಲೇ ಎಲ್ಲರನ್ನೂ ಭೇಟಿ ಮಾಡಿರುವುದರಿಂದ ನನ್ನ ಕೆಲಸ ಹೆಚ್ಚೇನೂ ಇಲ್ಲ ಎಂಬುದು ಅವನ ಅಭಿಪ್ರಾಯ ಎನ್ನುವುದು ನನಗೆ ಗೊತ್ತು. ಹೊಸ ಪ್ರಾಜಕ್ಟ್ ಒಂದಕ್ಕೆ ಎಂಟು ಜನರನ್ನು ತಕ್ಷಣಕ್ಕೆ ತೆಗೆದುಕೊಳ್ಳುವ ಅಗತ್ಯವಿದೆ, ಈ ಆರರಲ್ಲಿ ಕನಿಷ್ಟ ಐವರನ್ನಾದರೂ ಆಯ್ಕೆ ಮಾಡಲು ಒತ್ತಾಯಿಸುತ್ತಾ ಬಯೋಡಾಟಾಗಳನ್ನು ಕೈಗಿತ್ತು ಹೋದ. ಈಗಷ್ಟೇ ಕಾಲೇಜಿನಿಂದ ಹೊರಬಿದ್ದ ಅಭ್ಯರ್ಥಿಗಳ ಬಯೋಡಾಟಾದಲ್ಲಿ ನೋಡುವಂಥದ್ದೇನೂ ಇರುವುದಿಲ್ಲ, ಯಾವ ಕಾಲೇಜು, ಎಷ್ಟು ಅಂಕ ತೆಗೆದಿದ್ದಾರೆ ಅನ್ನುವುದನ್ನು ಬಿಟ್ಟು. ಅವರೊಡನೆಲ್ಲ ಮುಖತಃ ಸಂದರ್ಶನವೇ ಮುಖ್ಯವಾಗುತ್ತದೆ. ನಾನು ಬಯೋಡಾಟಾಗಳ ಮೇಲೆ ಕಣ್ಣಾಡಿಸತೊಡಗಿದೆ. ಅದರಲ್ಲೊಂದು- ಟಿ. ಪ್ರಸನ್ನಕುಮಾರ, ವಿಳಾಸ: ಗದ್ದೆಮನೆ ಓಣಿ, ತೆಂಗಿನಕಟ್ಟೆ...

ಅರೇ! ನನ್ನದೇ ಊರಿನ ಹುಡುಗ!

ಅದೂ, ನನಗೆ ಅತೀ ಪರಿಚಿತ ಹಾಗೂ ಪ್ರಿಯವಾದ ಗದ್ದೆಮನೆ ಓಣಿಯಲ್ಲಿಯೇ ಇವನ ಮನೆಯಿರುವುದು. ನನಗೆ ನನ್ನ ಬಾಲ್ಯದ ನೆನಪುಗಳು ಒತ್ತಿಕೊಂಡು ಬಂತು. ಬೆಂಗಳೂರಲ್ಲೇ ಹುಟ್ಟಿ ಬೆಳೆದ ನಾನು ಶಾಲಾ ರಜಾ ದಿನಗಳಲ್ಲಿ ಮಾತ್ರ ಅಜ್ಜನ ಮನೆಯಾದ ತೆಂಗಿನಕಟ್ಟೆಗೆ ಹೋಗುತ್ತಿದ್ದೆ. ಹಾಗೆ ಹೋದಾಗಲೆಲ್ಲ ನನ್ನ ಫೇವರೇಟ್ ಜಾಗ ಊರಿನ ಹಳ್ಳವಾಗಿತ್ತು. ವರ್ಷ ಪೂರ್ತಿ ತುಂಬಿ ಹರಿಯುತ್ತಿದ್ದ ಆ ಹಳ್ಳಕ್ಕೆ ಈ ಗದ್ದೆಮನೆ ಓಣಿಯಿಂದಲೇ ಹೋಗಬೇಕಿತ್ತು. ಆ ಹಳ್ಳವನ್ನು ಜಗತ್ತಿನ ಅತಿ ಅದ್ಭುತ ಸ್ಥಳಗಳಲ್ಲಿ ಒಂದು ಎಂಬುದಾಗಿ ಸೇರಿಸಿಬಿಟ್ಟಿದ್ದೆ ನಾನು. ಬೆಟ್ಟದ ಮೇಲಿಂದ ಕುರಚಲು ಗಿಡಗಳ ನಡುವೆ ಹರಿದು ಬರುವ ಅದು ಒಂದು ಭಾಗದಲ್ಲಿ ಸಮತಟ್ಟಾಗಿ ತುಸು ವಿಶಾಲವಾಗಿ ಹರಡಿಕೊಂಡಿತ್ತು. ಅದು ಊರಿನ ಹುಡುಗರ ಈಜುವ ಸ್ಥಳ. ಹಳ್ಳದ ನಡುವೆ ದ್ವೀಪದಂತೆ ದೊಡ್ಡದೊಂದು ಕಲ್ಲು ಬಂಡೆಯಿತ್ತು. ಅದಕ್ಕಂಟಿಯೇ ಎತ್ತರದೊಂದು ಮರ. ಈಜು ಬಲ್ಲ ಹುಡುಗರು ಬಂಡೆಯ ಮೇಲಿಂದ ಮರ ಹತ್ತಿ, ಅದರ ಕೊಂಬೆಯ ಮೇಲಿಂದ ನೀರೊಳಕ್ಕೆ ಡೈವ್ ಮಾಡುತ್ತಿದ್ದರು. ನೀರಿಗೆ ಬೀಳುವ ಮುನ್ನವೇ ಗಾಳಿಯಲ್ಲಿ ಎರಡು ಮೂರು ಲಾಗಗಳನ್ನು ಹಾಕುತ್ತಿದ್ದರು. ಇದಕ್ಕೂ ಮಿಗಿಲಾದ ವಿಸ್ಮಯದ ಸಂಗತಿಯೊಂದಿತ್ತು ಆ ಹಳ್ಳದಲ್ಲಿ. ಕೊಂಬೆಯಿಂದ ನೀರಿಗೆ ಹಾರಿದ ಈಜುಗಾರ ನೀರಿನಲ್ಲೇ ಅಸ್ತಂಗತನಾಗಿ ಹೊರಗೆ ಬಾರದೇ ಇನ್ನೈದು ನಿಮಿಷಗಳಲ್ಲಿ ಪುನಃ ಕೊಂಬೆಯ ಮೇಲೆ ಪ್ರತ್ಯಕ್ಷನಾಗಿಬಿಡುತ್ತಿದ್ದ! ಅದು ಹೇಗೆಂದರೆ-

ಹಳ್ಳದ ನಡುವಿರುವ ಕಲ್ಲುಬಂಡೆಯಲ್ಲಿ ನೀರಿನ ಅತೀ ಆಳದಲ್ಲಿ ಒಂದು ಸುರಂಗ ಇರುತ್ತಿದ್ದು, ಬಂಡೆಯ ಈ ಬದಿಯಲ್ಲಿ ಮುಳುಗಿದವರು ನೀರಿನ ಆಳಕ್ಕೆ ಇಳಿದು ಸುರಂಗದೊಳಕ್ಕೆ ಹೊಕ್ಕು ಆಚೆ ಬಂದು ಅಲ್ಲಿರುವ ಮರದ ಕಾಂಡವನ್ನೇರಿ ಈ ಬದಿಯ ಕೊಂಬೆಯಲ್ಲಿ ಪ್ರತ್ಯಕ್ಷರಾಗುತ್ತಿದ್ದರು. ಈ ಬದಿಯಲ್ಲಿರುವವರಿಗೆ ಬಂಡೆಯ ಹಿಂಬದಿಯಲ್ಲಿರುವ ಮರದ ಕಾಂಡ ಕಾಣುತ್ತಿರಲಿಲ್ಲ. ಇದು ಕೆಲವೇ ಕೆಲವು ನುರಿತ ಈಜುಗಾರರಿಗೆ ಮಾತ್ರ ಸಾಧ್ಯವಾಗುವ ಸಾಹಸವಾಗಿತ್ತು. ಅದನ್ನು ಕಲಿಯಲು ಉಳಿದ ಹುಡುಗರೂ ಹವಣಿಸುತ್ತಿದ್ದರಾದರೂ ಅದು ಸುಲಭದ ಮಾತಾಗಿರಲಿಲ್ಲ. ಈ ನೀರೊಳಗಣ ಸುರಂಗದ ಬಗ್ಗೆ ಸಾಕಷ್ಟು ಕಥೆಗಳಿದ್ದವು. ಅದರೊಳಗೆ ಮೊಸಳೆ ಇದೆಯೆಂದೂ, ಸುರಂಗದೊಳಗೆ ಈಜುವಾಗ ಉಸಿರುಗಟ್ಟುವ ಸಾಧ್ಯತೆ ಇದೆಯೆಂದೂ, ಸುರಂಗ ಓರೆಕೋರೆಯಾಗಿರುವುದರಿಂದ ತುಸು ಹೆಚ್ಚು ಕಡಿಮೆಯಾದರೂ ಬಂಡೆಗೆ ತಲೆ ಬಡಿಯುವ ಸಾಧ್ಯತೆ ಇದೆ... ಇತ್ಯಾದಿ. ಅದನ್ನು ದಾಟುವೆನೆಂದು ನೀರಲ್ಲಿ ಮುಳುಗಿದವರು ಹೆಣವಾಗಿ ತೇಲಿ ಬಂದ ಕಥೆಗಳಿಗೂ ಕೊರತೆಯಿರಲಿಲ್ಲ. ಹೀಗಾಗಿ ಸುರಂಗ ಹೊಕ್ಕು ಆಚೆ ಬರುತ್ತಿದ್ದ ಒಂದಿಬ್ಬರು ಹುಡುಗರು ಉಳಿದವರ ದೃಷ್ಟಿಯಲ್ಲಿ ಜಗದೇಕವೀರರಂತೆ ಗೋಚರಿಸುತ್ತಿದ್ದರು. ಈ ಎಲ್ಲ ಕಾರಣಕ್ಕೆ ನಮ್ಮೂರಿನ ಹಳ್ಳ 'ಹೀಗೂ ಉಂಟೇ?' ಎನ್ನುವ ರೇಂಜಿನ ವಿಸ್ಮಯವಾಗಿ ನನ್ನನ್ನು ಆವರಿಸಿತ್ತು.

ನನಗೂ ಅಲ್ಲಿ ಈಜಬೇಕು, ಮರದ ಕೊಂಬೆಯ ಮೇಲಿಂದ ಡೈವ್ ಮಾಡಬೇಕು, ಸುರಂಗ ಹೊಕ್ಕು ಹೊರಬರಬೇಕು ಎನ್ನುವ ಅದಮ್ಯ ಆಸೆಯಿತ್ತು. ಒಂದೆರಡು ಬಾರಿ ಅಲ್ಲಿಯ ಹುಡುಗರೊಡನೆ ಸೇರಿ ಈಜು ಕಲಿಯುವ ಪ್ರಯತ್ನ ಮಾಡುತ್ತಿರುವಾಗ ಅದು ಅಪ್ಪನಿಗೆ ತಿಳಿದು, ಅಪ್ಪ ಕಡಾಖಂಡಿತವಾಗಿ ಅಲ್ಲಿ ಈಜುವಂತಿಲ್ಲ ಎಂದು ತಾಕೀತು ಮಾಡಿಬಿಟ್ಟರು. ಅದು ಬಹಳೇ ಅಪಾಯಕಾರಿ ಹಳ್ಳ ಎಂಬುದು ಅವರ ಆತಂಕಕ್ಕೆ ಕಾರಣವಾಗಿತ್ತು. ಆದರೂ ನಾನು ಇನ್ನೊಮ್ಮೆ ಕದ್ದು ಮುಚ್ಚಿ ಈಜು ಕಲಿಯಲು ಹೋಗಿ ಸಿಕ್ಕಿಬಿದ್ದೆ. ಅಲ್ಲಿ ಹೋಗುವುದಾದರೆ ಮತ್ತೆಂದೂ ರಜೆಯಲ್ಲಿ ಅಜ್ಜನ ಮನೆಗೆ ಕರೆದುಕೊಂಡು ಬರುವುದಿಲ್ಲ ಎಂದು ಅಪ್ಪ ಹೆದರಿಸಿದುದರ ಜೊತೆಗೆ, ಅಮ್ಮ ಅಲ್ಲಿ ಹೋಗಬಾರದೆಂದು ಆಣೆ ಕೂಡ ಹಾಕಿಸಿಕೊಂಡಳು. ನಂತರ ನನ್ನ ಈಜು ಕಲಿಯುವ ಆಸೆಗೆ ನೀರೆರೆಚಬಾರದೆಂದು, ಬೆಂಗಳೂರಿನಲ್ಲಿ ಮನೆಯ ಹತ್ತಿರವೇ ಇರುವ ಈಜುಗೊಳದಲ್ಲಿ ನನ್ನನ್ನು ವೀಕೆಂಡ್ ಸ್ವಿಮ್ಮಿಂಗ್ ಕ್ಲಾಸಿಗೆ ಸೇರಿಸಿದರು. ಅಲ್ಲಿ ಕೆಲದಿನ ಕಲಿತು ನಂತರ ಕಾರಣಾಂತರಗಳಿಂದ ಕ್ಲಾಸು ಬಿಟ್ಟ ನನಗೆ ಈಗಲೂ ಸರಿಯಾಗಿ ಈಜಲು ಬರುವುದಿಲ್ಲ. ತೆಂಗಿನಕಟ್ಟೆ ಹಳ್ಳದ ಸುರಂಗದಡಿಯಲ್ಲಿ ಈಜಿ ಆಚೆ ಬರುವ ಕನಸೊಂದು ಎದೆಯೊಳಗೆ ಮಣ್ಣಾಗಿ

ಹಾಗೇ ಉಳಿದುಕೊಂಡು ಬಿಟ್ಟಿದೆ. ಎಂತೆಂಥಾ ಈಜುಗಾರ ಹುಡುಗರಿದ್ದರಲ್ಲಿ! ಎಂತೆಂಥಾ ಜಲಕ್ರೀಡೆಗಳನ್ನು ಪ್ರದರ್ಶಿಸುತ್ತಿದ್ದರವರು... ನೆನೆಸಿಕೊಂಡರೆ ಈಗಲೂ ಮೈ ಜುಂ ಅನ್ನುತ್ತದೆ. ಅವರಿಗೆಲ್ಲಾ ಸರಿಯಾದ ಅವಕಾಶ, ತರಬೇತಿ ಸಿಕ್ಕಿದ್ದಿದ್ದರೆ ಭಾರತಕ್ಕೆ ಓಲಿಂಪಿಕ್ಸಿನಲ್ಲಿ ಅದೆಷ್ಟು ಚಿನ್ನದ ಪದಕಗಳು ದೊರೆಯುತ್ತಿದ್ದವೋ ಎಂದು ಯೋಚಿಸುತ್ತಾ... ಪ್ರಸನ್ನಕುಮಾರನ ಬಯೋಡಾಟಾವನ್ನು ಮುಂದೆ ಓದತೊಡಗಿದೆ.

ಪ್ರಾಥಮಿಕ ಶಿಕ್ಷಣವನ್ನು ತೆಂಗಿನಕಟ್ಟೆಯಲ್ಲಿಯ ಕನ್ನಡ ಶಾಲೆಯಲ್ಲೇ ಮುಗಿಸಿರುವ ಆತ ಎಂಜಿನಿಯರಿಂಗ್ ಮಾಡಿ ನಂತರ ಪ್ರೈವೇಟ್ ಕಾಲೇಜಿನಲ್ಲಿ ಎಂಬಿಎ ಕೂಡ ಮಾಡಿದ್ದಾನೆ. ಎಸ್ಸೆಸ್ಸೆಲ್ಸಿಯಿಂದ ಹಿಡಿದು ಪ್ರತಿ ಪರೀಕ್ಷೆಗಳಲ್ಲೂ ಎಂಭತ್ತರ ಮೇಲೇ ಅಂಕಗಳು. 'ಪರವಾಗಿಲ್ಲ, ಹುಡುಗ ಹುಷಾರಿದ್ದಾನೆ' ಅಂದುಕೊಂಡೆ. ಹೆಚ್ಚಾಗಿ ಎಲ್ಲ ಹೊಸಬರೂ ಬಯೊಡಾಟಾದಲ್ಲಿ ತಮ್ಮ ಹವ್ಯಾಸಗಳನ್ನು ಬರೆದುಕೊಂಡಿರುತ್ತಾರೆ. ರೀಡಿಂಗ್... ರೈಟಿಂಗ್... ಕ್ರಿಕೆಟ್... ಹೀಗೇ ಎರಡು ಮೂರು ಹವ್ಯಾಸಗಳು ಸರ್ವೇ ಸಾಮಾನ್ಯ. ಈತ ಮಾತ್ರ ಒಂದೇ ಒಂದು ಹವ್ಯಾಸವನ್ನು ಕ್ಯಾಪಿಟಲ್ ಹಾಗೂ ಬೋಲ್ಡ್ ಅಕ್ಷರಗಳಲ್ಲಿ ನಮೂದಿಸಿದ್ದ-

'ಸ್ವಿಮ್ಮಿಂಗ್'

ಈಗಾಗಲೇ ಮೂರು ಜನರ ಸಂದರ್ಶನ ಮುಗಿಸಿದ್ದೆ. ಪ್ರಸನ್ನಕುಮಾರನದು ನಂತರದ ಪಾಳಿ. ನೀಟಾಗಿ ಕೂದಲು ಬಾಚಿ ಬಿಳೀ ಬಣ್ಣದ ಫುಲ್-ಶರ್ಟ್ ತೊಟ್ಟಿದ್ದ ಆತ. ಕುತ್ತಿಗೆಯಲ್ಲಿ ಟೈ. ಮೊದಲನೆಯ ಬಾರಿ ಕಟ್ಟಿದ್ದಾನೆ ಎಂಬುದು ಸ್ಪಷ್ಟವಿತ್ತು. ತುಸು ಹೆಚ್ಚೇ ಎಳೆದು ಕೊರಳಿಗೆ ಬಿಗಿದಿದ್ದ. ನರ್ವಸ್ ಆಗಿದ್ದರೂ ಅದನ್ನು ಮುಖದಲ್ಲಿ ತೋರಿಸಿಕೊಳ್ಳದಿರಲು ಪ್ರಯತ್ನಿಸುತ್ತಿದ್ದ. ಕೈಯ್ಯಲ್ಲಿ ಕಪ್ಪು ಫೈಲ್ ಹಿಡಿದು ಬೆನ್ನು ಸೆಟೆದು ಕುಳಿತಿದ್ದ ಅವನನ್ನು ನೋಡುತ್ತಲೇ ನನಗೆ 'ಅಯ್ಯೋ ಪಾಪ!' ಅನ್ನಿಸಿಬಿಟ್ಟಿತು. ವಾತಾವರಣವನ್ನು ತಿಳಿಗೊಳಿಸುವ ಸಲುವಾಗಿ ಒಂದಿಷ್ಟು ಕುಶಲೋಪರಿಯ ಮಾತುಗಳನ್ನಾಡಿದೆ. ಆತನ ಮನೆ, ಊರುಗಳ ಕುರಿತು ವಿಚಾರಿಸಿದೆ. 'ಹೌದು, ನನ್ನದೇ ಊರು, ಅದೇ ಬೀದಿ...' ನನಗೀಗ ನಿಖರವಾಯಿತು. ನನ್ನಲ್ಲೂ ಸಣ್ಣದೊಂದು ಪುಳಕ. ನಾನೂ ಅಲ್ಲಿಯವನೇ ಎಂಬುದನ್ನು ಹೇಳಿಬಿಡಲೇ ಅಂದುಕೊಂಡೆ; ಇದು ಸರಿಯಾದ ಘಳಿಗೆಯಲ್ಲವೆಂದು ಸುಮ್ಮನಾದೆ.

ಕೇಳಿದ ಪ್ರಶ್ನೆಗಳಿಗೆಲ್ಲ ಸುಮಾರಾಗಿ ಉತ್ತರ ಕೊಡುತ್ತಿದ್ದ ಆತ. ಸಿಕ್ಕಿಬೀಳಿಸೋಣವೆಂದೇ ಆತನಿಗೆ ಗೊತ್ತಿರಲಾರದ ಪ್ರಶ್ನೆಗಳನ್ನು ಕೇಳಿದರೆ, ತನಗೆ

ಅದರ ಬಗ್ಗೆ ಮಾಹಿತಿಯಿಲ್ಲವೆಂದು ಸರಳವಾಗಿ ಹೇಳುತ್ತಿದ್ದ. ಹಿಂದಿನ ಮೂವರಿಗೆ ಹೋಲಿಸಿದರೆ ಇವನೇ ಪರವಾಗಿಲ್ಲ ಅನ್ನಿಸಿತ್ತು. ನನ್ನಲ್ಲೇನೋ ಒಂಥರಾ ತಳಮಳ. ಪ್ರಶ್ನೆಗಳನ್ನು ಕೇಳುತ್ತಿದ್ದೆನಾದರೂ ಅದ್ಯಾವುವೂ ಅವನಿಗೆ ನಿಜವಾಗಿಯೂ ಕೇಳಬೇಕಾದ ಪ್ರಶ್ನೆಗಳು ಅನ್ನಿಸುತ್ತಿರಲಿಲ್ಲ. 'ನೀನು ನೀರ ಕೆಳಗಿನ ಸುರಂಗದೊಳಹೊಕ್ಕು ಆಚೆ ಬರಬಲ್ಲೆಯಾ?' ಎಂದು ಕೇಳಬೇಕಿತ್ತು; ಕೇಳಲಾಗುತ್ತಿಲ್ಲ. ಅವನ ಮುಖವನ್ನೊಮ್ಮೆ ದಿಟ್ಟಿಸಿದೆ. ನೀರೊಳಗಿನ ಸುರಂಗದಿಂದ ಹೊರಬಂದು ಬಂಡೆಯೇರಿ, ಜಾರುತ್ತಿರುವ ಚಡ್ಡಿಯನ್ನು ಮೇಲೆಳೆದುಕೊಳ್ಳುತ್ತ, ಎರಡೂ ಕೈಗಳನ್ನು ಮೇಲಕ್ಕೆತ್ತಿ ವಿಜಯದ ಚೀತ್ಕಾರ ಮಾಡುವಾಗ ಇದೇ ಮುಖ ಹೇಗಿರಬಹುದೆಂದು ಊಹಿಸಿಕೊಂಡೆ.

ಹೌದು! ಸುರಂಗ ಹೊಕ್ಕು ಹೊರಬರಬಲ್ಲ ಕೆಲವೇ ಕೆಲವು ವೀರರಲ್ಲಿ ಈತನೂ ಒಬ್ಬ ಅನ್ನಿಸಿಬಿಟ್ಟಿತು ನನಗೆ.

ಮತ್ತೆ ಪ್ರಶ್ನೆಗಳನ್ನು ಮುಂದುವರಿಸಿದೆ. ಅವೆಲ್ಲವೂ ಶುಷ್ಕ ಪ್ರಶ್ನೆಗಳೆಂಬುದು ನನಗೆ ಗೊತ್ತು. "ನಮ್ಮ ಕಂಪನಿಯನ್ನು ಏಕೆ ಸೇರಬೇಕೆಂದು ಬಯಸುತ್ತೀಯಾ?" ಈ ಪ್ರಶ್ನೆಗೆ ಯಾರೇ ಆದರೂ ಕೊಡುವ ಉತ್ತರವೂ ಅಷ್ಟೇ ಶುಷ್ಕ. ಆತ ಏನೇನೋ ಕಾರಣಗಳನ್ನು ನೀಡುತ್ತಿದ್ದ. ನನ್ನ ಮನಸ್ಸು ಮತ್ತೇನನ್ನೋ ಹೇಳುತ್ತಿತ್ತು ಆತನಿಗೆ– 'ನಿನಗೆ ಈಗ ಕಾಣುತ್ತಿರುವಂತೆ ಈ ಕಂಪನಿ ನೀನು ಕೆಲಸ ಸೇರಿದ ಮೇಲೆ ಕಾಣುವುದಿಲ್ಲ ಮಳ್ಳಾ. ಈ ಬಿಲ್ಡಿಂಗು, ಒಳ ಹೊಕ್ಕಿದ ಕೂಡಲೇ ಕಾಣುವ ಸ್ವಾಗತಕೋಣೆಯ ವೈಭವ ನಿನ್ನನ್ನು ಆಕರ್ಷಿಸಿದೆ ಅನ್ನುವುದು ನನಗೆ ಗೊತ್ತು. ಅದರಲ್ಲೂ ಮೊದಲ ಸುತ್ತಿನಲ್ಲಿ ರಿಚರ್ಡನಿಂದ ಸಂದರ್ಶಿಸಲ್ಪಟ್ಟ ನಿನ್ನಂತರಂಗದಲ್ಲಿ ಏನಾಗುತ್ತಿದೆ ಎಂಬುದನ್ನು ನಾನು ಬಲ್ಲೆ. ಆದರೆ ನೌಕರಿ ಸೇರಿದಮೇಲೆ, ಇದೇ ವಾತಾವರಣ ಹೊಂದಿರುವ ವಿಚಿತ್ರತೆ, ಉಸಿರುಗಟ್ಟಿಸುವಿಕೆ ಈಗಷ್ಟೇ ಕಾಲೇಜು ಮುಗಿಸಿ ಬಂದಿರುವ ನಿನ್ನ ಕಲ್ಪನೆಗೂ ಸಿಗಲಿಕ್ಕಿಲ್ಲ ಬಿಡು. ಅದು ಅನುಭವಕ್ಕೆ ಮಾತ್ರ ದಕ್ಕುವಂಥದ್ದು. ಇಲ್ಲಿ ಸೇರಿದ ಮೊದಲ ಇಡೀ ವಾರ, ನಾನು ಮನೆಯಿಂದ ತಂದ ಊಟದ ಡಬ್ಬಿಯನ್ನು ಇಲ್ಲಿಯ ಕ್ಯಾಂಟೀನಿನಲ್ಲಾಗಲೀ, ನನ್ನ ಕೆಲಸದ ಟೇಬಲ್ಲಿನ ಮೇಲಾಗಲೀ ತಿನ್ನಲಾಗದೇ, ಗಾಡಿ ತೆಗೆದುಕೊಂಡು ದೂರ ಹೋಗಿ ರಸ್ತೆಯ ಬದಿಯ ಯಾವುದೋ ಮರದಡಿಯಲ್ಲಿ ಕುಳಿತು ತಿಂದು ಬಂದಿದ್ದೆ... ಗೊತ್ತಾ?'

ಸಂದರ್ಶನ ಹೆಚ್ಚು ಕಡಿಮೆ ಮುಗಿದಿತ್ತು. ಕೇಳಲು ಪ್ರಶ್ನೆಗಳು ಉಳಿದಿರಲಿಲ್ಲ. ಆದರೂ ಒಂದಿಷ್ಟು ಅಸಂಗತ ಪ್ರಶ್ನೆಗಳನ್ನು ಕೇಳುವ ಮನಸ್ಸಾಯಿತು. "ನೀನೇಕೆ ನಿನ್ನ ಊರಲ್ಲೇ ಯಾವುದಾದರೂ ಉದ್ಯೋಗ ಹುಡುಕಿಕೊಳ್ಳಬಾರದು? ನಿಮ್ಮ ಪ್ರದೇಶದಲ್ಲಿ ಗೇರು ಬೆಳೆ ಹೆಚ್ಚು ಎಂದು ಕೇಳಿರುವೆ, ನಿನ್ನದೇ ಒಂದು ಗೇರುಬೀಜದ ಫ್ಯಾಕ್ಟರಿ ಹಾಕುವ ಸಾಧ್ಯತೆಗಳ ಬಗ್ಗೆ ಯೋಚಿಸಬಹುದಲ್ಲ? ನಿಮ್ಮೂರಲ್ಲಿ ಸಮುದ್ರದ

ತಟದಿಂದ ಭುರ್ರನೆ ಬೀಸುವ ಬಿಸಿ ಗಾಳಿಗೂ, ಇಲ್ಲಿನ ಆಫೀಸಿನ ಏ.ಸಿ. ಗ್ರಿಲ್ಲಿನಿಂದ ಹೊರಸೂಸುವ ತಣ್ಣನೆಯ ಗಾಳಿಗೂ ಇರುವ ವ್ಯತ್ಯಾಸ ಗೊತ್ತಾ?" ಇತ್ಯಾದಿ.

ಈಗ ಹುಡುಗ ಉತ್ತರಿಸಲು ನಿಜಕ್ಕೂ ತಡವರಿಸಿದ. ಅತೀವ ಗೊಂದಲವೂ, ಸಣ್ಣ ಆತಂಕವೂ ಆತನ ಮುಖದಲ್ಲಿ ಕಾಣತೊಡಗಿತು. ಹೆಚ್ಚು ಸತಾಯಿಸುವದು ಸರಿಯಲ್ಲವೆಂದು ಅಲ್ಲಿಗೇ ನಿಲ್ಲಿಸಿದೆ. ಸಂದರ್ಶನಕ್ಕೆ ಬಂದವರಿಗೆ ವಿಸಿಟಿಂಗ್ ಕಾರ್ಡ್ ಕೊಡುವ ಪರಿಪಾಠವಿಲ್ಲ ನನಗೆ. ಈತನಿಗ್ಯಾಕೋ ಕೊಡೋಣವೆನ್ನಿಸಿತು. ಹೇಗಂದರೂ ಕಂಪನಿಯ ವಿಸಿಟಿಂಗ್ ಕಾರ್ಡಿನಲ್ಲಿ ಹುಟ್ಟೂರಿನ ವಿಳಾಸ ಇರುವುದಿಲ್ಲವಲ್ಲ. ಕಾರ್ಡ್ ನೀಡಿ, ಆತನ ಕೈ ಕುಲುಕಿ ಬೀಳ್ಕೊಟ್ಟೆ. ಆಯ್ಕೆಯ ನಿರ್ಣಯದ ಬಗ್ಗೆ ಸದ್ಯದಲ್ಲೇ ತಿಳಿಸಲಾಗುವುದೆಂದು ಹೇಳಿದೆ.

ನಿಗದಿತ ಸಮಯಕ್ಕಿಂತ ಹೆಚ್ಚು ಹೊತ್ತು ಪ್ರಸನ್ನಕುಮಾರನೊಡನೆ ಕಳೆದಿದ್ದೆನಾದ್ದರಿಂದ ಉಳಿದೆರಡು ಅಭ್ಯರ್ಥಿಗಳ ಸಂದರ್ಶನವನ್ನು ತರಾತುರಿಯಿಂದ ಮುಗಿಸಬೇಕಾಯ್ತು. ನನಗೆ ಮತ್ತೊಂದು ಪ್ರಮುಖ ಮೀಟಿಂಗಿಗೆ ಬೇರೆ ಹೋಗಬೇಕಿತ್ತು. ನನ್ನ ಕ್ಯಾಬಿನ್ನಿಗೆ ಹಿಂದಿರುಗಿ ಎಲ್ಲ ಬಯೋಡಾಟಾಗಳ ಮೇಲೂ ಅಭಿಪ್ರಾಯ ಬರೆಯತೊಡಗಿದೆ. ಪ್ರಸನ್ನಕುಮಾರನ ಬಯೋಡಾಟಾ ಬಂದೊಡನೆ ಮತ್ತೆ ತಳಮಳವಾಯಿತು. ಒಂದೆರಡು ನಿಮಿಷ ಹಾಗೆಯೇ ಕುಳಿತೆ. ಗಟ್ಟಿ ಮನಸ್ಸು ಮಾಡಿಕೊಂಡು ದೊಡ್ಡ ಅಕ್ಷರಗಳಲ್ಲಿ ಬರೆದೆ– 'ರಿಜೆಕ್ಟೆಡ್'

ಆ ದಿನವಿಡೀ ಮನಸ್ಸಿಗೆ ಕಸಿವಿಸಿಯಾಗುತ್ತಲೇ ಇತ್ತು. ಮನೆಗೆ ಹಿಂದಿರುಗಿದ ಮೇಲೂ ನನಗೆ ಪ್ರಸನ್ನಕುಮಾರನದೇ ನೆನಪು. ಸರಿಯಾದ ನಿರ್ಧಾರವನ್ನೇ ಮಾಡಿದ್ದೇನೆ ಎಂದು ಮನಸ್ಸು ಹೇಳುತ್ತಿತ್ತು. ಆ ಹುಡುಗನಲ್ಲೊಂದು ಅಂತಃಪ್ರತಿಭೆ ನನಗೆ ಗೋಚರಿಸಿದೆ. ನಾನು ಸಂದರ್ಶನದ ಕೊನೆಯಲ್ಲಿ ಹೇಳಿದ್ದು ಆತನಿಗೆ ಅರ್ಥವಾಗಿರುತ್ತದೆ. ಇಲ್ಲಿಂದ ತಿರಸ್ಕರಿಸಲ್ಪಟ್ಟ ಆತ ಖಂಡಿತ ಮತ್ತೊಂದು ಕಂಪನಿಯ ಗೇಟಿನ ಎದುರು ಟೈ ಕಟ್ಟಿ ಫೈಲ್ ಹಿಡಿದು ನಿಲ್ಲಲಾರ. ಯಾರಿಗೆ ಗೊತ್ತು, ನಾಳೆ ಟಿವಿಯಲ್ಲಿ ಚಿನ್ನದ ಪದಕ ಪಡೆದು ಮಂದಹಾಸ ಬೀರುತ್ತಿರುವ ಆತನ ಮುಖ ಗೋಚರಿಸಬಹುದು. ಅಥವಾ ನ್ಯಾಷನಲ್ ಸ್ವಿಮ್ಮಿಂಗ್ ಅಕಾಡಮಿಯನ್ನೇ ಆತ ತೆಗೆಯಬಹುದು... ನನಗೆ ನಾನೇ ಸಮಾಧಾನ ಮಾಡಿಕೊಂಡೆ.

ಅದನ್ನೇ ವಿಚಾರಿಸುತ್ತಾ ಮಲಗಿದವನಿಗೆ ರಾತ್ರಿ ತುಂಬ ಹೊತ್ತಿನ ಮೇಲೆ ನಿದ್ರೆ ಹತ್ತಿತು. ಎಷ್ಟು ಹೊತ್ತಾಗಿತ್ತೋ ಗೊತ್ತಿಲ್ಲ. ಮೊಬೈಲಿನಲ್ಲಿ ವಾಟ್ಸಾಪ್ ಮೆಸೇಜು 'ಠಣ್'

ಎಂದು ಹೊಡೆದುಕೊಂಡಿತು. ಈ ರೀತಿ ಅಪರಾತ್ರಿಗಳಲ್ಲಿ ಮೆಸೇಜು ಬರುವುದು ಹೊಸತೇನಲ್ಲ; ನಾನು ಅವುಗಳನ್ನು ನೋಡಲೂ ಹೋಗುವುದಿಲ್ಲ. ಆದರೆ ಠಣ್ ಠಣ್ ಅನ್ನುತ್ತ ಒಂದರ ಹಿಂದೆ ಒಂದು ಐದಾರು ಮೆಸೇಜುಗಳು ಬರತೊಡಗಿದವು. ಯಾರದಿರಬಹುದೆಂಬ ಕುತೂಹಲ ತಾಳದೇ ಎದ್ದು ನೋಡಿದರೆ, ಯಾವುದೋ ಹೆಸರಿಲ್ಲದ ಹೊಸ ನಂಬರು...

"ಸರ್, ನಾನು ಇವತ್ತು ಬೆಳಿಗ್ಗೆ ನೀವು ಇಂಟರ್ವ್ಯೂ ಮಾಡಿದ ಪ್ರಸನ್ನಕುಮಾರ ಸರ್"

"ದಯವಿಟ್ಟು ಕ್ಷಮಿಸಿ ನಿಮಗೆ ಮೆಸೇಜು ಮಾಡಿ ತೊಂದರೆ ನೀಡುತ್ತಿರುವುದಕ್ಕೆ"

"ಸರ್, ನಿಮ್ಮಂಥ ಮಲ್ಟಿನ್ಯಾಷನಲ್ ಕಂಪನಿಯಲ್ಲಿ ಕೆಲಸ ಮಾಡಬೇಕೆಂಬುದು ನನ್ನ ಬಹುದಿನದ ಕನಸು ಸರ್. ನಿಮ್ಮ ಕಂಪನಿಗೆ ಸಮರ್ಥ ಅಭ್ಯರ್ಥಿಯಾಗಬಲ್ಲೆ ಎನ್ನುವ ವಿಶ್ವಾಸ ನನಗಿದೆ. ಒಂದು ಅವಕಾಶ ನನಗೆ ಕೊಟ್ಟು ನೋಡಿ, ಅದನ್ನು ಸಾಬೀತುಪಡಿಸುತ್ತೇನೆ"

"ನೀವು ಹೇಳಿದಂತೆ, ನಮ್ಮ ಊರಲ್ಲಿ ಗೇರುಬೀಜದ ಫ್ಯಾಕ್ಟರಿ ತೆಗೆಯುವುದು ಅಷ್ಟು ಸುಲಭವಲ್ಲ ಸರ್. ಅಲ್ಲಿ ಕೆಲಸಗಾರರೇ ಸಿಗುವುದಿಲ್ಲ. ಇರುವ ಫ್ಯಾಕ್ಟರಿಗಳೂ ಮುಚ್ಚಿಕೊಂಡು ಹೋಗುತ್ತಿವೆ"

"ನಾನು ಎಂ.ಬಿ.ಎ. ಮಾಡಲು ಬ್ಯಾಂಕಿನಲ್ಲಿ ಏಳು ಲಕ್ಷ ಶಿಕ್ಷಣ ಸಾಲ ಮಾಡಿದ್ದೇನೆ ಸರ್. ಮನೆಯಲ್ಲಿ ಇನ್ನೂ ಮದುವೆಯಾಗಬೇಕಿರುವ ತಂಗಿ ಇದ್ದಾಳೆ. ತಂದೆ ಮುಂದಿನ ವರ್ಷ ನಿವೃತ್ತರಾಗುತ್ತಿದ್ದಾರೆ."

"ದಯವಿಟ್ಟು ನಿಮ್ಮ ಕಂಪನಿಯಲ್ಲಿ ಕೆಲಸಮಾಡುವ ಅವಕಾಶ ಒದಗಿಸಿಕೊಡಿ ಸರ್."

"ಮೆಸೇಜ್ ಕಳಿಸುತ್ತಿರುವುದಕ್ಕೆ ಮತ್ತೊಮ್ಮೆ ಸಾರಿ..."

...

...

ನಾನು ಕಣ್ಣುಜ್ಜಿಕೊಂಡು ಮೆಸೇಜುಗಳನ್ನು ಮತ್ತೊಮ್ಮೆ ಓದತೊಡಗಿದೆ.

ವಾಸನೆ

ಶೃಂಗನಿಗೆ ಮೂರು ವರ್ಷಗಳು ದಾಟಿದರೂ ಇನ್ನೂ ಕಾಲು ಬಂದಿರಲಿಲ್ಲ. ಈತನ ವಯಸ್ಸಿನ ಹುಡುಗರೆಲ್ಲಾ ಕಾಲಿಗೆ 'ಚಿಂವ್ ಚಿಂವ್' ಎನ್ನುವ ಬೂಟುಗಳನ್ನು ಹಾಕಿಕೊಂಡು ಪ್ಲೇಹೋಮು, ಮಾಂಟೇಸ್ಸರಿ ಎಂದೆಲ್ಲ ಹೋಗುತ್ತಿರುವಾಗ ಶೃಂಗ ಮಾತ್ರ ಅಂಬೆಗಾಲಿಕ್ಕಿಯೇ ನಡೆಯುತ್ತಿದ್ದ. ಹಾಗಂತ ಆತ ಬುದ್ಧಿಮಾಂದ್ಯನೇನೂ ಆಗಿರಲಿಲ್ಲ. ನಡೆಯುವುದಿಲ್ಲ ಎನ್ನುವುದನ್ನು ಬಿಟ್ಟರೆ ಉಳಿದೆಲ್ಲ ವಿಷಯಗಳಲ್ಲಿ ಆತ ತನ್ನ ಸರೀಕ ಮಕ್ಕಳಿಗಿಂತ ಹೆಚ್ಚೇ ಚುರುಕಿದ್ದ. ಹತ್ತಾರು ಶಿಶುಗೀತೆಗಳು, ಎಬಿಸಿಡಿ, ಕುದುರೆ ಕತ್ತೆ ನಾಯಿಗಳ ಗುರುತು, ಸಾಲದೆಂಬಂತೆ ಟೀವಿಯಲ್ಲಿನ ಹಲವು ಕಾರ್ಟೂನ್ ಕ್ಯಾರೆಕ್ಟರುಗಳು ಆತನಿಗೆ ಕರತಲಾಮಲಕವಾಗಿದ್ದವು. ಆತನ ಕಾಲು ಕೂಡ ಸದೃಢವಾಗಿ, ಉದ್ದ ಗಾತ್ರದಲ್ಲಿ ಸರಿಯಾಗಿಯೇ ಇತ್ತು. ಆದರೂ ಕೈಹಿಡಿದು ಎತ್ತಿ ನಿಲ್ಲಿಸಿದರೂ, ನಿಲ್ಲಲು ಏನಾದರೂ ಆಧಾರ ನೀಡಿದರೂ, ಎದ್ದು ನಿಲ್ಲುತ್ತಲೇ ಮಂಡಿಯೂರಿಬಿಡುತ್ತಿದ್ದ! ಈ ವಿಚಿತ್ರ ವಿಕಲತೆ ಕಂಡು ಆತಂಕಗೊಂಡ ಪಾಲಕರು ಆತನನ್ನು ಹಲವಾರು ವೈದ್ಯರ ಬಳಿ ತೋರಿಸಿದರು. ಹೋದಲ್ಲೆಲ್ಲ ಆತನ ಕಾಲು, ಕೈ, ತಲೆ, ಕಣ್ಣು, ಮೂಗಿನ ಸ್ಕ್ಯಾನಿಂಗು ಎಕ್ಸರೇ ಎಂದೆಲ್ಲಾ ಮಾಡಿಸಿ, ಏನೂ ದೋಷವಿಲ್ಲ, ಆತನಿಗೆ ನಡೆಯುವುದು ಕಲಿಸಿಕೊಡಿ ಎಂದರು. ಹೀಗಾಗಿ ಶೃಂಗ ನಡೆಯಲು ಪ್ರೇರಕವಾಗಬಹುದಾದ ಹತ್ತು ಹಲವು ಪ್ರಯತ್ನಗಳನ್ನು ಅವರು ಮಾಡತೊಡಗಿದರು. ಚೆಂಡನ್ನು ದೂರ ಎಸೆದು 'ಎಲ್ಲೀ... ಹಿಡೀ ನೋಡೋಣಾ...' ಎನ್ನುತ್ತ ಅದರೊಡನೆ ತಾವೂ ಓಡತೊಡಗಿದರು. ರಿಮೋಟು ಕಂಟ್ರೋಲು ಕಾರನ್ನು ಆತನ ಎದುರಿಗೇ 'ಜುರ್ರ್‍ಽಽನೆ' ಓಡಿಸಿ 'ಕಮಾನ್ ಕಮಾನ್... ಕ್ಯಾಚ್ ಇಟ್' ಎಂದು ಚಪ್ಪಾಳೆ ತಟ್ಟಿದರು. ಪುಗ್ಗಿಯನ್ನು ಮೇಲಕ್ಕೆ ಹಾರಿಸಿ ಅದನ್ನು ಹಿಡಿಯಲು ಹುರಿದುಂಬಿಸುತ್ತ ಕುಪ್ಪಳಿಸಿದರು. ಶೃಂಗ ಮಾತ್ರ ಕುಂತಲ್ಲಿಂದ ಕದಲಲಿಲ್ಲ.

ಹೀಗೇ ಆತನ ಅಪ್ಪ-ಅಮ್ಮ, ಅಲೋಪತಿ, ಹೋಮಿಯೋಪತಿ, ಹರಕೆ, ವ್ರತ, ಇಂಟರ್ನೆಟ್ಟು ಇತ್ಯಾದಿಯೆಲ್ಲವುಗಳ ಮೊರೆಹೋಗುತ್ತಾ ಈ ನ್ಯೂನ್ಯತೆಯ ಪರಿಹಾರಕ್ಕಾಗಿ ತಡಕಾಡುತ್ತಿರುವ ನಡುವೆ ಒಂದು ದಿನ ಶೃಂಗ ಆಧಾರವಿಲ್ಲದೇ ಎದ್ದು ನಿಂತ. ನಿಧಾನವಾಗಿ ಒಂದರ ಮುಂದೊಂದು ಹೆಜ್ಜೆಯಿಡುತ್ತಾ 'ಅರೇ... ಇದೇನು ಅಚಾನಕ್ಕಾಗಿ ನಡೆಯಲು ಶುರು ಮಾಡಿದನಲ್ಲಾ...' ಎಂದು ಅಚ್ಚರಿಪಡುತ್ತಿರುವಂತೆಯೇ, ಒಮ್ಮೆಲೇ ಓಡತೊಡಗಿದ. ಇಷ್ಟು ದಿನ ನಡೆಯದೇ ಉಳಿದಿದ್ದನ್ನೆಲ್ಲ ಇಂದೇ ಮುಗಿಸಿಬಿಡುತ್ತಾನೋ ಅನ್ನುವಂತೆ ಮನೆ ತುಂಬ ಓಡತೊಡಗಿದ. ಕುರ್ಚಿ ಟಿಪಾಯಿಗಳ ಮೇಲೆಲ್ಲ ಹತ್ತಿಳಿಯುತ್ತ, ಅಡುಗೆ ಮನೆ, ಮಲಗುವ ಕೋಣೆಯೆನ್ನದೇ ಅತ್ತಿತ್ತ ಓಡುತ್ತಿರುವ ಶೃಂಗನ ಉತ್ಸಾಹ ಕಂಡು ಅಪ್ಪ-ಅಮ್ಮನ ಆನಂದಕ್ಕೆ ಪಾರವೇ ಇಲ್ಲವಾಯ್ತು. ಆದರೆ ಆ ಆನಂದ ಹೆಚ್ಚು ದಿನದ್ದಾಗಿರಲಿಲ್ಲ.

ಶೃಂಗನಿಗೆ ನಡೆಯಲು ಬರುವುದಿಲ್ಲ ಎಂಬುದು ಮತ್ತೆ ಸಾಬೀತಾಯ್ತು. ಆತ ನಡೆಯುವ ಬದಲು ಓಡುತ್ತಿದ್ದ!

ಮೊದಮೊದಲು 'ಏ... ನಿಧಾನಕ್ಕೆ ಬಾರೋ' 'ಅದ್ಯಾಕೆ ಆ ರೀತಿ ಓಡ್ತೀಯಾ...' ಎಂದು ಎಲ್ಲರೂ ಶೃಂಗನಿಗೆ ತಿಳಿಹೇಳಿದರೂ ಅವು ಆತನ ಮೇಲೆ ಯಾವುದೇ ಪರಿಣಾಮ ಬೀರುತ್ತಿರಲಿಲ್ಲ. ಹಾಗೆಂದು ಆತ ಉಳಿದೆಲ್ಲ ವಿಷಯಗಳಲ್ಲಿ ಸಹಜವಾಗಿಯೇ ಇದ್ದ. ಕುಳಿತುಕೊಳ್ಳುವಾಗಾಗಲೀ, ನಿಂತಿರುವಾಗಾಗಲೀ ಅಥವಾ ಮಲಗುವುದಾಗಲೀ ಮಾಮೂಲಾಗಿಯೇ ಇತ್ತು. ಜಾಣತನ, ನೆನಪಿನ ಶಕ್ತಿ, ವಿದ್ಯಾಭ್ಯಾಸದಲ್ಲಿ ಉಳಿದವರಿಗಿಂತ ಶೃಂಗ ಒಂದು ಕೈ ಮೇಲೆಯೇ. ಊಟ ನಿದ್ದೆ ಮಾತುಗಳಲ್ಲಿ ಕೂಡ ಏನೂ ಕುಂದಿರಲಿಲ್ಲ. ಆದರೆ 'ಊಟಕ್ಕೆ ಬಾರೋ...' ಎಂದು ಕರೆದರೆ, ನಡುಮನೆಯ ಸೋಫಾದಿಂದ ಎದ್ದು ಡೈನಿಂಗ್ ಟೇಬಲ್ಲಿಗೆ ಓಡಿಯೇ ಬರುತ್ತಿದ್ದ. ಸ್ನಾನ ಮಾಡಿ ಹೊರಬರಲಿ, ಅಂಗಡಿಯಿಂದ ಸಾಮಾನು ತರುತ್ತಿರಲಿ, ರಸ್ತೆಯ ಬದಿಗಿರಲಿ, ಶಾಲೆಗೆ ಹೋಗುತ್ತಿರಲಿ, ಆಟದ ಮೈದಾನದಲ್ಲಿರಲಿ, ಆತ ನಡೆಯುವ ಸಂದರ್ಭದಲ್ಲೆಲ್ಲ ಓಡುತ್ತಿದ್ದ. ಇದು ಆತನ ಅಪ್ಪ-ಅಮ್ಮನನ್ನು ಮತ್ತೊಂದು ರೀತಿಯ ಚಿಂತೆಗೊಡ್ಡಿತು. ಇದೊಂತರಾ ಮಾನಸಿಕ ಕಾಯಿಲೆಯಿರಬಹುದೋ ಎಂದು ಹೆದರಿ ಅವರು ವೈದ್ಯರಲ್ಲಿ ತಪಾಸಿಸಿದರು. ತಜ್ಞರು ಇದು schizophreniaದ ಪ್ರಕಾರಗಳಲ್ಲೊಂದಾದ ಯಾವುದೋ bipolar disorder ಇರಬಹುದೆಂದು ಊಹಿಸಿದರೂ, ಆ ರೋಗದ ಉಳಿದ ಲಕ್ಷಣಗಳಾವುವೂ ಶೃಂಗನಲ್ಲಿರಲಿಲ್ಲ. ಹೀಗಾಗಿ, ಅವರುಗಳು ಪ್ರಾಯೋಗಿಕವಾಗಿ ಒಂದಿಷ್ಟು ಔಷಧಿಗಳನ್ನು ನೀಡಿ ಕಳಿಸಿದರು. ಅವುಗಳಿಂದ ಯಾವ ರೀತಿಯ ಪ್ರಯೋಜನವೂ ಆಗಲಿಲ್ಲ.

ಶೃಂಗನಿಗೆ ತಾನು ನಡೆಯುವುದಿಲ್ಲ, ಓಡುತ್ತೇನೆ ಎಂಬ ಅರಿವು ಬರತೊಡಗಿದ್ದು ತುಸು ತಡವೆಂದೇ ಹೇಳಬಹುದು. ಶಾಲೆಯ ವಾರ್ಷಿಕೋತ್ಸವದಲ್ಲಿ ಯಾವುದೋ ಸ್ಪರ್ಧೆಯಲ್ಲಿ ಗೆದ್ದ ಈತ ಬಹುಮಾನ ಪಡೆಯುವಾಗ ಜನ ಚಪ್ಪಾಳೆ ಹಾಕಿದರೆ, ತಾನು ತನ್ನ ಹೆಸರು ಕೂಗುತ್ತಿರುವಂತೆ ಕುಳಿತಲ್ಲಿಂದ ಎದ್ದು ಓಡುತ್ತ ಹೋಗಿದ್ದಕ್ಕೇ ಈ ಚಪ್ಪಾಳೆ ಎಂದು ತಿಳಿದು ಪುಳಕಗೊಳ್ಳುತ್ತಿದ್ದ ಆತ. ದೊಡ್ಡವನಾಗುತ್ತಿರುವಂತೆ ಡಿಸ್ಕವರಿ ಚ್ಯಾನಲ್ಲಿನಲ್ಲಿ ಪ್ರಾಣಿಗಳ ಕಾರ್ಯಕ್ರಮ ಆತನಿಗೆ ಬಹಳೇ ಖುಷಿ ನೀಡುತ್ತಿತ್ತು. ಚಿರತೆಯೊಂದು ಶರವೇಗದಲ್ಲಿ ಓಡುತ್ತ ಚಿಗರೆಯೊಂದರ ಮೈಮೇಲೆ ಹಾರಿದಾಗಲೆಲ್ಲ ಆತ ರೋಮಾಂಚಿತನಾಗುತ್ತಿದ್ದ. ಸೂರ್ಯ ಬಾನಲ್ಲಿ ಮೂಡುತ್ತಿರುವಂತೆ ಚಿರತೆಗೂ ಚಿಗರೆಗೂ ಓಟ ಅನಿವಾರ್ಯ. ಓಡಿದವನು ಬಾಳಿಯಾನು ಎಂಬುದು ಆತನಿಗೆ ಅರಿವಾಗುತ್ತಿರುವಂತೆಯೇ ತನ್ನ ಓಟದ ಸಾರ್ಥಕತೆ ಆತನಿಗೆ ನಿಧಾನವಾಗಿ ಮನದಟ್ಟಾಗತೊಡಗಿತ್ತು. ಓಟ ಆತನಿಗೆ ಆಪ್ತವಾಯಿತು. ಅಂದಿನಿಂದ ಆತ ಅಧಿಕೃತವಾಗಿಯೇ ಓಡತೊಡಗಿದ.

ದಿನಗಳೆದಂತೆ ಈ ನಡೆತದ ಬದಲಿನ ಓಟ ಆತನಿಗೂ, ಸಹಚರರಿಗೂ ಅತೀ ಸಹಜ ಅನ್ನಿಸಿಬಿಟ್ಟಿತ್ತು. ಈತನನ್ನು ಮೊದಲು ನೋಡಿದವರಿಗೆ ಮಾತ್ರ ಅದು ವಿಚಿತ್ರ ಎನ್ನಿಸಿದ್ದರೂ ಮುಂದೆ ಹೊಸ ಗೆಳೆಯರು, ಆಪೀಸು, ಹೆಂಡತಿ, ಹೊಸ ನೆಂಟರಿತ್ಯಾದಿಯಾಗಿ ಎಲ್ಲರಿಗೂ ಸಹ್ಯವಾಗಿಬಿಟ್ಟಿತ್ತು. ಅಲ್ಲದೇ ಇದರಿಂದ ಆತನಿಗೆ ಅನನುಕೂಲಕ್ಕಿಂತ ಅನುಕೂಲಗಳೇ ಹೆಚ್ಚಾಗಿದ್ದವು. ಆತ ಎಲ್ಲಿಯೂ ಹಿಂದೆ ಬಿದ್ದುದೇ ಇಲ್ಲ. ಬಸ್ಸು ತಪ್ಪಿಸಿಕೊಂಡಿದ್ದಾಗಲೀ, ಆಫೀಸಿಗೆ, ಮೀಟಿಂಗಿಗೆ ತಡವಾಗಿ ಹೋದುದ್ದಾಗಲೀ ಇಲ್ಲವೇ ಇಲ್ಲ. ಎಲ್ಲಿ ಹೋದರೂ, ಏನೇ ಮಾಡಿದರೂ ಸದಾ ಓಟನಿರತ ಆತನೇ ಮುಂದೆ ಹಾಗೂ ಆತನಿಗೇ ಮನ್ನಣೆ. ಈ ನಡುವೆ ವಯಸ್ಸಾಗುತ್ತಿರುವಂತೆ, ವಾರಕ್ಕೆ ಹದಿನೈದು ಮೈಲಿಗಳ ಓಟ ಮಾತ್ರ ಆರೋಗ್ಯಕ್ಕೆ ಲಾಭಕರ, ಅದಕ್ಕಿಂತ ಹೆಚ್ಚು ಓಡಿದರೆ ಹೃದಯ ಸಂಬಂಧಿ ಕಾಯಿಲೆಗಳ ಸಾಧ್ಯತೆ ಇದೆ ಎಂಬುದು ಆತನ ಗಮನಕ್ಕೆ ಬಂದಿದ್ದರೂ ಆತನಿಗೆ ಓಟ ನಿಲ್ಲಿಸುವ ಸಾಧ್ಯತೆ ಹಾಗೂ ಮನಸ್ಸು ಇರಲಿಲ್ಲ. ಅದಕ್ಕೆ ಅವನಲ್ಲಿ ಸಾಕಷ್ಟು ಸಮರ್ಥನೆಗಳೂ ಇದ್ದವು. ವ್ಯಕ್ತಿಯೊಬ್ಬ ದಿನವೊಂದರಲ್ಲಿ ಎಷ್ಟು ತಾಸು ನಡೆಯುತ್ತಾನೆ ಹಾಗೂ ನಡೆತದ ಆ ಅವಧಿಯನ್ನು ಓಟದಿಂದ ಕ್ರಮಿಸಿದರೆ ಉಳಿಯಬಹುದಾದ ಸಮಯವೆಷ್ಟು ಹಾಗೂ ಅದು ಒಟ್ಟಾರೆಯಾಗಿ ವರ್ಷವೊಂದಕ್ಕೆ ಎಷ್ಟು ದಿನಗಳ ಹೆಚ್ಚಿನ ಕೊಡುಗೆ ನೀಡುತ್ತದೆ ಎಂಬುದನ್ನೆಲ್ಲ ಲೆಕ್ಕ ಹಾಕುತ್ತಿದ್ದ. ಉಳಿದವರಿಗೆ ಅತಾರ್ಕಿಕವೆನಿಸಿದರೂ ಆತನಿಗೆ ಖುಷಿ ಕೊಡುತ್ತಿತ್ತು. ದಿನಕ್ಕೆ ಇಪ್ಪತ್ನಾಲ್ಕು ಗಂಟೆಗಳೇ ಕಮ್ಮಿ ಎನ್ನುವ ಇಂದಿನ ಪರಿಸ್ಥಿತಿಯಲ್ಲಿ ಈ ಬೋನಸ್ ದಿನಗಳಿಂದಾಗುವ ಲಾಭಗಳನ್ನೆಲ್ಲ ಯೋಚಿಸಿ ಪುಳಕಿತನಾಗುತ್ತಿದ್ದ.

ಹೀಗೇ ಮಟ ಮಟ ಮಧ್ಯಾಹ್ನ ಮುಗಿದು ಸೂರ್ಯ ನೆತ್ತಿಯಿಂದ ಜಾರುತ್ತಿರುವ ಸಾಯಂಕಾಲದ ಒಂದು ದಿನ, ತಾನು ಇದುವರೆಗೂ ಲಕ್ಷಿಸದ ಸಂಗತಿಯೊಂದು ಆತನ ಗಮನಕ್ಕೆ ಬಂತು. ತಾನು ಓಡುತ್ತ ಆಪೀಸಿಗೆ ಹೋದ ಪ್ರತಿ ದಿನವೂ ಎದುರು ಡೆಸ್ಕಿನ ಹುಡುಗಿ 'ಗುಡ್ ಮಾರ್ನಿಂಗ್ ಸಾರ್' ಎನ್ನಲು ಕಾದಿರುತ್ತಿದ್ದಳು. ಎಷ್ಟೋ ಬಾರಿ ಈತನ ಬಾಸ್ ಇವನಿಗಿಂತ ಮೊದಲೇ ಆಫೀಸಿನಲ್ಲಿರುತ್ತಿದ್ದ. ಆಫೀಸು ಇರಲಿ, ಇವನು ಓಡುತ್ತ ಏದುಸಿರು ಬಿಡುತ್ತ ಬಸ್ ನಿಲ್ದಾಣಕ್ಕೆ ಹೋದರೆ ಅಲ್ಲಿ ಹತ್ತಾರು ಜನ ಆಗಲೇ ಬಸ್ಸಿಗಾಗಿ ಕಾಯುತ್ತಾ ನಿಂತಿರುತ್ತಿದ್ದರು. ಅದು ಸಿಮೆಮಾ ಥೇಟರಿನ ಟಿಕೆಟ್ಟೇ ಆಗಲಿ, ಬ್ಯಾಂಕಿನ ಚೆಕ್ಕೇ ಆಗಲಿ, ಆಸ್ಪತ್ರೆಯ ಕಾಯುವಿಕೆಯೇ ಆಗಲಿ ಈತ ಹೋಗುವ ಮೊದಲೇ ಉದ್ದನೆಯ ಕ್ಯೂ ಅಲ್ಲಿರುತ್ತಿತ್ತು. ಓಡದ ಇವರು ಆಯಾ ಜಾಗಗಳಲ್ಲಿ ತನಗಿಂತ ಮೊದಲೇ ಹೇಗಿರಲು ಸಾಧ್ಯ ಎಂಬುದು ಈತನಿಗೆ ಅಚ್ಚರಿಯ ವಿಷಯವಾಗಿತ್ತು. ಇವರೆಲ್ಲ ಮೊದಲಿಂದಲೂ ಇಲ್ಲಿಯೇ ಇದ್ದವರೋ, ಅಥವಾ ನನ್ನಂತೆಯೇ ಇವರೂ ಓಡುವವರೇ ಆಗಿದ್ದು ಅದು ನನಗೆ ಕಾಣುತ್ತಿಲ್ಲವೋ ಎಂದು ಗೊಂದಲಗೊಂಡ. ಓಡುವವನಿಗಿಂತ ಇತರರು ಮುಂದಿರುವುದು ಈತನಿಗೆ ಸಮ್ಮತವಾಗಿರಲಿಲ್ಲ. ಇವೆಲ್ಲ ಇತ್ತೀಚಿನ ಸಂಗತಿಗಳೋ ಅಥವಾ ಹಿಂದೂ ಆಗುತ್ತಿದ್ದು ತನಗೆ ತಿಳಿದಿರಲಿಲ್ಲವೋ ಎಂದೂ ಆತನಿಗೆ ಅನ್ನಿಸದಿರಲಿಲ್ಲ. ಊರು ಎಲ್ಲೆಲ್ಲೂ ಜನರಿಂದ ತುಂಬಿರುವುದರಿಂದಲೇ ಈ ಗೊಂದಲ ಸೃಷ್ಟಿಯಾಗಿರಬಹುದು ಅಂದುಕೊಂಡ. ಊರಿಂದ ಹೊರಗಾದರೂ ಸರಿಯೇ ಎಷ್ಟು ದೂರವಾದರೂ ಸರಿಯೇ ತಾನೇ ಮೊದಲಾಗುವ ಸ್ಥಳವನ್ನು ತಲುಪಲೇಬೇಕು ಎಂಬ ಅದಮ್ಯ ಬಯಕೆಯೊಂದು ಆತನನ್ನು ಕಾಡತೊಡಗಿತು.

ಮರುದಿನ ಬೆಳಕು ಹರಿಯುತ್ತಿರುವಂತೆಯೇ ಆತ ಒಂದೇ ಸವನೆ ಓಡತೊಡಗಿದ. ಅಡ್ಡ ರಸ್ತೆ, ಮುಖ್ಯ ರಸ್ತೆ, ವರ್ತುಲ ರಸ್ತೆ, ಟ್ರಾಫಿಕ್ ಸಿಗಲ್ಲು, ಫ್ಲೈಓವರ್‌ಗಳನ್ನೆಲ್ಲಾ ದಾಟುತ್ತ, ಉದ್ದುದ್ದ ಕಟ್ಟಡಗಳು, ರಸ್ತೆ ದೀಪಗಳನ್ನೆಲ್ಲ ಹಿಂದಕ್ಕಿಕ್ಕುತ್ತ, ಬಯಲು ಬೆಟ್ಟಗಳಲ್ಲಿ ಓಡತೊಡಗಿದ. ಬಿಸಿಲು, ಮಳೆ, ಕಲ್ಲು, ಮುಳ್ಳುಗಳನ್ನು ಲೆಕ್ಕಿಸದೇ ಓಡುತ್ತಾ ಆತ ನಿತ್ರಾಣನಾದರೂ, ವೇಗ ಕಡಿಮೆ ಮಾಡಿದರೆ ಮತ್ಯಾರಾದರೂ ತನಗಿಂತ ಮುಂದೆ ಹೋಗಿಬಿಟ್ಟಾರೋ ಎಂಬ ಭಯದಲ್ಲಿ ಓಡುತ್ತಲೇ ಇದ್ದ. ಎಷ್ಟು ದಿನಗಳೋ ಎಷ್ಟು ದೂರವೋ ಗೊತ್ತಿಲ್ಲ, ಛಲಬಿಡದೇ ಓಡುತ್ತಿರುವ ಆತನಿಗೆ ಏನೋ ಕೆಟ್ಟ ವಾಸನೆ ಮೂಗಿಗೆ ಬಡಿಯುತ್ತಿರುವಂತೆ ಭಾಸವಾಗತೊಡಗಿತು. ಮುಂದೆ ಓಡುತ್ತಿರುವಂತೆ ವಾಸನೆ ಹೆಚ್ಚಾಗುತ್ತಿತ್ತು. ಸಹಿಸಲು ಕಷ್ಟವಾದರೂ ಓಟ ನಿಲ್ಲಿಸಲಾರನಾದ್ದರಿಂದ ಆತ ಮುಂದುವರಿದ. ವಾಸನೆ ವಿಪರೀತವೆನ್ನಿಸುತ್ತಿದ್ದಂತೆ, ತಾನ್ಯಾವುದೋ ಎತ್ತರದ ಕಡಿದಾದ ಬೆಟ್ಟದ ತುದಿಯಲ್ಲಿರುವುದು ಮನಸ್ಸಿಗೆ ತಕ್ಷಣ

ಹೊಳೆದು ಧುತ್ತನೆ ನಿಂತ. ಅಬ್ಬಾ! ಎದುರಿಗೆ ನೋಡಿದರೆ ನೆಲವೇ ಇಲ್ಲ. ಭಯಂಕರ ದೊಡ್ಡ ಕಣಿವೆ ಅದು! ಬಗ್ಗಿ ನೋಡಿದರೆ ಏನೂ ಕಾಣದ ಕತ್ತಲು. ಅದೆಂಥಾ ಅಗಾಧ ಕಂದರವಿರಬಹುದು! ತಾನು ಒಂದೇ ಒಂದು ಹೆಜ್ಜೆ ಮುಂದಕ್ಕಿಟ್ಟಿದ್ದರೂ ಪ್ರಪಾತದ ಪಾಲಾಗುತ್ತಿದ್ದೆನಲ್ಲ ಎಂದು ನೆನೆದು ಮೈಯ್ಯೆಲ್ಲಾ ಕಂಪಿಸಿದ. ಜೊತೆಗೆ ಸಹಿಸಲಸಾಧ್ಯ ದುರ್ನಾತ ಬರುತ್ತಿದ್ದುದು ಈ ಕಂದಕದಿಂದಲೇ ಎಂಬುದು ಆತನಿಗೆ ಸ್ಪಷ್ಟವಾಗಿತ್ತು. ಕಂದಕದ ಮೇಲೆ ಅನತಿ ದೂರದಲ್ಲಿ ಹದ್ದು ಗಿಡುಗಗಳು ಹಾರಾಡುತ್ತಿರುವುದನ್ನು ಆತ ನೋಡಿದ. ಕಟು ವಾಸನೆ, ಕಮರಿಯ ಭೀಕರತೆಗೆ ಬೆದರಿ ಕಂಗಾಲಾದ ಆತ ನಿಲ್ಲಲಾರದೇ ಅಲ್ಲಿಂದ ವಾಪಸ್ಸು ಹೊರಟ. ಸಂಪೂರ್ಣ ನಿರ್ವೀರ್ಯವಾಗಿದ್ದ ಆತನ ಕಾಲುಗಳು ಹೆಣಭಾರವಾಗಿ ಇನ್ನು ಓಡಲು ಸಾಧ್ಯವೇ ಇಲ್ಲ ಎನ್ನುತ್ತಿದ್ದವು. ಆದರೂ ಆ ವಾಸನೆಯಿಂದ ತಪ್ಪಿಸಿಕೊಳ್ಳದೇ ವಿಧಿಯಿರಲಿಲ್ಲ. ನಿಧಾನವಾಗಿ ಕಾಲೆಳೆಯುತ್ತಾ ಆತ ನಡೆಯತೊಡಗಿದ.

ತುಸು ದೂರ ಬರುತ್ತಿರುವಂತೆ ವಾಸನೆ ಕ್ರಮೇಣ ಕಡಿಮೆಯಾಗುತ್ತಾ ತಣ್ಣನೆ ಗಾಳಿ ಬೀಸಿದಂತಾಗಿ ಆತ ಉಲ್ಲಸಿತನಾದ. ಸುತ್ತಲೂ ಹಸಿರು ಗದ್ದೆಗಳು, ನಡುನಡುವೆ ಹೂವರಾಶಿಯ ಮರಗಳು, ದೂರದಲ್ಲೆಲ್ಲೋ ಹರಿಯುವ ನದಿಯ ಜುಳುಜುಳು ನಾದ, ಹಕ್ಕಿಯ ಇಂಚರ. ಅರೇ! ನಾನೆಲ್ಲಿ ಬಂದಿದ್ದೇನೆ ಎಂದು ಆಶ್ಚರ್ಯವಾಯಿತು ಆತನಿಗೆ. ತಾನು ಹಿಂದೆಂದೂ ಕಂಡರಿಯದಂಥ, ಮನಸ್ಸಿಗೆ ಅತೀವ ಆನಂದವನ್ನು ಕೊಡುತ್ತಿರುವ ಈ ಜಾಗ ಯಾವುದು? ನಾನು ಇಲ್ಲಿಂದಲೇ ಹಾದು ಹೋದೆನೇ ಅಥವಾ ಹಿಂದಿರುಗುವಾಗ ದಾರಿ ತಪ್ಪಿ ಇಲ್ಲಿ ಬಂದೆನೇ. ಅಥವಾ ಇದೆಲ್ಲ ನನ್ನ ಭ್ರಮೆಯೇ, ಅಥವಾ ಮೊದಲಿನದೇ ಭ್ರಮೆಯಾಗಿತ್ತೇ ಎಂದು ಚಡಪಡಿಸುತ್ತಿರುವಾಗ, ಅಪರಿಚಿತ ವ್ಯಕ್ತಿಯೋರ್ವ ಈತನ ಹತ್ತಿರವೇ ನಡೆದು ಬಂದ. ಶಾಂತ ಮುಖಭಾವದ, ಮುಗುಳ್ನಗೆಯ, ತೇಜೋಮಯ ಕಣ್ಣುಗಳ ಆ ವ್ಯಕ್ತಿಯನ್ನು ನೋಡುತ್ತಲೇ, 'ಈತ ಜೀವನದಲ್ಲಿ ಒಂದೇ ಒಂದು ಹೆಜ್ಜೆಯನ್ನೂ ಓಡಿರಲಿಕ್ಕಿಲ್ಲ' ಅನ್ನಿಸಿಬಿಟ್ಟಿತು ಶೃಂಗನಿಗೆ.

ಅಲ್ಲೇ ತುಸು ಸಾವರಿಸಿಕೊಂಡು "ಸ್ವಾಮೀ, ನಾನು ದಾರಿ ತಪ್ಪಿ ಇಲ್ಲೆಲ್ಲೋ ಬಂದಿದ್ದೇನೆ. ಈ ಜಾಗ ಹೊಸದು, ನಾನೆಲ್ಲಿದ್ದೇನೆ ಹೇಳುತ್ತೀರಾ?" ಎಂದು ಕೇಳಿದ.

ಆ ವ್ಯಕ್ತಿ ಆಶ್ಚರ್ಯ ತೋರುತ್ತ "ಅರೇ, ಕೆಲ ಸಮಯದ ಹಿಂದೆ ಇದೇ ದಾರಿಯಲ್ಲೇ ನೀವು ಓಡಿ ಹೋದಿರಲ್ಲ, ನಾನು ಕೂಗಿದರೂ ನೀವು ಕೇಳಿಸಿಕೊಳ್ಳಲಿಲ್ಲ" ಎಂದ.

ಶೃಂಗ ಏನು ಉತ್ತರಿಸಬೇಕೆಂದು ತಿಳಿಯದೇ ತಲೆ ತಗ್ಗಿಸಿದ. ಇದರ ಮುಂದೆ ಅದು, ಅದರ ಮುಂದೆ ಇದು ಎನ್ನುತ್ತ ಓಡಿದ್ದ ಎರಡೂ ಕಾಲುಗಳು ಜೊತೆಯಲ್ಲೇ ಅಕ್ಕಪಕ್ಕದಲ್ಲಿ 'ನನಗೇನೂ ಗೊತ್ತಿಲ್ಲ' ಅನ್ನುವಂತೆ ನಿಂತಿದ್ದವು.

ಘಾಟಿಯ ತಿರುವು

ಕುಮಟೆಯ ಹೊಸ ಬಸ್ ನಿಲ್ದಾಣದಲ್ಲಿ ಹಳಿಯಾಳಕ್ಕೆ ಹೋಗುವ ಬಸ್ಸಿಗಾಗಿ ಕಾಯುತ್ತ ನಿಂತಿದ್ದ ಶ್ರೀನಿವಾಸ ತುಂಬಾ ಹೊತ್ತಿನಿಂದ ಬೆನ್ನು ಬಿದ್ದಿರುವ ಭಿಕ್ಷುಕ ಮಕ್ಕಳಿಂದ ತಪ್ಪಿಸಿಕೊಳ್ಳಲು ತುಸು ದೂರ ಹೋಗಿ ನಿಂತ. 'ಅಣ್ಣಾ ಅಣ್ಣಾ' ಎನ್ನುತ್ತ ಕೈಯಿಂದ ಮೈಯನ್ನು ಒತ್ತಿ ಒತ್ತಿ ಭಿಕ್ಷೆ ಬೇಡುತ್ತಿದ್ದ ಎರಡು ಹೆಣ್ಣು ಹಾಗೂ ಒಂದು ಗಂಡು ಹುಡುಗ ಈತ ದೂರ ಸರಿದರೂ ಬೆಂಬಿಡದೆ ಪುನಃ ಕಾಡತೊಡಗಿದವು. ಅವರಲ್ಲೊಂದು ಭಿಕ್ಷುಕಿಯ ಮುಖ ಎಲ್ಲೋ ನೋಡಿದ ನೆನಪು. 'ಹೌದು ಹಳೆಯ ಬಸ್ ನಿಲ್ದಾಣದಲ್ಲಿ ಖಾಯಂ ಕಾಣುತ್ತಿದ್ದ ಮುಖವದು. ಈಗ ಇಲ್ಲೂ ಇದ್ದಾಳೆ. ಆಗ ಚಿಕ್ಕವಳಿದ್ದವಳು ಈಗ ದೊಡ್ಡವಳಾಗಿದ್ದಾಳೆ ಅಷ್ಟೇ' ಎಂದುಕೊಂಡ. ಕಿಸೆಯಲ್ಲಿನ ಒಂದು ರೂಪಾಯಿಯ ನಾಣ್ಯ ತೆಗೆದುಕೊಟ್ಟು ಅವರುಗಳು ಅತ್ತ ಹೋಗುತ್ತಿರುವಂತೆ ಮತ್ತೆರಡು ಹುಡುಗರು ಇವನ ಹಿಂದೆ ಬಿದ್ದವು. ಅಸಡ್ಡೆಯಿಂದ ಮೈಯನ್ನು ಸರಿಸಿಕೊಳ್ಳುತ್ತ 'ಇಲ್ಲ ಹೋಗು' ಎಂದು ಮತ್ತೆ ಮತ್ತೆ ಹೇಳಿದರೂ ಕೇಳದ ಅವು ಈತನ ಅಂಗಿಯನ್ನು ಹಿಡಿದೆಳೆಯತೊಡಗಿದವು. ರೋಸಿ ಹೋದ ಶ್ರೀನಿವಾಸ 'ಹೋಗ್ತೀರೋ ಇಲ್ಲವೋ' ಎಂದು ಕೈ ಎತ್ತಿ ಗದರಿಸಿದ ನಂತರ ಈತನನ್ನು ಬಿಟ್ಟು ಅಲ್ಲೇ ನಿಂತಿದ್ದ ಮತ್ತೋರ್ವನ ಕೈ ಎಳೆಯತೊಡಗಿದವು.

ತನ್ನಂತೆಯೇ ಭಿಕ್ಷುಕ ಮಕ್ಕಳ ಕಾಟ ತಪ್ಪಿಸಿಕೊಳ್ಳಲು ಅತ್ತಿಂದಿತ್ತ ಸರಿದಾಡತೊಡಗಿದ ಆತನನ್ನು ನೋಡಿದ ಶ್ರೀನಿವಾಸ ಮುಗುಳು ನಗತೊಡಗಿದ. ಜೊತೆಗೇ, ಕೈಲಿದ್ದ ಕೊಡೆಯಿಂದ ಆ ವ್ಯಕ್ತಿ ಮಕ್ಕಳನ್ನು ಹೊಡೆಯಲು ಹೋದ ದೃಶ್ಯ ತುಂಬಾ ಕ್ಷುಲ್ಲಕ ಎಂದೆನಿಸಿತು ಈತನಿಗೆ.

ಕುಮಟಾದಿಂದ ಸಿರ್ಸಿ ಮಾರ್ಗವಾಗಿ ಹಳಿಯಾಳಕ್ಕೆ ಹೋಗುವ ಬಸ್ಸೇರಿ ಕಿಟಕಿಯ ಸೀಟು ಹಿಡಿದು ಕುಳಿತ ಶ್ರೀನಿವಾಸ, ಬಲಬದಿಯ ಕಿಟಕಿ ಸಿಕ್ಕಿದ್ದಕ್ಕೆ ಸಮಾಧಾನಗೊಂಡ. ಕುಮಟೆಯಿಂದ ಸಿರ್ಸಿಗೆ ಹೋಗುವಾಗ ನಡುವೆ ದೇವಿಮನೆ ಘಟ್ಟದ ಮಧ್ಯದಲ್ಲಿ ಬಲಬದಿಗೆ ಕಾಣಸಿಗುವ ದೇವಿಗುಡಿ ಹಾಗೂ ಅದರೆದುರಿನ ಕಲ್ಲಿನ ಆನೆಯಲ್ಲಿನ ಆಸಕ್ತಿ ಶ್ರೀನಿವಾಸನಿಗೆ ಇನ್ನೂ ಕಡಿಮೆಯಾಗಿರಲಿಲ್ಲ. ಈ ದಾರಿಯಲ್ಲಿ ಆತ ಪ್ರಯಾಣಿಸದೇ ಹತ್ತು-ಹನ್ನೆರಡು ವರ್ಷಗಳೇ ಆಗಿದ್ದವು. ಬಾಂಬೇಯಲ್ಲಿ ಐ.ಐ.ಟಿ ಮುಗಿಸಿ ನಂತರ ಅಲ್ಲೇ ನೌಕರಿ ಸೇರಿದ ಲಗಾಯ್ತು ಈ ದಾರಿಯಲ್ಲಿ ಬಂದಿರಲಿಲ್ಲ ಶ್ರೀನಿವಾಸ. ಕುಮಟೆಯ ಮೂಲದವರಾದ ಶ್ರೀನಿವಾಸನ ತಂದೆ ಹಳಿಯಾಳದಲ್ಲಿ ಸರಕಾರೀ ಉದ್ಯೋಗಿಯಾಗಿದ್ದರು. ವರ್ಷಕ್ಕೆ ಮೂರು ನಾಲ್ಕು ಬಾರಿಯಾದರೂ ಕುಟುಂಬ ಸಮೇತ ಕುಮಟೆಗೆ ಬಂದು ಹೋಗುವ ಪರಿಪಾಠವಿಟ್ಟುಕೊಂಡಿದ್ದರು. ಆಗಿನ್ನೂ ಶ್ರೀನಿವಾಸ ಕನ್ನಡ ಶಾಲೆಗೆ ಹೋಗುತ್ತಿದ್ದ ಕಾಲ. ಆಗೆಲ್ಲ ಹಳಿಯಾಳದಿಂದ ಕುಮಟೆಗೆ ನೇರವಾದ ಬಸ್ ಸಂಪರ್ಕವಿರಲಿಲ್ಲ. ಹಳಿಯಾಳದಿಂದ ಸಿರ್ಸಿಗೆ ಬಂದು ಅಲ್ಲಿಂದ ಕುಮಟೆಗೆ ಬೇರೆ ಬಸ್ಸು ಹಿಡಿಯಬೇಕಿತ್ತು. ನಂತರ, 'ಹಳಿಯಾಳ-ಧರ್ಮಸ್ಥಳ' ಬಸ್ಸಾದ ಮೇಲೆ; 'ಈಗ ಕುಮಟೆಗೆ ಎರಡೆರಡು ಬಸ್ಸು ಹಿಡಿಯುವ ಕೆಲಸವಿಲ್ಲ' ಎಂದು ಜನರೆಲ್ಲ ಸಂಭ್ರಮಪಟ್ಟಿದ್ದನ್ನು ಶ್ರೀನಿವಾಸ ನೆನೆಸಿಕೊಂಡ. ಹಳಿಯಾಳದಿಂದ ಉತ್ತರಕನ್ನಡದ ಘಟ್ಟದ ಕೆಳಗಿನ ಊರುಗಳಿಗಿರುವ ಒಂದೇ ಒಂದು ನೇರವಾದ ಬಸ್ಸು ಅದಾಗಿದ್ದರಿಂದ, ಅದರ ರಶ್ಶಿನ ಬಗೆಗಂತೂ ಹೇಳುವಂತಿರಲಿಲ್ಲ. ಅಲ್ಲದೇ, ಎಲ್ಲಾ ಸರಕಾರಿ ಬಸ್ಸುಗಳ ವಂಶಕ್ಕೆ ಅದು ಸೇರಿದ್ದರೂ ಅದರಂತೆ ಎಲ್ಲ ಆನುವಂಶಿಕ ಗುಣಗಳನ್ನು ಹೊಂದಿದ್ದರೂ ಘಟ್ಟದ ಕೆಳಗಿನ ಜನರಿಗೆಲ್ಲ ಹಳಿಯಾಳ-ಧರ್ಮಸ್ಥಳ ಬಸ್ಸೆಂದರೆ ಏನೋ ವಿಶೇಷ. ತಮ್ಮತನದ ಅನುಭವ, ಅಭಿಮಾನ. ಹಾಗೆಯೇ ಶ್ರೀನಿವಾಸನಿಗೂ ಕೂಡ. ಹಳಿಯಾಳ-ಧರ್ಮಸ್ಥಳ ಬಸ್ಸು ಕಂಡಿತೆಂದರೆ ಅನಿವಾಸಿ ಭಾರತೀಯನಿಗೆ ಏರ್ ಇಂಡಿಯಾ ವಿಮಾನ ನೋಡಿದಂತೆ, ಮುಂಬಯಿಯ ಕನ್ನಡಿಗನಿಗೆ ಕೆಎಸ್‌ಆರ್‌ಟಿಸಿ ಬಸ್ಸು ಕಾಣಿಸಿದಂತಹ ಭಾವ. ಅಜ್ಜನ ಮನೆಯಾದ ಕುಮುಟೆಗೆ ಹೋಗುವಾಗಲೆಲ್ಲ, ಎದ್ದು ಬಿದ್ದು ಬಸ್ಸಿನ ಕಿಟಕಿಯಲ್ಲಿ ಕರ್ಚೀಫು ಹಾಕಿ, ಬಸ್ಸು ಇಳಿಯುವವರ-ಹತ್ತುವವರ ಜಂಗಿ ಕುಸ್ತಿಯ ನಡುವೆ ನುಸುಳಿ ಕಿಟಕಿಯ ಪಕ್ಕದ ಸೀಟು ಹಿಡಿದು ಕುಳಿತನೆಂದರೆ ಯುದ್ಧ ಜಯಿಸಿ ಬಂದಂತಹ ಸಂಭ್ರಮ!

ಕಿಟಕಿಯ ಪಕ್ಕದ ಸೀಟು ಸಿಕ್ಕಿದರೂ, ಅಜ್ಜನ ಮನೆಗೆ ಹೋಗುತ್ತಿರುವ ಸಂಭ್ರಮವಿದ್ದರೂ, ಪ್ರಯಾಣದ ಮಜ ಆತ ಯಾರ ಪಕ್ಕದಲ್ಲಿ ಕುಳಿತಿದ್ದಾನೆ ಎಂಬುದನ್ನು ಅವಲಂಬಿಸಿರುತ್ತಿತ್ತು. ಪಕ್ಕದಲ್ಲಿ ಅಪ್ಪನಿದ್ದರೆ ದಾರಿಯುದ್ದಕ್ಕೂ ಯಾವುದೇ ತಂಟೆ-ತಕರಾರುಗಳಿಗೆ, ಗೌಜಿ-ಗದ್ದಲಗಳಿಗೆ ಅವಕಾಶವಿರಲಿಲ್ಲ. ಕಿಟಕಿಯಿಂದ ತಲೆ ಹೊರಹಾಕುವುದಾಗಲೀ, ಎಂಜಲು ಉಗುಳುವುದಾಗಲೀ, ಎದುರಿನ ಸೀಟಿನ ಬೆನ್ನ ಮೇಲೆ ಚೂಪಾದ ವಸ್ತುವಿನಿಂದ ಚಿತ್ರ ಕೊರೆಯುವುದಾಗಲೀ, ಕಾಲುಗಳೆರಡನ್ನೂ ಸೀಟಿನ ಮೇಲಿಟ್ಟು ಕುಳಿತುಕೊಳ್ಳುವುದಾಗಲೀ ಎಲ್ಲವೂ ನಿಷೇಧ! ಅಲ್ಲದೇ ಅಪ್ಪ ಆಗಾಗ ಕೇಳುವ ವಿಜ್ಞಾನದ ಪ್ರಶ್ನೆಗಳು, ಗಣಿತದ ಲೆಕ್ಕಗಳು, ಸಮಾಜದ ಇಸ್ವಿಗಳು ಪ್ರಯಾಣದ ಗಮ್ಮತ್ತನ್ನೆಲ್ಲ ಇಂಗಿಸಿ ಬಿಡುತ್ತಿದ್ದವು. ಇನ್ನು ತಂಗಿ ಕುಳಿತಿದ್ದರೆ ಮತ್ತೂ ತೊಂದರೆ. ಆಕೆ ಅಪ್ಪನ ಅಧಿಕೃತ ಗೂಢಚಾರಿಣಿ. ಕಿಟಕಿಯಿಂದ ತುಸು ಕೈ ಹೊರಬಿದ್ದರೂ, ಹಾರಿ ನೆಗೆಯಲೇ ಹೊರಟಿದ್ದೆ ಎಂದು ದೂರುವಾಕೆ! ಅಮ್ಮ ಪಕ್ಕಕ್ಕಿದರೆ ತುಸು ನಿರಾಳವೆನ್ನಿಸಿದರೂ ಅಪ್ಪ ಮತ್ತು ತಂಗಿಯ ಹದ್ದುಗಣ್ಣಿನಿಂದ ತಪ್ಪಿಸಿಕೊಳ್ಳುವುದು ಸುಲಭವಿರಲಿಲ್ಲ. ಮೊದಲೇ ಹಳಿಯಾಳದಿಂದ ಕುಮಟೆಯ ನಡುವಿನ ಹೆಚ್ಚಿನ ದಾರಿ ಕಾಡಿನ ನಡುವೆಯೇ ಆದುದ್ದರಿಂದ ಒಂದು ರೀತಿಯ ನೀರಸವೇ ಎಂದೆನಿಸುತ್ತಿತ್ತು ಶ್ರೀನಿವಾಸನಿಗೆ. ನಡು ನಡುವೆ ಕಾಡು ಪ್ರಾಣಿಗಳು ಕಾಣಬಹುದಾದ ಕುತೂಹಲವಿದ್ದರೂ; 'ಒಮ್ಮೆ ರಸ್ತೆಯ ನಡುವೆಯೇ ಒಂಟಿ ಸಲಗವೊಂದು ನಿಂತಿತ್ತು, ಡ್ರೈವರ್ ಬಸ್ಸನ್ನು ಹಿಂತಿರುಗಿಸಿಕೊಂಡು ಬರಬೇಕಾಯಿತು', 'ಕಾಡು ಕೋಣವೊಂದು ಬಸ್ಸಿಗೆ ಸಿಕ್ಕು ಸತ್ತು ಹೊಗಿತ್ತು', 'ಹುಲಿಯೊಂದು ಮರಗಳ ಮಧ್ಯೆ ಮರೆಯಾದದ್ದನ್ನು ಕಣ್ಣಾರೆ ನೋಡಿದ್ದೇನೆ' ಎನ್ನುವ ಅನೇಕ ಕಥೆಗಳನ್ನು ಕೇಳಿದ್ದರೂ, ಶ್ರೀನಿವಾಸ ಮಾತ್ರ ಮಂಗಗಳ ಹಿಂಡಿನ ಹೊರತಾಗಿ ಮತ್ತಾವ ಪ್ರಾಣಿಗಳನ್ನೂ ಕಂಡಿರಲಿಲ್ಲ. ನಡುವೆ ಸಿಗುವ ಯಲ್ಲಾಪುರ, ಸಿರ್ಸಿ ಪಟ್ಟಣಗಳು ತೂಕಡಿಕೆಯನ್ನು ಕೆಲ ಮಟ್ಟಿಗೆ ಹೋಗಲಾಡಿಸುತ್ತಿದ್ದವಾದರೂ ಬಸ್ ನಿಲ್ದಾಣದಲ್ಲಿ ನಿಂತ ಬಸ್ಸಿನ ಕಿಟಕಿಗೆ ಬಂದು ಕಡಲೆಕಾಯಿ ಪೊಟ್ಟಣಗಳನ್ನು, ಐಸ್‌ಕ್ಯಾಂಡಿಗಳನ್ನು ಮುಖದ ಮುಂದೇ ಹಿಡಿದು 'ಬೇಕಾ ಬೇಕಾ' ಎಂದು ಕೇಳಿದರೂ ತೆಗೆದುಕೊಳ್ಳಲಾಗದ ವ್ಯಥೆ ಪಟ್ಟಣದ ರಂಗನ್ನು ಮಾಸಿಸಿ ಬಿಡುತ್ತಿತ್ತು. ಅಪ್ಪನ ಹತ್ತಿರ ತೆಗೆಸಿಕೊಡು ಎಂದು ಕೇಳಲು ಧೈರ್ಯ ಸಾಲದೇ, ಎದುರಿನ ಸೀಟಿನಲ್ಲಿ ಕುಳಿತವರು 'ಎರಡು ರೂಪಾಯಿಗೆ ಮೂರು ಕೊಟ್ಟರೆ ತೆಗೆದುಕೊಳ್ಳುತ್ತೇನೆ' ಎಂದು ಚೌಕಾಶಿ ಮಾಡುತ್ತಿರುವುದನ್ನು ನೋಡುತ್ತಾ, 'ಅದನ್ನೆಲ್ಲಾ ತಿನ್ನಬಾರದು. ಆರೋಗ್ಯಕ್ಕೆ ಒಳ್ಳೇಯದಲ್ಲ' ಎಂದು ಮನವನ್ನು ಸಂತೈಸಿಕೊಳ್ಳಬೇಕಾದುದು ಅನಿವಾರ್ಯವಾಗಿತ್ತು. ಆದರೆ, ಈ ಎಲ್ಲಾ ಸಮಸ್ಯೆಗಳೂ, ಬೇಸರಗಳೂ, ಸಿರ್ಸಿಯಲ್ಲಿ ಉಚ್ಚೆ ಹೊಯ್ಯಲು ಅಪ್ಪನ ಕೈ ಹಿಡಿದು

ಹೋಗಿ ಹಿಂತಿರುಗುವಾಗ ಪುಸ್ತಕದಂಗಡಿಯಲ್ಲಿ ಅಪ್ಪ ತೆಗೆಸಿಕೊಡುವ ಚಂದಮಾಮ ಬಾಲಮಿತ್ರದೊಂದಿಗೆ ಕರಗಿಬಿಡುತ್ತಿದ್ದರೂ, ಮುಂದೆ ದೇವಿಮನೆ ಘಟ್ಟದಲ್ಲಿ ಸಿಗುವ ದೇವಸ್ಥಾನ ಹಾಗೂ ಅದರ ಎದುರಿನ ಕಲ್ಲಿನ ಆನೆಯಲ್ಲಿನ ಕುತೂಹಲ, ಅದನ್ನೊಮ್ಮೆ ಏರಿ ಕುಳಿತುಕೊಳ್ಳಬೇಕೆಂಬ ಚಪಲ ಮಾತ್ರ ಪ್ರತಿಬಾರಿಯೂ ಹೆಚ್ಚುತ್ತಲೇ ಹೋಗುತ್ತಿತ್ತು ಶ್ರೀನಿವಾಸನಿಗೆ.

ಉತ್ತರ ಕನ್ನಡ ಜಿಲ್ಲೆಯುದ್ದಕ್ಕೂ ಹರಡಿರುವ ಪಶ್ಚಿಮ ಘಟ್ಟಗಳ ಸಾಲಿನಲ್ಲಿ ಸಿರ್ಸಿಯಿಂದ ಕುಮಟೆಯ ನಡುವೆ ಸಿಗುವ ಘಟ್ಟವೇ ದೇವಿಮನೆ ಘಟ್ಟ. ಒಂದು ಬದಿಯಲ್ಲಿ ಬೆಟ್ಟ, ಇನ್ನೊಂದು ಬದಿಯಲ್ಲಿ ಪ್ರಪಾತ, ನಡುವೆ ಕಿರಿದಾದ ಅಂಕುಡೊಂಕು ರಸ್ತೆಗಳು, ಮಾರು ಮಾರಿಗೂ ಕಾಣಸಿಗುವ 'ನಿಧಾನವಾಗಿ ಸಾಗಿರಿ' 'ರಸ್ತೆ ತಿರುವಿದೆ. ಎಚ್ಚರಿಕೆ'ಯ ಫಲಕಗಳು, ಎದುರಿಂದ ಮತ್ತೊಂದು ವಾಹನ ಬಂದರೆ ಉಂಟಾಗುವ ಕಷ್ಟಗಳನ್ನೆಲ್ಲ ಒಳಗೊಂಡ ಈ ಘಟ್ಟದ ದಾರಿಯ ಪ್ರಯಾಣದ ರೌದ್ರ ರಮಣೀಯತೆ ಅನುಭವಿಸಿಯೇ ಅರಿಯಲು ಸಾಧ್ಯ. ಶ್ರೀನಿವಾಸನ ಮಟ್ಟಿಗೆ ಹೇಳುವುದಾದರೆ, ಘಟ್ಟವೆಂಬುದು ಅಂಥ ಭಯ ಹುಟ್ಟಿಸುವ ಅಥವಾ ಆತಂಕ ಪಡುವಂಥದ್ದೇನೂ ಆಗಿರದಿದ್ದರೂ, ಘಟ್ಟ ಪ್ರಾರಂಭವಾಗುವುದಕ್ಕಿಂತ ಮುಂಚೆ ದೇವರ ಶ್ಲೋಕಗಳನ್ನೊಮ್ಮೆ ಮನದಲ್ಲೇ ಹೇಳಿಕೊಳ್ಳುವ, ಘಟ್ಟ ಮುಗಿದ ಮೇಲೆ ಸಣ್ಣದೊಂದು ನೆಮ್ಮದಿಯ ನಿಟ್ಟುಸಿರು ಬಿಡುವ ಸಂಗತಿಯಾಗಿತ್ತೆಂಬುದಂತೂ ನಿಜ. 'ಈ ರಸ್ತೆಗಳನ್ನೆಲ್ಲ ಬ್ರಿಟಿಷರು ಮಾಡಿ ಹೋಗಿದ್ದು, ನಮ್ಮವರ ಹತ್ತಿರ ಎಲ್ಲಾಗುತ್ತಿತ್ತು?' ಎನ್ನುವ ಅಪ್ಪನ ಮಾತು, ದೇವಿಮನೆ ಘಟ್ಟವೆಂಬುದು ಏನೋ ಒಂದು ರೀತಿಯ ಅಪರಾಜಿತನಂತೆ ಅನ್ನಿಸುತ್ತಿತ್ತು ಆತನಿಗೆ. ಜೊತೆಯಲ್ಲೇ, 'ಬಯಲು ಸೀಮೆಯ ಡ್ರೈವರನೊಬ್ಬನಿಗೆ ಒಮ್ಮೆ ಈ ಘಟ್ಟದ ರೂಟ್ ಹಾಕಿದ್ದರಂತೆ. ಆತ ಅರ್ಧದಾರಿಯಲ್ಲೇ ಬಸ್ಸು ನಿಲ್ಲಿಸಿ, ಮುಂದಕ್ಕೆ ನನಗೆ ಓಡಿಸಲು ಸಾಧ್ಯವೇ ಇಲ್ಲ ಎಂದು ಥರ ಥರ ನಡುಗುತ್ತ ಕುಳಿತು ಬಿಟ್ಟನಂತೆ. ನಂತರ ಬಸ್ಸಿನಲ್ಲೇ ಇದ್ದ ದಾಂಡೇಲಿಯಲ್ಲಿ ಕೆಲಸ ಮಾಡುವ ಡ್ರೈವರನೊಬ್ಬ ಬಸ್ಸನ್ನು ಕುಮಟಾದವರೆಗೆ ಮುಟ್ಟಿಸಿದನಂತೆ!', 'ಗೋಕರ್ಣಕ್ಕೆ ಹೋಗುತ್ತಿದ್ದ ಪ್ರವಾಸಿಗರ ಜೀಪೊಂದು ಹೋದ ವರ್ಷ ಸೀದಾ ಹೊಂಡಕ್ಕೆ ಬಿದ್ದು, ಜನರೆಲ್ಲ ಕೈಲಾಸಕ್ಕೆ ಶಾರ್ಟ್‌ಕಟ್ ಹೊಡೆದಂತಾಯಿತು' ಮುಂತಾದ ಅನೇಕ ಸುದ್ದಿಗಳು ಘಟ್ಟದ ಬಗ್ಗೆ ಭೀತಿಯನ್ನು ಹುಟ್ಟಿಸುತ್ತಿದ್ದವು.

ಹೀಗಿರುವ ಘಟ್ಟ ಪ್ರಾರಂಭವಾಗುವ ಮೊದಲು ಗುಡ್ಡದ ಅಂಚಿನಲ್ಲೊಂದು ಪುಟ್ಟ ಗ್ರಾಮದೇವಿಯ ಗುಡಿಯಿದೆ. ಆ ದೇವಿಯ ಗುಡಿಯಿಂದಾಗಿ ಘಟ್ಟಕ್ಕೆ ದೇವಿಮನೆ ಎಂಬ ಹೆಸರು ಬಿತ್ತೋ ಅಥವಾ ದೇವಿಮನೆ ಘಟ್ಟದಿಂದಾಗಿ ಈ ಸ್ಥಳಕ್ಕೆ ದೇವಿಮನೆ ಎಂಬ ಹೆಸರು ಬಂತೋ ಎಂಬುದು ಮಾತ್ರ ತಿಳಿಯದ

ಸಂಗತಿ. ಗುಡ್ಡ ಕಾಡು ಕಣಿವೆಗಳ ಏಕತಾನತೆಯ ಮಧ್ಯೆಯ ತಿರುವಿನೊಂದರಲ್ಲಿ ಅನಿರೀಕ್ಷಿತವೆಂದೆನಿಸುವಂತೆ ಸಿಗುವ ದೇವಿಮನೆ, ಘಟ್ಟದ ಮಧ್ಯದಲ್ಲೇ ಇರುವ ಇಕ್ಕಟ್ಟಿನ ಜಾಗದಲ್ಲಿ ತುಸು ಅಡ್ಜಸ್ಟ್ ಮಾಡಿಕೊಂಡು ನಿಂತಂತೆ ತೋರುತ್ತದೆ. ಈ ದಾರಿಯಲ್ಲಿ ಹೋಗುವ ವಾಹನಗಳೆಲ್ಲ ಹೆಚ್ಚು ಕಡಿಮೆ ಕಡ್ಡಾಯವಾಗಿ ಅಲ್ಲಿ ಕೆಲ ನಿಮಿಷ ನಿಂತು ಹೋಗುವುದು ವಾಡಿಕೆಯಾಗಿತ್ತು. ದೈವಭಕ್ತರಿಗೆ ಘಟ್ಟದ ಪ್ರಯಾಣ ಸುಗಮವಾಗಲೆಂದು ದೇವರಲ್ಲಿ ಪ್ರಾರ್ಥಿಸುವ, ಪರಿಸರ ಪ್ರಿಯರಿಗೆ ನಿಸರ್ಗದ ಅದ್ಭುತ ಸೌಂದರ್ಯವನ್ನು ಸವಿಯುವ, ಉದರ ಪೋಷಕರಿಗೆ ಹಣ್ಣು, ಎಳೆನೀರು, ತಂಪು ಪಾನೀಯಗಳನ್ನು ಕೊಂಡುಕೊಳ್ಳುವ, ಅಲ್ಲದೇ ಹಲವರಿಗೆ ಪ್ಯಾಂಟಿನ ಜಿಪ್ಪನ್ನು ಕೆಳಕ್ಕೆಳೆದು ಜಲಬಾಧೆ ತೀರಿಸಿಕೊಳ್ಳುವ ತಾಣವಾಗಿದ್ದ ಈ ಸ್ಥಳ ಶ್ರೀನಿವಾಸನನ್ನು ಆಕರ್ಷಿಸಿದಷ್ಟು ಮತ್ತಾವುದೂ ಆಕರ್ಷಿಸಿರಲಿಲ್ಲ. ಬಸ್ಸಿನ ಕಿಟಕಿಯಿಂದ, ಗುಡ್ಡದ ಕೆಳ ಅಂಚಿನಲ್ಲಿದ್ದ ದೇವಸ್ಥಾನದ ಗೋಪುರವೊಂದೇ ಆತನಿಗೆ ಕಾಣುತ್ತಿತ್ತು. ಗುಡಿಯ ಎದುರಲ್ಲಿ ಎರಡು ಕಾಲುಗಳನ್ನು ಮುಂದಕ್ಕೆ ಊರಿ, ಸೊಂಡಿಲನ್ನು ಮೇಲಕ್ಕೆ ಎತ್ತಿ ಹಿಂದಿನ ಉಳಿದರ್ಧ ಭಾಗ ನೆಲದಲ್ಲಿ ಹುದುಗಿದಂತೆ ಕಾಣುವ ದೊಡ್ಡ ಆನೆಯ ವಿಗ್ರಹವೊಂದಿತ್ತು. ಪ್ರಪಾತಕ್ಕೆ ಜರಿದು ಬಿದ್ದ ಆನೆಯೊಂದು ಎರಡು ಕಾಲುಗಳನ್ನೂ ನೆಲಕ್ಕೆ ಆಧಾರವನ್ನಾಗಿಸಿ ಮೇಲೆ ಹತ್ತಿ ಬರಲು ಪ್ರಯತ್ನಿಸುತ್ತಿರುವಂತಿತ್ತು ಅದರ ಭಂಗಿ. ಆ ಆನೆ ನೀಲಿ ಬಣ್ಣದ್ದಾಗಿದ್ದರೂ, ದಿನವೂ ಹಚ್ಚುವ ಕುಂಕುಮದಿಂದಾಗಿ ಹಣೆ ಹಾಗೂ ಮುಖ ಕೆಂಪು ಬಣ್ಣಕ್ಕೆ ತಿರುಗಿತ್ತು. ಜನರೆಲ್ಲ ಮುಟ್ಟಿ ಮುಟ್ಟಿ ನಮಸ್ಕರಿಸುತ್ತಿದ್ದ ಆ ಆನೆಯೇ ಅಲ್ಲಿನ ಮುಖ್ಯ ದೇವರೇ ಅಥವಾ ಗೋಪುರವಷ್ಟೇ ಕಾಣುವ ಗುಡಿಯ ಒಳಗೂ ಮತ್ತೊಂದು ದೇವರಿದೆಯೇ ಎಂಬ ಪ್ರಶ್ನೆ ಆತನನ್ನು ಅನೇಕ ದಿನಗಳವರೆಗೆ ಬಾಧಿಸಿತ್ತು. ದೇವಸ್ಥಾನದ ಆಚೆ ಬದಿಯಲ್ಲಿ ನೇರವಾಗಿ ಪ್ರಪಾತವೇ ಇದೆಯೇ, ಆ ಅಂಚಿನಲ್ಲಿ ದೇವಸ್ಥಾನ ಹೇಗೆ ನಿಂತಿದೆ ಎಂಬ ಕುತೂಹಲವನ್ನು ಪ್ರತ್ಯಕ್ಷ ಕಂಡು ತಣಿಸಿಕೊಳ್ಳಲು ಆತನಿಗೆ ಅವಕಾಶವೇ ಸಿಕ್ಕಿರಲಿಲ್ಲ. ಅಲ್ಲಿ ಬಸ್ಸು ನಿಂತಾಗ ಉಳಿದವರಂತೆ ಅಪ್ಪ ಎಂದೂ ಬಸ್ಸು ಇಳಿದದ್ದು ಈತನ ನೆನಪಿಗೆ ಬರಲಿಲ್ಲ. ತಾನು ಇಳಿದು ನೋಡಿ ಬರುತ್ತೇನೆಂಬ ಅಭಿಲಾಷೆ ವ್ಯಕ್ತಪಡಿಸಿದರೂ 'ಇನ್ನೇನು ಬಸ್ಸು ಬಿಡುತ್ತಾರೆ, ಸುಮ್ಮನಿರು' ಎನ್ನುವ ಉತ್ತರ ಸಿಗುತ್ತಿತ್ತು. ಬಸ್ಸು ನಿಂತ ಕೂಡಲೇ ದೇವಸ್ಥಾನದ ಭಟ್ಟ ಆರತಿ ತಟ್ಟೆಯನ್ನು ಹಿಡಿದು ಬಸ್ಸಿನೊಳಕ್ಕೆ ಬರುತ್ತಿದ್ದ. ಪ್ರಯಾಣಿಕರೆಲ್ಲ ಕರ್ಪೂರದ ಜ್ವಾಲೆಗೆ ಕೈ ಬೆಚ್ಚಗೆ ಮಾಡಿಕೊಂಡು ಕಣ್ಣಿಗೊತ್ತಿಕೊಳ್ಳುವುದು, ಆರತಿ ತಟ್ಟೆಯೊಳಗಿನ ಕುಂಕುಮ ಬೆರಳಿಗಂಟಿಸಿಕೊಂಡು ಹಣೆಗೊತ್ತಿಕೊಳ್ಳುವುದು ಮಾಡುತ್ತಿದ್ದರೆ ಕೆಲವರು ದಕ್ಷಿಣೆಯನ್ನೂ ಹಾಕುತ್ತಿದ್ದರು. ಅದರೊಡನೆ ಅಪ್ಪನೂ ಆರತಿ ತಟ್ಟೆಗೆ ದಕ್ಷಿಣೆ ಹಾಕಿದನೆಂದರೆ ಶ್ರೀನಿವಾಸನಿಗೆ

ಎಲ್ಲಿಲ್ಲದ ಖುಷಿ! ಆರತಿ ತಟ್ಟೆಯ ಭಟ್ಟ ಎಲ್ಲರಿಗಿಂತ ಹೆಚ್ಚಿನ ಪ್ರಾಮುಖ್ಯ ಬಸ್ಸಿನ ಚಾಲಕನಿಗೆ ಎನ್ನುವ ರೀತಿಯಲ್ಲಿ ಚಾಲಕನ ಹತ್ತಿರ ಹೋಗಿ ಆತನಿಗೆ ಹೂವಿನ ಪ್ರಸಾದ ನೀಡಿ, ಚಾಲಕ ಹೂವನ್ನು ಎದುರಿರುವ ಗಣಪತಿ–ಲಕ್ಷ್ಮಿಯ ಫೋಟೋಕ್ಕೆ ತಗುಲಿಸುವುದು ಸಾಮಾನ್ಯ ಕ್ರಿಯೆಯಾಗಿತ್ತು. ಬಸ್ಸಿನ ಕಿಟಕಿಯಲ್ಲಿ ಹೂವು, ಬಾಳೆಹಣ್ಣು ಮಾರುವುದರ ಜೊತೆಗೆ, ಊದಿನ ಕಡ್ಡಿ, ದೇವಿ ಸಹಸ್ರನಾಮದ ಪುಸ್ತಕ, ದೇವರ ಪದಕ, ಪುಟ್ಟ ವಿಗ್ರಹ ಇತ್ಯಾದಿಗಳನ್ನು ಮಾರುವವರೂ ಇರುತ್ತಿದ್ದುದು ಉಳಿದ ಬಸ್ ನಿಲ್ದಾಣಗಳಿಗಿಂತ ದೇವಿಮನೆ ವಿಶಿಷ್ಟ ಎಂದೆನಿಸುತ್ತಿತ್ತು ಶ್ರೀನಿವಾಸನಿಗೆ. ಒಮ್ಮೆ ಕೆಂಪು ಚರ್ಮದ ವಿದೇಶೀ ಪ್ರವಾಸಿಗರ ದಂಡೊಂದು ವಿಚಿತ್ರ ದಿರಿಸುಗಳನ್ನು ಧರಿಸಿ ಅಲ್ಲಿ ಫೋಟೋ ತೆಗೆದುಕೊಳ್ಳುತ್ತಿರುವುದನ್ನು ನೋಡಿದ ಮೇಲಂತೂ ದೇವಿಮನೆಯ ಮಹತ್ವ ಮತ್ತೂ ಏರಿದಂತೆನಿಸಿತ್ತು ಆತನಿಗೆ. ಹೀಗೆ ಘೋರ ಘಟ್ಟದ ಕಾಡಿನ ನಡುವೆ ಗುಡ್ಡದ ಅಂಚಿನಲ್ಲಿ ತಣ್ಣನೆ ನಿಂತಿರುವ ಗುಡಿ, ಗುಡಿಯ ಒಳಗಿನಿಂದ ಆಗಾಗ ಕೇಳಿಬರುವ ಗಂಟೆಯ ನಿನಾದ, ಗುಡಿಯ ಎದುರಲ್ಲಿ ಸೊಂಡಿಲು ಮೇಲಕ್ಕೆತ್ತಿ ಮಂಡಿಯನ್ನು ಮುಂದಕ್ಕೂರಿ ನಿಂತಿರುವ ಕಲ್ಲಿನ ಆನೆ, ಪಕ್ಕದಲ್ಲಿರುವ ನಾಲ್ಕಾರು ಅಂಗಡಿಗಳು, ಬಸ್ಸಿನೊಳಕ್ಕೇ ಬರುವ ಆರತಿ ತಟ್ಟೆ, ಕಿಟಕಿಯಿಂದಲೇ ಕೊಳ್ಳಬಹುದಾದ ದೇವರ ಮೂರ್ತಿಗಳು, ಇವೆಲ್ಲವುಗಳನ್ನೊಳಗೊಂಡ ಕಾಡಿನ ಮಧ್ಯೆಯ ಜೀವ ಸಂಚಾರದ ಪುಳಕ ಮೈ ಮನಗಳನ್ನೆಲ್ಲ ಅದಾವ ರೀತಿಯಿಂದ ಆವರಿಸಿತ್ತೆಂದರೆ, ಹಳಿಯಾಳದಲ್ಲಿ ಬಸ್ಸು ಹಿಡಿದು ಕುಳಿತ ಕ್ಷಣದಿಂದ ದೇವಿಮನೆಯ ದೇವಸ್ಥಾನ ಯಾವಾಗ ಬರುತ್ತದೆ ಎಂದು ಆತ ಕಾಯುತ್ತಿದ್ದ. ಅದರೊಂದಿಗೇ ದೇವಿಮನೆಯನ್ನು ಇನ್ನಷ್ಟು ಅನ್ವೇಷಿಸುವ ಆತನ ಅತೀವ ತವಕ ಪ್ರತೀಬಾರಿಯೂ ವಿಫಲವಾಗುತ್ತಿದ್ದ ನಿರಾಶೆ ಆತನನ್ನು ಸದಾ ಕಾಡುತ್ತಿತ್ತು.

ಕೊನೆಗೂ ದೇವಿಮನೆ ಘಟ್ಟದ ನೆಲದ ಮೇಲೆ ಶ್ರೀನಿವಾಸ ಮೊದಲು ಪಾದಾರ್ಪಣೆ ಮಾಡಿದ್ದು, ಆತ ಹೈಸ್ಕೂಲಿನ ಮೆಟ್ಟಲೇರಿ ಒಬ್ಬನೇ ಪ್ರಯಾಣಿಸಲು ಪ್ರಾರಂಭಿಸಿದ ಮೇಲೆಯೇ. ಆಗಲೇ ಅವನಿಗೆ ಅದು ಕಲ್ಲಿನ ಆನೆಯಲ್ಲ; ಸಿಮೆಂಟಿನ ಆನೆ, ಅದರ ಕೊರಳಿಗಿರುವ ಗಂಟೆಗೆ ಒಳಗಡೆ ಕೀಲಿಲ್ಲ ಎಂಬುದರೊಂದಿಗೆ ಆನೆಯ ಹಣೆಯ ಮೇಲಿರುವ ಸೀಳಿನಲ್ಲಿ ಹಾಕಿದ ನಾಣ್ಯ ನೇರವಾಗಿ ದೇವಸ್ಥಾನದ ಕಾಣಿಕೆ ಪೆಟ್ಟಿಗೆಗೆ ಹೋಗಿ ಬೀಳುತ್ತದೆ; ಅದು ಕೇವಲ ಆನೆಯಲ್ಲ, ದೇವಸ್ಥಾನದ ಹುಂಡಿಯೂ ಹೌದು ಎಂಬ ಸತ್ಯ ತಿಳಿದುಬಂದಿದ್ದು. ರಸ್ತೆಯ ಬದಿಯಿಂದ ಕೆಲವು ಮೆಟ್ಟಿಲುಗಳನ್ನು ಇಳಿದು ಹೋದರೆ ಅಲ್ಲಿರುವ ತುಸು ಸಮತಟ್ಟು ಜಾಗದಲ್ಲಿ ಸಣ್ಣ ದೇವಸ್ಥಾನವೊಂದಿತ್ತು. ರಸ್ತೆಯಿಂದ ನೋಡಿದರೆ ಅದರ ಗೋಪುರದ ಕಲಶವೊಂದೇ ಕಾಣುತ್ತಿತ್ತು; ಅದರ ಆಚೆಗೆಲ್ಲ ಹಸಿರು ಸಮುದ್ರ. ಹೀಗೆ ದೇವಸ್ಥಾನದ ಹಿಂಬದಿಯ

ಅಗಾಧ ಹಸಿರು ಕಣಿವೆಯ ಸೊಂಪು, ಕಣಿವೆಯ ನಡುವೆ ಬಿದ್ದಿರುವ ಇಬ್ಬನಿಯ ತಂಪು, ಗರ್ಭಗುಡಿಯೊಳಗಿನ ಮಂತ್ರ, ಗಂಟೆಗಳ ಇಂಪು, ಕರ್ಪೂರ ಗಂಧದ ಕಡ್ಡಿಗಳ ಕಂಪು, ಆರತಿ ಬಟ್ಟಲಿನ ಕಾವು, ಬಾಳೆಹಣ್ಣಿನ ರುಚಿ ಇತ್ಯಾದಿಗಳೆಲ್ಲ ಸೇರಿ ಆ ಪ್ರದೇಶ ಶ್ರೀನಿವಾಸನ ಎದೆಯಲ್ಲಿ ಏನೋ ಒಂದು ಅವ್ಯಕ್ತ ಅನುರೂಪದ ಅನುಭವವನ್ನು ಹಚ್ಚಿಯೊತ್ತಿಬಿಟ್ಟಿತ್ತು. ದೇವಿಮನೆಯನ್ನು ಭರಪೂರಿ ಉಸಿರಾಡಿ ಬಸ್ಸು ಹತ್ತಿ ಕುಳಿತ ಅವನಿಗೆ, ಗಾಡಿ ನಿಧಾನವಾಗಿ ಘಟ್ಟದ ಮುಂದಿನ ದಾರಿಯಲ್ಲಿ ಸಾಗುತ್ತಿರುವಂತೆ ಮೈಯ್ಯಲ್ಲಿ ಏನೋ ಒಂಥರಾ ಮಿಂಚು ಸಂಚಾರವಾಗುತ್ತಿರುವಂತೆ, ತನ್ನೊಳಗೇನೋ ಒಂದು ಶಕ್ತಿ ಅಡಗಿದೆ ಅದು ಹೊರಹೊಮ್ಮಿ ಬರಲು ಪ್ರಯತ್ನಿಸುತ್ತಿದೆ ಅನ್ನಿಸುತ್ತಿತ್ತು. ಇವೆಲ್ಲವುಗಳಿಂದಾಗಿ ಶ್ರೀನಿವಾಸನ ಉಳಿದ ಕುಮಟೆಯವರೆಗಿನ ಪ್ರಯಾಣ ಉಲ್ಲಾಸಭರಿತವಾಗಿರುತ್ತಿತ್ತು.

ಬಸ್ಸು ಹೊರಡುತ್ತಿದ್ದಂತೆ ಹಳೆಯ ದಿನಗಳನ್ನೆಲ್ಲ ಮೆಲಕು ಹಾಕಿಕೊಂಡ ಶ್ರೀನಿವಾಸ. ತಾನು ಚಿಕ್ಕವನಿರುವಾಗ, 'ದೊಡ್ಡವನಾದ ಮೇಲೆ ಏನಾಗುತ್ತಿಯೋ?' ಎಂದು ಯಾರಾದರೂ ಕೇಳಿದ ಪ್ರಶ್ನೆಗೆ 'ದೇವಿಮನೆ ಘಟ್ಟದಲ್ಲಿ ಬಾಳೆಹಣ್ಣು ಮಾರುತ್ತೇನೆ' ಎಂದು ಉತ್ತರ ಕೊಡುತ್ತಿದ್ದೆ ಎಂದು ಅಮ್ಮ ಹೇಳುತ್ತಿದ್ದುದನ್ನು ನೆನಪಿಸಿಕೊಂಡು ಒಳಗೊಳಗೇ ನಕ್ಕ. ಆದರೆ ಈಗ ದೇವಿಮನೆ ತಾನು ಬಾಲ್ಯದಲ್ಲಿ ನೋಡುತ್ತಿದ್ದ ವಾತಾವರಣವನ್ನೇ ಹೊಂದಿರಲಿಕ್ಕಿಲ್ಲ ಎಂಬ ಸ್ವಲ್ಪ ಮಟ್ಟಿನ ಅರಿವು ಶ್ರೀನಿವಾಸನಿಗಿತ್ತು. ಏಕೆಂದರೆ ಈಗ ತುಂಬಾ ಬದಲಾಗಿದೆ. ಅರಬೈಲ್ ಘಟ್ಟದ ಮುಖಾಂತರ ಹುಬ್ಬಳ್ಳಿಯಿಂದ ಅಂಕೋಲೆ ಮಾರ್ಗವಾಗಿ ಕುಮಟೆಗೆ ರಾಷ್ಟ್ರೀಯ ಹೆದ್ದಾರಿ ನಿರ್ಮಾಣವಾದ ಮೇಲೆ ದೇವಿಮನೆ ಘಟ್ಟದ ಮುಖಾಂತರ ವಾಹನ ಸಂಚಾರ ಮುಕ್ಕಾಲು ಭಾಗ ಕಡಿಮೆಯಾಗಿದೆ. ಹೊಸದಾಗಿ ಆದ ಹೆದ್ದಾರಿ ವಾಹನ ಸಂಚಾರಕ್ಕೂ, ಪ್ರಯಾಣಿಕರಿಗೂ ಎಷ್ಟು ಅನುಕೂಲವಾಗಿದೆಯೆಂದರೆ, ಕುಮಟೆಯಿಂದ ಸಿರ್ಸಿಗೆ ಹೋಗುವ ಅಗತ್ಯವಿರುವ ವಾಹನಗಳಿಗೆ ಮಾತ್ರ ದೇವಿಮನೆ ಘಟ್ಟದ ದಾರಿ ಎನ್ನುವಂತಾಗಿಬಿಟ್ಟಿದೆ. 'ದೇವಿಮನೆ ದೇವಸ್ಥಾನ ಎಂತಹ ಅದ್ಭುತ, ರಮ್ಯ ತಾಣ! ಸರ್ಕಾರ ತುಸು ಆಸಕ್ತಿ ವಹಿಸಿದ್ದರೆ ಎಂತಹ ಪ್ರವಾಸಿ ಸ್ಥಳವನ್ನಾಗಿ ಪರಿವರ್ತಿಸಬಹುದಿತ್ತು. ನಮ್ಮ ದೇಶದ ಎಷ್ಟೋ ಇಂತಹ ಕ್ಷೇತ್ರಗಳು ಹೀಗೇ ನಿರ್ಲಕ್ಷ್ಯಕ್ಕೊಳಗಾಗುತ್ತಿವೆಯಲ್ಲ' ಎಂದು ವಿಷಾದಿಸುತ್ತ, ತನ್ನಲ್ಲಿ ಎಂದೂ ಮರೆಯದ ಅನುಭೂತಿಯನ್ನೊತ್ತಿದಂತಹ ಸ್ಥಳವನ್ನು ಅನೇಕ ವರ್ಷಗಳ ನಂತರ

ನೋಡಲು ತವಕಿಸುತ್ತ ಕುಳಿತಿದ್ದ ಶ್ರೀನಿವಾಸ. ಮೊದಲಿನ ಘಾಟಿಗೂ ಈಗ ನೋಡುತ್ತಿರುವುದಕ್ಕೂ ಗಮನಿಸಬಹುದಾದಂಥ ಅನೇಕ ವ್ಯತ್ಯಾಸಗಳಿದ್ದವು. ಘಟ್ಟದ ಇಡೀ ರಸ್ತೆ ಕಾಂಕ್ರೀಟಿನದಾಗಿ ಬದಲಾಗಿತ್ತು. ಹಿಂದಿದ್ದ ಗುಂಡಿಗಳು ಉಬ್ಬು ತಗ್ಗುಗಳೆಲ್ಲ ಬಹುತೇಕ ಇಲ್ಲವಾಗಿದ್ದವು. ಬಸ್ಸು ಸ್ವಲ್ಪ ವಾಲಿದರೆಲ್ಲಿ ಪ್ರಪಾತಕ್ಕೆ ಬಿದ್ದುಬಿಡುತ್ತೋ ಅನ್ನುವಂತಹ ಸನ್ನಿವೇಶವೇನೂ ಇರಲಿಲ್ಲ; ರಸ್ತೆಯ ಪಕ್ಕದಲ್ಲಿ ಮೀಟರುಗಳಷ್ಟು ಅಗಲದ ಎಕ್ಸ್ಟ್ರಾ ಜಾಗವಿತ್ತು. ಪ್ರತಿ ತಿರುವುಗಳಲ್ಲೂ ಮರ ಗುಡ್ಡಗಳನ್ನು ಕಡಿದು ಸಾಕಷ್ಟು ಅಗಲಗೊಳಿಸಿದ್ದರು. ಬಸ್ಸು ಅತಿ ಸರಾಗವಾಗಿ ಹೋಗುತ್ತಿತ್ತು. 'ಇವೆಲ್ಲವನ್ನು ಬ್ರಿಟೀಷರು ಮಾಡಿದ್ದು, ನಮಗೆಲ್ಲಿ ಆಗುತ್ತಿತ್ತು' ಎಂದು ಅಪ್ಪ ಹೇಳುತ್ತಿದ್ದ ಮಾತು ನೆನಪಾಯಿತು ಶ್ರೀನಿವಾಸನಿಗೆ. 'ಅವರಿಂದ ನಾವು ಎಷ್ಟೆಲ್ಲಾ ಕಲಿತುಕೊಂಡಿದ್ದೇವಲ್ಲ!' ಎಂದು ಅಚ್ಚರಿಪಡುತ್ತಿರುವಂತೆ ಕಿಸೆಯಲ್ಲಿನ ಮೊಬೈಲ್ ಫೋನು 'ಬೀಪ್ ಬೀಪ್' ಶಬ್ದ ಮಾಡಿತು. 'ಅರೆರೇ SMS! ಇಂಥ ದಂಡಕಾರಣ್ಯದಲ್ಲೂ ಮೊಬೈಲ್ ಸಿಗ್ನಲ್ ಇದೆಯಲ್ಲ' ಎಂಬುದು ಶ್ರೀನಿವಾಸನಿಗೆ ಮತ್ತೂ ಆಶ್ಚರ್ಯದ ಸಂಗತಿಯಾಗಿತ್ತು. ಈಬಾರಿ ದೇವಿಮನೆಯಲ್ಲಿ ಇಳಿದಾಗ ಮೊಬೈಲ್‌ನಲ್ಲಿ ಫೋಟೋ ತೆಗೆದುಕೊಳ್ಳಬೇಕು, ಅಲ್ಲಿಯ ಚಲನವಲನಗಳ ರೆಕಾರ್ಡ್ ಮಾಡಿಕೊಳ್ಳಬೇಕು. ಫೇಸ್‌ಬುಕ್ ಯೂಟ್ಯೂಬ್‌ಗಳಲ್ಲಿ ಹಾಕಿ ಇಂಥ ಒಂದು ಅದ್ಭುತ ಸ್ಥಳದ ಬಗ್ಗೆ ಸಾಧ್ಯವಾದಷ್ಟು ಪ್ರಚಾರ ಕೊಡಬೇಕು ಎಂದೆಲ್ಲ ವಿಚಾರಿಸುತ್ತ– ಈಗ ಬರುತ್ತದೋ, ಈ ತಿರುವಿನಲ್ಲಿ ಕಾಣುತ್ತದೋ... ಎಂದುಕೊಳ್ಳುತ್ತಿರುವಂತೆಯೇ, 'ಅದೋ ಬಂತು...' ಎನ್ನುವಷ್ಟರಲ್ಲಿ ಬಸ್ಸು ನಿಲ್ಲದೇ ಭುರ‍್ರನೆ ಮುಂದಕ್ಕೆ ಸಾಗಿ ಹೋಯಿತು.

ಮಗುವೊಂದು ಜತನದಿಂದ ಕಾದಿಟ್ಟುಕೊಂಡು ಬಂದಿದ್ದ ಗಾಜಿನ ಗೊಂಬೆ ಕೈಜಾರಿ ಬಿದ್ದಂತೆ ಶ್ರೀನಿವಾಸ ಚೂರಾಗಿ ಹೋದ. ದೇವಿಮನೆಯ ತಿರುವು ಪಟಕ್ಕನೆ ಆತನಿಗೆ ಗುರುತೂ ಸಿಗುವಂತಿರಲಿಲ್ಲ. ಹೆಗ್ಗಣವೊಂದನ್ನು ನುಂಗಿ ಮಲಗಿದ ಹಾವಿನಂತೆ ತಿರುವಿನಲ್ಲಿ ರಸ್ತೆ ಸಾಕಷ್ಟು ಅಗಲವಾಗಿತ್ತು. ಕೆಲವೇ ಕ್ಷಣ ಮಾತ್ರ ಗಮನಿಸಿದ್ದರೂ ಕೂಡ, ದೇವಸ್ಥಾನದ ಪಕ್ಕದಲ್ಲಿ ನಿಲ್ಲಿಸಿದ್ದ ಮೊಬೈಲ್ ಟವರ್ ಒಂದು ಕಣ್ಣಿಗೆ ರಾಚುವಂತೆ ಗೋಚರಿಸಿತ್ತು. ಒಂದೆರಡು ಅಂಗಡಿಗಳು ಮಾತ್ರ ಇದ್ದವು. ಅವುಗಳಲ್ಲೊಂದಕ್ಕೆ ಅತ್ಯಾಕರ್ಷಕವಾದ 'ಪೆಪ್ಸಿ'ಯ ದೊಡ್ಡ ಬೋರ್ಡು ಹಾಕಿದ್ದರು. ದೇವಸ್ಥಾನಕ್ಕೆ ಇಳಿದು ಹೋಗುವ ಮೆಟ್ಟಿಲುಗಳ ಪಕ್ಕದಲ್ಲಿ ಕಣಿವೆಗೆ ಅಡ್ಡಲಾಗಿ ದೊಡ್ಡ ತಡೆಗೋಡೆ ನಿರ್ಮಿಸಿದ್ದರು. ಎಲ್ಲಕ್ಕಿಂತ ಮುಖ್ಯವಾಗಿ ಶ್ರೀನಿವಾಸನನ್ನು ಸಮ್ಮೋಹನಗೊಳಿಸಿದ್ದ ಆ ಆನೆ– 'ಅದಕ್ಕೆ ಹೊಸದೇ ರೂಪ ಬಂದಿತ್ತೇ? ಅದು ಹೊಸ ಮೈ ಬಣ್ಣ ಪಡೆದುಕೊಂಡು, ಸೊಂಡಿಲ ಕೆಳಗಿನ ತುಸುವೇ ತೆರೆದ ಬಾಯಿ ಕೆಂಬಣ್ಣಕ್ಕೆ ತಿರುಗಿ, ಕೊರಳಲ್ಲಿನ ಗಂಟೆಯ ಸರಪಳಿ ಬಂಗಾರದ್ದಾಗಿ, ಆಗಷ್ಟೇ

ಮೂಡಿದಂತೆ ಕಾಣುತ್ತಿರುವ ದಂತಗಳು ಹೊಸ ಹೊಳಪು ಪಡೆದು, ಅಲ್ಲೊಂದು ಜೀವಂತ ಮರಿ ಆನೆ ನಿಂತಿರುವಷ್ಟೇ ಚೆಂದವಾಗಿ ಬಣ್ಣ ಬಳಿಯಲಾಗಿತ್ತೇ?'

ಕುಂತಲ್ಲಿ ಕೂರಲಾರದೆ ತಳಮಳಿಸಿ ಎದ್ದು ಹೋಗಿ ಡ್ರೈವರನನ್ನು "ಈಗ ದೇವಿಮನೆಯಲ್ಲಿ ಬಸ್ಸು ನಿಲ್ಲಿಸೊಲ್ವಾ?" ಎಂದು ಕೇಳಿದ ಶ್ರೀನಿವಾಸ.

ಮುಖದಲ್ಲಿ ಯಾವುದೇ ಭಾವನೆಗಳಿಲ್ಲದೇ "ಇಲ್ಲ" ಎಂದ ಚಾಲಕ.

ವಿಷಾದದಿಂದ, ಮೇಲಿನ ಕಂಬಿಯನ್ನು ಹಿಡಿದು ಬ್ಯಾಲೆನ್ಸ್ ಮಾಡುತ್ತಾ ತನ್ನ ಸೀಟಿಗೆ ಹಿಂತಿರುಗುತ್ತಿರುವಾಗ ಅಲ್ಲೇ ಪಕ್ಕದಲ್ಲಿ ಕುಳಿತಿದ್ದ ಅಪ್ಪ–ಮಗನ ಜೋಡಿಯೊಂದನ್ನು ಅನಾಯಾಸವಾಗಿ ಗಮನಿಸಿದ ಆತ. ಆ ಹುಡುಗ ಸುಮಾರು 10–12 ವರ್ಷದವನಿರಬೇಕು. ಕಿಟಕಿಯ ಪಕ್ಕದಲ್ಲೇ ಕುಳಿತಿದ್ದರೂ ಕೈಯ್ಯಲ್ಲಿ ದೊಡ್ಡ ಸ್ಕ್ರೀನಿನ ಮೊಬೈಲ್ ಹಿಡಿದು ಅದರಲ್ಲೇನೋ ಮಾಡುತ್ತ ಮುಖ ಹುದುಗಿಸಿಟ್ಟಿದ್ದ. ಅಪ್ಪ ಅದೇನೋ ವಿಚಾರ ಮಾಡುತ್ತ ಕಿಟಕಿಯ ಹೊರಗೆ ತದೇಕ ಚಿತ್ತದಿಂದ ನೋಡುತ್ತಲಿದ್ದ. ಈಗಷ್ಟೇ ಕಳೆದು ಹೋದದ್ದೇನೆಂಬ ಪರಿವೆಯೇ ಅವರಲ್ಲಿರಲಿಲ್ಲ. ಮೊಬೈಲ್ ಆಟದಲ್ಲೇನೋ ರೋಚಕ ತಿರುವು ಸಿಕ್ಕಿರಬೇಕು; ಹುಡುಗ ಮುಖವೆತ್ತದೇ ತನ್ನಷ್ಟಕ್ಕೇ ತಾನು ಮುಗುಳ್ನಕ್ಕ.

ಹೆದ್ದಾರಿಯ ಪಕ್ಕದ ಊರು

"ಕಾ ಕಾSSS ಕಾ... ಹ್ವಾಯ್... ಹ್ವಾಯ್... ಬಾ... ಬಾSSS..." ಆಕಾಶದತ್ತ ಕೈ ಅಲ್ಲಾಡಿಸುತ್ತಾ ಕೀರಲು ಸ್ವರದಲ್ಲಿ ಮಗ ವಾಸುವಿನ ಶ್ರಾದ್ಧದ ಪಿಂಡವನ್ನು ತಿನ್ನಲು ಕಾಗೆಯನ್ನು ಕೂಗಿ ಕರೆಯುತ್ತಿದ್ದರು ಸುಬ್ರಾಯ ಜೋಯಿಸರು.

ಒಂದು ಕಾಲನ್ನು ಬಾವಿಯ ಕಟ್ಟೆಯ ಮೇಲೂ ಇನ್ನೊಂದನ್ನು ಮನೆಯ ಹಂಚಿನ ಮಾಡಿನ ಮೇಲೂ ಇಟ್ಟುಕೊಂಡು "ನೀವು ಅಷ್ಟೆಲ್ಲಾ ಸಣ್ಣಕ್ಕೆ ಕರದ್ರೆ ಬತ್ತಿಲ್ಲೆ..." ಎನ್ನುತ್ತ ತಾನೂ 'ಹಾಯ್... ಹಾಯ್...' ಹಾಕತೊಡಗಿದ ಹುಡುಗ. ಪಿಂಡವನ್ನು ಮೇಲಕ್ಕೆ ಇಡಲು, ಓಣಿಯ ಹುಡುಗನೊಬ್ಬನನ್ನು ಕರೆಸಿಕೊಂಡಿದ್ದರು ಜೋಯಿಸರು.

"ನೀ ಬಾಳೆ ಎಲೆ ಇನ್ನೂ ಬೆಗೇಲ್ ಮೇಲಕ್ಕಿಡು ಮಾರಾಯಾ..." ಜೋಯಿಸರು ಸಿಟ್ಟಿನಿಂದ ನುಡಿಯುತ್ತ ಮತ್ತೆ 'ಬಾ... ಬಾ' ಎಂದು ಕೂಗತೊಡಗಿದರು.

'ಈ ಮುದುಕನ್ ದನೀನೇ ಕಾಗೆ ಕೂಗದ್ ಹಾಂಗ್ ಇದ್ದು' ಎಂದು ಮನದಲ್ಲೇ ಅಂದುಕೊಳ್ಳುತ್ತಾ, ಪಿಂಡವಿದ್ದ ಬಾಳೆಯನ್ನು ಮಾಡಿನ ಮತ್ತೂ ಮೇಲಕ್ಕೆ ಸರಿಸಿದ ಹುಡುಗ. ಹತ್ತಿರದಲ್ಲೇ ಕಾಗೆಗಳು ಹಾರಾಡುತ್ತಿದ್ದರೂ ಯಾವುದೂ ಪಿಂಡದ ಹತ್ತಿರ ಸುಳಿಯುತ್ತಿರಲಿಲ್ಲ. "ನಂಗೋ ಇಲ್ಲೇ ಇದ್ರೆ ಯಾವ್ದೂ ಹತ್ರ ಬತ್ತಿಲ್ಲೆ, ಕಡೇಗೆ ಬಂದು ತಿಂದ್ ಹೋಗ್ತು ಬಿಡಿ, ನೀವ್ ಹೋಗಿ ಊಟ ಮಾಡಿ" ಎನ್ನುತ್ತ ಮಾಡು ಇಳಿದ ಹುಡುಗ.

ಇಳಿಹೊತ್ತಿನಲ್ಲಿ ವೇಳೆ ವ್ಯಯಿಸುವುದಕ್ಕಾಗಿ ರಾಮತೀರ್ಥದ ಗುಡ್ಡದ ಮೇಲೆ ಹೋಗಿ ಕೂರುವುದು ಜೋಯಿಸರಿಗೆ ಇತ್ತೀಚಿನ ವಾಡಿಕೆ. ಹಾಗೆ ಹೊರಟವರು ಮನೆಯಿಂದ ಹೊರಬಂದು ನೋಡಿದರೆ ನಾಯಿಯೊಂದು ಮನೆಯ ಮಾಡು ಹತ್ತಿ ಪಿಂಡದ ಅನ್ನವನ್ನು ತಿನ್ನುತ್ತಿತ್ತು. ಜೋಯಿಸರಿಗೆ ಹೊಟ್ಟೆ ಕಿವುಚಿದಂತಾಗಿ 'ಹಚಾ... ಹಚಾ...' ಎಂದು ನಾಯಿಯನ್ನು ಓಡಿಸಿ ಬುಡಬುಡನೆ ನಡೆಯುತ್ತ ಗುಡ್ಡದ ತುದಿಗೆ ಬಂದು ತಮ್ಮ ಖಾಯಂ ಜಾಗವಾದ ಕಪ್ಪು ಬಂಡೆಯ ಮೇಲೆ ಪಶ್ಚಿಮಾಭಿಮುಖವಾಗಿ ಕುಳಿತುಕೊಂಡರು. ದೂರದ ಆಗಸದ ಕೊನೆಯಲ್ಲಿ ಹೌದೋ ಅಲ್ಲವೋ ಎನ್ನುವ ರೀತಿಯಲ್ಲಿ ಕಾಣುತ್ತಿರುವ ಸಮುದ್ರ. ಅದರಿಂದೀಚೆಗೆ ಹತ್ತಿರ ಹತ್ತಿರ ಬಂದಂತೆ ಸ್ಪಷ್ಟವಾಗಿ ಗೋಚರಿಸುವ ಹಸಿರು ಭತ್ತದ ಗದ್ದೆ. ನಂತರ ದಟ್ಟ ತೆಂಗು ಅಡಿಕೆ ತೋಟದ ತಲೆಗಳ ನಡುವೆ ಅಲ್ಲಲ್ಲಿ ಕಾಣುವ ಕೆಂಪುಹೆಂಚಿನ ಛಾವಣಿಗಳು. ಹಸಿರಿನ ನಡುವೆ ಉದ್ದನೆ ಬಿದ್ದಿರುವ ರಾಷ್ಟ್ರೀಯ ಹೆದ್ದಾರಿ. ಅದರಲ್ಲಿ ಹಿಂದೆ ಮುಂದೆ ಓಡಾಡುತ್ತಿರುವ ವಾಹನಗಳು. ರಾಮತೀರ್ಥದ ಗುಡ್ಡೆಯ ಮೇಲಿಂದ ನೋಡಿದರೆ ಎಲ್ಲವೂ ಬೆಂಕಿಪೆಟ್ಟಿಗೆಯ ಗಾತ್ರ, ಒಂದೇ ಆಕಾರ. ಹತ್ತಿರ ಹೋದಾಗ ಮಾತ್ರ ಬೇರೆ ಬೇರೆ ಬಣ್ಣ, ಆಕಾರ, ವೇಗ, ಸದ್ದು. ಬೇರೆ ಬೇರೆ ಆಕಾರದೊಳಗೆ ಬೇರೆ ಬೇರೆ ಜನರು. ವಾಹನದಲ್ಲಿ ಕುಳಿತಿರುವವರೆಗೆ ಎಲ್ಲರದೂ ಒಂದೇ ದಾರಿ; ಇಳಿದ ಮೇಲೆ ಒಬ್ಬೊಬ್ಬರದು ಒಂದೊಂದು ದಾರಿ. 'ಹೆದ್ದಾರಿಯ ಪಕ್ಕದ ಊರಿನ ದುರ್ದೈವವೇ ಇದು. ಊರಿನ ಎದೆ ಸೀಳಿ ನಡುವೆ ಸಾಗುವ ರಸ್ತೆಯಲ್ಲಿ ರೊಯ್ಯನೆ ಸಾಗುವ ಅಪರಿಚಿತ ವಾಹನಗಳು... ಎಲ್ಲಿಂದಲೋ ಬಂದವುಗಳು, ಎಲ್ಲಿಯದೋ ಜನ. ಹಗಲೆನ್ನದೇ ರಾತ್ರಿಯೆನ್ನದೇ ನಮ್ಮ ಪ್ರತಿಕ್ಷಣದ ಭಾಗವಾಗಿ ನಮ್ಮ ನಡುವೆಯೇ ಹಾದುಹೋದರೂ ಯಾರೂ ನಮ್ಮವರಲ್ಲ; ಇವುಗಳಿಂದಾಗಿ ಊರೂ ನಮ್ಮದೆನ್ನಿಸುವುದೇ ಇಲ್ಲ' ಎಂದು ಇತ್ತೀಚೆಗೆ ಅನ್ನಿಸತೊಡಗಿದೆ ಜೋಯಿಸರಿಗೆ. "ನಿಮ್ಮದೇನಿದ್ದರೂ ಅಮ್ಮನ ಬಲದ ಮೇಲೆ ಮಾತ್ರ. ಆಕೆ ಹಿಂದೆ ನಿಂತು ಆಡಿಸಿದಂತೆ ಆಡುವುದಷ್ಟೇ ನಿಮ್ಮ ಕೆಲಸ, ಆಕೆಯಿಂದಲೇ ನಿಮಗೆ ತಾಕತ್ತು. ನಿಮ್ಮ ಈ ಹಾರಾಟ ಪ್ರತಾಪಗಳೆಲ್ಲ ಅಮ್ಮನಿರುವವರೆಗೆ ಮಾತ್ರ" ಎಂದು ವಾಸು ಹೇಳಿದ ಮಾತಿನೊಂದಿಗೆ ಹೆಂಡತಿಯ ನೆನಪುಗಳು ಸಮುದ್ರದಲೆಯಂತೆ ಮತ್ತೆ ಮತ್ತೆ ಬಂದು ಬಡಿಯತೊಡಗಿದವು ಅವರಿಗೆ.

ವಾಸು ಹುಟ್ಟಿದ ಗಳಿಗೆಯನ್ನು ನೆನೆಸಿಕೊಂಡರು ಜೋಯಿಸರು. ಮಗು ಹುಟ್ಟಿದ ತಕ್ಷಣ ಅಪ್ಪನೂ ಹುಟ್ಟುತ್ತಾನೆ. ಹೆಂಗಸರಿಗಾದರೆ ಹಾಗಲ್ಲ. ಆಕೆಗೆ ತಾಯಿಯಾಗುವ ಮೊದಲು ಒಂಭತ್ತು ತಿಂಗಳ ಕಾಲಾವಕಾಶವಿದೆ. ಆಕೆಯ ಮನ ದೇಹಗಳೆಲ್ಲ ಈ ತಾಯ್ತನದ ತಯಾರಿಗೆ ನಿಧಾನವಾಗಿ ತರಬೇತುಗೊಳ್ಳುತ್ತದೆ. ಗಂಡಸಿನ

ಅಸಹಾಯಕತೆ ಹಾಗೂ ಮಿತಿಯೇ ಇದು. ಆಸ್ಪತ್ರೆಯ ಆಪರೇಷನ್ ಕೋಣೆಯಿಂದ ಒಂದಡಿ ಉದ್ದದ ಮಾಂಸದ ಮುದ್ದೆಯಂತಹ ಮಗುವನ್ನು ನರ್ಸು ತಂದು ಕೈಗಿಡುತ್ತಿರುವಂತೆಯೇ ಗಂಡಸು ಅಪ್ಪನಾಗಿಬಿಡುತ್ತಾನೆ. ಅದು ಆತನ ತಕ್ಷಣದ ಪರಿವರ್ತನೆ. ಹಾಗಾದರೆ ಅಪ್ಪನಾಗಲು ನಾನು ಸಿದ್ಧನಿರಲಿಲ್ಲವಾ? ಸುಶೀಲಾ ಮೂರು ತಿಂಗಳಾಯಿತು ಅಂದಾಗ ನನಗೇನೂ ಅನ್ನಿಸಲೇ ಇಲ್ಲವಲ್ಲ? ಸಿನಿಮಾದಲ್ಲಿ ಗಂಡಸು ಅಪ್ಪನಾಗುತ್ತೇನೆ ಎಂದು ತಿಳಿದಾಗ ಪಡುವ ಸಂತೋಷ, ಅದನ್ನು ಹೇಳಲು ಹೆಂಡತಿ ಪಡುವ ನಾಚಿಕೆ, ಹೆಂಡತಿಯನ್ನೆತ್ತಿ ಕುಪ್ಪಳಿಸಿ ಕುಣಿವ, ಸೊಂಟ ಬಳಸಿ ಮುತ್ತನ್ನಿಡುವ ಪ್ರಸಂಗಗಳಾವುದೂ ನಡೆಯಲೇ ಇಲ್ಲವಲ್ಲ. ಹಿತ್ತಲಲ್ಲಿ ಕೆನೆಕೆನೆದು ವಾಂತಿ ಮಾಡಿ, ಬಚ್ಚಲಲ್ಲಿ ಬಾಯಿ ತೊಳೆದು ಸೆರಗಿನಿಂದ ಒರೆಸಿಕೊಳ್ಳುತ್ತ ಸುಸ್ತಾದ ಮುಖ ಹೊತ್ತು ಸುಶೀಲ ಹೇಳಿದ್ದಳು, "ನಾನು ಬಸುರಿ. ಸದ್ಯದಲ್ಲೇ ಆದಾಗ ಆಸ್ಪತ್ರೆಗೆ ಹೋಗಿ ತೋರಿಸಿಕೊಂಡು ಬರುವ". ಅಷ್ಟೇ. ಅಂಥದ್ದೇನೋ ಅದ್ಭುತವಾದದ್ದು ನಮ್ಮ ನಡುವೆ ಜರುಗಿದೆ ಎಂದು ನಮಗೆ ಅನ್ನಿಸಲೇ ಇಲ್ಲ. ರಾಜಾಜಿನಗರದ ಇ.ಎಸ್.ಐ ಆಸ್ಪತ್ರೆಯಲ್ಲಿ ವೈದ್ಯರನ್ನು ಕಾಣುವ ಮೊದಲು "ಗಂಡನೊಡನೆ ಕೂಡಲು ಏನೂ ತೊಂದರೆ ಇಲ್ಲವಾ ಎಂದು ಕೇಳಿ ನೋಡು" ಎಂದು ನಾನು ಹೇಳಿದ್ದಕ್ಕೆ ಸುಶೀಲ ಅಸಹ್ಯ ಪಟ್ಟುಕೊಂಡಿದ್ದಳಾ? ಇಷ್ಟು ವರ್ಷದ ಬಳಿಕವಾದರೂ ಈ ಪ್ರಶ್ನೆಯನ್ನು ಆಕೆಯಲ್ಲಿ ಕೇಳೋಣವೆಂದರೆ ಆಕೆಯೇ ಇಲ್ಲವಲ್ಲ!

ಜೋಯಿಸರಿಗೂ ಮಗ ವಾಸುವಿಗೂ ಯಾವ ವಿಷಯದಲ್ಲೂ ಕೂಡಿಬರುತ್ತಿರಲಿಲ್ಲ. ಕಾಲೇಜು ಮುಗಿದು ಕೆಲಸಕ್ಕೆ ಸೇರಿದ ಮಗನ ಹೇರ್-ಕಟ್ ಯಾವ ರೀತಿ ಇರಬೇಕು, ಪ್ಯಾಂಟಿನ ಕೆಳ ಅಳತೆ ಎಷ್ಟಿರಬೇಕು ಎಂದು ಅಪ್ಪ ನಿರ್ಧರಿಸುವುದು ವಾಸುವಿಗೆ ಇಷ್ಟವಿರಲಿಲ್ಲ. ಇದು ಎಲ್ಲರ ಮನೆಯ ಸಮಸ್ಯೆಯೇ ಎಂದೆನಿಸಿದರೂ; ಪ್ರೀತಿಸಿದ ಹುಡುಗಿಯನ್ನು ಮದುವೆಯಾಗಲು ಅಪ್ಪ ಖಡಾಖಂಡಿತವಾಗಿ ಒಪ್ಪದಿದ್ದಾಗ ಅಪ್ಪ ಮಗನ ಮುಸುಕು ಯುದ್ಧ ವಿಕೋಪಕ್ಕೆ ತಿರುಗಿತು. ಬಿಸಿ ರಕ್ತ ತಣ್ಣಗಾದೊಡನೆ ಎಲ್ಲ ಸರಿ ಹೋಗುತ್ತದೆ ಎಂದು ಆರಂಭದಲ್ಲಿ ಸುಮ್ಮನಿದ್ದ ಜೋಯಿಸರು, ನಡುವೆ ಈ ಸಂಬಂಧವನ್ನು ಹೇಗಾದರೂ ಚಿವುಟಿಹಾಕಿ ಬಿಡಲೊಂದು ಉಪಾಯ ಹೂಡಿದರು. ವಾಸು ಪ್ರೀತಿಸಿದ ಹುಡುಗಿಯ ಮನೆಗೆ ಹೋಗಿ ವಾಸು ಒಳ್ಳೆಯ ಹುಡುಗನಲ್ಲವೆಂದೂ, ಆತನ ಗುಣ ಸ್ವಭಾವಗಳು ಅತಿರೇಕದ್ದೆಂದೂ, ಆತನನ್ನು ದಾರಿಗೆ ತರಲು ತಾನು ಹೆಣಗಾಡುತ್ತಿರುವುದಾಗಿಯೂ, ಒಂದು ಮುಗ್ಧ ಹುಡುಗಿಯ

ಜೀವನ ಹಾಳಾಗಬಾರದೆಂಬ ಕಾರಣದಿಂದ ಇದನ್ನೆಲ್ಲ ತಿಳಿಸುತ್ತಿರುವುದಾಗಿ ಹೇಳಿ ಬಂದರು. ಈ ವಿಷಯ ವಾಸುವಿಗೆ ತಿಳಿದು ಆತ ಭಯಂಕರ ಸಿಟ್ಟಿಗೆದ್ದ. ಅವಳಲ್ಲದಿದ್ದರೆ ಆಜನ್ಮ ಬ್ರಹ್ಮಚಾರಿಯಾಗಿರುತ್ತೇನೆಂದು ಶಪಥಗೈದ. ಜೋಯಿಸರ ಮಾತಿಗೆ ಅಂಜಿದ ಹೆಣ್ಣಿನ ಮನೆಯವರು ಯಾರಿಗೂ ಗೊತ್ತಾಗದಂತೆ ಮಗಳ ಮದುವೆ ಬೇರೊಬ್ಬನೊಡನೆ ಮಾಡಿಬಿಟ್ಟರು. ಬಾಲ ಮೆಟ್ಟಿಸಿಕೊಂಡ ಹಾವಿನಂತೆ ಅಲೆದಾಡತೊಡಗಿದ ವಾಸು.

ಮನೆಯಲ್ಲಿ ಹೇಗೇ ಇದ್ದರೂ ಹೊರಗೆ ಮಾತ್ರ ಬಹಳೇ ಸ್ನೇಹಜೀವಿ ವಾಸು. ಪರೋಪಕಾರಿ. ಸಮಾಜಸೇವೆಯಲ್ಲಿ ಎತ್ತಿದ ಕೈ. ಹೀಗಿರುವ ಒಮ್ಮೆ ಅವನಿಗೂ ಜೋಯಿಸರಿಗೂ ಭಯಂಕರದ ಜಗಳವಾಗಿಹೋಯಿತು. ವಿಷಯ ಇಷ್ಟೇ- ತಮ್ಮ ಹದಿನೆಂಟನೇ ವಯಸ್ಸಿಗೇ ಊರುಬಿಟ್ಟು ಬೆಂಗಳೂರಿಗೆ ಬಂದ ಜೋಯಿಸರು ಕೋ-ಆಪರೇಟಿವ್ ಬ್ಯಾಂಕ್ ಒಂದರಲ್ಲಿ ಕೆಳದರ್ಜೆಯ ಕೆಲಸಕ್ಕೆ ಸೇರಿ, ಸತತ ದುಡಿಮೆ ಪರಿಶ್ರಮದಿಂದ ಮ್ಯಾನೇಜರ್ ಆಗಿದ್ದರು. ಆಗೆಲ್ಲಾ ಸಿಕ್ಕಸಿಕ್ಕವರನ್ನು ದುಂಬಾಲು ಬಿದ್ದು ಬ್ಯಾಂಕ್ ಖಾತೆ ತೆಗೆಯಿಸುವ ಕಾಲ. ಜೋಯಿಸರು ಹೀಗೇ ಒಬ್ಬ ಭಿಕ್ಷುಕಿಯನ್ನು ಪುಸಲಾಯಿಸಿ ಹಿಡಿದು ತಂದು ಅವಳದೂ ಬ್ಯಾಂಕ್ ಖಾತೆ ತೆಗೆಸಿ ಪ್ರಖ್ಯಾತರಾಗಿದ್ದರು. ನಂತರದ ದಿನಗಳಲ್ಲಿ ಆಕೆಯ ಉಳಿತಾಯದ ಹಣ ಸಾಕಷ್ಟು ಹೆಚ್ಚಾಗಿತ್ತು. ತಮ್ಮ ನಿವೃತ್ತಿಯ ಸಮಯದಲ್ಲಿ ಮನೆ ಮಠವಿಲ್ಲದ ಅವಳ ಹಣವನ್ನೆಲ್ಲಾ ಜೋಯಿಸರೇ ನುಂಗಿ ಹಾಕಿ ಆಕೆಯನ್ನು 'ಬೀದಿಪಾಲು' ಮಾಡಿದರು ಹಾಗೂ ಆ ಕೊರಗಿನಲ್ಲೇ ಆಕೆ ಸತ್ತುಹೋದಳು ಎಂಬ ಸುದ್ದಿ, ಅನಾಥಹೆಣವೆಂದು ಅದೇ ಭಿಕ್ಷುಕಿಯ ಶವ ಸಂಸ್ಕಾರ ನೆರವೇರಿಸಲು ಹೋದ ವಾಸುವಿಗೆ ತಿಳಿದುಬಂದಿತ್ತು. ಮನೆಗೆ ಬಂದು ಆತ ಕೋಲಾಹಲವನ್ನೇ ಸೃಷ್ಟಿಸಿದ್ದ. 'ಅಪ್ಪನ ಪ್ರತಿ ಕ್ರಿಯೆಗೂ ಅಮ್ಮನ ಸಪೋರ್ಟಿದೆ. ಅದಕ್ಕೇ ಅವರು ಹೀಗಾಡುವುದು' ಎಂದು ಅಮ್ಮನ ಮೇಲೂ ಕೋಪಗೊಂಡ. ಜೋಯಿಸರು ಆಗಷ್ಟೇ ಸ್ವಂತದ್ದೊಂದು ಸಣ್ಣ ಮನೆ ಕಟ್ಟಿಸಿಕೊಂಡಿದ್ದರು. ಇದು ಭಿಕ್ಷುಕಿಯ ಹಣದ್ದೇ ಮನೆ ಎಂದು ವಾದಿಸಿದ ವಾಸು. ಒಂದು ಕ್ಷಣವೂ ಇಲ್ಲಿರಲಾರೆ ಎನ್ನುತ್ತಾ ಮನೆ ಬಿಟ್ಟು ಹೊರ ನಡೆದು ಬೇರೆ ಮನೆ ಮಾಡಿದ.

ಇತರರಿಗಿಂತ ತುಸು ವಿಭಿನ್ನವೆನಿಸುವ ಜೀವನ ಶೈಲಿ ಅಳವಡಿಸಿಕೊಂಡಿದ್ದ ವಾಸುವಿಗೆ, ಮನೆ ಬಿಟ್ಟು ಹೊರ ಬಂದದ್ದು ಹೊಸ ಲೋಕವೊಂದನ್ನು ಸೃಷ್ಟಿಸಿಕೊಳ್ಳಲು ಅನುವು ಮಾಡಿಕೊಟ್ಟಿತು. ತನಗನಿಸಿದಂತೆ ಬದುಕಬೇಕೆಂಬುದು ಅವನ ಸಿದ್ಧಾಂತ. ನೌಕರಿಯೆಂಬುದು ಬಂಧನವೆನಿಸಿ ಆತ ಕೆಲಸ ಬಿಟ್ಟ, ತನ್ನದೇ ಸಣ್ಣದೊಂದು ಯಂತ್ರದ ಅಚ್ಚು ತಯಾರಿಸುವ ವರ್ಕ್-ಶಾಪ್ ಆರಂಭಿಸಿದ. ಅಲ್ಪತೃಪ್ತನಾಗಿರುವುದು ಸುಖಜೀವನದ ಮೊದಲ ಹೆಜ್ಜೆ ಎಂದು ಬಲವಾಗಿ ನಂಬಿದ್ದ

ಆತ. 'ಏನನ್ನು ಬಯಸುತ್ತೇವೋ ಅದನ್ನು ಪಡೆಯುವುದು ಹಾಗೂ ಏನನ್ನು ಪಡೆದಿರುವೆವೋ ಅದನ್ನೇ ಬಯಸುವುದು' ಇವೆರಡರ ವ್ಯತ್ಯಾಸದ ಸ್ಪಷ್ಟ ಅರಿವಿತ್ತು ಆತನಿಗೆ. "ಸಣ್ಣ ಸಣ್ಣ ವಿಷಯಗಳಲ್ಲಿ ಖುಷಿ ಕಾಣುವುದರಲ್ಲಿಯೇ ಜೀವನದ ಸತ್ವ ಅಡಗಿರುವುದು. ನಿನಗೆ ಏನು ಬೇಕೋ ಅದನ್ನೆಂದೂ ಪಡೆಯಬೇಡ. ನನಗೆ ಚಿಕ್ಕಂದಿನಿಂದಲೂ ಪಾರ್ಕರ್ ಪೆನ್ನೊಂದನ್ನು ಹೊಂದಿರಬೇಕೆಂಬ ಆಸೆಯಿತ್ತು. ಆದರೆ ಅಪ್ಪ ಪೇಟೆಯಲ್ಲಿ ಸಿಗುವ ಅತೀ ಕಡಿಮೆ ದರದ ಶಾಯಿ ಪೆನ್ನನ್ನು ತಂದು ಕೊಡುತ್ತಿದ್ದರು. ಅದರಲ್ಲಿ ಚೆಲ್ಲದಂತೆ ಶಾಯಿ ತುಂಬಿ ಸೋರದಿರಲೆಂದು ಕುತ್ತಿಗೆಯ ಸುರುಳಿಯನ್ನು ತಿರುವಿ ತಿರುವಿ ಗಟ್ಟಿಗೊಳಿಸಿ ಹಳೆ ಬಟ್ಟೆಯಲ್ಲಿ ಬೆರಳಿಗಂಟಿದ ನೀಲಿ ಬಣ್ಣವನ್ನು ಒರೆಸಿಕೊಳ್ಳುವಾಗಲೆಲ್ಲ ನೌಕರಿ ಸೇರಿ ಮೊದಲ ಸಂಬಳದಲ್ಲಿ ಪಾರ್ಕರ್ ಪೆನ್ನೊಂದನ್ನು ಕೊಳ್ಳಬೇಕೆಂದುಕೊಳ್ಳುತ್ತಿದ್ದೆ. ಆದರೆ ಇದುವರೆಗೂ ಕೊಂಡುಕೊಂಡಿಲ್ಲ. ದೊಡ್ಡ ಕಪ್ಪಿನಲ್ಲಿ ಹೊಗೆಯಾಡುತ್ತಿರುವ ಬಿಸಿ ಬಿಸಿ ಕಾಫಿ ಕುಡಿಯಬೇಕೆಂಬ ಮಹದಾಸೆಯಿದೆ ನನಗೆ. ಪ್ರತೀಬಾರಿ ಅಂಗಡಿಗೆ ಹೋದಾಗಲೂ ಅಲ್ಲಿರುವ ಪಿಂಗಾಣಿ ಕಪ್ಪುಗಳ ಬಣ್ಣ ಚೆಂದ ಬೆಲೆ ನೋಡುತ್ತ, ಕೈಯ್ಯಲ್ಲಿ ಮುಟ್ಟಿ ಎತ್ತಿ ಹಿಡಿಯುತ್ತ ಮುಂದಿನ ಬಾರಿ ಕೊಂಡರಾಯಿತೆಂದು ಬಿಟ್ಟು ಬರುತ್ತೇನೆ. ಕೊಳ್ಳಬೇಕೆಂದುಕೊಳ್ಳುತ್ತ ಕೊಳ್ಳದಿರುವುದರಲ್ಲಿಯ ಸುಖ ಕೊಂಡುಕೊಂಡ ಮರುಕ್ಷಣದಲ್ಲಿಯೇ ಕಳೆದುಹೋಗುತ್ತದೆ. ಆ ಸುಖ ಸದಾ ನಮ್ಮೊಡನಿರುವಂತೆ ಕಾಪಾಡುವುದರಲ್ಲಿಯೇ ಜೀವನದ ಮಜಾ ಇರೋದು" ಎನ್ನುತ್ತ ಹಾಗೇ ಬದುಕಿದ ಆತ.

ಇತ್ತ– ಪ್ರೀತಿಸಿದ ಹುಡುಗಿಯ ಮನೆಯವರೇ ಮದುವೆಗೆ ಹಿಂಜರಿಯುವಂತೆ ಮಾಡಿ ಮಗನ ಪ್ರೇಮಕಥೆಗೊಂದು ಗತಿ ಕಾಣಿಸಿದ ಯಶಸ್ಸಿನಲ್ಲಿದ್ದ ಜೋಯಿಸರಿಗೆ ಮಗ ಮನೆ ಬಿಟ್ಟು ಹೋದದ್ದು ಬೇಸರಕ್ಕಿಂತ ಹೆಚ್ಚಾಗಿ ತನ್ನ ಅಹಂಗೆ ಬಿದ್ದ ಹೊಡೆತದ ನಿಮಿತ್ತ ಕಾಡಿತು. ಮಗ ಭಿಕ್ಷುಕಿಯ ವಿಷಯಕ್ಕೆ ಕೆರಳಿ ಹೋದುದಲ್ಲ; ಪ್ರೇಮವಿವಾಹದ ವೈಫಲ್ಯಕ್ಕೆ ಕೋಪಿಸಿಕೊಂಡು ಮನೆ ಬಿಟ್ಟು ಹೋದದ್ದು ಎಂದು ತನಗೆ ತಾನೇ ಪ್ರತಿಪಾದಿಸಿಕೊಳ್ಳತೊಡಗಿದರು. ಪರಿಚಯದವರ ಮನೆಗಳಿಗೆ, ಬೀದಿಯಲ್ಲಿನ ಗುರುತಿರುವ ಅಂಗಡಿಗಳಿಗೆ ಹೋಗುತ್ತ ದೀನಾಯ ಮುಖ ಹೊತ್ತು "ಈ ವಯಸ್ಸಿನಲ್ಲಿ, ಕಷ್ಟ ಸಮಯದಲ್ಲಿ ಹತ್ತಿರದಲ್ಲೇ ಇದ್ದರೂ ಮಗ ತಮ್ಮ ಜೊತೆಯಲ್ಲಿಲ್ಲ" ಎಂದು ಹೇಳಿ ಬರುತ್ತಿದ್ದರು. ಅಕ್ಕ ಪಕ್ಕದವರಲ್ಲಿ, ವಾಸುವಿನ ಪರಿಚಯಸ್ಥರಲ್ಲಿ ಸಂದರ್ಭ ಸಿಕ್ಕಾಗಲೆಲ್ಲ ತಮ್ಮ ಗೋಳು ತೋಡಿಕೊಳ್ಳುತ್ತಿದ್ದರು. ಮೂರು ರೂಪಾಯಿ ಕಿಸೆಯಲ್ಲಿಟ್ಟುಕೊಂಡು ಬೆಂಗಳೂರಿನ ಗಾಡಿ ಹತ್ತಿ ಬಂದು, ನೊಂದು ಬೆಂದು, ಕಷ್ಟ ಪಟ್ಟು ಸಮಾಜದಲ್ಲಿ ತಲೆ ಎತ್ತಿ ತಿರುಗಬಹುದಾದ ಸ್ಥಿತಿಗೆ

ತಾನು ಬಂದು ತಲುಪಿದ್ದು, 'ಇರುವ ಒಬ್ಬನೇ ಮಗ ನೋಡಿದರೆ ಹೀಗೆ' ಎಂಬುದು ಅವರ ಮಾತಿನ ಬಂಡವಾಳವಾಯಿತು.

ವಾಸು ಮಾತ್ರ, ಬೇರೆಯಾಗಿದ್ದರೂ ಅಪ್ಪ ಅಮ್ಮನಿಂದ ಬಹು ದೂರ ಹೋಗಕೂಡದೆಂದು ಹತ್ತಿರದಲ್ಲೇ ಮನೆ ಮಾಡಿದ್ದ. ದಿನ ಎರಡು ಹೊತ್ತು ತಂದೆಯ ಮನೆಗೆ ಭೇಟಿ ನೀಡುತ್ತಿದ್ದ. ಬೆಳಿಗ್ಗೆ ಮನೆಯ ಬಾಗಿಲಿಗೆ ಹಾಲಿನ ಕೊಟ್ಟೆ ತಂದು ಇಟ್ಟು ಹೋಗುವುದರಿಂದ ಹಿಡಿದು ಮನೆಯ ಎಲ್ಲ ಅಗತ್ಯಗಳಿಗೂ ನೆರವಾಗುತ್ತಿದ್ದ. ಜೊತೆಗೆ ಬೀದಿಯ ಅನೇಕ ಅಸಹಾಯಕರ ಮನೆ ಮಗನಂತಾಗಿದ್ದ. ಗ್ಯಾಸ್ ಸಂಪರ್ಕ ಪಡೆಯುವುದಿರಲಿ, ಬ್ಯಾಂಕಿನಲ್ಲಿ ಖಾತೆ ತೆಗೆಯುವ ಜಂಜಾಟವಿರಲಿ, ಮಕ್ಕಳ ಶಾಲಾ ದಾಖಲಾತಿಗೆ ಬೇಕಾದ ವಶೀಲಿಯಿರಲಿ ಹೀಗೆ ಎಲ್ಲವುಗಳಲ್ಲಿಯೂ ವಾಸುವಿನ ಸಹಾಯ ಹಸ್ತವಿರುತ್ತಿತ್ತು. ಏನೇ ಮಹತ್ತರ ಸಲಹೆ ಸೂಚನೆಗಳು ಬೇಕಿದ್ದರೂ, ಸಮಸ್ಯೆಗೆ ಪರಿಹಾರದ ಅಗತ್ಯವಿದ್ದರೂ ವಾಸುವಿಗೆ ಫೋನ್ ಮಾಡುವಂತಹ ಸಂಬಂಧ ಆತ ಹಲವರಲ್ಲಿ ಹೊಂದಿದ್ದ. ಬಡಾವಣೆಯಲ್ಲಿ ನೀರಿಲ್ಲದಿದ್ದರೆ, ಬಾರ್ ಒಂದು ರಾತ್ರಿ ಬಹಳ ಹೊತ್ತಿನವರೆಗೆ ತೆರೆದಿದ್ದು ಜನರಿಗೆ ಕಿರುಕುಳವಾಗುತ್ತಿದ್ದರೆ ವಾಸು ಅಲ್ಲಿ ಹಾಜರಾಗುತ್ತಿದ್ದ; ಜನರ ಪರ ದನಿ ಎತ್ತುತ್ತಿದ್ದ.

ಅಪ್ರತಿಮ ಪ್ರತಿಭಾವಂತ ಆತ. ಒಂದು ರೂಪಾಯಿಯ ನಾಣ್ಯ ಹಾಕಿ ದೂರವಾಣಿ ಕರೆ ಮಾಡುವ ಡಬ್ಬಗಳಲ್ಲಿ, ಜನ ರೂಪಾಯಿ ನಾಣ್ಯದಳತೆಯ ತಗಡಿನ ತುಂಡುಗಳನ್ನು ಹಾಕಿ ಫೋನ್ ಮಾಡುವುದು ಹೆಚ್ಚಾದಾಗ ಅದನ್ನು ತಡೆಹಿಡಿಯುವ ಸಣ್ಣ ಯಂತ್ರವೊಂದನ್ನು ಆತ ತಯಾರಿಸಿದ. ನಂತರದ ದಿನದಲ್ಲಿ ಅದನ್ನು ಅಂಗಡಿಯ ಮಾಲೀಕರೆಲ್ಲ ಎಡೆಯಿಲ್ಲದೆ ಉಪಯೋಗಿಸಿದರು. ಬೀದಿ ದೀಪಗಳನ್ನು ಮುಂಜಾನೆ ಸರಿಯಾದ ಸಮಯಕ್ಕೆ ಆರಿಸಲಾರದೆ ಅತೀವ ವಿದ್ಯುತ್ ನಷ್ಟ ಅನುಭವಿಸುತ್ತಿದ್ದ ನಗರಪಾಲಿಕೆಗೆ, ದೀಪ ನಂದಿಸುವ ಹಾಗೂ ಉರಿಸುವ ಸ್ವಯಂಚಾಲಿತ ಉಪಕರಣವೊಂದನ್ನು ಕಂಡುಹಿಡಿದು ಪ್ರಯೋಗಿಸಿ ತೋರಿಸಿದವನೇ ವಾಸು. ನಂತರ ಆ ತಾಂತ್ರಿಕತೆಯ ಮೂಲವನ್ನೇ ಅಭಿವೃದ್ಧಿಪಡಿಸಿ 'ಟೈಮರ್' ಎಂದು ಕರೆದು ಅದನ್ನು ಎಲ್ಲೆಡೆ ಉಪಯೋಗಿಸಲಾಯಿತಲ್ಲದೆ ಅನೇಕರು ಇದರಿಂದ ದಂಡಿಯಾಗಿ ಹಣವನ್ನೂ ಮಾಡಿಕೊಂಡರು. ವಾಸು ಮಾತ್ರ ತನಗಾವುದೂ ಸಂಬಂಧವೇ ಇಲ್ಲದವರಂತೆ, ತಾನು ಮಾಡುವ ಕೆಲಸಕ್ಕೂ ಹಣಗಳಿಕೆಗೂ ಯಾವ ನಂಟೇ ಇಲ್ಲದವನಂತೆ ತನ್ನ ಹಳೆಯ ಬಜಾಜ್ ಚೇತಕ್ ಸ್ಕೂಟರಿನಲ್ಲಿಯೇ ಓಡಾಡಿಕೊಂಡಿದ್ದ.

ಚಿಕ್ಕಂದಿನಿಂದಲೇ ಬುದ್ಧಿವಂತನಾಗಿದ್ದ, ಪರೀಕ್ಷೆಗಳಲ್ಲೆಲ್ಲ ಪ್ರಥಮ ಸ್ಥಾನ ತರುತ್ತಿದ್ದ ವಾಸು ದೊಡ್ಡವನಾಗಿ ಒಳ್ಳೆಯ ಕೆಲಸ ಹಿಡಿದು ಸಿಕ್ಕಾಪಟ್ಟೆ ಸಂಪಾದಿಸುತ್ತಾನೆ

ಅಂದುಕೊಂಡಿದ್ದರು ಜೋಯಿಸರು. ಆದರೆ ಇರುವ ಒಬ್ಬನೇ ಮಗ ನೌಕರಿ ಬಿಟ್ಟು ನಲವತ್ತಾದರೂ ಮದುವೆಯಾಗದೆ ಊರೂರು ಅಲೆಯುತ್ತಿದ್ದುದು ಅವರ ಅತಿ ದೊಡ್ಡ ಸೋಲುಗಳಲ್ಲೊಂದಾಗಿತ್ತು. ಇದನ್ನು ವಾಸು ಬೇರೆಯದೇ ರೀತಿಯಲ್ಲಿ ವಿಶ್ಲೇಷಿಸುತ್ತಿದ್ದ. "ಕುರುಚಲು ಗಡ್ಡ ಬಿಟ್ಟುಕೊಂಡು, ದೊಗಳೆ ಅಂಗಿ ಬರ್ಮುಡಾ ಚಡ್ಡಿ ಧರಿಸಿ ಸೈಕಲ್ ತುಳಿಯುತ್ತಾ ಹೆಗಲಿಗೊಂದು ಗಿಟಾರ್ ಏರಿಸಿಕೊಂಡು ಏನೋ ಗುನುಗುತ್ತ ದಿನ ಮುಂಜಾನೆ ಎದ್ದು ಹೋಗುತ್ತಿರುವ ಹುಡುಗನ ಮುಖದ ಕಳೆ; ಪಟ್ಟಾಗಿ ಇಸ್ತ್ರಿ ಹಾಕಿದ ಪ್ಯಾಂಟು ಅಂಗಿ ಧರಿಸಿ ಕುತ್ತಿಗೆಗೆ ಟೈ ಬಿಗಿದು, ಕಾರಲ್ಲಿ ಕುಳಿತು ಫೋನಲ್ಲಿ ಮಾತಾಡುತ್ತ ಹೋಗುತ್ತಿರುವ ಹುಡುಗನ ಮುಖದಲ್ಲಿಯ ಕರ್ಷಣ ಎರಡನ್ನೂ ಗಮನಿಸು. ಅಲ್ಲಿ ಆತನ ಅಪ್ಪ 'ದೇವರು ಎಲ್ಲಾ ಕೊಟ್ಟ ಆದರೆ ಮಗ ಮಾತ್ರ ದಾರಿ ತಪ್ಪಿ ಹೋದ' ಎಂದು ಕೊರಗಿದರೆ, ಇನ್ನೊಬ್ಬನ ಅಪ್ಪ 'ಮಗ ಬೆಂಗಳೂರಿನಲ್ಲಿ ಸಾಫ್ಟ್‌ವೇರ್ ಇಂಜಿನಿಯರ್' ಎಂದು ಹೆಮ್ಮೆಯಿಂದ ಹೇಳಿಕೊಳ್ಳುತ್ತಿರುತ್ತಾನೆ. ಹಾಗಾದರೆ ಅಪ್ಪನ ಇಚ್ಛೆಯಂತೆ ಬದುಕುವುದೇ ಮಗನ ಸಾರ್ಥಕತೆಯೆ? ಆದಾಗ್ಯೂ ಈ ಗೆಲುವು, ಸಾಧನೆ, ಯಶಸ್ಸು ಎಂದರೇನು? ಹಣವೊಂದೇ ಯಶಸ್ಸನ್ನು ಅಳೆಯುವ ಮಾಪನವೋ? ನೀವು ಯಾವುದೇ ಯಶಸ್ವೀ ಜನರ ಪಟ್ಟಿಯನ್ನು ನೋಡಿ. ನಾರಾಯಣಮೂರ್ತಿ, ಸಚಿನ್ ತೆಂಡುಲ್ಕರ್, ಅಮೀರ್ ಖಾನ್, ಯಾರೇ ಆಗಿರಲಿ ಅವರು 'ಯಶಸ್ವಿ' ಎಂದು ಗುರುತಿಸಿಕೊಳ್ಳುವುದರ ಮೂಲ ಅವರು ಗಳಿಸಿದ ದುಡ್ಡು. ಹಾಗೆಯೇ ಅಣ್ಣಾ ಹಜಾರೆಯಾಗಲೀ, ಸಾಲುಮರದ ತಿಮ್ಮಕ್ಕನಾಗಲೀ ಈ ಯಶಸ್ವೀ ಪಟ್ಟಿಗೆ ಸೇರುವುದಿಲ್ಲ. ಅವರಿಗೇನಿದ್ದರೂ ಸಮಾಜ ಸೇವಕರ ಪಟ್ಟ. ಅದ್ಯಾಕೆ; ಮಳೆಯಿಲ್ಲದ ಕಾಲದಲ್ಲೂ ಬೆವರು ಸುರಿಸಿ ಪ್ರತಿ ವರ್ಷ ಒಳ್ಳೆಯ ಬೆಳೆ ತೆಗೆದು, ಸಾಲ ಮಾಡಿಯಾದರೂ ಹಬ್ಬ ಮಾಡಿ ಖುಷಿಯಾಗಿ ಜೀವನ ನಡೆಸುತ್ತಿರುವ ಹಳ್ಳಿಯ ರೈತನೂ ಒಬ್ಬ ಯಶಸ್ವೀ ವ್ಯಕ್ತಿಯೇ ಅಲ್ಲವೆ?" ಎನ್ನುವ ವಾಸುವಿನ ವಾದ ಜೋಯಿಸರ ಮನೆ, ಮನ ತಲುಪುತ್ತಿದ್ದವೋ ಗೊತ್ತಿಲ್ಲ. ಅವರು ಮಾತ್ರ ವಾಸು ಒಬ್ಬ ನಿಷ್ಪ್ರಯೋಜಕ ಮಗ, ಆತನಿಂದ ಮನೆಗೆ ಯಾವುದೇ ಸುಖವಿಲ್ಲ ಎಂಬುದನ್ನು ನನ್ನಿಗೆಯ್ಯಲು ಪಣ ತೊಟ್ಟರು. ತಾವಿರುವ ಬಡಾವಣೆಯಲ್ಲಿಯ ಲಾಯರ್ ಆಫೀಸೊಂದರಲ್ಲಿ ಪಾರ್ಟ್ ಟೈಮ್ ಕೆಲಸ ಕೇಳಿಕೊಂಡು ಹೋದರು. ದುಡ್ಡಿನ ತೊಂದರೆಯಿದೆ ಅದಕ್ಕೇ ಕೆಲಸ ಬೇಕು ಎಂದು ಬೇಡಿಕೊಂಡರು. ವಾಸುವಿನ ಮಿತ್ರರೇ ಆಗಿದ್ದ ಆ ವಕೀಲರು ವಾಸುವಿಗೆ ಕರೆ ಮಾಡಿ 'ತಂದೆಯವರನ್ನು ಕೆಲಸಕ್ಕೆ ಸೇರಿಸಿಕೊಳ್ಳಬಹುದೋ' ಎಂದು ವಿಚಾರಿಸಿದರು. ಸ್ವಂತ ಮನೆ, ಜೀವನಕ್ಕೆ ಸಾಕಾಗುವಷ್ಟು ನಿವೃತ್ತಿ ವೇತನ ಪಡೆಯುತ್ತಿದ್ದುದು, ಅಲ್ಲದೇ ಮನೆಗೆ ಬೇಕಾದ ದಿನಸಿ ಸಾಮಾನುಗಳೆಲ್ಲದರ ಮೊತ್ತ ಪ್ರತಿ ತಿಂಗಳ ಕೊನೆಯಲ್ಲಿ

ಅಂಗಡಿಗೆ ತಾನೇ ಚುಕ್ತಾ ಮಾಡುತ್ತಿದ್ದುದು ತಿಳಿದಿದ್ದರೂ ಅಪ್ಪ ನೌಕರಿ ಕೇಳಿಕೊಂಡು ಹೋಗುವ ಉದ್ದೇಶದ ಹಿಂದಿನ ಮರ್ಮ ಅರಿತ ವಾಸು ಅತೀವವಾಗಿ ನೊಂದ. ಆದರೂ ಅಪ್ಪನ ಪ್ರಯತ್ನಗಳಿಗೆ ತಾನೇಕೆ ಅಡ್ಡಿ ಬರಬೇಕೆಂದುಕೊಂಡು 'ತಮಗೆ ಅಗತ್ಯವಿದ್ದರೆ ಸೇರಿಸಿಕೊಳ್ಳಿ' ಎಂದ.

ಹೀಗೇ, ಮಗನನ್ನು ಮುಜುಗರಕ್ಕೆ ಎಡೆಮಾಡುವ ಪ್ರತಿ ಸಾಧ್ಯತೆಗಳನ್ನೂ ಸದಾ ಚಿಂತಿಸುತ್ತಲೇ ಇರುವ ಜೋಯಿಸರಿಗೆ ಮತ್ತೊಂದು ವಿಚಾರ ಹೊಳೆಯಿತು. ಮನೆಯಿಂದ ತುಸು ದೂರವಿರುವ 'ಕರಾವಳಿ ಮೆಸ್'ನಲ್ಲಿ ಮಾಂಸದೂಟ ಮಾಡಲು ವಾಸು ಹೋಗಿಯೇ ಹೋಗುತ್ತಾನೆಂದೂ, ಹೊಟೇಲಿನ ಎದುರಿಗೇ ಆತನನ್ನು ಸಾಕ್ಷಿ ಸಮೇತ ಹಿಡಿದುಬಿಟ್ಟರೆ ಅದಕ್ಕಿಂತ ದೊಡ್ಡ ಸಾಧನೆಯೇ ಇಲ್ಲ ಎಂದೆನಿಸಿತು ಅವರಿಗೆ. ಕರಾವಳಿ ಮೆಸ್ಸಿನ ಎದುರಿಗೆ ಇರುವ ಉದ್ಯಾನದ ಸಿಮೆಂಟು ಬೆಂಚಿನ ಮೇಲೆ ಮರದ ಮರೆಯಲ್ಲಿ ಮಧ್ಯಾಹ್ನ ಹಾಗೂ ರಾತ್ರಿಯ ಊಟದ ವೇಳೆ ವಾಸುವಿಗಾಗಿ ದಿನಂಪ್ರತಿ ಕಾದರು. ವಾಸು ಮಾಂಸ ತಿಂದೇ ತಿನ್ನುತಾನೆ ಎಂದು ಬಲವಾಗಿ ನಂಬಿದ್ದರು ಅವರು. ಒಂದು ವೇಳೆ ಆತ ತಿನ್ನುವುದೇ ಆದರೆ ಬೆಂಗಳೂರಿನ ಸಹಸ್ರಾರು ಹೊಟೇಲುಗಳಲ್ಲಿ ಎಲ್ಲಿಯಾದರೂ ಸೇವಿಸಬಹುದು ಇಲ್ಲಿಯೇ ಯಾಕೆ ಬರಬೇಕು, ಹಾಗೂ ತಾನು ಬೆಂಗಳೂರಿಗೆ ಬಂದ ಹೊಸತರಲ್ಲಿ ಇಲ್ಲಿಂದಲೇ ಮೀನು ಸಾರು ಪಾರ್ಸಲ್ ಮಾಡಿಸಿಕೊಂಡು ಹೋಗಿ ರೂಮಿನಲ್ಲಿ ಕದ್ದು ಮುಚ್ಚಿ ತಿನ್ನುತ್ತಿದ್ದೆನೆಂಬ ಕಾರಣಕ್ಕೆ ವಾಸುವೂ ಇಲ್ಲಿಯೇ ಬರಬೇಕೆಂಬುದೇನೂ ಇಲ್ಲ ಎಂಬುದು ಅವರ ಬುದ್ಧಿಗೆ ತಿಳಿದಿದ್ದರೂ, ಮನಸ್ಸು ಮಾತ್ರ ಕರಾವಳಿ ಮೆಸ್ಸಿನೆದುರೇ ವಾಸುವನ್ನು ಹಿಡಿಯುವ ಘಳಿಗೆಗಾಗಿ ಹಾತೊರೆಯುತ್ತಿತ್ತು. ತಿಂಗಳುಗಳುರುಳಿದರೂ ವಾಸು ಅತ್ತ ಸುಳಿಯದಿದ್ದುದರಿಂದ ಅವರು ನಿರಾಶೆಗೊಂಡರು. ನೇರ ಹೊಟೇಲಿಗೇ ಹೋಗಿ ತನ್ನ ಮಗನ ಬಣ್ಣ ರೂಪುಗಳನ್ನು ವಿವರಿಸಿ 'ಎಲ್ಲಾದರೂ ಇತ್ತ ಬಂದಿದ್ದನೋ' ಎಂದು ವಿಚಾರಿಸಿದರು. ಅದೂ ಅಲ್ಲವೆಂದಾದ ಮೇಲೆ ತನ್ನ ಮನೆಯ ದೂರವಾಣಿ ಸಂಖ್ಯೆಯನ್ನು ಹೊಟೆಲ್ಲಿನಲ್ಲಿ ಕೊಟ್ಟು, ಒಂದು ವೇಳೆ ತನ್ನ ಮಗನೇನಾದರೂ ಅಲ್ಲಿಗೆ ಬಂದರೆ ಫೋನ್ ಮಾಡಿ ತಿಳಿಸಬೇಕಾಗಿ ವಿನಂತಿಸಿ ಬಂದರು. ನಂತರ ಮನೆಯ ಫೋನ್ ರಿಂಗಣಿಸಿದಾಗಲೆಲ್ಲ ಇದು ಕರಾವಳಿ ಮೆಸ್ ಮಾಲೀಕರದೇ ಕರೆಯಾಗಿರಲಿಕ್ಕೆ ಸಾಕು ಎಂಬ ಭಾವ ಅವರನ್ನು ಬೆಂಗಳೂರು ಬಿಡುವವರೆಗೂ ಕಾಡುತ್ತಿತ್ತು.

ಪ್ರತಿದಿನ ನೋಡಿ ಪರಿಚಯವಿದ್ದ ಮುಖವಾದರೂ ಲಿಫ್ಟಿನಲ್ಲಿ ಕೇವಲ ಇಬ್ಬರೇ ಇದ್ದಾಗಲೂ ಒಂದು ಸಣ್ಣ ನಗುವನ್ನೂ ಕೂಡ ವಿನಿಮಯ ಮಾಡಿಕೊಳ್ಳುವ ಸೌಜನ್ಯವಿರದ ಜನರು, ನೈಸರ್ಗಿಕವಾದ ಸೀನು-ಕೆಮ್ಮು ಬಂದಾಗ 'excuse me'

ಎಂದು ಕ್ಷಮೆ ಕೇಳುವ ಪರಿಪಾಠವನ್ನು ಕುಹಕವಾಡುತ್ತ; ಸಾವಿನಲ್ಲೂ ಸೃಜನಶೀಲತೆ ಎಂದರೆ ಜೋಗದ ಗುಂಡಿಯಿಂದ ಹಾರಿ ಆತ್ಮಹತ್ಯೆ ಮಾಡಿಕೊಳ್ಳುವುದು ಎಂದು ಹೇಳುತ್ತ; ಮನೆಗೆ ಮಾರಿಯೂ ಆಗದೆ ಊರಿಗೆ ಉಪಕಾರಿಯಾಗಿ ದಿನದಿಂದ ದಿನಕ್ಕೆ ಎತ್ತರಕ್ಕೆ ಬೆಳೆಯುತ್ತಿರುವ ವಾಸುವಿನ ಎದುರು ತಾನು ಕುಬ್ಜನಾಗುತ್ತಿರುವುದು ಜೋಯಿಸರಿಗೆ ಮನದಟ್ಟಾಗತೊಡಗಿತ್ತು. ಮಗನನ್ನು ಖಳನಾಗಿ ಜನರೆದುರು ಬಿಂಬಿಸಿ ತಾನು ಅನುಕಂಪ ಗಿಟ್ಟಿಸಿಕೊಳ್ಳುವ ಯಾವ ಪ್ರಯತ್ನಗಳೂ ಸಫಲವಾಗದಿದ್ದಾಗ ಇದೇ ಊರಲ್ಲಿದ್ದುಕೊಂಡು ಮಗನನ್ನು ಮಣಿಯಲು ಯಾವ ಕಾಲಕ್ಕೂ ಸಾಧ್ಯವಿಲ್ಲ ಎಂಬುದು ಸ್ಪಷ್ಟವಾಯಿತು. ಗಂಟು ಮೂಟೆ ಕಟ್ಟಿ ಹೆಂಡತಿಯೊಡಗೂಡಿ ರಾಮತೀರ್ಥಕ್ಕೆ ಹೊರಡುವುದೆಂದು ಅವರು ನಿರ್ಧರಿಸಿದರು. ಇದು ತನ್ನನ್ನು ಹಣಿಯುವ ಹುನ್ನಾರದ ಹೊರತು ಮತ್ತೇನೂ ಅಲ್ಲ ಎಂಬುದು ಸ್ಪಷ್ಟವಾಗಿ ತಿಳಿದಿದ್ದ ವಾಸು ತಂದೆ ಬೆಂಗಳೂರು ಬಿಡುವುದನ್ನು ವಿರೋಧಿಸಿದ. ಆದರೆ ಜೋಯಿಸರ ಹಠದ ಮುಂದೆ ಅದಾವುದೂ ನಡೆಯಲಿಲ್ಲ.

ಬೆಂಗಳೂರಿನ ಮನೆಯನ್ನು ಬಾಡಿಗೆಗೆ ಕೊಟ್ಟು ರಾಮತೀರ್ಥಕ್ಕೆ ಹಿಂದಿರುಗಿದವರೇ, ತಮ್ಮ ತಾಯಿ ತೀರಿಕೊಂಡ ಮೇಲೆ ಉಪಯೋಗಿಸದೇ ಶಿಥಿಲಗೊಂಡಿದ್ದ ಮನೆಯ ದುರಸ್ತಿ ಕಾರ್ಯಕ್ಕೆ ಕೈ ಹಾಕಿದರು ಜೋಯಿಸರು. ಆಳುಗಳಿಗೆ ಕಾಸು ಕೊಡಬೇಕಾಗುತ್ತದೆಂದು ದಣಪೆಯಿಂದ ಮನೆಯವರೆಗೆ ಮರಳು-ಜಲ್ಲಿಗಳನ್ನು ತಾವೇ ಹೊತ್ತರು. ಬಿಳಿ ಕೂದಲನ್ನು ಕೆದರಿಕೊಂಡು, ಜನಿವಾರವನ್ನು ಸುರುಳಿ ಸುತ್ತಿ ಸರದಂತೆ ಕುತ್ತಿಗೆಗೆ ಹಾಕಿಕೊಂಡು, ಬರಿಮೈಯಲ್ಲಿ ಕೂಲಿಯಂತೆ ಕೆಲಸ ಮಾಡುವ ಜೋಯಿಸರನ್ನು ಕಂಡು ಅಕ್ಕ ಪಕ್ಕದವರು ನಕ್ಕರು. ಮಗನ ಮೇಲಿನ ಸಿಟ್ಟನ್ನೆಲ್ಲ ಇಲ್ಲಿ ತೀರಿಸಿಕೊಳ್ಳುವವರಂತೆ ಅವರೊಡನೆಲ್ಲ ಅನವಶ್ಯಕ ಜಗಳ ತೆಗೆದು ನೆರೆ ಹೊರೆಯ ದ್ವೇಷ ಕಟ್ಟಿಕೊಂಡರು. ಸುಮಾರು ಐವತ್ತು ವರ್ಷಗಳ ನಂತರ ಧುತ್ತನೆ ಪ್ರತ್ಯಕ್ಷವಾಗಿ, ಎರಡಡಿ ಜಾಗಕ್ಕಾಗಿ, ಬಾವಿಯ ನೀರಿಗಾಗಿ, ಅಡಿಕೆ ಸಸಿಗಾಗಿ ಸುಖಾಸುಮ್ಮನೆ ಕ್ಯಾತೆ ತೆಗೆಯುವ ಜೋಯಿಸರಿಗೆ ರೋಸಿ ಹೋಗಿ ಆಚೀಚಿನ ಮನೆಯಲ್ಲಿ ಕೆಲವರು ವಾಸುವಿಗೆ ಫೋನು ಮಾಡಿ 'ನಿನ್ನ ಅಪ್ಪ ಹೀಗೆ ಮಾಡುತ್ತಾರೆ ನೋಡು ಮಾರಾಯ' ಎಂದು ಅಲವತ್ತುಕೊಂಡರು. ಅಪ್ಪನ ಉಪಾಯ ಫಲಿಸುತ್ತಿದೆ ಎಂದೆನಿಸತೊಡಗಿತು ವಾಸುವಿಗೆ. ಹಳೆಯ ಅಂಗಿ ಹರಿದ ಲುಂಗಿಯಲ್ಲಿ ಹೋಗಿ 'ನಾನು ಬಡವ, ಅನಾಥ, ಹೇಗಾದರೂ ಮಾಡಿಕೊಡಿ, ಪ್ಲೀಸ್' ಎನ್ನುತ್ತ ಸರಕಾರಿ ಕಛೇರಿಗಳನ್ನು ಅಲೆದು ಪಡಿತರ ಚೀಟಿ, ಹಿರಿಯ ನಾಗರಿಕರ ಪಾಸು ಇತ್ಯಾದಿಗಳನ್ನು ಮಾಡಿಸಿಕೊಂಡು ಬಂದರು. ಏನೋ ಕೆಲಸಕ್ಕೆಂದು ಬೆಂಗಳೂರಿಗೆ ಹೋಗಿ, ವಾಸುವಿಗೆ ತಾನು ಬಂದ ಸುದ್ದಿ ತಲುಪುವಂತೆ ನೋಡಿಕೊಂಡು ಬೇರ್ಯಾರದೋ ಮನೆಯಲ್ಲಿ ಅನಾಥನಂತೆ

ಇದ್ದು ಬರುವುದು; ತನಗೆ ಹಣದ ಅವಶ್ಯಕತೆಯಿದೆ, ಮನೆಯಲ್ಲಿ ಅಕ್ಕಿ ಖಾಲಿಯಾಗಿ ಎರಡು ವಾರವಾಯಿತು ಎಂಬುದನ್ನು ಮೂರನೇ ವ್ಯಕ್ತಿಯ ಮುಖಾಂತರ ವಾಸುವಿಗೆ ತಲುಪಿಸುವುದು ಇತ್ಯಾದಿಗಳಲ್ಲಿ ಸುಖ ಅನುಭವಿಸತೊಡಗಿದರು. ದೀಪ ಉರಿಸಿದರೆ ಹಣ ಖರ್ಚಾಗುತ್ತದೆಂದು ಟೀವಿಯ ಬೆಳಕಿನಲ್ಲೇ ರಾತ್ರಿಗಳನ್ನು ಕಳೆಯುತ್ತ, ಹಬ್ಬಗಳು ಬಂದರೆ ಭಿಕ್ಷುಕರು ಮನೆಗೆ ಬರುತ್ತಾರೆಂದು ಎದುರಿನ ಬಾಗಿಲಿನ ಬೀಗ ಹಾಕಿ ಹಿಂದಿನ ಬಾಗಿಲಿಂದ ಓಡಾಡುತ್ತ ದಿನಗಳನ್ನು ಕಳೆಯುತ್ತಿದ್ದ ಜೋಯಿಸರ ಜೀವನ ವಾಸುವಿನ ಆಕಸ್ಮಿಕ ಸಾವಿನೊಂದಿಗೆ ಹೊಸ ತಿರುವು ಪಡೆದುಕೊಂಡಿತು.

ಸದಾ ಸಮರನಿರತ ಯುದ್ಧಪಿಪಾಸುವಿಗೆ ಎದುರಾಳಿ ರಣರಂಗದಿಂದ ಯಾವುದೇ ಮುನ್ಸೂಚನೆಯಿಲ್ಲದೆ ಕಾಣೆಯಾಗಿಬಿಟ್ಟರೆ ಅದಕ್ಕಿಂತ ದೊಡ್ಡ ಸೋಲೇ ಇಲ್ಲ. ಅಂತಹ ಅಪಜಯದ ಆಘಾತವನ್ನು ಅವರು ಅನುಭವಿಸಿದರು. ಸಂಪೂರ್ಣವಾಗಿ ಛಿದ್ರಗೊಂಡರು ಜೋಯಿಸರು. ಬೆಂಗಳೂರಿಗೆ ಹೋಗಿ, ಒಂದೇ ಒಂದು ಬಾರಿಯೂ ಕಾಲಿಡದ ವಾಸುವಿನ ಮನೆಯನ್ನೆಲ್ಲ ತಡಕಾಡಿದರು. ಆತನ ಬ್ಯಾಂಕು ಪಾಸ್ ಬುಕ್ಕುಗಳು, ಶೇರು ವಹಿವಾಟಿನ ಕಾಗದ ಪತ್ರಗಳು, ಜೀವ ವಿಮೆಯ ದಾಖಲೆಗಳನ್ನೆಲ್ಲ ಕೂಲಂಕುಶವಾಗಿ ಶೋಧಿಸಿ ಪರಿಶೀಲಿಸಿ ನೋಡಿದರೂ ಹದಿನೈದು ಸಾವಿರ ರೂಪಾಯಿಗಳಿಗಿಂತ ಹೆಚ್ಚಿನದೇನೂ ಗಿಟ್ಟಲಿಲ್ಲ ಜೋಯಿಸರಿಗೆ. 'ಹಾಗಾದರೆ ಇಷ್ಟು ವರ್ಷ ದುಡಿದ ದುಡ್ಡನ್ನೆಲ್ಲ ಏನು ಮಾಡಿದ ಆತ?' ಎಂದು ವಾಸುವಿನ ಪರಿಚಿತರೆಲ್ಲರ ಹತ್ತಿರ ಕೇಳಿ ಉತ್ತರ ಸಿಗದೆ ರಾಮತೀರ್ಥಕ್ಕೆ ವಾಪಸಾದರು. ವಾಸುವಿನ ಅನುಪಸ್ಥಿತಿ ಎಂಬುದು ಅವರನ್ನು ಪುತ್ರಶೋಕಕ್ಕಿಂತ ಹೆಚ್ಚಾಗಿ ಕಾಡತೊಡಗಿತು. ಧೋ ಎಂದು ಸುರಿಯುವ ಮಳೆಯಲ್ಲಿ ಉದ್ದ ಪಟ್ಟೆಯ ಚಡ್ಡಿ ಧರಿಸಿ ಸ್ಥಂಭದಂತೆ ಅವರು ಗಂಟೆಗಟ್ಟಲೆ ನಿಂತು ಬಿಡುತ್ತಿದ್ದರು. ಬೆಳಗಿಂದ ಸಂಜೆಯವರೆಗೂ ತೋಟದಲ್ಲಿ ಚಿಗುರುಗಳನ್ನೂ ಬಿಡದಂತೆ ಒಂದೇಸಮನೆ ಕಳೆ ಕೀಳುತ್ತ ಕುಳಿತುಬಿಡುತ್ತಿದ್ದರು.

ಈ ನಡುವೆ ಬೆಂಗಳೂರಿನಲ್ಲಿಯ ತಮ್ಮ ಮನೆಯನ್ನು ಒಂದು ಕೋಟಿ ನಲವತ್ತೈದು ಲಕ್ಷಕ್ಕೆ ಮಾರಿ ಬಂದರು. ಅದರಲ್ಲಿಯ ಕಪ್ಪು ಹಣದ ಪಾಲು ಬರೋಬ್ಬರಿ ಎಂಭತ್ತೇಳು ಲಕ್ಷ ಅವರ ರಾಮತೀರ್ಥದ ಮನೆಗೆ ಬಂದು ಬಿತ್ತು. ಅಷ್ಟೊಂದು ಹಣವನ್ನು ಇಡಲು ಯಾವುದೇ ಸೂಕ್ತ ಜಾಗ ತೋಚದೇ, ಹಾಸಿಗೆಗಳನ್ನು ತುಂಬಿಡಲು ಅನುಕೂಲವಾಗಲೆಂದು ಮಂಚಕ್ಕೆ ಮಾಡಿಸಿದ್ದ ಕೆಳಪೆಟ್ಟಿಗೆಯಲ್ಲಿ ಪೇರಿಸಿಟ್ಟು ಮರುದಿನ ತಾನೆ ಸ್ವಂತ ಗದ್ದೆ ನಾಟಿ ಮಾಡುತ್ತೇನೆಂದು ಹೊರಟು ನಿಂತರು. ಹಳೆಯ ಸಿಮೆಂಟು ಚೀಲವನ್ನು ಹೊಲಿದು ಅಂಗಿ ಮಾಡಿಕೊಂಡು; ಪ್ಲಾಸ್ಟಿಕ್ ಕೊಟ್ಟೆಯನ್ನು ಟೋಪಿಯಂತೆ ತಲೆಗೂ, ಬೂಟುಗಳಂತೆ ಕಾಲುಗಳಿಗೂ

ಕಟ್ಟಿಕೊಂಡು, ಹೆಗಲ ಮೇಲೆ ಕುಠಾರೆ ಹೊತ್ತು, ಮಳೆಯಲ್ಲಿ ಕೆಸರು ಗದ್ದೆಯಲ್ಲಿ ಓಡಾಡುತ್ತಿರುವ ಎಪ್ಪತ್ತು ವರ್ಷ ದಾಟಿದ ಜೋಯಿಸರನ್ನು ಕಂಡು ರಾಮತೀರ್ಥದ ಜನ ನಗುವುದೋ ಅಳುವುದೋ ಅರಿಯದಾದರು. ಹೀಗೆ, ಪಾಸು ತೋರಿಸಿ ಬಸ್ಸುಗಳಲ್ಲಿ ಪುಕ್ಕಟೆಯಾಗಿ ಓಡಾಡುತ್ತ, ರೇಷನ್ ಅಂಗಡಿಯ ಸಾಲಿನಲ್ಲಿ ನಿಂತು ಅಕ್ಕಿ ತರುತ್ತ, ನೀರು ಕಾಯಿಸಲು ಬೇಕೆಂದು ರಸ್ತೆಯ ಮೇಲೆ ಬಿದ್ದ ತೆಂಗಿನಕಾಯಿಯ ಸಿಪ್ಪೆಗಳನ್ನು ಹೆಕ್ಕುತ್ತ, ರಾತ್ರಿ ಎಲ್ಲರೂ ಮಲಗಿದ ಮೇಲೆ ಮೇಣದಬತ್ತಿಯ ದೀಪದಲ್ಲಿ ಮಂಚದ ಕೆಳಪೆಟ್ಟಿಗೆಯಲ್ಲಿ ಪೇರಿಸಿಟ್ಟ ನೋಟಿನ ಕಟ್ಟುಗಳನ್ನು ಒಂದೊಂದಾಗಿ ತೆಗೆದು ಪುನಹ ಪುನಹ ಎಣಿಸುತ್ತ ದಿನ ದೂಡುತ್ತಿದ್ದ ಜೋಯಿಸರಿಗೆ, ಒಂದು ದಿನ ತೆಂಗಿನ ಸಸಿ ನೆಡಲು ಹಿತ್ತಲಲ್ಲಿ ಹೊಂಡ ತೋಡುತ್ತಿರುವಾಗ ತಾಮ್ರದ ಕೊಡಪಾನವೊಂದು ಸಿಕ್ಕಿಬಿಟ್ಟಿತು. ಮನೆಗೆ ತಂದು ನೋಡಿದರೆ ನೂರಾಇಪ್ಪತ್ತೇಳು ಚಿನ್ನದ ನಾಣ್ಯಗಳು! ನಾಣ್ಯಕ್ಕಂಟಿದ ಮಣ್ಣನ್ನು ತಿಕ್ಕಿ ತಿಕ್ಕಿ ತೊಳೆಯುತ್ತ, ಬಂಗಾರದ ಹೊಳಪಿಗೆ ಪುಳಕಗೊಳ್ಳುತ್ತ, ಯಾರಿಗೂ ತಿಳಿಯದಂತೆ ಈ ನಾಣ್ಯಗಳನ್ನು ಹಣವಾಗಿ ಪರಿವರ್ತಿಸಬಹುದಾದ ಸಾಧ್ಯತೆಗಳನ್ನೆಲ್ಲಾ ಯೋಚಿಸುತ್ತ ಮಂಚದ ಕೆಳಪೆಟ್ಟಿಗೆಗೆ ತಾಮ್ರದ ಕೊಡಪಾನವನ್ನೂ ರವಾನಿಸಿದರು.

ಹೆಂಡತಿ ಸುಶೀಲ ಸತ್ತ ನಂತರ ಮಾಡುತ್ತಿರುವ ವಾಸುವಿನ ಮೊದಲ ಶ್ರಾದ್ಧವಾಗಿತ್ತು ಅದು. ಮೃತರ ಆತ್ಮ ಕಾಗೆಯ ರೂಪದಲ್ಲಿ ಬಂದು ಪಿಂಡವನ್ನು ತಿನ್ನುತ್ತದೆ ಎಂಬುದು ಪ್ರತೀತಿ. ಹಾಗಾಗದಿದ್ದಲ್ಲಿ, ಮೃತ ಆತ್ಮ ಪಿಂಡವನ್ನು ಸ್ವೀಕರಿಸದಂತಹ ಬೇಸರದಲ್ಲಿದೆ ಹಾಗೂ ಅದು ಅತೃಪ್ತವಾಗಿ ಸದಾ ಕಾಡುತ್ತದೆ ಎಂಬುದು ಜೋಯಿಸರಿಗೂ ತಿಳಿದಿತ್ತು. ಈ ಹಿಂದೆ ಮಾಡಿದ ವಾಸುವಿನ ನಾಲ್ಕು ಶ್ರಾದ್ಧಗಳಲ್ಲಿ ಇಂತಹ ಸಂಗತಿಗಳಿಗೆ ಅವರು ತಲೆ ಕೆಡಿಸಿಕೊಳ್ಳಲು ಹೋಗಿರಲಿಲ್ಲ. ಆದರೆ ಈ ಬಾರಿ ಅದು ಅವರನ್ನು ಅತೀವವಾಗಿ ಕಾಡತೊಡಗಿತು. ಕಾಗೆಯ ವಿಷಯ ಹಾಗಿರಲಿ, ನಾಯಿಯೊಂದು ಪಿಂಡಕ್ಕೆ ಬಾಯಿ ಹಾಕಿ ಮೂತಿಯನ್ನು ಉಜ್ಜಿ ಉಜ್ಜಿ ತಿನ್ನುತ್ತಿರುವ ದೃಶ್ಯ, ರಾಮತೀರ್ಥದಲ್ಲಿ ಅಧೀರರಾಗಿ ಸೂರ್ಯ ಕಂತುವುದನ್ನು ನೋಡುತ್ತ ಕುಳಿತ ಅವರ ಕಣ್ಣ ಮುಂದೆ ಮತ್ತೆ ಮತ್ತೆ ಬರತೊಡಗಿದವು. 'ನಾನು ಸತ್ತ ಮೇಲೆ ನನ್ನ ಶ್ರಾದ್ಧ ಮಾಡುವವರಾರೂ ಇಲ್ಲ, ಹೀಗಾಗಿ ಬದುಕಿರುವಾಗಲೇ ನನ್ನ ಶ್ರಾದ್ಧವನ್ನು ನಾನೇ ಕಾಶಿಗೆ ಹೋಗಿ ಮಾಡಿಕೊಂಡು ಬರುತ್ತೇನೆ' ಎಂಬ ನಿರ್ಧಾರವನ್ನು ಯಾರದಾದರೂ ಮುಖಾಂತರ ವಾಸುವಿಗೆ ತಿಳಿಸಬೇಕೆಂಬ

ವಿಚಾರ ಮಾಡಿದ್ದ ಕೆಲ ದಿನಗಳಲ್ಲಿಯೇ ವಾಸು ಅಪಘಾತವೊಂದರಲ್ಲಿ ತೀರಿಕೊಂಡ ಘಟನೆಯನ್ನು ನೆನಪಿಸಿಕೊಂಡರು. ದೇವರನ್ನೇ ನಂಬದ ತಾನು ಪ್ರೇತಗಳಿಗೆ ಅಂಜುತ್ತಿರುವ ಸ್ಥಿತ್ಯಂತರವನ್ನು ಅರಗಿಸಿಕೊಳ್ಳಲು ಅವರು ಮತ್ತೆ ಮತ್ತೆ ಪ್ರಯತ್ನಿಸಿದರು. 'ಮಗನ ಅನಿರೀಕ್ಷಿತ ಸಾವು, ಇಳಿವಯಸ್ಸಿನಲ್ಲಿಯೂ ದೊರೆತ ಈ ಆರೋಗ್ಯ, ಈ ಹಣ, ಊರವರ ವೈರತ್ವ, ಸಂಬಂಧಿಕರೊಡನೆಯ ಅಂತರ ಎಲ್ಲವನ್ನೂ ಎಗ್ಗಿಲ್ಲದೇ ಇದುವರೆಗೂ ಎದುರಿಸುತ್ತ ಬಂದ ನಾನು ಸುಶೀಲ ಸತ್ತೊಡನೆ ಒಮ್ಮೆಲೇ ನಿಸ್ತೇಜನಾಗಿಬಿಟ್ಟೆನಾ; ನಿರ್ವೀರ್ಯನಾಗಿಬಿಟ್ಟೆನಾ? ಕೊನೆಗೂ ವಾಸು ಹೇಳಿದ್ದು ನಿಜವೇ ಆಯಿತಲ್ಲ...' ಯೋಚನೆಗಳ ಧಾರೆಯಲ್ಲಿ ಮುಳುಗಿದ್ದ ಜೋಯಿಸರಿಗೆ ಸೊಳ್ಳೆಗಳ ಕಾಟ ಹೆಚ್ಚಾಗುತ್ತಿರುವಂತೆ ಸೂರ್ಯ ಮುಳುಗಿ ಬಹಳ ಸಮಯವಾದುದರ ಅರಿವಾಯಿತು.

ಕತ್ತಲೆಯಲ್ಲೇ ನಿಧಾನವಾಗಿ ಮನೆಯತ್ತ ಹೆಜ್ಜೆ ಹಾಕಿದರು ಜೋಯಿಸರು. ಬೆಟ್ಟದಿಂದ ಇಳಿದುಹೋಗುವ ಕಾಲುದಾರಿಯ ತಿರುವಿನಲ್ಲಿಯೇ ಊರ ಸ್ಮಶಾನವೂ ಇತ್ತು. ಸಮೀಪಿಸುತ್ತಿರುವಂತೆಯೇ "ಠಪ್" ಎಂಬ ಏನೋ ಸದ್ದು. ಈಗಷ್ಟೇ ಸುಟ್ಟ ಹೆಣದ ತಲೆ ಬುರುಡೆ ಒಡೆದ ಸದ್ದಿರಬೇಕು ಎಂದುಕೊಂಡರವರು. ಅತ್ತ ತಿರುಗಿ ನೋಡಿದಾಗ ಯಾರೇ ಜನರಾಗಲೀ ಬೆಂಕಿಯ ನಾಲಿಗೆಯಾಗಲೀ ಕಾಣಲಿಲ್ಲ. ಅಲ್ಲದೇ, ಕತ್ತಲಲ್ಲಿ ಮರ ಪೊದೆಗಳ ಸಂದಿನಿಂದ ಶಬ್ದ ಯಾಕೆ ಬಂದಿರಬಹುದು ಎಂದು ಗಮನಿಸಿ ನೋಡುವ ಉತ್ಸಾಹ ಹಾಗೂ ಧೈರ್ಯ ಎರಡೂ ಇರಲಿಲ್ಲ. 'ಬುರುಡೆ ಒಡೆಯುವವರೆಗೂ ಕಾಯದೆ ಜನರೆಲ್ಲ ಹೊರಟು ಹೋಗಿದ್ದಾರಲ್ಲ. ಅಥವಾ ಯಾವುದೋ ಅನಾಥ ಶವವಿರಲಿಕ್ಕೂ ಸಾಕು. ಗ್ರಾಮಸಂಸ್ಥೆಯವರು ಕೊಳ್ಳಿಯಿಟ್ಟು ಹಾಗೆಯೇ ಹೋಗಿರಬಹುದು... ರಾಮತೀರ್ಥದಲ್ಲಿ ಯಾವ ದಿಕ್ಕಿಲ್ಲದವರು ಸತ್ತಿರಬಹುದು? ದಿನವೆಲ್ಲ ಊರು ಅಲೆದು ಭಿಕ್ಷೆ ಬೇಡಿ ರಾತ್ರಿ ರಾಮಮಂದಿರದ ಜಗುಲಿಯಲ್ಲಿ ಮಲುಗುತ್ತಿದ್ದ ಮುದುಕಿಯಿರಬಹುದೇ...' ಆಲೋಚಿಸುತ್ತಿರುವಂತೆ ತನ್ನ ಕಾಲುಗಳೆರಡೂ ಸ್ವಾಧೀನ ಕಳೆದುಕೊಳ್ಳುತ್ತಿವೆ ಎಂದೆನಿಸತೊಡಗಿತು ಅವರಿಗೆ. ಲಗುಬಗನೆ ನಡೆಯತೊಡಗಿದರು. 'ಸಹಜ ಸ್ಥಿತಿಯಲ್ಲಿ ಎಲ್ಲವೂ ಶಾಂತಿಯಿಂದಿದ್ದಾಗ ಅಪ್ಪನ ಶವಕ್ಕೆ ಮಗ ಕೊಳ್ಳಿಯಿಡುತ್ತಾನೆ. ಅಪ್ಪ ಮಗನ ಚಿತೆಗೆ ಬೆಂಕಿಯಿಡುವ ಪರಿಸ್ಥಿತಿ ಬರುವುದು ಯುದ್ಧದ ಸಂದರ್ಭದಲ್ಲಂತೆ. ಹಾಗಾದರೆ ನನ್ನ ಹಾಗೂ ವಾಸುವಿನ ನಡುವೆ ಯುದ್ಧವಿತ್ತಾ? ಗೆದ್ದದ್ದು ನಾನೋ ಅವನೋ? ಯುದ್ಧದಲ್ಲಿ ಸತ್ತವನು ಸೋತಂತೆಯೋ ಅಥವಾ ಬದುಕುಳಿದವನು ಸೋತಂತೆಯೋ... ತಂದೆ ಯಾರಾದರೂ ಆಗಬಹುದು ಆದರೆ ಅಪ್ಪನಾಗುವುದು ಕಷ್ಟ ಅನ್ನುತ್ತಾರೆ. ಹಾಗಾದರೆ ನಾನು ವಾಸುವಿಗೆ ಬರಿ ತಂದೆಯಾಗಿಯೇ ಉಳಿದೆನಾ...' ಹತ್ತಿಕ್ಕಲಾರದ ವಿಚಾರಗಳ

ಸುಳಿಯಲ್ಲಿ ಜೋಯಿಸರು ಮನೆ ತಲುಪಿದರು. ಮನೆ ಹೊಕ್ಕುತ್ತಿರುವಂತೇ ದೀಪವನ್ನೂ ಉರಿಸದೆ, ಧರಿಸಿದ ಬಟ್ಟೆಯನ್ನೆಲ್ಲ ಕಿತ್ತೆಸೆದು ಬೆತ್ತಲಾಗಿ, ಮಂಚದ ಮೇಲೆ ಬೋರಲಾಗಿ ಕೈಗಳೆರಡನ್ನೂ ಉದ್ದಕ್ಕೆ ಚಾಚಿ, ಇಡೀ ಮಂಚವನ್ನೇ ಅಪ್ಪಿ ಹಿಡಿಯುವವರಂತೆ ಅನಾಮತ್ತಾಗಿ ಮಲಗಿಬಿಟ್ಟರು.

ಆಗಲೇ ಬೆಳಗಾಗಿದೆ. ಈಗಾಗಲೇ ಎರಡು ಬಾರಿ ಕುದಿಸಿ ಸೋಸಿ ಎತ್ತಿಟ್ಟ ಸೊಪ್ಪಿನಲ್ಲಿ ಮಾಡಿದ ಚಹವನ್ನೂ, ನೆನೆದು ಮುಗ್ಗಿದ ವಾಸನೆ ಬರುತ್ತಿರುವ ಎರಡು ಪಾರ್ಲೇ–ಜಿ ಬಿಸ್ಕತ್ತುಗಳನ್ನೂ ಕೈಲಿ ಹಿಡಿದುಕೊಂಡು ಸುಶೀಲ ತನ್ನನ್ನು ಏಳಿಸುತ್ತಿದ್ದಾಳೆ ಎಂದೆನಿಸಿ, "ಯಾಕೋ ಇವತ್ತು ಏಳಲಾಗುತ್ತಿಲ್ಲ, ಈ ಭಂಗಿಯಿಂದ ಕದಲಲೇ ಆಗುತ್ತಿಲ್ಲ..." ಎಂದು ಕನವರಿಸಿದರು ಜೋಯಿಸರು.

ಛಂದ ಪುಸ್ತಕ ಬಹುಮಾನ

ಪುಟ್ಟ ಪಾದದ ಗುರುತು - ಸುನಂದಾ ಪ್ರಕಾಶ ಕಡಮೆ - ₹ 130
ಈ ಕತೆಗಳ ಸಹವಾಸವೇ ಸಾಕು - ಅಲಕ ತೀರ್ಥಹಳ್ಳಿ - ₹ 60
ಹಟ್ಟಿಯೆಂಬ ಭೂಮಿಯ ತುಣುಕು - ಲೋಕೇಶ ಅಗಸನಕಟ್ಟೆ - ₹ 180
ಗೋಡೆಗೆ ಬರೆದ ನವಿಲು - ಸಂದೀಪ ನಾಯಕ - ₹ 60
ಮೊದಲ ಮಳೆಯ ಮಣ್ಣು - ಕಣಾದ ರಾಘವ - ₹ 140
ಆಟಿಕೆ - ಬಸವಣ್ಣೆಪ್ಪಾ ಕಂಬಾರ - ₹ 100
ಮಾಯಾಕೋಲಾಹಲ - ಮೌನೇಶ ಬಡಿಗೇರ - ₹ 165
ಕೇಪಿನ ಡಬ್ಬಿ - ಪದ್ಮನಾಭ ಭಟ್, ಶೇವ್ಕಾರ - ₹ 150
ಮನಸು ಅಭಿಸಾರಿಕೆ - ಶಾಂತಿ ಕೆ ಅಪ್ಪಣ್ಣ - ₹ 230
ದೇವರು ಕಚ್ಚಿದ ಸೇಬು - ದಯಾನಂದ - ₹ 140
ಧೂಪದ ಮಕ್ಕಳು - ಸ್ವಾಮಿ ಪೊನ್ನಾಚಿ - ₹ 130
ಡುಮಿಂಗ - ಶಶಿ ತರೀಕೆರೆ - ₹ 130
ಬಯಲರಸಿ ಹೊರಟವಳು - ಛಾಯಾ ಭಟ್ - ₹ 150
ಮಾಕೋನ ಏಕಾಂತ - ಕಾವ್ಯಾ ಕಡಮೆ - ₹ 130

ಕಥಾಸಂಕಲನ

ಶಕುಂತಳಾ - ಗುರುಪ್ರಸಾದ್ ಕಾಗಿನೆಲೆ - ₹ 80
ಜುಮುರು ಮಳೆ - ಸುಮಂಗಲಾ - ₹ 220
ಶಾಲಭಂಜಿಕೆ - ಡಾ. ಕೆ. ಎನ್. ಗಣೇಶಯ್ಯ - ₹ 180 (7ನೇ ಮುದ್ರಣ)
ಕಾರಂತಜ್ಜನಿಗೊಂದು ಪತ್ರ - ಸಚ್ಚಿದಾನಂದ ಹೆಗಡೆ - ₹ 150
ಹಕೂನ ಮಟಾಟ - ನಾಗರಾಜ ವಸ್ತಾರೆ - ₹ 80
ಕಾಲಿಟ್ಟಲ್ಲಿ ಕಾಲುದಾರಿ - ಸುಮಂಗಲಾ - ₹ 80
ಹುಲಿರಾಯ - ಕೀರ್ತಿರಾಜ್ - ₹ 80
ನಿರವಯವ - ನಾಗರಾಜ ವಸ್ತಾರೆ - ₹ 125
ಹನ್ನೊಂದನೇ ಅಡ್ಡರಸ್ತೆ - ಸುಮಂಗಲಾ - ₹ 170
ಗಾಳಿಗೆ ಮೆತ್ತಿದ ಬಣ್ಣ - ಕರ್ಕಿ ಕೃಷ್ಣಮೂರ್ತಿ - ₹ 180
ಕನ್ನಡಿ ಹರಳು - ಪದ್ಮನಾಭ ಭಟ್, ಶೇವ್ಕಾರ - ₹ 130
ಒಂದು ಚಿಟಿಕೆ ಮಣ್ಣು - ಲಕ್ಷ್ಮಣ ಬಾದಾಮಿ - ₹ 130
ಬಂಡಲ್ ಕತೆಗಳು - ಎಸ್ ಸುರೇಂದ್ರನಾಥ್ - ₹ 160
ದೇವರ ರಜಾ - ಗುರುಪ್ರಸಾದ್ ಕಾಗಿನೆಲೆ - ₹ 225 (2ನೇ ಮುದ್ರಣ)
ಕಟ್ಟು ಕತೆಗಳು - ಎಸ್ ಸುರೇಂದ್ರನಾಥ್ - ₹ 210
ಮಡಿಲು (ನೀಳ್ಗತೆ) - ನಾಗರಾಜ ವಸ್ತಾರೆ - ₹ 15
ತಿರಾಮಿಸು - ಶಶಿ ತರೀಕೆರೆ - ₹ 210

ತೊಟ್ಟು ಕ್ರಾಂತಿ - ಕಾವ್ಯಾ ಕಡಮೆ - ₹ 180
ಒಂದು ಬಾಗಿಲು ಮತ್ತು ಮೂರೂ ಚಿಲ್ಲರೆ ವರ್ಷಗಳು - ಶಾಂತಿ ಕೆ ಅಪ್ಪಣ್ಣ - ₹ 190

ಪ್ರಬಂಧ

ಪೂರ್ವ ಪಶ್ಚಿಮ - ಎಂ. ಆರ್. ದತ್ತಾತ್ರಿ - ₹ 80
ರಾಗಿಮುದ್ದೆ - ರಘುನಾಥ ಚ. ಹ. - ₹ 120
ಕುಟ್ಟವಲಕ್ಕಿ / ಗೊಜ್ಜವಲಕ್ಕಿ - ಪ್ರಶಾಂತ ಆಡೂರ - ₹ 170 / ₹ 170
ಕಿಲಿಮಂಜಾರೋ - ಪ್ರಶಾಂತ್ ಬೀಚಿ - ₹ 80
ಮಿಸಳ್ ಭಾಜಿ - ಭಾರತಿ ಬಿ ವಿ - ₹ 190
ನೀ ಮಾಯೆಯೊಳಗೋ... - ವಿಕ್ರಮ ಹತ್ವಾರ - ₹ 150
ಸಾವೆಂಬ ಲಹರಿ - ಗುರುಪ್ರಸಾದ ಕಾಗಿನೆಲೆ - ₹ 140
ವೈದ್ಯ, ಮತ್ತೊಬ್ಬ - ಗುರುಪ್ರಸಾದ ಕಾಗಿನೆಲೆ - ₹ 120
ಅಪ್ಪನ ರ್‍ಯಾಲೀಸ್ ಸೈಕಲ್ - ದರ್ಶನ್ ಜಯಣ್ಣ - ₹ 110
ಇಮೋಜಿ ಭಾಷೆ - ಕರ್ಕಿ ಕೃಷ್ಣಮೂರ್ತಿ - ₹ 150

ಅನುವಾದ

ದಿ ಚಾಯ್ಸ್ - ಈಡಿತ್ ಎವಾ ಎಗರ್ (ಜಯಶ್ರೀ ಭಟ್) - ₹ 280
ದೇಹವೇ ದೇಶ - ಗರಿಮಾ ಶ್ರೀವಾಸ್ತವ (ವಿಕ್ರಮ ವಿಸಾಜಿ) - ₹ 250
ಪರ್ಸೆಪೊಲಿಸ್- ಮಾರ್ಜಾನ್ ಸತ್ರಪಿ (ಪ್ರೀತಿ ನಾಗರಾಜ) - ₹ 395
ಗಾಳಿ ಪಳಗಿಸಿದ ಬಾಲಕ - ವಿಲಿಯಂ ಕಾಂಕ್ವಾಂಬಾ (ಕರುಣಾ ಬಿ ಎಸ್) - ₹ 320
ಅಮೋಸ್ ಫಾರ್ಚೂನ್ - ಎಲಿಝಬೆತ್ ಯೇಟ್ಸ್ (ಜಯಶ್ರೀ ಭಟ್) - ₹ 110
ನವ ಜೀವಗಳು - ವಿಲಿಯಂ ಡಾಲ್ರಿಂಪಲ್ (ನವೀನ ಗಂಗೋತ್ರಿ) - ₹ 250
ಮೈಕೆಲ್ ಕೆ - ಜೆ.ಎಂ. ಕುಟ್‌ಸೀ (ಸುನಿಲ್ ರಾವ್) - ₹ 170
ಲೇರಿಯೊಂಕ - ಹೆನ್ರಿ ಆರ್. ಓಲೆ ಕುಲೆಟ್ (ಪ್ರಶಾಂತ ಬೀಚಿ) - ₹ 140
ಅರೆಶತಮಾನದ ಮೌನ - ಯಾನ್ ರಫ್-ಓ'ಹರ್ನ್ (ಅರುಣ್) - ₹ 310
ಪರ್ವತದಲ್ಲಿ ಪವಾಡ - ನ್ಯಾಂಡೊ ಪರಾಡೊ (ಸಂಯುಕ್ತಾ ಪುಲಿಗಲ್) - ₹ 340
ಚಂದಿರ ಬೇಕೆಂದವನು - ಮಿಮಿ ಬೇರ್ಡ್ (ಪ್ರಜ್ಞಾ ಶಾಸ್ತ್ರಿ) - ₹ 180
ಬಂಡೂಲ - ವಿಕಿ ಕಾನ್‌ಸ್ಟಂಟೇನ್ ಕ್ರುಕ್ (ರಾಜ್ಯಶ್ರೀ ಕುಳಮರ್ವ) - ₹ 425
ರೆಬೆಲ್ ಸುಲ್ತಾನರು - ಮನು ಎಸ್ ಪಿಳ್ಳೈ (ಸಂಯುಕ್ತಾ ಪುಲಿಗಲ್) - ₹ 420
ಫಾಲೋಯಿಂಗ್ ಫಿಶ್ - ಸಮಂತ್ ಸುಬ್ರಮಣಿಯನ್ (ಸಹನಾ ಹೆಗಡೆ) - ₹ 280
ಜಗವ ಚುಂಬಿಸು - ಸುಬ್ರೊತೋ ಬಾಗ್ಚಿ (ವಂದನಾ ಪಿ ಸಿ) - ₹ 240
ಪರ್ದಾ ಅಂಡ್ ಪಾಲಿಗಮಿ - ಇಕ್ಬಾಲುನ್ನೀಸಾ ಹುಸೇನ್ (ದಾದಾಪೀರ್) - ₹ 380
ವಾಡಿವಾಸಲ್ - ಚಿ. ಸು. ಚೆಲ್ಲಪ್ಪ (ಸತ್ಯಕಿ) - ₹ 100
ನಾಲ್ಕನೇ ಎಕರೆ - ಶ್ರೀರಮಣ (ಅಜಯ್ ವರ್ಮಾ ಅಲ್ಲೂರಿ) - ₹ 100
ಮಾವೋನ ಕೊನೆಯ ನರ್ತಕ - ಲೀ ಕ್ವಿನ್‌ಶಿಂಗ್ (ಜಯಶ್ರೀ ಭಟ್) - ₹ 340

ಕೋಬಾಲ್ಟ್ ಬ್ಲೂ - ಸಚಿನ್ ಕುಂಡಲ್‌ಕರ್ (ಸಪ್ನಾ ಕಟ್ಟಿ) - ₹ 150
ವಿದ್ಯಾವಂತ ವೇಶ್ಯೆಯ ಆತ್ಮಕಥೆ - ಮಾನದಾ ದೇವಿ (ನಾಗ ಹುಬ್ಳಿ) - ₹ 240
ದಿ ಲೈಟ್‌ಹೌಸ್ ಫ್ಯಾಮಿಲಿ - ಫಿರಾತ್ ಸುನೇಲ್ (ಮಾಧುರಿ ಕುಲಕರ್ಣಿ) - ₹ 230
ನನ್ನ ತಂಗಿ ಈಡಾ - ಕಾರೊಲೀನ ವಾಲ್ (ಹರ್ಷ ರಘುರಾಮ್) - ₹ 260
ಸತ್ತವರ ಸೊಲ್ಲು - ಆಶುತೋಷ್ ಭಾರದ್ವಾಜ್ (ಕಾರ್ತಿಕ್ ಆರ್.) - ₹ 380

ವಸುಧೇಂದ್ರ

ಮನೀಷೆ - ಕತೆಗಳು - ₹ 120 (8ನೇ ಮುದ್ರಣ)
ಯುಗಾದಿ - ಕತೆಗಳು - ₹ 190 (9ನೇ ಮುದ್ರಣ)
ಚೇಳು - ಕತೆಗಳು - ₹ 120 (8ನೇ ಮುದ್ರಣ)
ಹಂಪಿ ಎಕ್ಸ್‌ಪ್ರೆಸ್ - ಕತೆಗಳು - ₹ 195 (9ನೇ ಮುದ್ರಣ)
ಮೋಹನಸ್ವಾಮಿ - ಕತೆಗಳು - ₹ 270 (8ನೇ ಮುದ್ರಣ)
ವಿಷಮ ಭಿನ್ನರಾಶಿ - ಕತೆಗಳು - ₹ 280 (4ನೇ ಮುದ್ರಣ)
ಕೋತಿಗಳು - ಪ್ರಬಂಧ - ₹ 120 (8ನೇ ಮುದ್ರಣ)
ನಮ್ಮಮ್ಮ ಅಂದ್ರೆ ನಂಗಿಷ್ಟ - ಪ್ರಬಂಧ - ₹ 100 (28ನೇ ಮುದ್ರಣ)
ರಕ್ಷಕ ಅನಾಥ - ಪ್ರಬಂಧ - ₹ 110 (5ನೇ ಮುದ್ರಣ)
ವರ್ಣಮಯ - ಪ್ರಬಂಧ - ₹ 225 (7ನೇ ಮುದ್ರಣ)
ಐದು ಪೈಸೆ ವರದಕ್ಷಿಣೆ - ಪ್ರಬಂಧ - ₹ 280 (5ನೇ ಮುದ್ರಣ)
ಹರಿಚಿತ್ತ ಸತ್ಯ - ಕಾದಂಬರಿ - ₹ 200 (6ನೇ ಮುದ್ರಣ)
ತೇಜೋ-ತುಂಗಭದ್ರಾ - ಕಾದಂಬರಿ - ಉತ್ತಮ/ಸಾದಾ (₹ 500/₹ 450) (17ನೇ ಮುದ್ರಣ)
ಮಿಥುನ - ಶ್ರೀರಮಣರ ಕತೆಗಳು - ₹ 135 (8ನೇ ಮುದ್ರಣ)
ಎವರೆಸ್ಟ್ - ಜಾನ್ ಕ್ರಾಕೌರ್ - ₹ 420 (4ನೇ ಮುದ್ರಣ)
ರೇಷ್ಮೆ ಬಟ್ಟೆ - ಕಾದಂಬರಿ - ₹ 450

ಕಾದಂಬರಿ

ಎನ್ನ ಭವದ ಕೇಡು - ಎಸ್ ಸುರೇಂದ್ರನಾಥ್ - ₹ 75
ನ್ಯಾಸ - ಹರೀಶ ಹಾಗಲವಾಡಿ - ₹ 470
ಗುಣ - ಗುರುಪ್ರಸಾದ್ ಕಾಗಿನೆಲೆ - ₹ 150
ದ್ವೀಪವ ಬಯಸಿ - ಎಂ. ಆರ್. ದತ್ತಾತ್ರಿ - ₹ 320
ತಾರಾಬಾಯಿಯ ಪತ್ರ - ದತ್ತಾತ್ರಿ ಎಂ ಆರ್ - ₹ 160
ಅಗೆದಷ್ಟೂ ನಕ್ಷತ್ರ - ಸುಮಂಗಲಾ - ₹ 230
ಪ್ರಿಯೇ ಚಾರುಶೀಲೆ - ನಾಗರಾಜ ವಸ್ತಾರೆ - ₹ 380
ಋಷ್ಯಶೃಂಗ - ಹರೀಶ ಹಾಗಲವಾಡಿ - ₹ 160
ಅಂತು - ಪ್ರಕಾಶ ನಾಯಕ್ - ₹ 200
ಚುಕ್ಕಿ ಬೆಳಕಿನ ಜಾಡು - ಕರ್ಕಿ ಕೃಷ್ಣಮೂರ್ತಿ - ₹ 200

ದೀಪವಿರದ ದಾರಿಯಲ್ಲಿ - ಸುಶಾಂತ್ ಕೋಟ್ಯಾನ್ - ₹ 160
ದಾರಿ - ಕುಸುಮಾ ಆಯರಹಳ್ಳಿ - ₹ 395
ಬರೀ ಎರಡು ರೆಕ್ಕೆ - ಸುನಂದಾ ಪ್ರಕಾಶ ಕಡಮೆ - ₹ 260

ಕವಿತೆ

ಮದ್ಯಸಾರ - ಅಪಾರ - ₹ 90
ಪೂರ್ಣನ ಗರಿಗಳು - ಪೂರ್ಣಪ್ರಜ್ಞ - ₹ 70
ಹಲೋ ಹಲೋ ಚಂದಮಾಮ - ರಾಧೇಶ ತೋಳ್ಪಾಡಿ - ₹ 50

ಪದಚರಿತೆ

ಸರಿಗನ್ನಡಂ ಗೆಲ್ಗೆ - ಅಪಾರ - ₹ 390

ಓದಿ ಓದಿ ಮರುಳಾಗಿ!

ಛಂದ ಪುಸ್ತಕ ಬಹುಮಾನ

ಹೊಸ ಕತೆಗಾರರನ್ನು ಗುರುತಿಸುವ ಸಲುವಾಗಿ ನಮ್ಮ ಪ್ರಕಾಶನ ಸಂಸ್ಥೆಯು ಕಳೆದ ಹದಿಮೂರು ವರ್ಷಗಳಿಂದ ಕತೆಗಳ ಹಸ್ತಪ್ರತಿ ಸ್ಪರ್ಧೆಯನ್ನು ನಡೆಸುತ್ತಾ ಬಂದಿದೆ. ಈವರೆಗೆ ಒಂದೂ ಕಥಾಸಂಕಲನವನ್ನು ಪ್ರಕಟಿಸದವರು ಈ ಸ್ಪರ್ಧೆಯಲ್ಲಿ ಭಾಗವಹಿಸಬಹುದು. ಇತರ ಪ್ರಕಾರಗಳಲ್ಲಿ ಒಂದೆರಡು ಪುಸ್ತಕಗಳನ್ನು ಪ್ರಕಟ ಮಾಡಿದವರೂ ಇದರಲ್ಲಿ ಭಾಗವಹಿಸುವ ಅವಕಾಶವಿರುತ್ತದೆ. ಮೊದಲ ಸುತ್ತಿನ ಆಯ್ಕೆಯನ್ನು ಪ್ರಕಾಶನದ ಸದಸ್ಯರು ಮಾಡಿ, ಕೊನೆಯ ಆಯ್ಕೆಗಾಗಿ ಸುಮಾರು ಹತ್ತು ಹಸ್ತಪ್ರತಿಗಳನ್ನು ನಾಡಿನ ಹಿರಿಯ ಸಾಹಿತಿಗಳಿಗೆ ಒಪ್ಪಿಸುತ್ತಾರೆ. ಆಯ್ಕೆಯಾದ ಹಸ್ತಪ್ರತಿಯನ್ನು ಪುಸ್ತಕ ರೂಪದಲ್ಲಿ ಪ್ರಕಟಿಸಿ, ಪ್ರಶಸ್ತಿ ಪತ್ರ, ಫಲಕ ಹಾಗೂ ಮೂವತ್ತು ಸಾವಿರ ರೂಪಾಯಿ ಬಹುಮಾನವನ್ನು ನೀಡಲಾಗುತ್ತದೆ. ಈವರೆಗೂ ಈ ಪ್ರಶಸ್ತಿಯಲ್ಲಿ ಬಹುಮಾನ ಪಡೆದವರ ವಿವರಗಳ ಪಟ್ಟಿಯನ್ನು ಮುಂದಿನ ಪುಟದಲ್ಲಿ ನೀಡಿದ್ದೇವೆ.

ಇವರಲ್ಲಿ ಮೌನೇಶ ಬಡಿಗೇರ, ಶಾಂತಿ ಕೆ ಅಪ್ಪಣ್ಣ, ಪದ್ಮನಾಭ ಭಟ್ ಶೇವ್ಕಾರ ಮತ್ತು ಸ್ವಾಮಿ ಪೊನ್ನಾಚಿ ಅವರಿಗೆ ಕೇಂದ್ರ ಸಾಹಿತ್ಯ ಅಕಾಡೆಮಿಯ ಯುವ ಪುರಸ್ಕಾರ ದೊರೆತಿದೆ. ವಿನಯಾ, ಶಾಂತಿ ಕೆ ಅಪ್ಪಣ್ಣ ಮತ್ತು ಪದ್ಮನಾಭ ಭಟ್ ಶೇವ್ಕಾರರ ಪುಸ್ತಕಗಳಿಗೆ ಕರ್ನಾಟಕ ಸಾಹಿತ್ಯ ಅಕಾಡೆಮಿಯ ಪುಸ್ತಕ ಬಹುಮಾನ ಅಥವಾ ದತ್ತಿ ಬಹುಮಾನಗಳು ಸಂದಿವೆ. ಇನ್ನೂ ಹಲವಾರು ನಾಡಿನ ಪ್ರಮುಖ ಪ್ರಶಸ್ತಿ ಮತ್ತು ಬಹುಮಾನಗಳೂ ಈ ಕೃತಿಗಳಿಗೆ ಲಭ್ಯವಾಗಿವೆ.

ನೀವು ಈ ಸ್ಪರ್ಧೆಯಲ್ಲಿ ಭಾಗವಹಿಸಬೇಕೆ? ಹಾಗಿದ್ದರೆ ನಮ್ಮ ಮುಂದಿನ ವರ್ಷದ ಸ್ಪರ್ಧೆಯ ಆಹ್ವಾನವನ್ನು ಖ್ಯಾತ ಕನ್ನಡ ನಿಯತಕಾಲಿಕಗಳಲ್ಲಿ ಅಥವಾ ಸಾಮಾಜಿಕ ಜಾಲತಾಣಗಳಲ್ಲಿ ನಿರೀಕ್ಷಿಸಿರಿ. ಹೆಚ್ಚಿನ ವಿವರಗಳಿಗೆ 98444 22782 ಗೆ ಸಂದೇಶ ಕಳುಹಿಸಿರಿ.

ಓದಿ ಓದಿ ಮರುಳಾಗಿ!

ಛಂದ ಪುಸ್ತಕ ಬಹುಮಾನ ಪಡೆದ ಕೃತಿಗಳು

ಕತೆಗಾರರು	ಕಥಾಸಂಕಲನ	ತೀರ್ಪುಗಾರರು
ಸುನಂದಾ ಕಡಮೆ	ಪುಟ್ಟ ಪಾದದ ಗುರುತು	ಅಶೋಕ ಹೆಗಡೆ/ ಸುಮಂಗಲಾ
ಅಲಕ ತೀರ್ಥಹಳ್ಳಿ	ಈ ಕತೆಗಳ ಸಹವಾಸವೇ ಸಾಕು	ಕೇಶವ ಮಳಗಿ/ ಸುಮಂಗಲಾ
ಲೋಕೇಶ ಅಗಸನಕಟ್ಟೆ	ಹಟ್ಟಿಯೆಂಬ ಭೂಮಿಯ ತುಣುಕು	ಬೊಳುವಾರು
ವಿನಯಾ	ಊರ ಒಳಗಣ ಬಯಲು	ನೇಮಿಚಂದ್ರ
ಸಂದೀಪ ನಾಯಕ	ಗೋಡೆಗೆ ಬರೆದ ನವಿಲು	ಅಮರೇಶ ನುಗಡೋಣಿ
ಕಣಾದ ರಾಘವ	ಮೊದಲ ಮಳೆಯ ಮಣ್ಣು	ಕೆ. ಸತ್ಯನಾರಾಯಣ
ಬಸವಣ್ಣೆಪ್ಪಾ ಕಂಬಾರ	ಆಟಿಕೆ	ಕುಂ. ವೀರಭದ್ರಪ್ಪ
ಮೌನೇಶ ಬಡಿಗೇರ	ಮಾಯಾಕೋಲಾಹಲ	ಓ.ಎಲ್.ಎನ್. ಸ್ವಾಮಿ
ಪದ್ಮನಾಭ ಭಟ್	ಕೇಪಿನ ಡಬ್ಬಿ	ಎಂ. ಎಸ್. ಆಶಾದೇವಿ
ಶಾಂತಿ ಕೆ ಅಪ್ಪಣ್ಣ	ಮನಸು ಅಭಿಸಾರಿಕೆ	ಎಚ್.ಎಸ್.ಆರ್
ದಯಾನಂದ	ದೇವರು ಕಚ್ಚಿದ ಸೇಬು	ನಾ. ಡಿಸೋಜಾ
ಸ್ವಾಮಿ ಪೊನ್ನಾಚಿ	ಧೂಪದ ಮಕ್ಕಳು	ಎಂ. ಎಸ್. ಶ್ರೀರಾಮ್
ಶಶಿ ತರೀಕೆರೆ	ಡುಮಿಂಗ	ಲಲಿತಾ ಸಿದ್ಧಬಸವಯ್ಯ
ಛಾಯಾ ಭಟ್	ಬಯಲರಸಿ ಹೊರಟವಳು	ತಾರಿಣಿ ಶುಭದಾಯಿನಿ
ಕಾವ್ಯಾ ಕಡಮೆ	ಮಾಕೋನ ಏಕಾಂತ	ಟಿ.ಪಿ. ಅಶೋಕ

www.ingramcontent.com/pod-product-compliance
Lightning Source LLC
LaVergne TN
LVHW090408051026
849518LV00006B/2276
9788197599118